அனீஸ் சலீம்

அனீஸ் சலீம், பகலில் தொழில்முறையில் விளம்பரத் துறையிலும், இரவில் நூலாசிரியராகவும் செயல்படுபவர். எப்போதுமே அதிகம் பேசாதவர். இவரது முதல் நூல், *தி விக்ஸ் மேங்கோ ட்ரீ* ஒருசில விருதுகளுக்கான பட்டியல்களில் இடம்பெற்றது. இரண்டாவது நூல், *வானிட்டி பாக்* 2013-ஆம் ஆண்டுக்கான *தி ஹிண்டு*-வின் சிறந்த புனைக்கதைக்கான விருதை வென்றது. *தி ஸ்மால்-டவுன் சீ* நாவல் பெங்களூரு இலக்கியத் திருவிழாவில் சிறந்த நாவலுக்கான விருதை 2017-இல் பெற்றது. அவரது இந்த *தி ப்ளைண்ட் லேடி'ஸ் டிஸெண்டண்ட்ஸ்* (பார்வையற்றவளின் சந்ததிகள்) 2014-ஆம் ஆண்டின் *ரேமண்ட் க்ராஸ்வேர்ட் புக்* விருதை சிறந்த நாவலுக்ககாகவும், 2018-ற்கான சாகித்ய அகாதமி விருதையும் பெற்றது. கொச்சியில் தன் மனைவி மற்றும் இரு பிள்ளைகளுடன் வசித்து வருகிறார்.

பார்வையற்றவளின் சந்ததிகள்

அனீஸ் சலீம்

தமிழில்

விலாசினி

எதிர் வெளியீடு

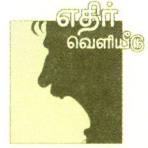

பார்வையற்றவளின் சந்ததிகள்
அனீஸ் சலீம்
தமிழில்: விலாசினி

முதல் பதிப்பு: ஜனவரி 2020
எதிர் வெளியீடு,
96, நியூ ஸ்கீம் ரோடு, பொள்ளாச்சி – 642 002.
தொலைபேசி: 04259 – 226012, 99425 11302.

விலை: ரூ. 350

The Blind Lady's Descendants
Author: Anees Salim

First published in Tamil by Ethir Veliyeedu
© Anees Salim
Translated by: Vilasini

First Edition: January 2020
Published by
Ethir Veliyeedu, 96, New Scheme Road, Pollachi - 2.
email: ethirveliyedu@gmail.com
www.ethirveliyedu.in

Price: ₹ 350

ISBN : 978-93-87333-72-7
Cover Design: Santhosh Narayanan
Printed at Jothy Enterprises, Chennai.

All rights reserved. No part of this book may be reprinted or reproduced or utilised in any form or by any electronic, mechanical or other means, now known or hereafter invented, including photocopying and recording, or in any information storage or retrieval system, without permission in writing from the Publisher.

*பார்வையற்றவளுக்கும்
அவளது சந்ததிகளுக்கும்...*

பொருளடக்கம்

நன்றிகள்   09

புத்தகம் 1: பிறப்பு   11

புத்தகம் 2: திருமணம்   101

புத்தகம் 3: காதல்   189

புத்தகம் 4: காதல் தோல்விகள்   245

புத்தகம் 5: தொடக்கம்   313

நன்றிகள்

என் நகரம் குறித்து நன்றாக அறிந்தவர்களுக்கு நான் அதன் நிலப்பரப்பை இந்நாவலுக்காக எவ்வாறு இலக்கின்றி கலைத்துப்போட்டிருக்கிறேன் என்பது புரியும். மிகவும் சிறியதாகவும் உறங்கி வழிந்தும் ஒரு சமயம் இருந்த இந்நகரம் தந்த அலுப்பைக் கடக்கவே வாசிக்கவும் எழுதவும் தொடங்கினேன். எனக்குள் எழுதும் ஆசையை விதைத்த *வர்கலா*விற்கு என் நன்றிகள். கீழ்வருபவர்களுக்கு அவர்களது அன்பிற்காகவும், ஆதரவிற்காகவும் என் நன்றிகளைத் தெரிவித்துக்கொள்கிறேன்.

அம்பர் சஹில் சாட்டர்ஜி, அஹ்லாவத் குஞ்சன், தீப்தி ஆனந்த், பெங்குவின் இந்தியாவில் இருக்கும் மற்றனைவருக்கும். என்னுடைய முகவர் கனிஷ்கா குப்தா. என் நகரத்தைச் சேர்ந்த நல்ல நண்பன் சந்தீப் எம். தாஸ். என் மனைவி ஷமீனா அனீஸ். என் ரகசிய ரசிகன் ஒமர் அனீஸ்.

புத்தகம் 1
பிறப்பு

நான் சிறுவனாக இருந்தபொழுது, ஆறோ ஏழோ வயதாகியிருக்கலாம் - எட்டிற்குமேல் இருந்திருக்காது - எங்கள் அம்மா துரதிர்ஷ்டத்தைத் துரத்த வாயிற் கதவில் சிறிய ஆணிகளை அடித்துவைப்பாள். துரதிர்ஷ்டம் பின்கதவு வழியாக எங்கள் வீட்டிற்கு வந்திருக்க வேண்டும். தற்போதைய என் இருபத்தியாறு வயதை நான் எட்டுவதற்குப் பல காலங்கள் முன்பே, என்னுடைய பதிமூன்று அல்லது பதினான்கு வயதில், மிஞ்சி மிஞ்சிப்போனால் பதினாறு, துரதிர்ஷ்டத்தையும் ஒரு குடும்ப உறுப்பினனாகவே நான் கருதத் தொடங்கியிருந்த காலத்தில், என்னைவிடவும் மூத்தவள், சோஃபியாவைவிடவும் இளையவளான எங்கள் பெற்றோரின் நான்காவது பிள்ளை, எங்களிடம் இருந்த மிகச் சொற்பமான சொத்துக்களில் பெருவாரியை எடுத்துக்கொண்டு வீட்டைவிட்டு வெளியேறினாள்.

என் இருபத்தியாறாவது வயதில் இந்தக் குறிப்பை நான் எழுதத் தொடங்கி இருபத்தியேழாகும் வாய்ப்பிற்கு முன்னேயே முடிப்பேன் என்று எனக்கு எப்பொழுதுமே தெரிந்திருந்தது: முடிவற்ற விடைபெறல் குறிப்பு, பெரிய ஆலமரம் போன்ற குடும்பத்திலிருந்து வீணடிக்கப்பட்ட அல்லது தேவையானபோது துண்டிக்கப்பட்ட சிறிய மனிதர்களின் வாழ்க்கைக்குறிப்பு.

ஒவ்வொரு அரைமணிக்கும் இந்தப் புறநகரின் ஊடாக ஓடும் ஒவ்வொரு ரயிலின் வருகையாலும் செங்கற் கட்டுமானம் லேசாக அதிரும்படி ரயில் பாதையின் அருகில் இருக்கும் ஒரு பெரிய, புராதனமான மாளிகையின் குழந்தைகள் நாங்கள். வாழ்க்கையில் சந்தித்திருக்கவே கூடாத, திருமணத்தைப் பற்றி விடுங்கள், ஹம்சா மற்றும் அஸ்மாவின் நான்காவது பிள்ளை நான்.

எங்கள் பெற்றோருக்கு இடையில், எங்கள் நால்வருக்கும் பெற்றோராக இருப்பதைத் தவிர வேறொன்றும் இருந்ததில்லை. டாக்டர் ரோஸிடம் நான் சொன்னதுதான் நினைவிற்கு வருகிறது; என் பெற்றோர்கள் வெண்ணையும், சுண்ணாப்பாறையும் போல ஒன்றுக்கொன்று தொடர்பற்றவர்கள். (இவைகளை இரண்டு வெள்ளைத் துண்டுகளாக, அருகருகில் கிடத்தினாலும்

சின்னதாகக்கூட மாறாததாக, அதாவது வெண்ணை இறுகாமலும், பாறை உருகாமலும் கிடக்கும் பிம்பம் என் மனதில் மிக அழுத்தமாகப் பதிந்திருக்கிறது.) டாக்டர் ரோஸ், என்னிடம் அவர்களிருவரில் யாரை நான் வெண்ணையாக நினைக்கிறேன் என்று மட்டும் கேட்கவில்லை. என்னைப் பார்த்துப் புன்னகைத்தவராக, மனங்களை சிறப்பாகப் 'பழுது'பார்ப்பதற்காக அவர் வாங்கிய கேடயங்களைப் பார்த்து ஆச்சரியப்பட்டுக்கொண்டிருந்த என் அம்மாவை ஓரக்கண்ணால் பார்த்தார்.

'பழசப் பத்தி இப்ப என்ன?' என்றார் டாக்டர் ரோஸ். *'கடந்தகாலத்தப் பத்தி கவலப்படறத நிறுத்தினாலே வாழ்க்கைல நிம்மதி தானா வரும்.'*

நல்ல சித்தாந்தம்தான். ஆனால், என் துக்கத்தைப் போக்கப் பணம் பெற்றுக்கொண்டு வாழ்க்கையை எதிர்நோக்குவது எப்படி என்பதல்ல நான் அவரிடம் எதிர்பார்த்தது. குறைந்தபட்சம் அரைத்த மாவையே அரைக்காமல் கொஞ்சம் அறிவார்த்தமாகவாவது அவர் சொல்லியிருக்கலாம்.

உதாரணமாக, நான் பெரிய அறிவாளி இல்லையென்றாலும், ஏன் குறைந்தபட்சம் சுமாரான மாணவனாகக்கூட இல்லாதபோதும், அவரைவிடவும் சிறப்பாகவே சொல்லியிருப்பேன். என்னால் இத்தகைய சிறிய மூதுரைகளை இலகுவாக உருவாக்க முடியும்.

கடந்தகாலம் என்பது தகடுபோன்ற ஒரு கேடயம்.
உங்கள் பெரிய வயிற்றை வைத்துக்கொண்டு அதன் வழி உள் நுழைய முடியாது.

டாக்டர் ரோஸ் புன்னகைத்துக்கொண்டே, 'இது நல்லாருக்கு,' என்றார். கனிவான புன்னகை. அவரிடம் ஒரு பை நிரம்பும் அளவிற்கான விதவிதமான புன்னகைகள் இருக்கின்றன. புன்னகைக்கான போட்டிக்கு அவரை அனுப்பினால், தன்னால் வீட்டிற்குக்கொண்டு போக முடிவதைவிடவும் நிறைய பரிசுகளை அவர் நிச்சயம் வாங்குவார். கடந்த இரு வருடங்களில் அவர் என்னைப் பார்த்து குறைந்தபட்சம் ஒரு டஜன் புன்னகைகளையாவது உதிர்த்திருக்கவேண்டும், பதிலுக்கு என் ஒரே மாதிரியான சோகமான புன்னகையைப் பெற்றுக்கொண்டு.

‘இதுமாதிரி நிறைய எழுதாம உங்கள எது தடுக்குது?’ என்று கேட்டார் புன்னகையை நிறுத்திவிட்டு.

‘என் அப்பா,’ பொய் சொன்னேன்.

‘சோகம்தான்,’ அவர் என் புன்னகையைக் குறித்துக் கூறியிருப்பாரோ என்று எண்ணினேன்.

டாக்டர் ரோஸ், நல்ல உயரமான, ஆஜானுபாகுவானவர். புகைப்படங்கள் கறுப்பு வெள்ளையாகவும், கார்கள் நல்ல வலுவானதாகவும், ஆண்களின் மீசை மெலிதாகவும் கிருதா பெரியதாகவும் இருந்த காலத்தைச் சேர்ந்ததாக தோற்றமளிக்கும் வகையில் அவர் வாழும் விஸ்தாரமான வீடு கட்டப்பட்டிருந்தது. அவருடைய வீட்டில் ஜன்னல்கள் நீலம், பச்சை மற்றும் சிவப்பு நிறங்களிலும், மேற் கூரைகளில் ஆரஞ்சு வண்ண வேலைப்பாடுகளைக் கொண்ட ஓடுகளும், நடைக்கூடத்தில் மிக உயரமான பழுப்பு நிறத் தூண்களும், தாழ்வாரத்தில் தங்கமுலாம் பூசிய சங்கிலிகளில் தொங்கும் தேக்கு ஊஞ்சலும், கதவில் தொங்கும் வெண்கலத்தாலான பெரிய மணியும் இருந்தன. வீட்டினுள் நுழைய இப்பெரிய மணியை அடிக்க வேண்டும். மின்சார அழைப்பு மணி கிடையாது. என்னைக் கடந்தகாலத்திலிருந்து வெளிவரச் சொல்லிவிட்டு தான் இன்னும் அங்கேதான் இருக்கிறார் பாருங்கள்.

ஒவ்வொருமுறை அவருடனான சிகிச்சை முடியும்பொழுதும், என் அம்மா செயற்கைத் தோல் கைப்பையிலிருந்து ஓர் உறையை எடுத்து வைப்பார்: தற்காலிக மகிழ்ச்சிக்கான விலை. தன் கையால் டாக்டருக்கு அவ்வுறையை வழங்குவதை அவர் தவறாக நினைக்கக்கூடும் என்று தாளிருத்தியின் அடியில் அவள் அதை வைக்கும்பொழுதெல்லாம், அச்செய்கையால் மெலிதாக அவமதிக்கப்பட்டவர்போல் டாக்டர் ரோஸ் ஜன்னலுக்கு வெளியே பார்ப்பார். அவர் பார்வை அங்கிருக்கும் - அங்கே வேறென்ன எதிர்பார்க்க முடியும் - நன்கு பராமரிக்கப்பட்டு பூத்துக் குலுங்கும் ரோஜாச் செடிகள் மீது நிலைத்திருக்கும்.

ரோஸ்வுட் சுவர்களால் கட்டப்பட்ட வீட்டில் வாழும் டாக்டர் ரோஸின் தோட்டத்தில் வரிசையாக பூத்துக்குலுங்கும் ரோஸ் செடிகள். சில நேரங்களில் வாழ்க்கை வார்த்தைகளில் சித்திரப்பேச்சுகளை வாரி வழங்கும். எனக்கு அச்சொற்றொடர் பிடித்திருந்தது: ‘வார்த்தைகளில் சித்திரப்பேச்சுகளை வாரி வழங்கும்’. பல காலம் முன்பு, விளம்பரத்துறையில் பிரதி எழுத்தராவதற்கு நான் கனவுகண்டதுண்டு. கக்கூசிலோ,

நீண்டவரிசையிலோ சிலர் எதுகை மோனையுடன் எதையோ சொல்வதையெல்லாம் விளம்பரத்தில் எழுதிப் பிழைப்பதற்கு நினைத்திருக்கிறேன். ஒரு கோடை காலத்திற்குக்கூட அக்கனவு தாங்கவில்லை. ஆனால் அது இருந்தபொழுது என்னைக் கிட்டத்தட்ட ஆட்கொண்டிருந்தது. என் மூத்த சகோதரி ஜசிராவிடமிருந்த பத்திரிகைகளிலிருந்து டபுள் புல் விளம்பரங்களின் கத்தரிப்புகளை ஜன்னல் சட்டகத்தின் மீது ஒட்டியிருப்பேன். அத்தகைய வழவழப்பான பத்திரிகைகளை வாங்கும் நிலையில் நாங்கள் இல்லை. என் சகோதரி ரயில்பாதையில் வெகுதொலைவில் வாழ்ந்து வந்த ஓர் ஆங்கிலோ-இந்தியக் குடும்பத்திடமிருந்து வாங்கிய அவற்றைத் திரும்பித் தந்ததேயில்லை. அப்பத்திரிகைகள் வெட்டப்பட்டதைக்கண்டு ஜசிரா அமர்க்களம் செய்வாள். ஆனால் சோஃபியாவோ ஜன்னலுக்குக் கீழ் நின்று அவற்றை ரசிப்பாள்; அதன் கலைத் தன்மைக்காகவோ, அதிலிருக்கும் எழுத்துகளுக்காகவோ அல்லாமல், அந்த விளம்பரத்தில் கச்சிதமாக மழிக்கப்பட்ட தோற்றத்தில், தங்கள் தந்தைகள் அவர்களது மனைவியரால் ஏமாற்றப்பட்டதை போல் முறைத்துப் பார்க்கும் ஆண்களுக்காக.

இறந்தவர்களை கணக்கில் கொள்ளவில்லையென்றால், ஹம்சா மற்றும் அஸ்மாவிற்குப் பிறந்த மூன்றாவது குழந்தை சோஃபியா. நாங்கள் ஆறு அல்லது எழுவராக இருந்திருப்போம். ஆனால் என் அம்மாவிற்குத் தொடர்ந்து கருக்கலைப்பு நிகழ்ந்தது. நல்ல ஒரு மழைநாளில் என் கூடப்பிறந்தவர்களில் ஒருவள், கண்ணாடிக்குப்பி அளவிற்கே இருந்தவள், இந்த உலகம் பிடிக்கவில்லை என்பதுபோல் பிறந்த அன்றே இறந்தும்போனாள். அன்று மிகச் சரியாக நான் பள்ளிக்குச் செல்லத் தொடங்கிய நாள்.

வருடக்கணக்காகத் திறக்கப்படாமலிருக்கும் ஜன்னலைத் திறக்கும்பொழுது ஏற்படும் கிரீச் ஒலியைப் போன்று அழுதுகொண்டே பிறந்தவளின் குரலை ஹோவென்று கொட்டும் மழையின் ஊடாகக் கேட்டுவிட்டு கருக்கலில் பள்ளிக்குச் சென்றவன் மாலை திரும்பிய பொழுது அவள் கட்டிலில் இல்லை. ஆனால் என் அம்மா, குழந்தையை இருத்திய விரிப்பில் அது விட்டுச் சென்ற சுருக்கங்களை இன்னும் அணைத்தவாறு படுத்திருந்தாள். திடீரென்ற ஓர் இழப்பு என்னை மீண்டும் அக்குடும்பத்தின் இளையவனாக ஆக்கியது. அதற்குப் பிறகு அந்த இல்லத்தின் மகப்பேறு அறையில் பெரிதாக எதுவும் நிகழாததால் நானே நிரந்தரமாக இளையவனாகிப் போனேன்.

இளையவனாக இருந்தது எந்த விதத்திலும் எனக்கு உபகாரமாக இல்லை. இளையவன் என்பதற்காகவே கூடுதல் மிட்டாய்கூடக் கிடைத்ததில்லை. எங்கள் சிறு நகரத்தில் இடி முழக்கம் தாக்கும்பொழுதெல்லாம் நான் இறுக்கிக்கொள்ள எனக்குக் கைகள் இருந்ததில்லை. காவலர்கள் யாரேனும் கடக்கும்பொழுது பின்னால் ஒளிந்துகொள்ள யாருடைய கால்களும் இருந்ததில்லை. வீட்டிற்கு உள்ளேயாகட்டும் வெளியேயாகட்டும், ஜசிராவே அனைத்து கவனிப்புகளையும், முன்னுரிமைகளையும் பெற்றாள். அவளுக்கு அதைப் பெறுவது எப்படி என்று தெரிந்திருந்தது. சில சமயங்களில் அழுவாள். சில சமயங்களில் முகத்தைத் தூக்கி வைத்துக்கொள்வாள். தன் காரியத்தைச் சாதித்துக்கொள்ள இது போன்று அவளிடம் நிறைய தந்திரங்கள், மிக ஜாக்கிரதையாக அடைகாத்து வைக்கப்பட்ட கதைகள் இருந்தன. எதுவொன்றும் இல்லை என்று சொல்லத் தொடங்கும் பொழுதே அழவோ, வீட்டை விட்டு ஓடுவதாக மிரட்டவோ, இவை எதுவும் பலனளிக்கவில்லை என்றால், அவளுடைய நீண்ட மயிர்க்கத்தையைப் பிடித்திழுத்துக்கொண்டு மனநலம் பாதிக்கப்பட்டவள் போல் சுவற்றில் விழும் நிழலைப் பார்த்து ஏதேதோ பினற்றவோ செய்வாள். எதிர்ப்பின் சுவர்கள் நெகிழும்பொழுது, அவள் தனக்குத் தேவையான பொருளையோ, தான் ஆசைப்பட்டவற்றையோ பெற்றுக்கொண்டு அதன்வழி நடந்தாள். தனக்குக் கிடைக்க வேண்டிய கவனத்தின் மீது மோகம் கொண்டிருந்தவளுக்கு வீட்டிற்கு வெளியே அதனைப் பெற தன் சுண்டு விரலைக்கூடத் தூக்கவேண்டிய அவசியம் இருக்கவில்லை.

என் அம்மாவிற்குக் கிலி ஏற்படுத்தும் விதமாக எங்கள் சுஹாதா அத்தை தன் இளமைக்காலத்தில் கொண்டிருந்த அத்தனைப் பேரழகையும் ஜசிரா பெற்றிருந்தாள். சுஹாதா அத்தை, இரண்டு முறை மண முறிவு பெற்றவள், மூன்றாவது திருமணம் செய்து, குடும்பத்தில் அனைவரும் அவளது கணவனை நகைக்கும்விதம் அவரைத் தன் கட்டுப்பாட்டில் வைத்திருப்பதுபோல், ஜசிராவும் தன் இஷ்டம் போல் வாழ்வது என் அப்பாவிற்கும் கலக்கத்தைத் தந்தது. ஆனால் ஜசிரா என் அத்தையைப்போல் அல்லாமல் ஒரு நாள் விட்டு ஒருநாள் தன் தலைமுடியை வாசனை திரவியம் கொண்டு அலசி, என் அப்பாவிற்குத் தெரியாமல் அவரது சரைப்பானைக்கொண்டு தன் அக்குள் முடியை அவ்வப்போது சரைத்துக் கொண்டாள். ஒருமுறை வேகவேகமாய் சரைத்ததனால் உண்டான சிறுகாயங்கள் மீது ‘உஸ் உஸ்’ என்று மெலிதாக அனத்தியபடி பாவாடையுடன், ஓல்ட் ஸ்பைஸ் எடுத்துத் தடவிக்கொண்டதை நான் பார்த்துவிட்டேன்.

எங்கள் வீட்டுப் பெண்களுக்கு இயற்கையாகவே நிறைய அளவில் வெளியிலிருந்து ரசிகர்கள் இருந்தனர். மிகச் சரியாக வீட்டிற்கு வெளியேயே என்றும் சொல்லலாம். தண்டவாளங்கள் வழி எங்கள் இருண்ட தோட்டத்தை அடையும் மெலிதான சீழ்க்கைகள், யாரோ ஒருவர் குறிகைக் கம்பின் கீழ் அமர்ந்து என் சகோதரிக்காகப் பாடும் சமிக்ஞை என்று தெரியும். நல்வளர்ப்பின் காரணமாக, என் சகோதரி உடனே பால்கனிக்கு வந்து நின்று தன் முடிக்கற்றையால் முகம்தெரியாத காதலர்களை அதன்வழி ஏறிவரச் செய்ததில்லை. சில நேரங்கள், சீட்டி தொடர்ந்து வெகுநேரமாக ஒலிக்கும்பொழுது, ரயில்பாதை ரோமியோவின் உதடுகள் வெளுத்துக் காய்ந்துபோவதைக் கற்பனை செய்துகொள்வேன். ஒருநாள் இரவு, குறிகைக்கம்பின் கீழ் வாழ்ந்துவந்த தவளைக் கத்தல்களின் ஊடாக மிதந்தபடி வந்த சீட்டிக்கு பதிலாக அதே மெட்டில் சீட்டி அடித்தேன். அந்த மனிதனுக்கு ஜசிராவிற்கு சீட்டி அடிக்கத் தெரியாது என்று தெரிந்திருக்கவில்லை; அவளுக்கு பாட்டு பாடத்தான் தெரியும், அதுவும் சுயபுகழ் பாடத்தான் தெரியும். ஏறத்தாழ ஒரு மணி நேரம் சரமாரியாக அன்று பிரபலமாக இருந்த ஹிப்-ஹாப், மெல்லிசை, காதல் பாடல்கள் என்று பொறாமை கொள்ளும் அளவிற்கு சீட்டியாலேயே பாடிக்கொண்டோம். எனக்கு சீட்டி போரடித்தபோது, உள்ளே சென்று காலி பால் கவரை கையுறையாக அணிந்து வீட்டிற்கு வெளியே சுவரை ஒட்டியிருந்த நாவல் மரத்திற்குச் சென்றேன். அடுப்பறையில் பால் கவரை நான் தேடிக்கொண்டிருந்தபொழுது விசிலடிப்பதை நிறுத்தியதால் ரயில் ரோட்டிலிருந்து ஒலித்த விசிலில் சோகமும் ஆழமும் கூடியது. நான் நாவல் மரத்தின் கீழிருந்தே விசிலடித்தவுடன், பதிலுக்கு அந்தப்பக்கத்திலிருந்து வந்த சீட்டியில் பல மடங்கு மகிழ்ச்சி கூடியிருந்தது. பாசி படர்ந்த சுவர் வலையாக இருக்க, பிங்-பாங்க் பந்தைப்போல் எங்கள் சீட்டிகள் இங்கும் அங்குமாகப் பறந்தன. இப்பொழுது விசிலின் மெட்டு, சிறு பதட்டத்துடன் இரவுக்காற்றினூடாக சுவருக்கு அருகிலிருந்தே கேட்கத்தொடங்கியது. யாரோ ஒருவர், உள்ளங்கையை பாசிச் சுவற்றில் பதித்து எழும்பிவர முயலும் சத்தம் கேட்டது. ஒரு கறுத்த முகம், செங்கலடுக்கின் மேற்புறம் தோன்றி, அங்கேயே சில நொடிகள் அசையாமலிருந்து உற்றுநோக்குவதைப் பார்க்க, யாருடைய தலையோ கொய்யப்பட்டு சுவரின் மீது வைக்கப்பட்டிருப்பதைப் போலிருந்தது. நான் ஜசிராவின் பால்கனியிலிருந்து விழுந்த வட்டமான வெளிச்சத்திற்கு வரவும், அந்த முகத்தில் கண்கள் விரிந்து கலவரமடைய, சுடச் சுட மாட்டுச்சாணத்தை ஒரு கைப்பிடியெடுத்து அதன்மீது வீசினேன்.

அந்தத் தலை சிறிது நேரம் ஆடாமல் அசையாமல் அங்கேயே வெட்டிவைக்கப்பட்டது போலவே இன்னும் இருந்தது. முகத்தில் வழியும் சாணத்துடன் கீழே சகதியில் குதித்து ஓடி மறையும் முன்பு 'ஓத்தா.. தாயொளி' என்று கத்திக்கொண்டே சென்றது. அடுத்த சில மணித்துளிகளில் பசுஞ்சாணத்தின் நாற்றமும், அது நாக்கில் பட்ட சுவையும் தாளமுடியாமல் ஒருவர் 'உவ்வே' என்று சப்தத்துடன் வாந்தியெடுத்தது, எனக்கும் சுவரைப்பிடித்துக்கொண்டு வாந்தியெடுத்தால் பரவாயில்லை என்று தோன்றியது. இனி இந்தப் பக்கம் தலை வைக்கக்கூடாது என்ற சபதத்துடன் செல்வதுபோல் என்னுடைய சீட்டிப் பங்காளி சென்றது அவரது சைக்கிள் மணியோசையில் கேட்டது.

ஹம்சா மற்றும் அஸ்மா தம்பதியினருக்கு முதலில் பிறந்த ஜசிரா நித்ய கனவுக்கன்னி ஆனாள். ஹம்சா-அஸ்மா என்ற பெயர்களுக்கிடையில் இருந்த பொருத்தம்கூட அவர்கள் வாழ்க்கையில் இல்லை. இவர்களுக்கிடையில் இருந்த பொருத்தமின்மையை அறியும் வயதில், நான் நாத்திகனாகிவிட்டதால் கடவுளிடம் இதை மாற்ற வேண்டிக்கொள்ளக்கூட சாத்தியமில்லாமல் போனது.

பதிமூன்று சொச்ச வயதில் நான் நாத்திகத்தைத் தழுவினேன். பதின்மூன்று வயதிற்குள் குரான் பாடத்தை அக்மலுடன் சேர்ந்து படித்து முடித்திருந்தேன். நான் வேகமாகக் கற்றுக்கொள்பவன், அனைத்திலும் அல்லாவின் கருணையைக் காணமுடிந்த அக்மலைவிட வேகமாகவே கற்றேன். எங்களுக்கு குரான் கற்றுக்கொடுக்க ஓர் இளம் ஆசிரியர் தினமும் பங்களாவுக்கு தன்னுடைய மிகப் பழமையான சைக்கிளில் வருவார். அவர் அணிந்திருக்கும் வெள்ளை தலைப்பாகை, சைக்கிளில் அவர் வரும்போது அவருக்கு பின்பக்கமாக ஒரு காத்தாடியின் வால்போல ஆடிக்கொண்டிருக்கும். அந்த தலைப்பாகை இல்லாமல் அவர் எப்படி இருப்பார் என்று, குறிப்பாக மிகவும் இருண்டிருந்த ஓர் இரவில் எப்படி இருப்பார் என்று என்னால் கற்பனை செய்ய முடியவில்லை. அதனால் அன்று நான் சாண உருண்டையை எறிந்தது அவர்மீது தானா என்று என்னால் உறுதியாகக் கூறமுடியவில்லை. அதோடு, வாய் முழுவதும் சாணி நிரம்பி இருக்க, அவர் எப்படி வாயால் சத்தம் எழுப்புவார் என்றும் என்னால் கூற முடியவில்லை. நீண்டநேரம் நீடித்த அந்த 'விசிலடி' நாளிற்குப் பிறகு அவர் வராமல் இருந்தது வெறும் தற்செயலாகவும் இருக்கலாம். ஒருவாரம் கழித்து மீண்டும் அவர் வந்தபோது எப்போதும் போலவே ஒழுக்கமானவராகவே தோற்றமளித்தார்; அவரது புகழுக்கு அந்த

சிறிய சாணி உருண்டை எந்தக் களங்கத்தையும் ஏற்படுத்தி இருக்கும் என ஒருவரால் சந்தேகிக்க முடியாது.

அவரது பெயரே எங்களுக்குத் தெரியாது. எங்களுக்குக் குரான் கற்றுக்கொடுத்த நான்கு ஆண்டுகளும் அவரை நாங்கள் 'உஸ்தாத்' என்றுதான் அழைத்தோம். அவர் வேகமாகவும் சத்தம் எழுப்பியவாறும் சாப்பிடுவார். பங்களாவில் அவர் சாப்பிட்ட தட்டு கழுவிவிட்டாற்போல சுத்தமாக இருக்கும். அத்தட்டில் ஜசிராவால் தன்முகத்தைப் பார்த்துக்கொள்ள முடிந்தது. வகுப்பு முடித்து, சாப்பிட்டுவிட்டு கிளம்பிச் செல்லும் அவர் டவுன் மசூதியில் இரவுத் தொழுகையின் முவாஜ்ஜனினாகவும் பணிபுரிந்ததால், நேராக மசூதிக்குச் சென்று மைக்மூலம் பக்தர்களை பிரார்த்தனைக்கு அழைக்கும் ஒலி எங்களுக்குக் கேட்கும்: நீண்ட, இனிய அலறல் ஒலி, ரயில்ரோடு முழுவதும் கேட்டு, அடர்ந்திருந்த எங்கள் முன்பக்க தோட்டத்தின் வழியாக வீட்டிற்குள் பாய்ந்து வரும். அந்த ஒலி காதில் விழுந்த உடனே அம்மா, ஜசிரா மற்றும் சோஃபியா அவசர அவசரமாக சால்வைகளை தலைக்கு மேலே இழுத்து முக்காடு போட்டுக்கொள்வார்கள். நானோ, ரயில் ரோட்டிலிருந்து கேட்ட விசில் சத்தங்கள், சுவற்றுக்கு மேல் தோன்றிய அந்தத் தலை, வீசியெறியப்பட்ட சாணி உருண்டை இருண்ட முகத்தில் போய் விழுந்தது என்று நினைத்துப் பார்ப்பேன். ஆனாலும் என்னால் அவர்தான் என்று உறுதிசெய்ய முடியாததனால் அவரை மிரட்டவும் நினைத்ததில்லை. தவறு செய்யாதவராக இருக்கலாம் என்ற சந்தேகம் இருக்க, ஒரு முல்லாவை எப்படிக் கழுவில் ஏற்றுவது?

போர்ட்டிகோ படிகளில் அவர் எங்களுக்கு பிரார்த்தனைக்கு முன் சுத்தம் செய்து கொள்ளும் முறையைக் கற்றுக்கொடுத்து நாங்கள் தொழுகை செய்யும்போது எங்களை கவனிப்பார்; கைகளை வணங்கியவாறு, முழந்தாளிட்டு, நெற்றியை பழங்காலத்து பலகையில் விரிக்கப்பட்டுள்ள பிரார்த்தனை விரிப்பில் அழுத்திக்கொள்ள வேண்டும். தொழுகைக்குப்பிறகு நாங்கள் எவ்வாறு நமாஸ் செய்தோம் என்று மதிப்பிடுவார், எப்போதுமே அக்மலைவிட எனக்கு அதிக மதிப்பெண் வழங்குவார்.

தொழுகை செய்ய பல்வேறு விதிமுறைகள் உள்ளன. தொழுகை செய்யும்போது குசுவிட்டால், விதிமுறையை மிகமோசமாக மீறியதாகிவிடும். யோசிக்கத் தேவையில்லாமல் அப்போதே, அங்கேயே நமாஸ் செய்வதை நிறுத்திவிட வேண்டும். நான் உஸ்தாதிடமிருந்து கற்ற ஒரு முக்கிய பாடம் இது. மற்றதெல்லாம் மறந்துவிட்டது. வெள்ளிக்கிழமை தொழுகைகளில் ஆசிஃபின்

அப்பா வெட்கமே இல்லாமல் விதிமுறையை மீறிவிட்டு, பின்னர் மறுபடியும் சுத்தம் செய்து கொள்ள மசூதிக்குப் பின்னால் இருக்கும் செயற்கைக் குளத்திற்கு விரைவார். ஒருமுறை, நமாஸ் தொடங்கிய சிறிது நேரத்தில் தொழுகைக் கூடத்தைவிட்டு அவர் போனவுடன், நான் ஓரக்கண்ணால் அவர் குளத்தில் உட்கார்ந்து மீண்டும் சுத்தம் செய்து கொண்டதைப் பார்த்தேன். பிறகு, மீண்டும் பிரார்த்தனைக் கூடத்திற்கு வந்தவர், நுழைவாயிலில் ஒரு நிமிடம் உறைந்து நின்றார்; தன் உடலில் ஏற்கெனவே சுத்தம் செய்துகொண்ட நீர் சொட்ட சொட்ட, மீண்டும் குளத்தை நோக்கி விரைந்து சென்றார். அந்த வெள்ளிக்கிழமை பிரார்த்தனைக்கு, கூடத்தின் பிரதான வாயிலுக்கு அருகில் எப்படியோ முதல் வரிசையில் நான் நின்றிருந்ததால், பிரார்த்தனை கூடத்திற்கு வெளியில் நடப்பவற்றை அங்கிருந்து பார்க்க முடிந்தது. கைகளை மார்பின் குறுக்கே கட்டியவாறு, உதடுகள் பிரார்த்தனை செய்து கொண்டிருக்க, வாய்க்குள் சிரிப்பை அடக்கப் போராடினேன். ஆனால் எந்தளவு அதிகமாக தடுக்க முயற்சி செய்தேனோ, அந்தளவு அதைத் தடுப்பது கடினமாகியது. ஆசிஃபின் அப்பா நீரில் விழுவதையும் குளத்து நீர் குமிழிகள் விட்டு அவர் இடுப்புவரை எழும்பும் காட்சியையும் மனக்கண்ணிலிருந்து துடைத்தெடுக்க நான் இன்னும் கடினமாகப் பிரார்த்தனையில் ஈடுபட்டேன். ஆனால் ஏனோ, தொலைக்காட்சி பார்வையாளர்கள் கூட்டமாக வெடித்துச் சிரிக்கும் சத்தத்தின் எதிரொலி எனக்குள் அடி ஆழத்தில் கேட்டது.

'இங்கவா,' தொழுகை முடிந்து மசூதியிலிருந்து மக்கள் வெளியேறிக்கொண்டிருந்த பொழுது, இமாம் தான் இருந்த மூலைக்கு என்னை அழைத்துச் சென்றார்.

நான் அவர் அருகில் சென்று முழந்தாளிட்டு அமர்ந்து, என் விரல்களை பிணைத்துக்கொண்டு தொடைகளுக்கு இடையே வைத்துக் கொண்டேன். அரைமணி நேரத்துக்கு முன்புதான் பிறந்த, ஏதுமறியாத குழந்தைப்போல முகத்தையும் வைத்துக் கொண்டேன்.

'நீ இங்க நமாஸ் படிக்கதானே வந்தே?'

நான் 'ஆமாம்' என்று தலையசைத்தேன். ஏற்கெனவே நான் வருந்திக்கொண்டிருந்தேன். உண்மையாகத்தான்.

'என்னை கிண்டல் செய்யறதுதான் உனக்கு நமாஸா?'

மெல்லிய தேகம் கொண்ட வயதான இமாம், மார்ஷ்மெல்லோ நிறத்தில் ஆட்டு தாடி வைத்திருந்தார். மார்ஷ்மெல்லோ மலையில்

தலையை மாட்டிக் கொண்ட ஒருவரை யாராவது பற்றி வெளியே இழுத்தால், தாடைக்கடியில் வெள்ளைப் பஞ்சுப் பொதி ஒட்டிக்கொண்டிருக்கும் முகத்தோடு எட்டிப்பார்ப்பதுபோல் இருந்தது அவர் முகம்.

'இல்ல, இல்ல,' நான் மறுத்தேன்.

'நான் செய்றதையெல்லாம் அப்படியே நீயும் செஞ்சத நான் கவனிச்சேன்.'

செய்வதறியாது அவர் ஆட்டுத்தாடியை நான் பார்த்துக் கொண்டிருந்தேன். அவர் புதைக்கப்பட்டபிறகு அவரது மார்ஷ்மெல்லோ தாடியை எலிகள் கடித்து இழுத்துச் செல்வதாகக் கற்பனை செய்தேன். கான்ஸ்டபிள்களைப் போல மலா'இக்கா அவருக்கு சொர்க்கமா அல்லது நரகமா என்று முடிவு செய்ய அவரது பாவ புண்ணிய கணக்கு வழக்கு குறித்து விசாரணை செய்யும்போது, அவர்கள் என்ன பார்ப்பார்கள்? ஆட்டுத் தாடிக்காக அவரது கல்லறையில் நடக்கும் எலிச்சண்டையையா?

'என்ன பாத்து முகத்த கோணிகிட்டு அழகு வேற காமிச்ச?'

தவறான குற்றச்சாட்டு! எப்படி கற்பனை பண்ணிக்கொண்டு அபாண்டமாக பழி சுமத்துகிறார்?

கடைசியில் ஒரு வழியாகக் குசுவிடுவதைக் கட்டுப்பாடுக்குள் கொண்டுவந்த பிறகு ஆசிஃபின் அப்பா தைரியமாக ஏறக்குறைய காலியாக இருந்த மசூதிக்குள் ஈரக் காலடித்தடங்களுடன் வேகமாக வந்தார். அந்த ஆலிவ் மரத் தரையில் அவரது ஈரத் தடங்கள் விரைவாக மறைந்தன. வாசலுக்கு அருகில் ஒரு விரிப்பைத் தேர்ந்தெடுத்து நமாஸ் செய்யத் தயாரானார். அவர் முழந்தாளிட்டு குனிந்து சூரிய ஒளியில் தன் நெற்றியை வைத்தபோது, இமாம் முழங்காலில் என்னைத் தட்டி என் முகவரியைக் கேட்டார்.

நான் மாளிகையைச் சேர்ந்தவன் என்று கூறியிருந்தால், மேற்கொண்டு அவருடைய கோபத்திலிருந்து தப்பியிருக்கலாம். அவர் என்னை வெறுமனே கடுமையாக எச்சரித்து அனுப்பியிருப்பார்; அந்த நாட்களில் மாளிகைக்கு இருந்த மதிப்பு அப்படி. ஆனால் நான் தலையை குனிந்துகொண்டு மாளிகையைப்பற்றி வாயே திறக்காமல் அதன் மதிப்பைக் காப்பாற்றினேன்.

'காது செவிடாயிருச்சா?' அவர் மீண்டும் கேட்டார்.

‘உன் பேரென்ன?’

‘ஆசிஃப்,’ திடீரென்று தோன்றியதைக் கூறிவிட்டேன்.

‘உன் அப்பா பேர் என்ன?’

ஆசிஃப்-ன் தந்தை மீண்டும் சூரிய வெளிச்சத் திட்டில் குனிந்து கொண்டே காபா இருக்கும் திசையில் கவனமாகத் தலை வணங்கினார். குசுவிடுவதில் பெரியாளான அவரை நோக்கி நடுங்கும் கைகளால் சுட்டிக் காட்டினேன்.

‘நீ டாக்டர் இப்ராகிமின் மகனா?’ என்று அவர் தன் ஆட்டுத்தாடியை நீவியவாறே, சற்றே கவரப்பட்டவராகவும் அதே சமயத்தில் மிகவும் ஏமாற்றத்துடனும் கேட்டார்.

‘ஆமாம்,’ என்று முணுமுணுத்தேன்.

‘போ, உங்க அப்பா நமாஸ் முடிக்கறவரையில காத்துட்டு இரு.’

என் தற்காலிக அப்பாவுக்காக நான் எங்கே காத்திருக்க வேண்டும் என்று தன் மெல்லிய விரலால் சுட்டிக் காட்டினார். அது கல்லறையை நோக்கிய ஒரு தூண் அருகில் இருந்த வராந்தா. எனக்கும் அந்த இடம் பரவாயில்லை என்று தோன்றியது; என்னை விட்டு அவர் கண்கள் விலகிய உடனே நான் அங்கே விரைந்தேன்.

அடுத்த வெள்ளிக்கிழமை அக்மல் பறகளைக் கடித்துக் கொண்டு, முணுமுணுத்துக் கொண்டே மசூதியிலிருந்து திரும்பியபொழுது, குறைந்த பட்சம் திரு ஆட்டு தாடிக்கும், திரு குசுவாளருக்குமாவது எந்தளவு அவன் என்னைப்போலவே இருந்தான் என்பதை உணர்ந்தேன். அவனை டாக்டரும் இமாமும் தடுத்து நிறுத்தி, கேள்விமேல் கேள்வியாகக் கேட்டுத் துளைத்தனர். கடைசியில் கோபத்தில் கொந்தளித்துக் கொண்டிருந்த இருவரிடமும், அக்மல் மாளிகையைச் சேர்ந்தவன் என்று நான் அவ்வளவு கஷ்டப்பட்டு மறைத்த முக்கியத் தகவலை உஸ்தாத் கூறிவிட்டார். நான் வெள்ளிக்கிழமை பிரார்த்தனைகளுக்குச் செல்லாமல் சந்தீப்புடன் சுரங்கப்பாதையில் அமர்ந்து அங்கே எங்களைக் கடந்து தடதடவென்று அந்த இடத்தையே அதிரவைத்துக்கொண்டு அதி வேகமாகப்போகும் ரயில்களைப் பார்த்துக் கொண்டிருந்தேன். அன்றிலிருந்து அதன் பின்புறம் நடக்கும் சாவு நிகழ்ச்சிக்குத் தவிர நான் மீண்டும் மசூதிக்குச் செல்லவே இல்லை, அதிலிருந்து அங்கு அடக்கம் செய்யும் நிகழ்ச்சிகள் மிக அதிகமாகத் தொடங்கின.

டாக்டர் இப்ராகிமின் குசுவிடும் பழக்கம்தான் என்னை நாத்திகத்துக்கு இட்டுச்சென்றது என்று நினைத்திருந்தேன். ஆனால், இதற்கான உண்மையான உந்துதல், நான் குரான் பாடங்கள் படிக்க அமர்ந்த போதும், ஒவ்வொரு வசனத்தையும் மனப்பாடம் செய்தபோதும், நாத்திகம் என்ற ஒன்றை அது என்னவென்று தெரிந்துகொள்வதற்கு முன்பாகவே அது எனக்குள் எப்போதுமே இருந்திருக்கிறது என்று நினைக்கிறேன். இப்படியும் கூறலாம்: அக்மலை மசூதியில் பிடித்து விசாரிப்பதற்கு முன் நான் ஐம்பது சதம் நாத்திகனாக இருந்தேன்; அதற்குப் பிறகு அது நூறுசதமாக மாறிவிட்டது.

மாளிகை, உண்மை விசுவாசிகளையும், மத எதிர்ப்புப் போராளிகளையும் ஒரேமாதிரி நடத்தும், அனுமதிக்கும் வரலாறு கொண்டது. என் அப்பாவழி தாத்தா ஓர் அராபிய மொழி அறிஞர் - நாடு முழுவதிலும் மிகச்சிறந்தவர்களில் ஒருவர் என்று கூறுவார்கள். என் அப்பா ஓர் ஆஸ்திகர்தான், ஆனால் மழையோ, வெய்யிலோ எதுவானாலும் மசூதிக்குச் சென்று தொழுகை நடத்துவேன் என்று கூறும் வகையைச் சேர்ந்தவர் அல்ல. பல தலைமுறைகளாகவே எங்கள் பெண்கள் அனைவரும் இறைபயம் கொண்டவர்கள்தாம். அந்த மோசமான வெள்ளிக்கிழமைக்குப் பிறகு இரண்டுவாரகாலம் பிரார்த்தனைகளில் கலந்து கொள்ள மறுத்து வந்த அக்மல், மூன்றாவது வாரம் இறை விசுவாசம் இன்னும் கூடிய இஸ்லாமியனாக மாறி, குஃபி தொப்பி அணிந்து மசூதிக்குத் திரும்பினான்.

முதலில் அவன் குஃபி தொப்பியை வெள்ளிக்கிழமை தொழுகைகளுக்கு மட்டுமே அணிந்தான். பின்னர் நிரந்தரமாக அந்த முட்டாளின் தலையில் அது இடம் பெற்றுவிட்டது. டிரான்சிஸ்டரை அக்குவேறு ஆணிவேறாகப் பிரித்து அனைத்தையும் சால்டரிங் அயர்னைக் கொண்டு சரி செய்யக் கற்றுக்கொடுத்த ஒரு தொழில்துறை பயிற்சி மையத்திற்குக்கூட அத்தொப்பி அணிந்து செல்லத் தொடங்கினான் அக்மல். (ஜசிரா தன் தோழிகளிடம் அக்மல் எலக்ட்ரானிக் என்ஜினியராக பயிற்சி பெற்று வருகிறான் என்று கதை விட்டாள். வாழ்க்கையில் பின்னாளில் இப்படிப்பட்ட வடிகட்டிய பொய்களுக்கு நன்றாக அனுபவிக்கப் போகிறாள்.) வளர்ந்து வரும் மீசையை மழித்துவிட்டு தாடியை வளரவிட்டான், ஐந்தே வாரங்களில் தாடை முழுவதும் திரையைப் போல வளர்ந்துவிட்டது தாடி. இதற்கிடையில், இவனது பக்தியை குறித்து குடும்பவட்டத்தில் அனைவரும் தெரிந்துகொண்டனர். ஹஜ் சென்று திரும்பிவந்த எங்கள் மாமாக்களில் ஒருவர் அவனுக்கு நிறைய

நினைவுப் பரிசுகள் வாங்கிவந்தார். நான் திரும்பிக்கூட பார்க்க விரும்பாத பொருட்கள் அவை: ஒரு கடற்பச்சை-நீல டஸ்பி, ஜம் ஜம் புனித நீர், காரில் தொங்கவிடும் காபா படம்; அது வெறும் மேல் பக்கத்தின் அருகில் மஞ்சள் நிற துண்டில் தங்க நிற சித்திர மொழியில் எழுதப்பட்ட ஒரு சிறிய கருப்பு நிற சதுரப் பெட்டி. தன் தாபீஸ் மணிகளை விரல்களால் அலுக்காமல் உருட்டிக்கொண்டே இருந்தான். ஜம் ஜம் புனித நீரை தினமும் இரவில் பசி தூண்டி போல அது தீர்ந்து போகும்வரை கொஞ்சம் கொஞ்சமாகக் குடித்து வந்தான். காரில் தொங்கவிடும் படத்தை அம்மாவிடம் கொடுத்தான், அதை அவர் தன் படுக்கைக்கு மேல் தொங்கவிட்டார். அது ஆண்டுக்கணக்கில் அங்கேயே யாரும் தொடாமல் எந்த வித்தியாசமும் இல்லாமல் தொங்கிக் கொண்டிருந்தது.

கரு ஏறக்குறைய கலைந்துவிட்டதாக எண்ணிய நேரத்தில் ஹம்சா மற்றும் அஸ்மாவுக்குப் பிறந்த இரண்டாவது மகன் அக்மல். இவர்கள் இருவரும் சோஃபியாவை, என்னை, பிறகு அந்த பாட்டில் அளவேயிருந்த பெண்ணை இந்த உலகத்திற்குக் கொண்டு வருவதற்கு முன்னரே கைகளைக் குலுக்கிக்கொண்டு நல்லவிதமாக அவரவர் வழியில் சென்றிருக்க வேண்டியவர்கள். அவனும் எங்கள் பெற்றோர் பற்றி, அவர்கள் இருவரும் பரஸ்பரம் மரியாதையுடன் கைகுலுக்கி விடைபெற்று வெவ்வேறு திசையில் சென்றிருக்க வேண்டும் என்று என்னைப்போலவே விரும்பியிருக்கலாம். ஆனால், இதை என்னால் உறுதியாகக் கூற முடியவில்லை; என் சிந்தனைகளைப் பற்றி அவன் அறியாததை போலவே அவன் என்ன நினைக்கிறான் என்பது குறித்து எனக்கும் தெரிந்திருக்கவில்லை: அந்நியர்கள் போல.

பரஸ்பரம் புரிதலோடு விடைபெறுதல், சமாதானத்துடன் விலகிச்செல்லுதல் போன்ற விஷயங்கள் அந்த நாட்களில் எங்கள் சமூகத்தில் நடைபெற்றதில்லை. ஒவ்வொரு தடவை சுஹாதா அத்தை விவாகரத்து பெறும்போதெல்லாம், பங்களாவில் சின்ன மாநாடுகள் நடைபெறும்.

அனைத்தும் ஆண்கள் விவகாரம்தான்; அவர்கள் எதிரெதிர் வரிசையில், பிரச்சனைக்கு தாங்கள் இந்தப்பக்கம் அல்லது அந்தப்பக்கம் என்பதுபோல் அமர்ந்து, அந்தரங்கமான விஷயங்களை பாலில்லாத தேநீர், இனிப்புப் பண்டங்களை சாப்பிட்டவாறு விவாதிப்பார்கள். முதல் விவாகரத்துக் கூட்டம் நடந்தபோது நான் மிகவும் சிறியவன் என்பதால் அதன் விவரங்கள் எனக்கு நினைவில்லை, ஆனால் இரண்டாவது

தடவை ஏறக்குறைய கைகலப்பில் முடிந்தது. சுஹூதா அத்தை ஜன்னல் பக்கமாக நின்றவாறு மாட்டுக் கொட்டகையை வெறித்துப்பார்த்துக்கொண்டிருந்தார். அப்போது ஜசிரா, சுஹூதா அத்தையின் மகளான ரஸியாவுக்கு மரவள்ளி இலைகளால் நெக்லெஸ் செய்து கொண்டிருந்தாள் என்று நினைவிருக்கிறது.

எங்கள் பெற்றோர் வாழ்க்கையில் இப்படிப்பட்ட கூட்டம் நடைபெற்றிருந்தால், அது மரம் அறுக்கும் ஆலைக்குப் பின்னால் இருந்த எங்கள் கண் தெரியாத பாட்டியின் இருண்ட சிறிய வீட்டில் நடந்திருக்கும். அவ்வீட்டைப் பற்றிய நினைவு எனக்குள் கடினமான மரத்தை ரம்பத்தால் அறுக்கும் ஒலியால் நிரம்பியுள்ளது. இது ஒருவகையில் எழுதப்படாத சட்டம்: சமரசங்கள், இறுதிப் பிரிவுகள், தீர்வுகள் - எல்லாமே எப்போதுமே மனைவியின் வீட்டில் முடிவு செய்யப்பட்டன. எனது அம்மா, அவருடைய கண் தெரியாத அம்மா அருகில் அமர்ந்திருக்க, ஆண்கள் அவள் விதியை செவ்வக அறையில் அமர்ந்து முடிவு செய்வதாகவும், அக்மலையும் என்னையும் அப்பா பொறுப்பிலும், ஜசிரா மற்றும் சோஃபியாவை அம்மாவிடமும் பிரித்துக்கொடுப்பதாகவும் நான் அடிக்கடி கற்பனை செய்து கொள்வேன். இவர்கள் திருமணம் முறிந்துவிட விதிக்கப்பட்ட ஒன்றல்ல என்று நான் உணர பல காலம் ஆகியது. இந்த உறவு அமைதியாகவே இருந்து கசப்படைந்துவிட்ட ஒன்று. மற்ற அனைவரும் இவர்களுக்கிடையில் இருந்த அமைதியை நிறைவான வாழ்க்கை என்று தவறாகப் புரிந்து கொள்ள, என்னால் மட்டுமே அதன் இணக்கமற்ற தன்மையை உணர முடிந்தது.

பின்னப்பட்ட ஒரு சிறிய வீட்டின் படம் படிகட்டுகளோடு சென்ற ஹாலின் சுவற்றில் தொங்கிக்கொண்டிருந்தது, 'ஹோம் ஸ்வீட் ஹோம்' என்ற வார்த்தைகள் அதில் வானத்தின் ராபின் நீல நிறத்தில், ஒரு பனி போன்ற வெள்ளை மேகத்துக்கு அருகில் தைக்கப்பட்டு இருந்தன. சிம்னிக்கு மிகவும் அருகில் இருந்ததால் அது மேகம்தானா அல்லது சமையல் அறையில் சமைக்கப்பட்டு வரும் ஆடம்பரமான விருந்துக்கான அடையாளமா என்று நான் வியந்ததுண்டு. சுஹூதா அத்தை தன் மூன்றாவது திருமணத்திற்குப் பிறகு அதைப் பின்னி, மாளிகைக்கு அரிதாக வரும் ஒரு சமயத்தில் ஜசிராவுக்குப் பரிசாகக் கொடுத்தார். ஜசிரா, அதை மூங்கில் பிரம்புகளால் சட்டம் செய்து சுவர்களில் மாற்றி மாற்றி மாட்டினாள். கடைசியில் மாடிப்படி விளக்குக்கு அடியில் படிக்கட்டுச் சுவரில் அதை தொங்கவிட்டாள்.

பத்து வயது சிறுவனாக இருந்தபோதே, இந்த ஒட்டுமொத்த நாடகபாணியிலான முரண்பாடு எனக்குள் இடிதாங்கி போல்

இறங்கியது: இந்தப் படம் பின்னப்பட்ட இடமோ அல்லது தொங்கவிடப்பட்ட வீடோ இனிமையான வீடாக எப்போதும் இருந்ததில்லை. ஆனால் இதை வேறு மாதிரியும் பார்க்கலாம்; எனக்கு அப்போது அதை அப்படிப் பார்க்கத் தெரிந்திருக்கவில்லை. மனிதர்கள், தாங்கள் வாழ நினைத்தும் வாழ முடியாத வாழ்க்கையை அவரவர் கற்பனை உலகில் வாழ்கிறார்கள், இல்லையா? சுஹாஈதா அத்தை தான் ஏங்கிய வாழ்க்கையைப் பின்னியிருக்கலாம்: தேவதைக் கதை வீடு, பசுமையான வயல்கள், வயலெட் பூக்கள் நிறைந்த குளத்தில் ஒரு பெண்.

பின்னப்பட்ட அந்த வீட்டை நான் வெறுத்தேன். (நம்முடையது இல்லை என்று தெரியும் எந்தவொரு நல்ல விஷயத்தையும் நாம் அனைவரும் வெறுக்கிறோம்தானே?) அது நிஜ வாழ்க்கையில் நம்மால் எப்போதும் அடைய முடியாத மகிழ்ச்சி. மேகங்களின் வடிவம்கூட அதைவிட செயற்கையாக இருந்தது. அந்தச் சின்னச் சின்னக் கம்பளிப் பந்துகள் வீட்டிற்கு மிகவும் அருகில் இருந்தன. அதன் முன்பக்கக் கண்ணாடியில் தூசி படியத் தொடங்கும் போதெல்லாம் ஜசிரா ஈரத்துணியை வைத்துத் துடைக்க, என்னவென்று சொல்லமுடியாத சோகத்தில் மூழ்கியிருக்கும் அந்த மாளிகையைக் கடந்து செல்லும் ரயில்களின் ஆட்டத்திற்கேற்ப ஊசலாடும் 'ஹாப்பி ஹோம்' மீண்டும் பிரகாசிக்கத் தொடங்கும்.

மாளிகையிலிருந்து கால் மைல் தொலைவில் சுரங்கத்தின் அந்த முனைக்கு ஒருசில கெஜத்தில் சந்தீப்பும் நானும் யூக்கலிப்டஸ் மரங்களின் அடியில் விந்தையான விளையாட்டு ஒன்றை விளையாடுவோம். *யார் இருவரில் துணிச்சலானவன்?* என்று நாங்கள் அந்த விளையாட்டைக் குறிப்பிடுவோம். அதில் வெற்றி பெறுபவருக்கான வெகுமதி, அன்று இரவு வரை நாங்கள் உணரும் பெருமிதம்தான். நான் ஏற்கெனவே சொன்னதைப் போல இந்த விளையாட்டு விந்தையானது மட்டுமல்ல, நேரம் சரியாக இல்லை என்றால் இது மிகவும் ஆபத்தானதும்கூட. பொதுவாக நகரம் முழுவதும் ஓய்வெடுத்துக்கொண்டிருக்கும், நடமாட்டம் இல்லாத மதிய வேளையில், ரயில் ஓட்டுனர்களுக்கு பீதியைக் கிளப்பி அவசர அவசரமாக, அவர்களை அதிக ஓசையுடன் ஹார்ன் அடிக்க வைப்பது எங்கள் விளையாட்டு. சில நேரங்களில் அவர்கள் ரயில் வேகத்தை திடீரென்று குறைக்கும்பொழுது, தண்டவாளத்திலிருந்து கிறீச்சென்ற கேட்கும் ஒலியும், ரயில் சக்கரங்களுக்கு அடியிலிருந்து எழும் தீப்பொறியும் எனக்கு எரிச்சலேற்படும் வகையில் இருக்கும். நான் எப்போதும் வெற்றியே பெறுவேன். ரயில் ஓட்டுனர் மிகவும் கவலையுடன், என்னிடம்

கிட்டத்தட்ட வேண்டுகோள் விடுக்கும் வகையில் கைகளை அசைத்து அங்கிருந்து போகும்படி கேட்டுக்கொள்ளும்வரை தட தட என ஒலி எழுப்பிக்கொண்டிருக்கும் தண்டவாளத்தில் அப்படியே நின்றுகொண்டிருப்பேன். பிறகு நான் அங்கிருந்து குதித்து சாய்வான புல் தரையில் உருண்டு யூக்கலிப்டஸ் மரத்தடிக்குப் போய்விடுவேன், அங்கே சந்தீப் ஏற்கெனவே இருப்பான், தோல்விகொண்ட ஆனால் புன்னகை பூத்த முகத்துடன் இருப்பான்; என்றென்றும் நிரந்தமாக வாழ ஆசைப்படுபவனுடைய வெளிறிய புன்னகை அது.

ஒருநாள் மதியவேளையில் அந்த வளைவில் ரயில் நிதானமாக, வானத்தில் புகை மூட்டத்தை விட்டவாறே வந்தது. ஆனால் எப்போதும்போல *'சனியன் பிடித்தவனே என்னிடமிருந்து விலகி நில்'* என்பது போல சத்தமிடவில்லை. நான் குதிக்கும் நேரத்தை சரியாகக் கணக்கிட்டு சரிய வேண்டி, ரயில் ஹார்ன் ஓலமிடும் ஓசைக்காகவும், ஓட்டுனர் அங்கிருந்து போகும்படி கையசைப்பதற்காகவும் காத்திருந்தேன். ஆனால், நிலக்கரி-தூசி படிந்த கோட் அணிந்திருந்த ஓட்டுனர் பார்ப்பதற்கு யுத்த ஓவியங்களில் உள்ள கொரில்லா போன்று தோன்றினார். அமைதியாக கதவருகில் சாய்ந்தவாறு நின்றிருந்த அவர் முகத்தில் உறுதியான தீர்மானம் இருந்தது. பின்னர் ரயில் மிக நெருங்கிவிட்டது, எஞ்சின் உலையில் நிலக்கரி எரியும் வெப்பத்தை, நீராவி உந்துதண்டுகளை பெரிய சக்கரங்கள் மூலம் தள்ளும் வாசனையை உணர்ந்தேன். நடுக்கத்துடன் தண்டவாளத்திலிருந்து விலகி புல்வெளி சரிவில் சரியக்கூட முடியாத அளவு அதிர்ச்சியில் இருந்தேன். 'கேடுகெட்டவளுக்குப் பிறந்தவனே,' என்று அந்த ஆள் கீழ் நோக்கி கத்தினார். கதவுப் பக்கமாகக் குனிந்து தட தடக்கும் என்ஜின் சத்தத்தை மீறி எனக்குக் கேட்க வேண்டும் என்பதற்காக 'நீ செத்துப்போகணும்னு நினைச்சா அம்மாகிட்ட சொல்லி நல்ல தூக்குக்கயிறு செஞ்சு தரச்சொல்லு,' என்று கத்திய அவர் குரல் அதிகரித்து வந்த சத்தத்தில் மங்கிப்போனது.

'உனக்கு சாவறதை பத்தி பயமே இல்லையா?' சரிவில் இறங்கி யூக்கலிப்டஸ் மர நிழலுக்குப் போனபோது, சந்தீப் என்னைப் பார்த்து இவ்வாறு கேட்டான்.

அப்போதும் நடுங்கிக்கொண்டிருந்தாலும், துணிச்சலுடன் புன்னகைத்தவாறே 'இல்லை,' என்றேன். ரயில் ஓட்டுனர் மட்டுமே நான் புல்வெளியில் பாய்ந்து செல்வதைப் பார்த்தார். 'எனக்கு சாவப் பத்தி பயமே கிடையாது.'

சில நேரங்களில் அந்த ரயில் ஓட்டுனருக்காகத்தான் - மற்ற எல்லோரையும்போலவே நானும் மரணம் குறித்த எண்ணத்தில் பயந்து நடுங்குபவன் என்று சொல்லக் கூடிய ஒரே நபர்- நான் இந்தக் குறிப்பை எழுதுகிறேன் என்று நினைப்பதுண்டு. அந்த பிற்பகல் வேளையில் ரயில் பாதையைவிட்டு நான் விலகிப்போனதற்காக வருந்துகிறேன் என்று அவரிடம் சொல்வதற்கான என் வழிமுறையாக இது இருக்கலாம். அந்தப் புழுக்கமான பிற்பகல் வேளையில் அவர் உரத்துக்கூறிய வார்த்தைகள் எனக்கு இன்னமும் நினைவில் உள்ளன. நான் அவர் வழியைவிட்டு விலகுவதற்கு முன் ரயில் எஞ்சின்கள் மோட்டார் வாகனங்களைப் போன்ற முடுக்கிகளைக் கொண்டவை என்று ஊகித்துக்கொண்டு அவர் பெடலை மிதித்து என்னை மோதிவிட்டதாகக் கனவுகள்கூட கண்டேன்.

இந்த வார்த்தைகளை நான் எழுதும்போது, தோட்டத்தின் வழியாக வலுவான காற்று உள்ளே வந்து கொண்டிருந்தது. முதலில் உதிர்ந்த இலைகளை தள்ளி, அடுத்து திரைச்சீலைகளை சலசலக்க வைத்து பின்னர் இந்தப் பக்கத்தைத் திருப்பியது. மரங்கள் காற்றில் அசைந்தாட, இதையே இந்தப் பண்டைய மரங்கள் பற்றி எழுதுவதற்கான அறிகுறியாக எடுத்துக்கொள்கிறேன். இவை மாளிகையின் கடினமான, சாம்பல் நிற முகப்பை திரையிட்டு மறைப்பதுபோல வீட்டிலிருந்து தள்ளி, தளர்வாக தடிமனாக நிற்கின்றன. வீட்டைச் சுற்றிலும் இவை முன்பு நிறைய இருந்தன. அராபிய அறிஞரான எங்கள் தாத்தா நிழலுக்காகவும், காற்றுக்காகவும் இவற்றை நட்டார். தேக்கு, ரோஸ்வுட், மஹோகனிகள், தேவதாரு மரங்கள் முன்பக்கமும், லட்சக்கணக்கில் இலைகளைக்கொண்ட புளிய மரம் பின்பக்கமும், உயரமான மஹோகனி மரஷெட்டுக்கு பின்புறம் அம்மாவின் மதிப்பு வாய்ந்த மிளகு கொடிகளுக்கு தட்டிபோல இருந்தன. உயரமான இந்த மரங்களுக்கு இடையே புதர்களும் தோட்டச் செடிகளும் இருந்தன. இவற்றை சோஃபியா ரேடியோ விளம்பரப் பாடல்களைப் பாடியவாறே பராமரித்து வந்தாள். *லைஃப்பாய் எவ்விடமோ ஆரோக்கியம் அவ்விடமே.*

அவற்றில் பெரும்பாலானவை இன்று இல்லை-மரங்கள் வெட்டப்பட்டன, வறட்சியான காலநிலை மாற்றங்களால் தோட்டம் வாடிவிட்டது. கடந்த ஆண்டு, மீண்டும் தோட்டம் போட நினைத்தோம். அம்மாவின் யோசனைதான். அவர் புதுக் கன்றுகளை நட்டு, தண்ணீர் விட்டு, உரம் போட்டு, தோட்டத்தில் களைகளை வாரம் ஒருமுறை எடுப்பதாகக் கூறினார். ஆனால் எனக்கு இதில் ஆர்வம் இல்லை. இவை அனைத்தையும் நாம் செய்யலாம்தான்; மரம் நடுதல், தண்ணீர் பாய்ச்சுதல், உரம் போடுதல், களையெடுத்தல்

போன்றவை. ஆனால் அதே செடிகளை நம்மால் மீண்டும் வளர வைக்க முடியுமா, அதே மலர்களை புதிதாகப் பூக்க வைக்க முடியுமா? அதே போன்றவற்றை வேண்டுமானாலும் நடலாம், ஆனால் அதே செடிகளாக இருக்காது. அவர் அசையாமல் அங்கேயே நின்றார், ஒரு வார்த்தைகூடப் பேசவில்லை, கண்களைச் சுருக்கி என்னைப் பார்த்துக்கொண்டிருந்தார். ஆனால் அவர் என்ன சொல்ல விரும்பினார் என்று எனக்குத் தெரியும். *உனக்கு மூளை கெட்டுப்போச்சு, அமர். எப்போதோ போய்விட்ட பூக்களை நினைத்துப் புலம்புகிறாய், மீண்டும் துளிர்க்க முடியாத இலைகளைப் பற்றிச் சிந்திக்கிறாய்.*

எனக்கு ஐந்து வயது, அக்மலுக்கு எட்டு வயது. நாங்கள் இருவரும் சுன்னத் செய்துகொள்ள தயாராக இருந்தோம்.

சோஃபியாவுக்கு ஏழு வயது, ஐசிராவுக்கு பதினோரு வயது இருக்கலாம், எங்களுக்காக அழத் தயாராக இருந்தனர்.

ஓஸா நடுத்தர வயதுடைய குள்ளமான, பருமனான மனிதர். சிகப்பான தன் விரல்களைக் கொண்டு எங்களுக்கு சுன்னத் செய்யத் தயாராக இருந்தார்.

எங்கள் தந்தைக்கு அப்போது நாற்பது வயதாக இருந்திருக்க வேண்டும் - ஆனால் அவர் தலைமுடி ஏற்கெனவே ஐம்பது வயதானவர்போல மினுமினுப்பாக சாம்பல் நிறத்தில் நல்ல வெளிச்சத்தில் பலகீனமாக பளபளத்தது. அவர் எங்களிடம் ஓஸா ஒரு நிபுணர் என்று உறுதி கூறினார். அவர் எங்களுக்கு அளிக்கப் போகும் வலி மிக லேசாக இருக்கும் என்றும் அதை வலி என்று நினைப்பதே வெட்கக்கேடு என்றும் கூறினார்.

முப்பது வயதானவர் போல் தோற்றமளித்த அம்மா, எங்கள் இருவருக்கும் ஒரே தட்டில் உணவளித்து வலி குறித்து மீண்டும் உறுதியளித்தார். அது எறும்பு கடிப்பது போலக்கூட இருக்காது என்றும் பொறுத்துக்கொள்ளும்படித்தான் இருக்கும் என்றும் திறந்த ஜிப் வழியாக எறும்பு நுழைந்துவிட்டது என்று நீங்கள் நினைப்பீர்கள் என்றும் கூறினார்.

'உங்களுக்கு எப்படித் தெரியும்?' என்று ஐசிரா கேட்டாள். 'இந்த மாதிரி வலிய நீங்க அனுபவிச்சிருக்க முடியாது. பசங்களா ஓஸா

உங்களை வெட்டறதுக்கு முன்னாடி இங்கேர்ந்து ஓடிப்போயிருங்க, அவர் கை நடுங்கறதை நான் பார்த்தேன்,' என்று எங்களிடம் கூறினாள்.

'அஸ்மா, இவதானே உன் மூத்த மகள்?' என்று எங்கள் சுன்னத் கல்யாணத்திற்கு வந்திருந்த கண் தெரியாத பாட்டி, வீட்டின் மரவேலைப்பாடுகளை தன் விரல்களால் அளந்துகொண்டே கேட்டார். அவர் ஒவ்வொரு தடவை வரும்போதும் இவ்வாறு மாளிகையை மரவேலையை வைத்து அளவிடுவார். வீட்டில் ஒரே கூட்டமாக இருந்தது. பிற்பகல் உணவாக மாறவிருந்த ஆடுகள் வீட்டின் பின்புறம் கத்திக்கொண்டிருந்தன.

'ஆமாம்மா, வேறு யாருக்கு வாய் இவ்ளோ நீளம்?' என அம்மா கூறினார். ஜசிரா, அக்மலின் முகத்தில் ஒரு விரலை வைத்து அதை கற்பனைக் கத்திரிக்கோலால் பாதியாக வெட்டினாள், அவள் கண்கள் போலியாக வலியை சகித்துக்கொள்வது போல சிறிதாகின. வலித் தோற்றத்தை அவள் முகம் எவ்வளவு சுலபமாக கொண்டு வர முடிகிறது. இறந்தது போல எவ்வளவு தத்ரூபமாக அவளால் நடிக்க முடிகிறது. தோளில் தலையை சாய்த்தவாறு நாக்கை வெளியே நீட்டிக்கொண்டாள். அன்று அத்தனை பேரும் வலி அல்லது வலி இன்மை குறித்து வெவ்வேறு கருத்துகளை வெளியிட்டனர். என் பாட்டிகூட ஒன்றைக் கூறினார். சுன்னத் செய்வது உண்மையில் வலிக்கும்தான்; அது வலிக்காது என்று நினைப்பது முட்டாள்தனம். ஆனால் அது லேசான மின்சார அதிர்ச்சியைவிட குறைவாக இருக்கும், ஒரே நொடியில் காணாமல் போய்விடும் என்றார். இப்படி ஒவ்வொருவரும் ஒன்றைக் கூறியதில் என் தலை சுற்றியது. ஆனால் ஜசிரா நடித்துக்காட்டியது போல எதுவுமே நம்பும்படியாக இல்லை.

'கவலப்படாதீங்க பசங்களா, நீங்க உங்க டிராயரைக் கழட்டின உடனே ஓஸாவோட கைகள் நடுங்காம உறுதியாயிரும்,' என்று அம்மா கூறினார்.

'அதையும் பாக்கலாம்,' என்று ஜசிரா சவால் விட்டாள். 'அம்மா, இவங்க அலறிட்டே வெளிய வரும்போது நீங்க இங்க இருக்கணும்.'

ஜசிரா ஆரூடம் சொன்னது போலவே, அந்த நிபுணர் எல்லாவற்றையும் தவறாகச் செய்தார்.

'*த்செ‌ா, த்செ‌ா, த்செ‌ா*' என்று அவர் கோழியை கூண்டுக்கு அழைப்பது போல குரல் கொடுத்தார். ஓஸா ஏதோ தவறாகிவிட்டது

என்பதுபோல தன் தலையை ஆட்டியபோதுதான் நான் வலியை உணர்ந்தேன். அது எறும்பு கடிப்பது போல இல்லை, எந்த வகையிலும் அப்படி இல்லை. மிக மோசமான, கடும் வலி. என் குடலை உலோகக் கொக்கியில் மாட்டியிருப்பது போல இருந்தது.

'அவனை கெட்டியா பிடிச்சுக்கங்க, அவன் அசைஞ்சா என்னால இன்னொரு பாதிய எடுக்க முடியாது,' என்று ஒஸா கூறினார்.

இன்னொரு பாதியா! மற்றவர்களுக்கு குறிப்பு அளிக்கும்போது அவர் உயர்த்திய கைகளில் ரத்தம் இருப்பதைப் பார்த்தேன், நான் நெளிந்தேன், அலறினேன்; அலறினேன் என்பதைவிட திமிறினேன். ஆனால் தலைக்கும், கைகளுக்கும் துளை உள்ள பலகையில் மாட்டிக்கொண்டது போல, கட்டிலோடு சேர்த்து என்னை பல கரங்கள் அழுத்திப் பிடித்தன.

'இன்னும் இறுக்கிப் பிடிங்க, பையன் கொஞ்சமும் அசையாம பாத்துக்கங்க,' என்று அவர் கூறினார்.

மேலும் இறுக்கமாக அவர்கள் என்னைக் கட்டிலோடு அழுத்திப் பிடித்துக்கொண்டனர். அதே சமயத்தில் என்னை சமாதானப்படுத்தும் வகையில் ஐயோ பாவம் என்பது போல 'உச்' கொட்டினார்கள். என் அலறல்கள் அந்த மாளிகையை உலக்கின; அவ்வளவு வலியிலும் நான் என் ஓலங்கள் பலாமரத்தில் உள்ள வவ்வால்களை தட்டி எழுப்பி அவற்றை நல்ல பகல் வெளிச்சத்தில் பறக்க விட்டிருப்பதாக கற்பனை செய்துகொண்டேன். நான் ஒரு பாடகனாக இருந்தால், என் குரல் வீட்டின் ஒவ்வொரு ஜன்னலுக்கு அடியிலும் துண்டு துண்டாக சின்னக் குவியல்களாகக் குவிந்திருக்கும். கிறீச்சென்றும், தொடர்ச்சியாகவும் கத்தினேன்.

'அவனை கத்த விடாம பார்த்துக்கங்க,' என்று ஒஸா தன் கைகளை அசைத்தவாறு கூறினார். அவர் கரங்கள் திகில் பட சுவரொட்டியில் இருப்பது போல் தோற்றமளித்தன, விரல்களிலிருந்து ரத்தம் மணிக்கட்டு வரை ஒழுகி வந்தது.

நான் திடீரென்று அலறுவதை நிறுத்திவிட்டேன், ஐசிரா என்ன கூறினாள் என்பதை நினைத்துப் பார்த்தேன். சிறிது நேரத்தில் நான் என் தலையை வேகமாக தொங்கவிட்டுக்கொண்டு நாக்கை வெளியே நீட்டிக்கொண்டு இறந்தவன்போல் நடித்தேன். திடீரென்று உண்டான அமைதியில், என்னைச் சுற்றிலும் இருந்தவர்கள் பதற்றத்துடன் மூச்சு விடுவது கேட்டது. அவர்கள் கைகளை என் கை கால்களிலிருந்து எடுத்தனர், பின்பு என் உடம்பிலிருந்து விலக்கினர், அவர்கள்

என்னை பலகையோடு சேர்த்து அழுத்திப் பிடித்த இடங்கள் வலித்தன.

'இவனுக்கு என்ன ஆச்சு?' சையத் மாமா அமைதியாகக் கேட்டார், அவர் குரலில் பீதி தெளிவாகத் தெரிந்தது.

'எனக்குத் தெரியாது,' என்று எச்சரிக்கையுடன் ஓஸா பதில் கூறினார். 'அவனுக்கு மயக்கம் வந்த மாதிரி இருக்கு. ஆனா என் தொழில்ல இது வரையில இந்த மாதிரி நடந்ததேயில்லை.'

'இந்த வீட்ல முதல் தடவையா உங்க தொழில செய்ய வந்திருக்கறபோது இப்படி நடந்தது மோசமான விஷயம்தான்,' என்று சிறைகளில் வேலை பார்க்கும் சையத் மாமா கடுமையான குரலில் கூறினார்.

முணுமுணுப்பான குரலில் அவசர அவசரமாக விவாதம் நடைபெற்றது. ஒருவர் காதில் மற்றவர் கிசுகிசுத்தனர், விரல்களை கேள்விக்குறிபோல வளைத்து ஒலி எழுப்பாமல் கேள்வி கேட்டுக்கொண்டனர். ஒரே பாய்ச்சலாக நான் விவாதித்துக் கொண்டிருந்தவர்களிடமிருந்து நழுவி, என் உறுப்பிலிருந்து ரத்தம் மொசைக் தரையில் சிந்த ஓலமிட்டவாறு நிர்வாணமாக ஓடினேன். வீட்டின் பின்புறம் தரைவிரிப்பு போல விழுந்துகிடந்த உலர்ந்த இலைகளில், வாழை மரங்களின் கூட்டத்தில் ஓடியவாறே, அவர்கள் என்னைக் கட்டி வீட்டுக்குள் கவனமாக தூக்கிச்செல்லும்வரை விரல்களை கீழே விழ வைக்க விரும்புவது போல என் கைகளை உதறியவாறு இருந்தேன். கால்களை உதறியவாறே அனைவரையும் கடுமையாகத் திட்டிக்கொண்டிருந்தேன். என்னை மீண்டும் கட்டிலில் கிடத்தினார்கள்.

'அஸ்மா, உன் சின்னச் பையனுக்கு உன் மூத்த மகளைவிட வாய்க்கொழுப்பு அதிகம்,' என்று என்னைத் தூக்கிச்செல்லும்போது பாட்டி கூறினாள்.

'குருட்டு நாயே!' என்று நான் அலறினேன். 'அசிங்கம் பிடித்த குருட்டு நாய்!'

'அவன் வாய்ல துணிய வெச்சு அடை,' என்று பாட்டி சிரித்தபடி கூறினாள்.

'அதை உன் வாய்ல போட்டுக்க,' என்று நான் அலறினேன்.

‘இந்தக் கெட்டவார்த்தைங்கள எல்லாம் அவன் வேலைக்காரப் பையன்கிட்டேந்து கத்துகிட்டான்,’ என்று அம்மா கூறினாள்.

‘வேலைக்காரனா?’ என்று கேட்ட ஜசிரா, ‘நமக்கு வேலைக்காரங்களே இல்லையே,’ என்றாள்.

நான் இன்னமும் அவர்கள் கைகளில் திமிறியவாறே, அவர்கள் முகங்களில் துப்பிக் கொண்டிருந்தேன். ஓஸா முன்பக்கம் குனிந்து என்னை நெருக்கமாகப் பார்த்தார்.

‘பாதிதான் ஆகியிருக்கு,’ என்று முதல் தடவையாக என் முகத்தைப் பார்த்துப் பேசினார். ‘ஒரு நொடிநேரம் அசையாமல் இரு, எல்லாம் முடிஞ்சிரும். இனி உனக்கு வலிக்காது,’ என்றார்.

நான் அவரை நோக்கித் துப்பினேன், அவர் அநாயசமாக குனிந்து கொண்டார்.

கடைசியாக அப்பா ‘அவனை விட்ருங்க,’ என்றார். ‘என்னைப் பொருத்தவரை அவனுக்கு போதுமான அளவுக்கு வெட்டியாச்சு. அடுத்தவனைப் பாருங்க அவனும் ஓட முடிவு செய்யறதுக்கு முன்னாடி வேலைய முடிங்க,’ என்றார்.

அனைவரும் ஆச்சரியப்படும் விதமாக, அக்மல் அதை எதிர்க்காமல் சுன்னத்தை பிடிவாத அமைதியுடன் எதிர்கொண்டான். கத்தி அவன் மீது பட்டபோது மட்டும் வலியில் முனகினான். தந்தை தன் மனதை மாற்றிக் கொண்டுவிட்டால் என்ன செய்வது என்ற எண்ணத்தில் நான் தொடர்ந்து ஓலமிட்டேன். மாளிகையில் ஓரளவு அமைதி திரும்பியபோது, வழிநடையில் இன்னொரு தேமல் கேட்டது, அது சோஃபியா. அவளை புளிய மரத்தின் நிழலுக்கு அழைத்துச் சென்றபோது அவள் அலறல்கள் மங்கிப்போனது.

‘உனக்கு பாதி சுன்னத்தான் ஆகியிருக்கு,’ என்றவாறு என் பக்கத்தில் மீண்டும் வந்த ஓஸா, வேலையை பூர்த்தி செய்யும் ஆவலில் ‘அதனால நீ பாதி-முஸ்லிம்தான், ஒரு வினாடி நேரம் பொருத்துகிட்டியானா எல்லாத்தையும் சரி செய்துடறேன்,’ என்று கூறினார்.

நான் தொடர்ந்து உதைக்க ஆரம்பித்தேன், ஓலமிட்டவாறே மீண்டும் துப்பினேன்.

பாதி சுன்னத், பாதி முஸ்லிம். எங்கள் சுன்னத் கல்யாண நாளை நினைத்துப் பார்க்கும்போது நான் நியாயமே இல்லாமல் மோசமாக

நடந்து கொண்டதாக உணர்ந்தேன். என் உறுப்பை குனிந்து பார்க்கும்போதெல்லாம் ஒரு மைம் கலைஞரின் பாதி வரையப்பட்ட முகத்தை நினைத்துப் பார்க்கிறேன்.

ஓஸா போன உடனே அப்பாவும் சையத் மாமாவும் எங்கள் உறுப்புகளுக்கு மேல் தாழ்வான கூடாரங்கள் கட்டுவதற்கான வேலையில் இறங்கிவிட்டனர். முதலில் அவர்கள் எங்கள் தொடைவரை மெல்லிய பாலியஸ்டர் விரிப்புகளால் காயம்பட்ட உறுப்புகளில் படாதவாறு கவனமாக மூடினார்கள். அந்த விரிப்புகளின் மத்தியில் திரிக்கப்பட்ட நூல்களைக்கட்டி, மேற்கூரையில் வளைவுகளில் தொங்கவிட்டனர். அவர்கள் செய்து முடித்தபோது அதைப் பார்க்க எங்கள் இருவருக்கும் யானை விரைப்பு ஏற்பட்டு, வெள்ளை விரிப்பை மூன்றடி உயரத்திற்கு தூக்கி நிறுத்தியது போல இருந்தது.

என்னை வீட்டுக்குள்ளேயே வைத்திருப்பதற்காக மூடப்பட்டு தாளிடப்பட்ட கதவுகள் மீண்டும் திறக்கப்பட்டன. வரிசையாகப் படையெடுத்து வந்த விருந்தினர்கள் நாங்கள் இருவரும் இறந்துவிட்டவர்கள் என்பதுபோல் எங்களைக் கடந்து சென்றனர். சிலர் எங்கள் விரல்களில் மோதிரங்களைப் போட்டனர், மற்றவர்கள் நிதானமாகக் கடந்தனர். சோஃபியாவும் ஜசிராவும் கண் தெரியாத பாட்டியை அறைக்குள் அழைத்து வந்தனர், அவர் என்னை தடவிப்பார்த்து விரல்களைக் கண்டுபிடித்து மெல்லிய மோதிரத்தைப் போட்டார், அப்போது பாலியெஸ்டரில் இணைக்கப்பட்டு மேலே கட்டப்பட்டிருந்த ட்வைன் நூலை ஏறக்குறைய அறுத்துவிட்டார். சோஃபியா கண்களில் இன்னமும் அழுத அடையாளம் தெரிந்தது; ஆனால் ஜசிரா என் அரை விருத்தசேதனம் செய்யப்பட்ட உறுப்பை சிரிப்புடன் பார்த்தாள்.

இரவில், விருந்தினர் சென்ற பிறகு வீடு வழக்கமான அமைதிக்குத் திரும்பியது. அம்மா எங்கள் இருவரின் கட்டில்களுக்கு இடையே அமர்ந்தவாறு மோதிரங்களை உள்ளங்கையில் வைத்து எடைபோட்டார். இரண்டு கிராம், நான்கு கிராம், ஆறு கிராம், ஒரு சவரன் - என்று ஒவ்வொரு மோதிரத்தையும் கையில் தாயம் உருட்டுவது போல உருட்டிப்பார்த்து அறிவித்தார். பாட்டி எங்களுக்கு அணிவித்த மோதிரம் பற்றி ஒரு வார்த்தைகூட அவர் சொல்லவில்லை. மிகவும் ஏழையான பாட்டியால் தங்கத்தில் பரிசு தர முடியாது என்பதால், அது அம்மாவின் நகைப் பெட்டியில் இருந்து வந்தது என்று எனக்குத் தெரியும்.

எல்லா கட்டுகளும் நீக்கப்பட்ட அன்று கடைசியில் எங்களால் மீண்டும் கவலை இல்லாமல் சிறுநீர் கழிக்க முடிந்தது. அரைகுறையாக செய்யப்பட்ட வேலையால் அதைப் பார்ப்பதற்கு உண்மையில் வினோதமாக இருந்தது. அம்மா எங்களிடமிருந்து மோதிரங்களைக் கழற்றி தன் நகைப்பெட்டியில் போட்டுக்கொண்டார். ஆனால் அவை அங்கேயே வெகு நாட்கள் இருக்கவில்லை; ஜசிரா கைகளில் வளையல்கள், தோடுகளாகவும், சோஃபியா கழுத்தில் மாங்காய் வடிவ டாலருடன்கூடிய நெக்லசாகவும் மாறிவிட்டன. நான் சோஃபியா நெக்லஸ் பற்றி கவலைப்படவில்லை, ஆனால் ஒவ்வொரு தடவையும் ஜசிரா புது நகைகளைப் போட்டுக்கொண்டபோதும், 'அது என் உறுப்பை கொஞ்சம் வெட்டினதில கிடைச்சது!' என்று கத்த வேண்டும் போல் தோன்றியது.

நாங்கள் நால்வரும் ஒரே பள்ளிக்குச் சென்றோம், ஒருசில மைல் தொலைவில் கடலுக்கு அருகில் இருந்தது. பாம்பே மெயில், சுரங்கப் பாதையில் உருண்டோடிய பிறகு நாங்கள் மாளிகையைவிட்டுக் கிளம்புவோம். மண் சாலைகளில் நடந்து, எங்கள் நகரின் மேய்ச்சல் பகுதி வழியாகப் போவோம். ஜசிராவின் முதல் கட்ட ரசிகர்கள் அங்கு காத்திருப்பார்கள் - மற்ற பள்ளிகளின் பையன்கள்; குனிந்தவாறு, கைப்பிடிகளைப் பிடித்துக்கொண்டு பால்கனிகளில் நின்றிருக்கும் இளைஞர்கள்; திருமணமாகி, தலைமுடி குறைந்து வரும் நபர் ஒருவர்கூட அவளைப் பார்த்தவுடன் இதயம் வலிப்பதுபோல தன் மார்பில் கைவைத்துக்கொள்வார்; ஒரு தையல்காரரும் நாங்கள் அவர் கடையைக் கடந்து செல்லும்போது தன் இயந்திரத்தில் பெடல் செய்வார். ஆனால் யாருமே ஜசிராவைப் பார்த்து விசில் அடிக்கவோ கிண்டல் செய்யவோ துணிய மாட்டார்கள்; தையல் இயந்திரம் வேகமாக மிதிக்கப்படும் சத்தம் தவிர வேறு எதுவும் இருக்காது. காலை வேலைகளில் அவள் மவுனமாக ஆராதிக்கப்படுவாள்.

பள்ளி செல்லத் தொடங்கிய ஆண்டுகளில், மாளிகை பற்றி அதை விட்டு விலகி நடக்கும்போது சோகமாக நினைத்துக்கொள்வேன். அம்மாவைத் தவிர வேறு யாரும் இருக்க மாட்டார்கள். அம்மா, சுஹ்ரா அத்தை போல பின்னல் வேலை செய்ய மாட்டார், சோஃபியா போல தோட்ட வேலைகளிலும் ஆர்வமில்லை, வரிசை வரிசையாக அலமாரிகளில் இருக்கும் புத்தகங்களில் ஒன்றையும் அவற்றை தூசி தட்டுவதற்காகக்கூட எடுத்ததில்லை, மசூதியில் பெண்கள் அனுமதிக்கப்படுவதில்லை என்பதால் பிரார்த்தனை செய்ய மசூதிக்குச் சென்றதில்லை. அம்மா போர்ட்டிகோ

படிகளில் அமர்ந்தவாறு நேரத்தைப் போக்க ரயில்களைப் பார்த்துக்கொண்டு, ரயில் பெட்டிகளை எண்ணுவதாக நான் கற்பனை செய்துகொள்வேன். சில விபரீதமானவற்றையும்கூட யோசிப்பேன்; தேக்கு அலமாரி கவிழ்ந்து மேலே விழுந்து அம்மா மாட்டிக்கொண்டு மெல்ல மெல்ல ரத்தம் கசிந்து இறந்துவிட்டதாக கற்பனை செய்வேன். இதைவிட மோசமாக பெரிய அடுப்பு அவர் மேல் விழுந்து, எரிந்து உருமாறிப்போய் பதப்படுத்தாத *மம்மி* போல ஆகிவிட்டதாக கற்பனை செய்வேன். இந்த சோகங்கள் நிச்சயமாக நடந்துவிட்டன என்று நினைக்க, என் முழங்கால்கள் வலிக்கும், கண்ணீர் ததும்பும். இவ்வாறு நான் அழும்போதெல்லாம் சோஃபியாதான் அதைக் கவனித்து என் கைகளை ஆறுதலாகப் பிடித்துக் கொள்வாள். இப்படிப்பட்ட அற்பத்தனமான விஷயங்களைக் கடந்து நான் பெரியவனாகும் வரையில், சோஃபியா என் புத்தகப் பையை பள்ளி வாசல் வரை முகம் கோணாமல் எடுத்து வந்தாள்.

பள்ளி முகப்பு தெரிந்த உடனே அக்மல் எங்களைவிட்டு விலகி சாலையின் வேறு பக்கம் நோக்கி விரைவான். ஆரம்பத்தில் நான் அழுவதால்தான் அவன் அப்படிச் செய்கிறான் என்று நினைத்தேன். ஆனால் என் விசித்திரமான வீட்டு நினைவுகள் மறைந்த பிறகும், அவன் தொடர்ந்து அவ்வாறே செய்தான். பள்ளிவிட்டுத் திரும்பும் சமயத்தில் நானும் சோஃபியாவும் மட்டும் ஒன்றாக சுற்று வழியில் வருவோம். மாலையாகிவிட்டிருக்க, மகிழ்ச்சியுடன் சிறிய சந்துகள் வழியாக, தென்னந்தோப்புகள் வழியாக, செஸ் போர்டில் உள்ள சதுரங்களைப் போல நெல் வயல்களைப் பிரிக்கும் வழுக்கும் வரப்புகளில் எச்சரிக்கையுடன் நடப்போம்.

பூக்களை எங்கே பார்த்தாலும் சோஃபியா பறித்துவிடுவாள். வரப்புகளின் விளிம்புகளில், வேலிகளில் படரவைக்கப்பட்ட பூசனிக் கொடிகளில், சுவர்களில் தொங்கிக்கொண்டிருக்கும் போகெய்ன்வில்லேக்களில், மேலும் சில நேரங்களில் நன்கு பராமரிக்கப்படும் தோட்டங்களிலிருந்துகூட பறித்துவிடுவாள். ஒரு முறை, என்னை உடைந்த படிகட்டு ஒன்றில் உட்காரச்சொல்லிவிட்டு, துணிச்சலுடன் கோவிலுக்குப் பின்னால் இருந்த ஆலிவ்-நிற குளத்திற்குச் சென்று நீண்ட தண்டுடன் கூடிய நீர் லில்லிப் பூக்களை அவற்றின் வெளிர் பச்சை நிறத் தண்டுகளிலிருந்து அவள் பாவாடையில் தண்ணீர் சொட்டச் சொட்டப் பறித்து வந்தாள். அந்நியர்களின் தோட்டத்திற்குள் சென்று பால்சம் செடிகள் மற்றும் நிலாப்பூக்களை திருடிக்கொண்டு வருவதைப் பார்க்கும்போது எனக்கு பயமாக இருக்கும். வசந்த காலம் முடிவடையும் சமயத்தில்

ஒயின்-சிகப்புப் பழங்களால் பூத்துக் குலுங்கும் எங்கள் முற்றத்தின் மெழுகு நாவல் மரம், முன்பு நெல் வயல் ஒன்றின் மண் வீடு அருகில் சின்ன மரக்கன்றாக இருந்தது. ஒரு நாள் பிற்பகல் இயற்கை கடனைக் கழிப்பது போல அதன் அருகில் அமர்ந்தாள், அவள் எழுந்தபோது வேரில் உலர்ந்த மண் ஒட்டிக்கொண்டிருக்க, அந்த மரக்கன்று அவள் கைகளில் இருந்தது. யாரோ துரத்துவது போல நாங்கள் ஓடினோம், வயலைக் கடந்த பிறகு நாங்கள் சிரிக்க ஆரம்பித்தோம்.

எங்கள் பள்ளிக்குப் பின்புறம் கடல் அமைதியாக இருக்கும்போது சில சமயங்களில் ரயில்களின் மெல்லிய சத்தமும் அதன் நீராவி என்ஜின்களின் ஓசையும் மாளிகையைக் கடந்து செல்லும்போது எனக்குக் கேட்கவும் நான் உடனே சோகமாகிவிடுவேன். சிறிய ரயில் நிலையத்தில் ரயில் ஒன்று நிற்பதையும் மக்கள் அதில் ஏறுவதற்காக ஆலமரத்தின் நிழலை விட்டு வருவதையும் என்னால் பார்க்க முடிந்தது. அம்மா எங்கோ கவனத்தில் சுரங்கத்தின் இருண்ட வாயிலை நோக்கி ரயில் புறப்படுவதைப் பார்ப்பதையும் என்னால் பார்க்க முடிந்தது. பிற்பகலில் பள்ளியில் ஒலிக்கும் நீண்ட மணி ஓசைதான் என் சோகத்தை முடிவுக்குக் கொண்டு வரும், பின்பு பார்க்கும் இடங்களில் இருந்தெல்லாம் பூக்களையும் பிம்பல் பழங்களையும் பறித்தவாறு வீடு நோக்கி ஓடுவோம்.

ஒரு கோடைக்கால காலை வேளையில், உயரமாக, தொப்பி மற்றும் காக்கி நிற டிரவுசர் அணிந்த வெள்ளைக்காரர் ஒருவர் எங்களுக்கு முன்னால் மண் பாதையில் மெதுவாக நடந்துபோய்க்கொண்டிருப்பதைப் பார்த்தோம். அவர் மிகவும் மெதுவாக நடந்ததால் நாங்கள் அவரை வெகு விரைவில் எட்டிவிட, பின்பு நாங்கள் ஒரு குழுவாக நடந்துசெல்லத் தொடங்கினோம். அவர் கைகள் மெல்லியதாக நீலநிற நரம்புகளுடன் இருந்தன. அவர் கால்கள், குறிப்பாக தொடைகள் வார்னிஷ் செய்ததைப் போல பளபளப்பாக இருந்தன.

அவர் ஆங்கிலத்தில், ‘அவன் ஏன் அழறான்?’ என்று என் கண்ணீரை சுட்டிக்காட்டிக் கேட்டார்.

அவர் கேள்வி எங்கள் எல்லாருக்கும் புரிந்தாலும், ஜசிராவால் மட்டும் உடைந்த ஆங்கிலத்தில் பதில் சொல்ல முடிந்தது. அதைத் தொடர்ந்து நடந்த உரையாடல்கள், மாலை அம்மாவிடம் நடந்த விஷயங்களை ஜசிரா பெருமிதத்துடன் விவரமாகக் கூறும்வரை எனக்குப் புதிராகவே இருந்தன.

'நாங்க ஸ்கூலுக்குப் போறோம்,' என்று ஜசிரா திக்கித் திணறிக் கூறினாள்.

'அவனுக்கு ஸ்கூல் பிடிக்கலயா? அதுதான் அழுதுட்டு இருக்கானா?' என்று தன் கருத்த கண்களுக்குக் கீழே தொட்டுக் காட்டியபடி அந்த வெளிநாட்டு நபர் கேட்டார்.

'ஆமாம்,' என்று ஜசிரா தன் கண்களைக் குறுக்கியபடி, அடுத்த கேள்வியை எதிர்பார்த்தவாறு கூறினாள்.

'சின்னப் பையனா இருந்தப்போ நானும் அழுவேன். இவனை மாதிரியே ஸ்கூல வெறுத்தேன். இப்போ நான் பேராசிரியரா இருக்கேன்னு அவன்கிட்ட சொல்லு. என் பேர் டிம். நான் லண்டன்லேந்து வந்திருக்கேன்,' என்று கூறினார்.

லண்டன்! அங்கேதான் எங்கள் அம்மாவின் அண்ணன் வேலை பார்த்துக் கொண்டிருந்தார். பேராசிரியராக இல்லை, ஒரு பணக்கார இந்தியக் குடும்பத்தில் சமையல்காரராக இருக்கிறார்.

'எங்க மாமாகூட லண்டன்ல இருக்காரு,' என்று பெருமையுடன் ஜசிரா கூறினாள்.

'அருமை. அவர் என்ன பண்றாரு?'

ஜசிரா தன் தோள்களைக் குலுக்கிக்கொண்டாள், காசிம் மாமா நாள் முழுவதும் சமையல் செய்துகொண்டிருந்தது அவளுக்குத் தெரியும், லண்டனிலிருந்து எங்களுக்கு அவர் அனுப்பிய புகைப்படத்தில் சிம்னிக்கு உட்புறம் உள்ளதைப் போன்ற கருமை நிறத்தில் இருந்தார், (அதில் அவர் மார்பில் உலகக்கோப்பை 74 என்று எழுதப்பட்ட வெள்ளை டி-ஷர்ட் அணிந்திருந்தார்; பின்னணியில் பெல்-வடிவ வீட்டின் கூரையின் பெரும்பான்மையான பகுதிகளில் கொடிகள் மூடியிருந்தன).

அந்த வெளிநாட்டுக்காரர் எங்களை மதிப்பிடுவதுபோல குனிந்து பார்த்தார். 'நீங்க எல்லாரும் ஒரே குடும்பத்தைச் சேர்ந்தவங்களா?'

ஜசிரா தலையாட்டினாள். நாங்கள் தையல்காரர் கடையைக் கடந்தோம், தையல் இயந்திரம் தானாகவே வேகமாக இயங்கத் தொடங்கியது.

'நீங்க எல்லாரும் வேற வேற மாதிரி இருக்கீங்க,' என்று கனிவான புன்னகையுடன் கூறினார்.

பிறகு, அவர் சிந்தனை ஓட்டத்தை ஏதோ தடுத்தாற்போல, 'நீ பார்க்க சோஃபியா மாதிரி இருக்கே,' என்றார்.

தன் பெயர் குறிப்பிடப்பட்டபோது என்னை ஆறுதலாகப் பிடித்திருந்த தன் கையை விடுவித்துக்கொண்டு சோஃபியா தன் தாடையை நிமிர்த்தினாள். ஐசிராவைப் பொறுத்தவரை சோஃபியா சாதாரணமான தோற்றம் கொண்ட பத்து வயது சிறுமி, ஆனால் அவளோ பதினான்கு வயது நிறைந்து ஏற்கெனவே பூத்துக் குலுங்கும் அழகுடன் இருந்தாள். அவள் சருமம் காலையில் மஞ்சள் பூசி, இரவில் நிவியா பூசி பளபளப்புடன் இருந்தது.

சோஃபியாவின் முழங்கையைத் தொட்டவாறு, 'இவ பேர்தான் சோஃபியா, என் பேரு ஐசிரா,' என்றாள்.

'இல்லை,' என்று நெற்றியில் சுருக்கங்களுடன் கூறினார். 'நீ பார்க்க கொஞ்சம் சோஃபியா மாதிரி இருக்கேன்னு சொன்னேன். சோஃபியா லாரன் பத்தி கேள்விப் பட்டிருக்கியா?'

உடனடியாக அவள் முகத்தில் படர்ந்த பிரகாசத்திலிருந்து அவள் சோஃபியா லாரன் பற்றிக் கேள்விப்பட்டிருப்பது தெரிந்தது. தலையை அசைத்துக்கொண்டே, பெருமிதப் புன்னகைப் பூத்தாள். சிறிது நேரம் கழித்து, 'நீங்க லண்டன்லேந்து எதுக்கு வந்திருக்கீங்க?' என்று கேட்டாள்.

'நான் ஒரு சுற்றுலா பயணி. எனக்குக் கடல்னா ரொம்ப பிடிக்கும்.'

அந்த வெளிநாட்டுப் பயணியால் ஐசிரா எந்தளவு பெருமிதம் அடைந்தாளோ அந்தளவு அம்மா திகிலடைந்தார். 'சுற்றுலா பயணிகள்கிட்டேருந்து விலகியே இருக்கணும்,' என எச்சரித்தாள். 'அவங்க கேக்கற கேள்விக்கெல்லாம் பதில் சொல்லிட்டு இருக்காதே.'

'ஆனா அவரு வயசானவரு, நாகரிகமான சுற்றுலா பயணி, போதைப் பொருள் புகைக்கற வகை கிடையாது,' என்று ஐசிரா வாதிட்டாள்.

பேராசிரியர் டிம்முடன் நடந்த உரையாடலுக்குப் பிறகு நடுப்பக்கத்தில் சோஃபியா லாரன் புகைப்படம் கொண்ட ஒரு பத்திரிகையை எங்கிருந்தோ தேடி எடுத்துவிட்டாள். எங்கிருந்து என்பது கடவுளுக்குத்தான் வெளிச்சம், அதைத் தன் முகத்துக்கு அருகில் வைத்தபடி மாளிகை முழுவதும் வலம் வந்தாள். அம்மாவுக்கு மிகவும் கோபம். 'சோஃபியா லாரனோ யாரோ

அவளைவிட ஹேமாமாலினி எவ்வளவோ அழகு,' என்றார். பின்னர் 'அவ தலை முடியப் பாரு,' என்றாள்.

எப்போதுமே ஒரு ரோல் மாடல் வேண்டும் என தேடிக்கொண்டிருந்த ஐசிரா, நடுப்பக்கத்தின் நடிகையாகவே வாழ்ந்தாள். சோஃபியா லாரன் போலத் தன்னைக் காட்டும் எந்த ஒரு விஷயத்தையும் விடவில்லை, இப்போது அவளைத் தனக்கு மிகவும் பிடித்த நடிகை என்று கூற ஆரம்பித்துவிட்டாள், ஆனால் இதுவரை அவள் லாரன் பட ட்ரைலரைக்கூட பார்த்ததில்லை. அவள் தன் புருவத்தை மெல்லியதாக ஆக்கிக்கொண்டாள், கன்னம் தட்டையாக இருக்க வேண்டும் என்பதற்காக எப்போது பார்த்தாலும் அதை மசாஜ் செய்தவாறே இருந்தாள். வாய்ப்புக் கிடைத்தால் அழகாகத் தோற்றமளிக்க எந்த முனைப்பும் எடுக்காத, அது வீண் முயற்சி என்று ஒருவேளை நினைக்கக்கூடிய சோஃபியாவோடு தன் பெயரை மாற்றிக்கொள்ளக்கூடத் தயாராக இருந்தாள்.

கோடையில், எங்கள் நகரம் கடற்கரை விரும்பிகளால் நிரம்பி இருக்கும், பெரும்பாலானவர்கள் வரும்போது பட்டர் பிஸ்கெட் போல வெண்மையாக இருப்பவர்கள், பருவமழை தொடங்குவதற்கு முன் தேங்காய் பிஸ்கெட் நிறத்தை அடைந்துவிடுவார்கள். அவர்கள் பழுப்பு லோஷன்களுடன் நகரம் முழுவதும் சுற்றித் திரிவார்கள், ரயில் நிலையத்தில் உள்ள ஆலமரத்தின் அடியில் அமர்ந்து சுற்றுலா வழிகாட்டிகளைப் படிப்பார்கள், மேலும் சில நேரங்களில் வாடகை பைக்குகளை எடுத்துக்கொண்டு தெருக்களில் வலம் வருவார்கள். கோடைக்காலங்கள் ஐசிராவுக்குப் புதுத் தெம்பை அளித்தன; தெருக்களில் அவளைக் கடந்து செல்லும் சுற்றுலா பயணிகள் அவள் மிஸ். லாரன் சாயலில் இருப்பதைப் பார்த்து அதிசயப்படுவார்கள் என்று எதிர்பார்த்ததாகத் தோன்றியது. ஆனால் பேராசிரியர் டிம் தவிர வேறு எந்த வெளிநாட்டினரும் இந்த சாயலை கவனித்ததாகத் தெரியவில்லை. ஒவ்வொரு கோடை கடக்கும்போதும், அவள் ஏமாற்றமடைவது வெளிப்படையாகத் தெரிந்தது, ஆனாலும் நடுப்பக்கத்தையோ அதில் உள்ள பெண்மணியைப் போலத் தோற்றமளிக்க எடுக்கும் முனைப்புகளையோ அவள் கைவிடவில்லை.

ஒரு கோடையில், ரயில்கள் எங்கள் டவுனுக்கு வருவது நின்றுவிட்டது. கடைசியாக ரயில் நிலையத்தைவிட்டு எங்கள் மாளிகையைக் கடந்து சென்ற நீராவி என்ஜின் இறுதி ஊர்வல வண்டி போல மெதுவாக சோகத்துடன் சுரங்கத்திற்குள் சென்றது. ஒரு சில நாட்கள் கழித்து, தொழிலாளர்கள் படையாக வந்தனர், அவர்கள்

கற்களின் படுக்கையிலிருந்து தண்டவாளத்தைப் பெயர்த்து எடுக்கத் தொடங்கினர். கடினமான பலகைகளை மண் சாலைக்குப் பக்கமாகத் தூக்கிச்சென்று அங்கிருந்த மரங்களுக்குக் கீழே அடுக்கியபோது சின்னச் சின்னப் பாடல்களைப் பாடினார்கள்:

ஒரு பெண்ணோடு மகிழ்ந்திருந்தேன்
அவள் ரயில் அருகே ஒரு வீட்டில் இருந்தாள்
தபால்காரன் அஞ்சலோடு வந்தபோது
நான் மீண்டும் ரயிலுக்கு ஓட்டமெடுத்தேன்.

சோஃபியாவும் நானும் சுவற்றுக்குப் பின்னாலிருந்து உலோக சத்தத்தை மீறிக் கேட்கும் இந்தப் பாடல்களைக் கேட்டு சிரித்தோம், தினமும் ஒரு புதுப் பாடலை நாங்கள் கற்றுக்கொண்டோம், ஆனால் இந்தப் பாட்டைத் தவிர மற்றவை எல்லாம் எனக்கு மறந்துவிட்டன. அந்தப் பாடகர் குழுவின் தலைவனை எனக்கு இன்னமும் நினைவிருக்கிறது, கருப்பாக, கைப்பிடி போன்ற மீசையுடனும், அரிவாள் போன்ற கிருதாவுடனும் வலுவாக இருந்தான். அது என்னமோ அவனுக்கே நிகழ்ந்தது போல பாடினான், மற்றவர்கள் இந்தக் கள்ள உறவைப் பார்த்தவர்கள் போல அவனுடன் சேர்ந்து பாடினார்கள்.

பாடல்கள் மற்றும் குந்தாலிகளின் ஓசைகளுடன் ரயில்வே பாதை மெல்ல மெல்ல பெயர்க்கப்பட்டுவிட்டது. எங்கள் டவுன் முழுவதும் இருந்த ரயில் சேவையின் தடயங்கள் வெறும் பல வரிசைகளில் அடுக்கப்பட்டிருக்கும் படுகைகளாகவும், உயரமாக அடுக்கிவைக்கப்பட்டிருக்கும் தகடுகளாகவும், தண்டவாளங்களின் குவியல்களாக, அதோடு யாரும் செல்லாத ரயில்வே கட்டிடமாகவும் குறைந்தன. உடைக்கப்பட்ட கற்கள் நகரம் முழுவதும் காய்ந்து போன நதியின் சாம்பல் நிற தரை போல நீண்டிருந்தன. அங்கு குழந்தைகள் திடீர் வெள்ளங்கள் வரும்வரை விளையாடலாம்.

கோடை விடுமுறைகள், பெரும்பாலும் மீட்டர் கேஜ் முடிவுக்கு வருவதை வேடிக்கை பார்ப்பதில் கடந்தது. அப்போது நான் எட்டாவது படித்தேன், சோஃபியா ஒன்பதாவது; அக்மலும் ஜசிராவும் பள்ளிப்படிப்பை முடித்துவிட்டனர். நான் பை கொண்டு போவதை நிறுத்தி புத்தகங்களை கருப்பு ரப்பர் பேண்டில் சுற்றி என் தோளில் எடுத்துச் சென்றேன், சோஃபியா இப்போது *'மார்க்ஸ் & ஸ்பென்சர்'* என்று பக்கவாட்டில் அச்சிடப்பட்ட பிளாஸ்டிக் பையை எடுத்துச் சென்றாள் - அது மாளிகைக்குள் எப்படி வந்தது என்று எனக்குத் தெரியாது. அவள் வீட்டுக்கு வரும்

வழியில் பூச்செடிகளை கொள்ளையடிப்பதை நிறுத்திவிட்டாள். அதற்கு இப்போது தேவையும் இல்லை. எங்கள் தோட்டம் வண்ணமயமாகவும் மாளிகையின் பெருமிதமாகவும் இருந்தது. எங்கள் சமையலறைக்குப் பின்னால் உள்ள இடத்தில் செடிகளை வளர்க்கத் தொடங்கிவிட்டாள். கீரைகள், கத்தரிக்காய், தக்காளி, வெண்டைக்காய் மற்றும் பல்வேறு வகை மிளகாய்களைப் பயிரிட்டாள். காய்கறிக்காரர் காத்திருக்கலாம்; அம்மா சமையலறையிலிருந்து வெளியே போய் தேவைப்படும் காய்களைப் பறித்துக் கொள்வாள்.

பள்ளி மீண்டும் திறந்த ஒரு மாத காலத்தில், கைப்பிடி மீசையும், அரிவாள் கிருதாவும் வைத்திருந்த அந்த மனிதன் தொழிலாளர் படையுடன் மீண்டும் வந்துவிட்டான். எனவே பாடல்களும், இரும்பில் இரும்பை அடிக்கும் ஓசையும் கூடவே வந்தன. மண் சாலையை ஒருநாள் பிற்பகல் நாங்கள் கடந்து சென்றபோது அவன் இசைத்தொகுப்பிலிருந்து ஒரு புதிய பாடல் வெளிப்பட்டது:

அவள் தோட்டம் முழுவதும் களைகள்,
நான் அதில் இட்டேன் இரண்டு பை விதைகள்.

சோஃபியா வேறு பக்கம் திரும்பிக்கொண்டாள். நான் அவனை முறைத்தேன், அவனைக் கல்லால் அடித்துக் கொல்ல விரும்பினேன். ஆனால் அவனோ என்னைப் பார்த்துக் கண்ணடித்து தன் உறுப்பை தடவிக்கொண்டான்.

எனக்குத் தெரியும் அவள் தேவைகள்,
அவளுக்குத் தந்தேன் நான் சில நல்ல விதைகள்.

இப்பொழுது இவர்கள் போடும் ரயிலடிகள் அவர்கள் நீக்கியவற்றைவிட குறிப்பிடத்தக்க அளவு அகலமாக இருந்தன. ஒவ்வொரு பிற்பகலிலும், நாங்கள் பள்ளியிலிருந்து திரும்பும்பொழுதும் பாதைகள் நீளமாகிக்கொண்டிருப்பதையும் பாடகர் குழுவினர் மாளிகையைவிட்டு மேற்கொண்டு முன்னேறிச் செல்வதையும் பார்த்தோம். ஒரு வாரம் அவர்கள் சுரங்கத்தின் முகப்பில் இருந்தனர், அடுத்த வாரம் அவர்கள் அதன் ஆழத்தில் மறைந்தனர், லாந்தர் விளக்குகளின் வெளிச்சத்தில் நகரம் முழுவதும் புத்தம் புதிய ரயில் பாதைகளை அமைத்தனர்.

அகலப்பாதை ரயில்கள் அதிக இரைச்சலான புதிய வகை ஒலியால் எங்கள் நகரை நிரப்ப மேலும் ஒரு மாத காலம் ஆனது. ரயில் நிலையத்தில் முதலில் வந்த ரயிலின் முகப்புப் பகுதி வித்தியாசமாக

இருந்தது. பருத்த, கருப்பு நீராவி என்ஜின் போய்விட்டது. புதிதாக வந்திருப்பது மெல்லியது, மண்புழுக்களின் நிறம், அது ஓலமிடும் முறையை முதல் தடவைக் கேட்டபோது நான் நடுங்கிவிட்டேன்.

'அது டீசலில் இயங்குகிறது,' என்று இந்த நினைவுச் சித்திரத்தில் அதிகமாகப் பேசாத எங்கள் அப்பா அது எங்களைக் கடந்து போனபோது கூறினார். பாருங்கள், அப்பா இந்தப் பக்கங்களில் அதிகமாகப் பேசாதது அல்லது மற்றவர்கள் போல அடிக்கடி எதுவும் கூறாமலோ செய்யாமலோ இருந்தது என் தவறு இல்லை. அவர் அதிகம் பேசாதவர்; அவர் உலகமே நில ஒப்பந்தங்களை முடித்து வைப்பதில் அல்லது பழைய கார்களை விற்கும் தரகர் வேலைகளில் சுற்றி வந்தது, இவற்றை மேற்கொள்ளும்போதும் குறைந்தபட்ச வார்த்தைகளையே பயன்படுத்துவார். அவரைப் பற்றி நான் எழுத நினைக்கும்போது பக்கங்கள் காலியாக விடப்பட்டுவிடும் என்று பயந்தேன். ஏப்பம் விட, கொட்டாவி விட மற்றும் புகைப்பதற்கு மட்டுமே வாயைத் திறக்கும் ஒருவரைப்பற்றி என்னால் எவ்வாறு பெரிய பத்திகளை எழுத முடியும்? அவரைப் பற்றி பிறகு பேசலாம். இப்போதைக்கு நான் இந்த ரயில்களைப் பற்றித்தான் எழுத விரும்புகிறேன். பெரிய ரயில்கள், பழையனவற்றை பொம்மைகளாகத் தாழ்த்திவிட்ட புதிய ரயில்களைப் பற்றி.

தூங்கும்போது சுரங்கத்தின் வழியாக காற்றை கிழித்துக்கொண்டு வெட்டப்படுவதற்காகக் காத்திருக்கும் விலங்கு போல ஓசை எழுப்பிக்கொண்டு போகும் அவற்றின் ஓசைகேட்டு திடுக்கிட்டு நான் விழித்துக்கொள்வேன். கண்களை மூடியவாறும்கூட என்னால் அவற்றைப் பார்க்க முடிந்தது: முகப்பு விளக்கின் கண்களை கூசும் வெளிச்சம், அதைத் தொடர்ந்து நகரும் சங்கிலித்தொடராக மங்கிய ஒளியில் ஜன்னல்கள். சில நேரங்களில், இவை என் கனவுகளில் தோன்றி என் மேல் ஏறிச் சென்றன.

வாழ்க்கையும் உருண்டோடியது. ஜசிரா கல்லூரிக்குப் போகத் தொடங்கினாள், அக்மல் வலியுறுத்திக் கேட்டதால் அவனை தொழில்துறை பயிற்சி மையத்தில் சேர்த்தனர், அங்கே அவர்கள் ஆழமான பாக்கெட்டுகள் கொண்ட நீல நிற சீருடை அணிந்தார்கள். அவற்றில் வட்டப் பலகைகள், புத்தகங்கள், இரும்பு இலக்கிகள், பேனாக்கள் இருந்தன. முதல் வாரத்திலேயே அந்தப் பயிற்சிமையத்தின் திறனில் எனக்கு சந்தேகம் வந்துவிட்டது. அதற்குக் காரணம் எனக்கு நினைவு தெரிந்த நாளிலிருந்து நன்றாகவே வேலை செய்து வந்த மர்ஃபி ரேடியோவை அக்மல் திறந்து, அதில்

உள்ள ஒயர்களில் ஏதோ சோதனைகள் செய்தான். அன்றிலிருந்து அதில் கொர கொரவென்று சத்தம் கேட்கத் தொடங்கிவிட்டது.

கரும்பு கட்டுகளுக்கு அருகில் உள்ள துவைக்கும் கல்லில், ஜசிரா தன் கல்லூரி பிராஜெக்டுகளுக்காக ஒரு மரத்துண்டில் தவளைகளை ஆணி அடித்துப் பொருத்தி அவற்றின் வயிற்றில் அறுவை சிகிச்சை செய்தாள். உள்ளே என்ன இருக்கிறது என்பதைக் கற்றுக்கொண்ட பிறகு அவள் தவளைகளைத் தைத்து அவற்றைப் போக விடுவாள் என்று கொஞ்சம் எதிர்பார்த்தேன்; மீண்டும் அவை தாவிக் குதித்து, சற்றே அதிர்ச்சியுடன், நொண்டியவாறு புதர்களின் ஊடே சமிக்ஞை கம்பத்திற்குக் கீழே உள்ள தங்கள் வீடுகளுக்கு ஓய்வெடுக்கச் சென்று மீண்டும் திரும்பி வருவதாக நான் நினைத்துக்கொண்டேன். ஆனால் அவள் குச்சிகளால் தென்னை மரங்களுக்கு அடியில் மேலோட்டமாகத் தோண்டிய குழிகளில் அவற்றைப் புதைத்தாள். அவளுக்கு தேவதைக்கதை தவளை கிடைத்து அதை முத்தமிட்டால் அது இளவரசனாக மாறி அவளைத் திருமணம் செய்துகொள்ளக்கூடாது; அது பலூன் போல பெருத்து கொடிய விலங்காக மாறி அவளை சாப்பிட வேண்டும் என விரும்பினேன். *ப்யூட்டி & பீஸ்ட்* கதையின் இந்த முடிவு சோஃபியா பல ஆண்டுகளுக்கு முன் எனக்குப் படித்துக்காட்டிய திருப்தியளிக்காத மகிழ்ச்சியான முடிவைவிட அதிகம் பிடித்திருக்கிறது.

என்ன நடக்கிறது! ஏராளமான தவளைகளை அறுவை சிகிச்சை செய்து அவை எல்லாவற்றையும் கொன்ற பிறகு, ஜசிரா தான் டாக்டராக விரும்புவதாக அறிவித்தாள்.

‘பரவாயில்லையே ஜசி, என் குடும்பத்தில் இதுவரை பெண் டாக்டர்களே இருந்ததில்லை,’ என்று அம்மா கூறினாள். என்னமோ இவர்கள் குடும்பம் முழுவதும் பெரிய பெரிய வேலைகளில் ஈடுபட்டு, நீதிமன்றங்களிலும் சிவில் சேவைகளிலும் முக்கிய பதவிகளை வகித்தவர்கள் போல. லண்டனில் சமையல் வேலை செய்வது பெரிய விஷயமாக, ஒரு செல்வாக்கான பதவியாக இருந்தால் ஒழிய.

‘பணத்தைப் பற்றிக் கவலைப்படாதே, காசிம் உன் படிப்பு செலவுக்கு லண்டன்லேந்து பணம் அனுப்புவான், நீ நல்ல மார்க் வாங்கறதுல மட்டும் கவனம் செலுத்து போதும்.’

‘அது பெரிய விஷயமே இல்லை,’ என்று ஜசிரா கூறினாள், அவள் கைகளில் எடுத்துக்கொண்ட கத்தி இன்னொரு பரிதாபமான

தவளையை சோதிக்கத் துடிப்பதாகத் தோன்றியது. அவள் அறையில் இரவு வெகு நேரம் வரையில் விளக்கு எரியத் தொடங்கியது, சில சமயங்களில் யாரோ விசில் அடிப்பவன், சிக்னல் போஸ்ட் கீழே நின்றுகொண்டு அறை இருட்டாகும்வரை விசில் அடித்தான்.

அவள் கடுமையாகப் படித்தாள், வீடு முழுவதும் சுற்றித் திரிந்து படித்தாள், துணி துவைக்கும் கல்லில் அறுவை சிகிச்சைகளை மேற்கொண்டாள். ஆனால் என்றாவது ஒருநாள் ஓடிப்போய்விடுவேன் என்ற மிரட்டலை செயல்படுத்தி கல்லூரியிலிருந்து வீடு திரும்பாமல் மாளிகையின் கௌரவத்தைக் குலைத்து விடுவாள் என்று நான் எனக்குள் பயந்தேன். பிற்பகல் வேளைகளில் கல்லூரியிலிருந்து அவள் வரத் தாமதமாகிவிடும் போதெல்லாம், விவரிக்க முடியாத எச்சரிக்கை ஒன்று பச்சை நிற கொசுவிரட்டியாக எனக்குள் எரியத்தொடங்கும், எங்கள் குடும்பத்தின் முதல் பெரிய அவமானத்தை நோக்கி அங்குலம் அங்குலமாக அது முன்னேறும். கொசுவிரட்டி சுருளின் கடைசி வட்டத்தை என்னுடைய இந்த எண்ணம் அடையுமுன் நான் அம்மாவிடம் போய் கடைசியில் ஜசிரா ஓடிவிட்டாள் என்று கூறுவதற்குமுன் கதவு திறக்கும் சத்தம் கேட்கும், அவள் வெளிப் பிரகாரத்தில் நடந்து வந்துகொண்டிருப்பாள். அப்பா கடைசியில் வாயைப் பெரிதாகத் திறந்து தன் கத்தல்களால் மாளிகையின் அஸ்திவாரத்தையே ஆட்டிக்கொண்டிருப்பதாகக் கற்பனை செய்துகொண்டு நான் வீணாக எனக்குள் எரிந்துகொண்டிருந்தேன்.

ஏதாவது பேரழிவு நடைபெறும் என்று எதிர்பார்த்து கண்களை அகலமாகத் திறந்து வைத்துக்கொண்டிருக்கும்போது ஒன்றும் நடைபெறுவதில்லை. எதிர்பாராத சமயத்தில் அது நம் வாழ்வில் அருவியாக வந்து கொட்டும். அவற்றின் கணிக்க முடியாத தன்மைக்காகவே அவற்றைக் குறித்து எனக்கு பயம். ஆனால் கணிக்க முடியாத அந்த தன்மைதான் பேரழிவுகளை தாங்கமுடியாததாக்குகிறது. சோகங்களை எதிர்பார்த்து முன்னெச்செரிக்கையுடன் இருப்பது மனப் பிறழ்வின் அறிகுறியா? என்னை ஒரு சிறுவனாக இருந்தபோதே டாக்டர் ரோஸிடம் அழைத்துச் சென்றிருக்க வேண்டும், எனக்கு இருபத்தி நான்கு வயதாகி நான் பல கொசுவிரட்டி சுருள் அலாரங்களை எனக்குள் எரித்து அவற்றின் சாம்பல் குவியல் என் மனப் பள்ளத்தாக்கில் ஒரு சிறிய மலையாக வளர்ந்த பிறகு அல்ல. பச்சை கொசுவிரட்டிச் சுருளை என் மார்பின் மத்தியில் வைத்து இதை நான் டாக்டர் ரோஸிடம் கூறினேன்.

‘இந்த மாதிரியா?’ என்று ஜன்னல் திட்டை சுட்டிக்காட்டினார், அங்கு பற்ற வைக்கப்படாத, அதனடியில் கொஞ்சம்கூட சாம்பல் இல்லாத ஒரு கொசுவிரட்டி இருந்தது. டாக்டர் ரோஸின் ஜன்னல்களில் கொசு வராமல் இருக்க, கொசுக்களால் மட்டுமே சிரமம் இல்லாமல் பார்க்க முடிந்த மெல்லிய வலைகள் போடப்பட்டிருந்தன. ஜன்னல் திட்டில் இருந்த இந்த கொசுவிரட்டிச்சுருள், ‘இந்த மாதிரிதானே?’ என்று அவர் சுட்டிக்காட்டுவதற்காக வைக்கப்பட்ட அவரது உபகரணங்களில் ஒன்றாக இருக்கலாம்.

அவரது அறை முழுவதும் என்னைப் போன்ற துயரத்தில் வாடும் மனிதர்களின் பிரச்சினையை அளவிட கருவிகளும், உபகரணங்களும் நிரம்பி இருக்கும் என்று எனக்கு சந்தேகம் இருக்கிறது. காட்சிப் பொருள்கள் என்ற பெயரில் சாதனங்கள் இருந்தன: சாதாரண மக்களுக்கு எந்த அர்த்தமும் தராத ஓவியங்கள்; மற்றவர்களுக்கு சில குறிப்பிட்ட பயங்களைத் தரும் படங்கள்; படம் பார்த்து கதை சொல்லுமாறு கேட்கக்கூடிய சார்க்கோலால் வரையப்பட்ட ஓவியங்கள். அவரது சுழல் நாற்காலிக்குப் பின்னால் மிகச் சிறிய அளவிலான எலும்புக்கூடு ஒன்று இருந்தது; அது மிகச் சிறியதாக, பாட்டில்-அளவேயான என் தங்கை போன்ற ஒரு குழந்தையின் எஞ்சிய பாகமாக உண்மையான எலும்புக்கூடாக இருக்கலாம். என் அலமாரியில் நான் எலும்புக்கூடுகள் வைத்திருக்கிறேன் என்று கூறினால், அவர் ஒரு பென்சிலால் இந்த எலும்புக்கூட்டை சுட்டிக்காட்டி, ‘இந்த மாதிரியா?’ என்று நிச்சயம் கேட்பார்.

எங்கள் பள்ளிக்குப் பின்னால் கடல், அலைதாங்கியை பல நாட்கள் காயவிட்டு அமைதியாக இருக்க, எங்கள் வகுப்பறைக்குள்ளேயே ரயில்களின் சத்தம் தெளிவாகக் கேட்கும்போதெல்லாம் என் வீட்டை துரதிர்ஷ்டம் தாக்குவதாக நினைத்துக்கொள்வேன். ஒரு பருவத்தில் கடல் பல வாரங்களுக்கு அமைதியாக இருக்க, டீசல் என்ஜின்களின் சத்தம் அடிக்கடி மிதந்து வந்தது. என் காதுகளுக்குள் சோக இசை ஒலிக்க எதிலும் கவனம் செலுத்துவது கடினமாகவும் பல விஷயங்களைக் கற்பனை செய்வது சுலபமானதாகவும் இருந்தது; சோகங்களைத் தவிர வேறு பல விஷயங்கள்.

ஒரு பெண்ணோடு மகிழ்ந்திருந்தேன்

அவள் ரயில் அருகே ஒரு வீட்டில் இருந்தாள்

இந்த முறை துர்சம்பவங்களால் பாதிக்கப்பட்டவராக அம்மா இல்லை, அப்பாதான் ஆனார். அம்மா முன் கதவு வழியாக,

தன்னிடம் இருப்பதிலேயே சிறந்த, தங்கநிற முந்தானை கொண்ட அடர் ஊதா நிற சேலையை உடுத்திக்கொண்டு படுக்கையறையுள்ளே சென்றதைப் பார்த்தேன். தலையில் மல்லிகைப் பூ வைத்திருந்தார், ஜசிராவின் நகைகளை கைகளிலும் காதுகளிலும், தன் நீண்ட கழுத்தில் சோஃபியாவின் நெக்லெசையும் அணிந்து கொண்டிருந்தார்.

பதினொன்றரை மணிக்கு எங்கள் வகுப்பறையைக் கடந்து சென்ற ரயிலின் உரத்த சத்தத்தையடுத்து அருமையாக அலங்காரம் செய்துகொண்டிருந்த அம்மா திடீரெனத் தோன்றினார். கைப்பிடி மீசை மற்றும் அரிவாள் கிருதாவுடன் இருந்த அந்த ஆள் உள்ளே வந்து கதவை சாத்திவிட்டு, அழகாக பின்னிய கூந்தலில் அம்மா வைத்திருந்த மல்லிகைப்பூவின் மணத்தை மோப்பம்பிடித்து வீட்டுக்குள் திருட்டுத்தனமாக நுழைந்தான்.

அவள் தோட்டம் முழுவதும் களைகள்
நான் அதில் இட்டேன் இரண்டு பை விதைகள்.

வேதியியல் வகுப்பு நடந்துகொண்டிருக்க நான் திடீரென்று எழுந்து நின்றேன்.

'என்ன, அமர்?' என்று ஆசிரியை கேட்டார். 'நீ ஏன் அழறே?'

'எனக்கு வயிறு வலிக்குது, நான் வீட்டுக்குப் போகணும்.'

'உனக்கு வயிறு சரியில்லையா?'

'இல்லை அபெண்டிசைட்டிசா இருக்கலான்னு நினைக்கறேன்,' வேதனையுடன் கூறினேன்.

ஆசிரியை போகலாம் என தலையசைத்து அனுமதி அளித்தார். முனகியவாறே நடிப்பு தத்ரூபமாக இருக்க வேண்டும் என்பதற்காக அபெண்டிக்ஸ் இருப்பதாக எனக்குத் தோன்றிய இடத்தில் அழுத்திப் பிடித்தவாறே வராந்தாவில் நான் நடப்பதை அவர் பார்த்துக்கொண்டிருந்தார்.

ஏதோ ஒன்று எனக்குள் எரியத் தொடங்கியது. இது எனக்குள் செயல்படும் வழக்கமான கொசுவிரட்டி சுருள் இல்லை. இது பெரிய உருண்டையான, நீண்ட திரியுடன், சிகப்பு நிறத்தில் பொதியப்பட்ட, பயங்கரமாக சத்தம் கேட்கும் ஒரு பட்டாசு. அதன் திரி மாளிகையை நெருங்க, நெருங்க சிறிதாகிக்கொண்டே வந்தது. மூச்சிரைத்தவாறே கதவருகில் சற்று நிதானித்தேன்.

தபால்காரன் அஞ்சலோடு வந்தபோது
நான் மீண்டும் ரயிலுக்கு ஓட்டமெடுத்தேன்.

எங்கள் நிச்சயமற்ற வாழ்க்கை கீழே உருண்டு விழுந்த மீன்தொட்டி போல சிதறுவதாக கற்பனை செய்துகொண்டே தாழ்ப்பாளை சத்தம் கேட்காமல் திறந்து நடைபாதையில் வேகமாகச் சென்றேன். எப்போதும்போல சாதாரண உடையணிந்த அம்மா கதவைத் திறந்தார், நனைந்த பட்டாசின் திரி போல் ‘புஸ்’ என்றாகியது.

அம்மாவின் கண்களைப் பார்க்காமல் வயிற்று வலி என்று விளக்கினேன். இஞ்சி, மிளகு கஷாயம் தயாரிக்க அவர் சமையல் அறைக்குச் சென்றபின் வீட்டில் இருந்த அத்தனை கட்டில்களுக்கு அடியிலும் குனிந்து பார்த்தேன். அன்றிலிருந்து, கடல் ஓய்வே இல்லாமல் சத்தம் எழுப்பிக்கொண்டிருக்க வேண்டும் என்றும் ரயில்கள் அதிக சத்தம் எழுப்பாமல் நகரை வலம் வர வேண்டும் என்றும் பிரார்த்தனை செய்தேன்.

அன்று மாலை சோஃபியா, அப்பாவின் அறையிலிருந்து சிரித்துக்கொண்டே நூறு ரூபாய் நோட்டை வீசியவாறு வந்தாள். அவள் ஐசிராவைப் பார்த்துச் சிரித்தாள்; எங்கள் நகருக்கு வடக்கே எண்பது மைல் தொலைவில் இருக்கும் ஏரிக்குக் கல்விச் சுற்றுலா போக சோஃபியாவுக்கு அனுமதி கிடைக்காது என்று ஐசிரா அனுமானித்தாள். ஒன்றிரெண்டு ஆண்டுகளுக்கு முன்பு ஐசிராவுக்கு அனுமதி மறுக்கப்பட்டது, அப்போது செலவு ஆளுக்கு வெறும் ஐம்பது ரூபாய்தான். ஆனால் ஐசிராவுக்குத் தெரியாத, எனக்கு மிக நன்றாகத் தெரிந்த ஒரு விஷயம் இருக்கிறது - எனக்குள் கனன்று கொண்டிருக்கும் உள்ளுணர்வுக்குத்தான் நன்றி சொல்ல வேண்டும் - அப்பாவுக்கு ஐம்பது ரூபாய் பெரிய விஷயமே இல்லை, ஆனால் அவர் ஏரியின் பின்னணியில் ஓர் இளம் ஆசிரியரோ அல்லது யார் மீதோ இவள் காதல் வயப்படலாம் என்று பயந்தார். சோஃபியாவோ கருப்பாக, மிகச் சாதாரணத் தோற்றத்துடன் இருப்பதால் காதலிக்க உகந்த எந்த இடத்திற்கு வேண்டுமானாலும் போகும் தகுதி பெற்றிருந்தாள்.

அன்று மாலை முழுவதும் சோஃபியா ஏளனமாக நகைத்துக்கொண்டிருக்க, ஐசிரா கோபத்துடன் மாளிகையிலேயே கவனிக்கப்படாத குழந்தை தான்தான் என்று

சொல்லிக்கொண்டிருந்தாள். இரவு உணவின்போது அடுத்த முறை கல்லூரி சுற்றுலாவுக்கு தன்னை அனுப்ப மறுத்தால், பாம்பே மெயில் வரும்போது ரயில் தண்டவாளத்தில் நின்று விடுவேன் என்று மிரட்டினாள். அம்மா உடனடியாக தாராளமாக பாம்பே மெயிலுக்கு முன்னால் நின்றுகொள் என்று அவளுக்கு அனுமதி வழங்கினாள். ஜசிரா, தன் கால்களை சமையலறை தரையில் உதைத்தாவாறே வெளியே போகும்போது கோபமாக கதவுகளை அடித்து சார்த்தியவாறு சென்றாள்.

குடும்பமாக நாங்கள் எப்போதுமே வெளியே சென்றதில்லை. சொல்லப்போனால், நெருங்கிய உறவினர் திருமணம், சாவு தவிர அனைவரும் ஒன்றாக வெளியே சென்றதேயில்லை. அம்மா தன் கண் தெரியாத அம்மாவைப் போய் பார்க்கும்போது பொதுவாக சோஃபியா அல்லது நான் அவர்களுடன் செல்வோம். ஜசிரா, சிறைக் குடியிருப்பில் உள்ள சையத் மாமா வீட்டிற்கு கோடை விடுமுறைக்குச் செல்லும்போது, அக்மலையும் சேர்த்து அனுப்புவார்கள். அவள் ஓடிப்போகாமல் இருப்பதற்காக இருக்கலாம். எனவே சோஃபியா போல இதற்கு முன்னால் வேறு யாருமே இவ்வாறு சென்றதில்லை. ஒரே திசையில் எண்பது மைல்கள் நாங்கள் யாருமே சென்றதில்லை.

சுற்றுலா போகும் தினத்தன்று, மாளிகையில் அனைவரும் சீக்கிரம் எழுந்துவிட்டனர். அம்மா சாண்ட்விட்ச் செய்தார், அது பொம்மை மெத்தைகளின் குவியல் போல இருக்க, ஆம்லெட் துண்டுகள் மஞ்சள் நிற படுக்கை விரிப்புகள் போல வெளியே நீட்டிக்கொண்டு இருந்தன. சோஃபியா இரவு முழுவதும் தூங்காதது போல் தோற்றமளித்தாள். பரபரப்புடன் வெளிறிக் காணப்பட்டாள். சுற்றுலாவுக்கு எந்த மாதிரி சிகை அலங்காரம் செய்வது என்று முடிவு செய்ய முடியாமல் இருந்தாள். கடைசியில் பன் கொண்டை போட்டுக்கொள்ள, பதினைந்திற்கு வயதிற்கும் அதிகமான பெண் போல அதில் அவள் தோன்றினாள்.

முழுநிலவின் தண்ணீர் போன்ற தெளிந்த வெளிச்சத்தில் நான் கண்விழித்தேன். நிலா, ஜன்னல் மூலையில் தென்னங்கீற்றில் மறைந்து காணப்பட்டது. தோட்டத்தில் இலைகள் வெளிறிய வெள்ளை வெளிச்சத்தில் இருப்பதைப் பார்த்தேன், நாவல் பழங்கள் கிளைகளில் பலகீனமாக பிரகாசித்துக்கொண்டிருந்தன. ரயில் தண்டவாளங்களை டவுன் முழுவதும் அவ்வப்போது சுத்தம் செய்வதால், அது பளபளப்பாக, தெரு விளக்குகளையும் நிலா ஒளியையும்கூட பிரதிபலித்தன. மண்பாதையில் அப்பா பள்ளிக்குச்

செல்ல ஏற்பாடு செய்திருந்த டாக்சி வந்தது, நான் சோஃபியாவுக்கு பாதுகாப்பாகச் செல்ல கீழே விரைந்தேன்.

அவள் பெருமிதத்துடன் சாப்பாட்டு அறையில் நின்று கொண்டிருந்தாள், எங்கள் சிறிய டவுனுக்கு வெளியே முதல் முறையாக நீண்ட பயணம் போகும் ஆர்வத்தில் பரபரத்தாள். அவளது சான்ட்விச் பெட்டி, மேலும் சில துக்கடா பொருட்கள் மார்க்ஸ் & ஸ்பென்சர் பையில் அடுக்கப்பட்டன. ‘சீக்கிரம், ஏற்கெனவே மணி அஞ்சாச்சு,’ என்று அப்பா கூறினார்.

சுஹூதா அத்தை எப்போதோ வேண்டாம் என்று விட்டுப் போயிருந்த குதிகால் உயர்ந்த செருப்புகளை சோஃபியா அணிந்துகொண்டாள். ஐசிராவின் மேக்-அப் பெட்டியிலிருந்து முந்தைய இரவு திருடி வைத்துக்கொண்ட ரோஸ் நிற உதட்டுச் சாயத்தைப் பூசிக்கொண்டாள். அவளுக்கு அது கொஞ்சமும் பொருந்தவில்லை, அது அவள் வாய் ஓரங்களில் ஸ்ட்ராபெர்ரி ஜாம் போல இருந்தது.

‘போயிட்டு வரேம்மா,’ அவரிடம் உதட்டுச் சாயத்தைக் கொடுத்து, ‘நான் இத எடுத்தேன்னு ஐசிகிட்ட சொல்லாதம்மா,’ என்றாள்.

பையை எடுத்துக்கொண்டு, ஐசிரா அறைக்குப் போய் மன்னிப்பு கேட்கும் வகையில் கதவைத் தட்டினாள். உள்ளே ஐசிரா விழித்துக்கொண்டிருந்தாள், விளக்கு வெளிச்சம் கதவுக்கு அடியில் தெரிந்தது. கதவருகில் சென்று கிசுகிசுப்பான குரலில், ‘ஐசி, கதவைத் திற. நான் போறேன்,’ என்றாள்

உள்ளிருந்து எந்த பதிலும் வரவில்லை. ‘கதவைத் திற,’ என்று கூறிய சோஃபியாவின் குரல் கொஞ்சம் உடைந்தது, உடனே சமாளித்துக்கொண்டாள். ‘கதவைத் திற, நான் கிளம்பற நேரம் ஆயிருச்சு,’ என்றாள்.

கதவுக்கு அடியில் தெரிந்த வெளிச்சம் மறைந்தது.

வரவேற்பு அறையிலிருந்து அப்பா, ‘ஏற்கெனவே அஞ்சு-பத்தாயிருச்சு,’ என்று குரல் கொடுத்தார். ‘நாம இப்பவே கிளம்பலேன்னா பஸ் உன்னை விட்டுட்டுப் போயிரும்,’ என்றார்.

நாங்கள் கிளம்பினோம், அம்மா போர்ட்டிகோவில் குளிருக்காக கைகளைக் கட்டியவாறு நின்று நாங்கள் போவதைப் பார்த்துக்கொண்டிருந்தார். மண்பாதையில் சகதி நிறைந்த குட்டைகளின் தண்ணீரில் டாக்சி ஓடியதால் சிற்றலைகள்

எழும்பின. இருண்ட வீடுகள், நில ஒளியில் நனைந்த மரங்களைக் கடந்து நாங்கள் சென்றோம். குண்டும் குழியுமாக இருந்த பாதை வளைந்து தார் சாலை வந்ததும் டாக்சி நின்றது. எங்களுக்கு முன்பாக வேலி போன்று இருந்த ரயில்வே கேட் மூடியிருந்தது. முன் இருக்கையிலிருந்து அப்பா, 'உன்னை சீக்கிரமா கிளம்புன்னு சொன்னேன்ல? இப்பப் பாரு, கேட் எப்போ திருப்பாங்கன்னே தெரியல,' என்று சீறினார்.

என் பக்கத்தில் அமர்ந்திருந்த சோஃபியா பதற்றத்தில் கஷ்டப்பட்டு மூச்சுவிடத் தொடங்கினாள், அவள் கண்கள் சுரங்கப்பாதையின் முன்பக்கத்தில் நிலைத்தன. ஐந்தே நிமிட காத்திருப்புக்குப் பின், ஒரு ரயில் சுரங்கப்பாதையிலிருந்து வெளியே வந்தது, அது தட தடவென போய்க்கொண்டிருந்தபோது அப்பா சோஃபியாவுக்கு மொட மொடப்பான ஐம்பது ரூபாய் நோட்டைக் கொடுத்துவாறே ஏதோ அறிவுரை சொன்னார், ரயில் இரைச்சலில் எனக்குக் கேட்கவில்லை.

முழு நிலவின் ஒளியில் வெளிச்சமாக இருந்த காலியான தெருக்கள், கருப்புக் கம்பளம் போன்று டாக்சியை விட்டு உருண்டோடிய தார் சாலை ஆகியவை இன்னமும் என் நினைவிலிருக்கின்றன. நிலவு வெளிச்சத்தில் என் பள்ளியை நான் முதல் முறையாக அப்போதுதான் பார்த்தேன். தலைமை ஆசிரியரின் அறையிலும், அதை அடுத்த நூலக அறையிலும் விளக்குகள் ஒளிர்ந்தன. சோஃபியாவின் வகுப்புத்தோழிகள் சிறுசிறு குழுக்களாக வராந்தாவில் தங்கள் பாதுகாவலர்களுடன் நின்றுகொண்டிருந்தனர். இயங்காத நீரூற்றின் அருகில், பேருந்து ஒன்று அதன் கம்பிகளில் பேனர் கட்டப்பட்டு நின்றுகொண்டிருந்தது. சோஃபியா டாக்சியிலிருந்து இறங்கி விடைபெறத் தொடங்க, ஏதோ ஒரு தடை ஏற்பட்டு பேருந்து செயலிழந்து விட்டது. லாந்தர் வெளிச்சத்தின் உதவியுடன் ஒரு குழுவினர் அதைச் சரிபார்த்துக் கொண்டிருந்தனர். பள்ளிக்குப் பின்னால், விளையாட்டு மைதானத்துக்கு அப்பால், பல ஏக்கர் தென்னந்தோப்புகளைத் தாண்டி, ஒரு சிகப்பு முகட்டின் அடியில், கடற்பாசி படிந்த அலைதாங்கியில் கடலலைகள் வந்து மோதிக்கொண்டிருந்தன. சோஃபியா டாக்சிக்குள் திரும்ப வந்து அமர்ந்து தன் பையிலிருந்து ஒரு கைக் கண்ணாடியை எடுத்தாள். டாக்சியின் மேல்விளக்கைப் போட்டு, அந்த மங்கலான ஒளியில் தன் உதடுகளை சரிபார்த்தாள்.

'உலகத்தில ஒருவேள உதட்டுச்சாயம் ஒரு துண்டுகூட இல்லாம போனா பொண்ணுங்க எப்படித்தான் உயிர் வாழ்வீங்களோ

அனீஸ் சலீம் | 51

தெரியல,’ என்று கேட்டவாறு அப்பா பேருந்தைப் பழுது பார்த்துக்கொண்டிருந்தவர்களைப் பார்த்தார்.

சூரியன், நூலகத்திற்குப் பின்னால் உதித்து ஜன்னல்களில் மஞ்சள் ஒளியை வெளிறச் செய்தபோதுதான் நான் சந்தீப்பைப் பார்த்தேன்; எங்களுக்கு அருகில் ஒரு மரத்தடியில் சோஃபியாவைப் போலவே பொறுமையற்று இருந்த தன் சகோதரியுடன் நின்று கொண்டிருந்தான். அவன் அம்மாவும் எங்கள் அப்பாவைப் போலவே எரிச்சலுடன் இருந்தார்.

‘நீ என்ன இங்க?’ என்று அப்பா, அக்மல் மற்றும் என்னுடைய நண்பர்களுக்காகவே பயன்படுத்தும் குரலில் கேட்டார்.

‘இவளும் சுற்றுலா போறா,’ என்று சோஃபியாவைப் பார்த்து கையசைத்த பெண்ணை சுட்டிக்காட்டிக் கூறினான். சோஃபியா பதிலுக்குக் கையசைத்தாள், ஆனால் அது கையசைப்பு என்பதைவிட சுற்றுலா பற்றிய நிச்சயமற்ற தன்மையின் வெளிப்பாடாகவே இருந்தது. காலை வெளிச்சம் வரத் தொடங்கியபோது, குழுக்கள் பிரிந்தன, மீண்டும் இணைந்தன, பெரிய பிள்ளைகள் வட்டமாக நின்றுகொண்டு பேருந்தின் நிலை பற்றி கேலியாகப் பேசினர், பெண்கள் கைப்பிடிச் சுவர்களில் அமர்ந்து பேருந்து அருகில் அமர்ந்திருந்தவர்களைப் பார்த்தனர்.

திடீரென்று பேருந்து எங்களுக்குப் பின்னால் ஒலி எழுப்பத் தொடங்கியது. நூலக வராந்தாவில் பதற்றம் ஏற்பட்டது, ஜன்னல் இருக்கைக்காகப் போட்டி நடந்தது. சோஃபியா மார்பில் தன் மார்க்ஸ் & ஸ்பென்சர் பையை இறுக்கமாகக் கட்டிக்கொண்டு வேகமாக ஓடினாள். பேருந்தில் முதலில் ஏறியவர்களில் ஒருத்தியாக இருந்தாள்; அங்கும் இங்கும் ஓடியவாறே நல்ல இருக்கை எது என்று முடிவு செய்தாள்.

பேருந்து புறப்படத் தயாரானதும் எங்களைப் பார்த்து கைகளை அசைத்தாள். ரோஸ் உதட்டின் நிறத்தில் அவள் புன்னகை உறைந்தது. பேருந்தின் பின்பக்க சிகப்புநிற விளக்கு கண்ணிலிருந்து மறையும்வரை நான் கையசைத்துக் கொண்டே இருந்தேன். ஆனால் அப்பா தாமதமாகவே வெறும் அரைப் புன்னகைப் பூத்தார், அதைக்கூடப் பார்க்க முடியாதவாறு அவள் தொலைவில் சென்றுவிட்டிருந்தாள். அப்போதுதான் விழித்துக்கொள்ளத் தொடங்கிய நகரினூடே நாங்கள் அமைதியாக வீடு திரும்பினோம். டாக்சிக்குள் வீசிய தென்றல் காற்று, நகரம் தன் முதுகை வளைத்து விட்ட கொட்டாவியாகத் தோன்றியது.

தூங்கி வழியும் வெப்பம் மிகுந்த ஞாயிற்றுக்கிழமையான அன்று நகரம் அமைதியாக ஏறக்குறைய காலியாக இருந்தது, கடைகள் மூடியிருந்தன. பிற்பகலில், நான் சந்தீப் வீட்டிற்கு தொலைக்காட்சியில் காட்டப்படும் ஞாயிற்றுக்கிழமை திரைப்படத்தைப் பார்ப்பதற்காகச் சென்றேன். (மாளிகையின் கதவுகள் பதினெட்டு அங்குல கருப்பு-வெள்ளை தொலைக்காட்சிக்காக திறக்க இன்னும் நான்கு ஆண்டுகள் இருந்தன, நாங்கள் பின்பு மேற்கூரையில் ஒரு ஆன்டெனாவையும் பொருத்தினோம்.) சந்தீப்பின் வீடு உயரத்தில், புற்களில் பொதிந்திருந்த களிமண் பாதையின் முடிவில் இருந்தது. வாசற்கதவும் வீடும் துரு நிறத்தில் இருந்தாலும் நாகரிகமாகவும் இருந்தன. வீட்டிற்கு நேராகச் செல்லும் நடைபாதையில், நட்சத்திரமீன் வடிவிலான சிமென்ட் கற்கள் போடப்பட்டிருந்தன. சோஃபாக்கள் சிகப்பு நிறத்தில் மெத்து மெத்தென்று ஆழமாக இருந்தன. சுவர்களில் வரிசையாகப் புகைப்படங்கள்: சந்தீப்பும் அவனது சகோதரியும் குழந்தைப் பருவத்தின் பல்வேறு கட்டங்களில் இருந்தனர், அவர்கள் பெற்றோர் பல்வேறு பின்னணிக் காட்சிகளுக்கு முன் நின்றுகொண்டிருந்தனர். வெளிப்புறமாக இருந்த படிக்கட்டில் ஏறி சந்தீப்பின் அறை இருந்த இரண்டாவது தளத்திற்குச் சென்றேன், எங்கள் மாளிகையில் இல்லாத பல பொருள்கள் அங்கே நிரம்பி இருந்தன, செழுமை கொட்டிக் கிடந்தது.

குளியலறை குழாயில் தண்ணீர் கொட்டும் சத்தம் கேட்டது, அதை மீறி சந்தீப்பின் குரல் கேட்டது. பாடிக்கொண்டிருந்தான். நான் பால்கனிக்குச் சென்று காத்திருந்தேன். அந்த வீடு சரிவில் இருந்ததால், பால்கனியிலிருந்து நகரையும் அதைச் சுற்றியுள்ள நெருக்கமான பல சந்துகளையும் நன்றாகப் பார்க்க முடிந்தது. கார்கள் ஓசையில்லாமல் போக்குவரத்தைச் சுற்றி வந்ததைப் பார்க்க முடிந்தது. பறவைகள் நகர மசூதியின் மாடத்தைக் கடந்து பறந்துகொண்டிருந்தன. பிரார்த்தனை கூடத்திற்கும், புதைகாட்டிற்கும் பக்கத்தில் பிரகாசித்த சுத்தம் செய்துகொள்ளும் குளம், முந்திரி மரங்களிலிருந்து மதிற்சுவர் வரையில் நீண்டிருந்தது. அங்கு நின்றவாறு அந்த சிறிய நகரை பார்த்துக்கொண்டிருந்தபோது, இடுகாட்டில் நடமாட்டம் இருப்பதை கவனித்தேன். இமாமை அழைத்துக்கொண்டு ஒரு புதிய கல்லறைக்கான இடத்தைப் பார்வையிட புதர் நிறைந்த பாதையில் இரண்டு பேர் அவருடன் சென்றுகொண்டிருந்தனர். அந்த மசூதிக்கு வரும் எங்கள் மதத்தைச் சேர்ந்த யாரோ ஒருவர் எங்கேயோ இறந்துவிட்டார். தற்காப்பு சுவருக்கு அருகில் அவர்கள் வந்தபோது, அந்த

மூவரில் மிகவும் ஒல்லியாக இருந்தவரை எனக்கு அடையாளம் தெரிந்தது. அப்பாவின் தூரத்து உறவினர், தன் திருமணத்தால் மாளிகையின் நல்ல அபிப்பிராயத்தை இழந்தவர். வெகு இயல்பாக திறந்தவெளிக்கு வரும்வரை பல கல்லறைகளைக் கடந்து சென்றவர்கள் அங்கேயிருந்த களைகளை விரல்களால் சுட்டிக்காட்டிவிட்டு அந்தப் பாதையிலேயே தொடர்ந்து சென்றனர்.

சந்தீப் குளியலறையிலிருந்து ஒரு துவாலையைக் கட்டிக்கொண்டு வெளியே வந்து ஆடைகளை அணியத் தொடங்கினான். பின்னர் நாங்கள் கீழே வீட்டின் வரவேற்பு அறைக்குச் சென்று விளம்பரங்கள் முடிந்து படம் தொடங்கக் காத்திருந்தோம். அவன் அம்மா சமையலறையில் இருந்தார் என்பதற்கிணங்க பாத்திரங்களின் சத்தம், உணவு தயாரிக்கும் செயலிகளின் ஓசை எங்களுக்குக் கேட்டது.

எங்களுக்குப் பின்னால் இருந்த தொலைபேசி மணி அடிக்கவும் சந்தீப்பின் அம்மா வரவேற்பு அறைக்கு வந்து போனை எடுத்துப் பேசினார்.

'சந்தீப், சத்தத்தைக் குறை,' என்று கத்தினார்.

சந்தீப் சோஃபாவில் கால்களைப் பரப்பிக்கொண்டு சவுகரியமாக அமர்ந்து விளம்பரத்தில் மூழ்கிவிட்டான்.

'சந்தீப்,' இப்போது அவள் இன்னும் குரலை உயர்த்தி கோபத்துடனும் அழைத்தாள். 'சத்தத்தை இப்பவே குறை இல்லாட்டி இனிமேல் உன்னால டி.வி.யே பாக்க முடியாது,' என்றாள்.

எனக்குக் கூச்சமாகத் தோன்றவே இருக்கை முனையில் சரிந்து அமர்ந்தேன், விஷயம் மோசமாகிவிட்டால் எழுந்துபோகத் தயாராக இருந்தேன். ஆனால் சந்தீப் கோபத்துடன் எழுந்து ஒலியைக் குறைந்தான். சோஃபாவில் மீண்டும் வந்து அமர்ந்தான், அவன் அம்மா தொலைபேசியில் பேசத் தொடங்கினார். 'மன்னிச்சிருங்க, நீங்க சொன்னது சரியா கேக்கல. என்ன சொன்னீங்க?' தொண்டையைக் கிழித்துக்கொண்டு சத்தமும், லேசான அழுகையும் அவரிடமிருந்து கேட்டன, என்ன நடக்கிறது என்று நாங்கள் திரும்பிப் பார்ப்பதற்குள் அவர் எங்களுக்கு முதுகைக் காட்டித் திரும்பி நின்றவாறு கிசுகிசுப்பான குரலில் பேசினார். சிறிது நேரம் கழித்து தொலைபேசியை வைத்து விட்டு எங்களைப் பார்க்காமல் உள்ளே சென்று மறைந்தார். சந்தீப் மீண்டும் தொலைக்காட்சி

அருகில் சென்று ஒலியை அதிகரித்தான், விளம்பரங்களின் ஓசை அறையை நிரப்பியது.

'சந்தீப்,' அடுத்த அறையிலிருந்து கடுமையான குரலில் அழைத்தார். சந்தீப் கோபமாக தலையை சொறிந்துகொண்டு வேகமாக போனான். அங்கேயே இருப்பதா அல்லது போவதா என்று என்னால் முடிவு செய்ய முடியவில்லை; அந்தப் பிற்பகல் ஏற்கெனவே சரிசெய்ய முடியாத அளவு மோசமாகிவிட்டது.

திரும்பி வரும்போது அதிக அமைதியாக, ஏறக்குறைய புன்னகையுடன் இருந்தான். தொலைக்காட்சியை அணைத்தவன் சோஃபாவில் அமர்ந்து, 'அம்மா உன்னை வீட்டுக்குப் போகச் சொல்றாங்க. அவங்களுக்குத் தலைவலிக்குதாம்,' என்றான்.

ஆழமாகப் புண்பட்டாலும்கூட, அவனைப் பார்த்துப் புன்னகைத்தவாறு வேகமாக எழுந்தேன். தாழ்வாரம் வரை இருந்த மேஜை நாற்காலிகளின் ஊடாக கவனமாக நடந்து வரிசையாக இளம் புல் வளர்ந்திருந்த களிமண் பாதையில் விரைந்தேன்.

யூக்கலிப்டஸ் அடர்ந்திருந்த இடத்தை அடையவும் மண்பாதையில் போக வேண்டாம் என்று முடிவு செய்து ரயில்பாதையில் சென்றேன். தண்டவாளத்தின் இரண்டு பக்கங்களிலும் மெல்லிய திரைப்போல இருந்த மரங்கள் என் அவமானத்தின் வலியை குறைப்பது போலத் தோன்றியது. கடைகளுக்குப் பின்னால் ரயில் பாதையில் நடந்துசென்று, புறம்போக்குப் பட்டறை மற்றும் மசூதியைக் கடந்து சுரங்கப்பாதையில் நுழைந்தேன்.

சுரங்கப்பாதை இருளின் பல்வேறு நிழல்களை மறைத்து வைத்திருந்தது. முதல் சில கெஜங்களுக்கு ஆதிக்கம் செலுத்தும் சாம்பல் நிற வெளிச்சம் உள்ளே ஆழமாகச் செல்லச்செல்ல திடீரென்று ஏறக்குறைய தெளிவாகத் தெரிவதுபோல் தெரிந்து, காரிருள் என் முகத்தில் திரைச்சீலைபோல வந்து விழுந்தது. நான் கருப்புத் திரையை என் முகத்திலிருந்து விலக்குவதுபோல் இந்த நீளத்தை பாதி ஓட்டமாக ஓடி கடந்தேன். சுரங்கப்பாதையின் கார் இருளைக் கிழித்துக்கொண்டு நான் வந்தபோது மசூதி தூபிகளில் உள்ள ஒலிபெருக்கிகளிலிருந்து தட்டும் ஓசை கேட்டது. மாலை பிரார்த்தனைக்கான அழைப்பிற்கு இன்னும் நிறைய நேரம் இருந்தது, சூரிய அஸ்மனத்திற்கு இன்னும் ஒரு மணி நேரமாவது ஆகும். அவசரமாக எழுதப்பட்டதுபோல தோன்றிய ஒரு கவிதையை இமாம் வாசித்தார். சுரங்கப்பாதை அவர் வார்த்தைகளை சிதைத்து

அர்த்தமில்லாமல் செய்தது. சுரங்கப்பாதையின் இறுதிக்கு நான் வந்து சேர்ந்தபோது ஒலிபெருக்கிகள் மவுனமாகிவிட்டன.

சந்தீப் வீட்டு பால்கனியிலிருந்து இடுகாட்டில் நான் பார்த்த எங்கள் அப்பாவின் உறவினர், சிக்னல் போஸ்ட் அருகில் நின்றுகொண்டு நான் அங்கே வருவதைப் பார்த்துக்கொண்டிருந்தார். அவர் புன்னகைக்கவில்லை, நான் அவரைப் பார்த்து புன்னகைத்தபோது ஜாக்கிரதையாக வேறுபுறம் திரும்பி கொண்டார். பங்களாவில் ஏதோ மோசமான விஷயம் நடந்திருக்கிறது என்று எனக்கு நிச்சயமாகத் தெரிந்தது. மண்பாதையைக் கடக்கும்போது துயரத்தின் அறிகுறிகளை ஒன்றிணைக்க முயற்சி செய்தேன்: மசூதிக்குப் பின்னால் இருந்தவர்கள் ஒரு புதிய கல்லறையைத் தோண்டுவது குறித்து விவாதித்தது, சந்தீப்பின் அம்மா தொலைபேசியில் முகத்தைத் திருப்பிக்கொண்டு கிசுகிசுத்த குரலில் பேசியது, இமாம், ஒலிவாங்கியில் ஒரு விரைவு செய்தியை வாசித்தது. நான் சந்தீப் வீட்டில் இருந்தபோது மாளிகையில் யாரோ ஒருவர் அல்லது எங்கள் குடும்பத்தில் யாரோ ஒருவர் இறந்துவிட்டார். சிறிய மக்கள் கூட்டத்தைக் கடந்து நான் மாளிகைக்கு விரைந்து, திடீரென்று அம்மாவை உயிருடன் பார்க்க வேண்டும் என்று விரும்பினேன். முகப்புப் படிகளில் ஏறிய உடனே எனக்கு அவரது குரல் கேட்டது; கரகரத்த துயரமான குரலில் வெகு தீவிரமாக ஏதோ காணாமல் போன பூனைக் குட்டியைத் தேடுவது போல, 'சோஃபி, சோஃபி...' என்று கேட்டது.

வானத்தின் ஓரத்தில் நிலா மீண்டும் வந்துவிட்டது. தோட்டத்தில் வெண்மைப் புள்ளிகளாக ஒளியைத் தூவ, குறிப்பாக ஒயின்-சிவப்பு பழங்கள் நிரம்பிய மெழுகு நாவல் மரம் மீது தன் ஒளியைத் தூவ நிலா மீண்டும் வந்தது. மாளிகை, துக்கம் விசாரிப்பவர்களால் நிரம்பி வழிந்தது, சோஃபியாவின் உடல் இன்னமும் அவள் காலையில் போவதற்காக புறப்பட்ட ஏரிக்கு அருகில் உள்ள மருத்துவமனையில் கிடந்தது. சிறைத் துறையில் சையத் மாமா வேலை பார்ப்பது பெரிதாக உதவவில்லை. அவள் உடல் நடு இரவிற்கு முன்பாக இங்கு வராது.

துக்கம் விசாரிக்க வந்தவர்களின் ஊடாக நான் நடக்க, படகு ஒன்றைக் குறித்து மெதுவான குரலில் பேசிக்கொண்டிருந்தனர். ஆனால் நான் அவர்களைக் கடக்கும்போது மவுனமாகிவிட்டனர். உண்மையில் தெரிந்துகொள்ள விரும்பாத, ஆனால் தெரிந்து கொள்ளும் ஆவலைக் கட்டுப்படுத்த முடியாத விவரங்களை சந்தீப்பிடமிருந்து கேட்டுத் தெரிந்துகொண்டேன். நாங்கள் கனமான

மரப்படுகையின் மீது அமர்ந்து கொண்டிருந்தோம். எங்களுக்கு மேல் இருந்த சிக்னல் விளக்குகள் அவ்வப்போது சிகப்பிலிருந்து பச்சைக்கும் மீண்டும் சிகப்புக்குமாக மாறிக்கொண்டிருந்தன. ரயில் வெளிச்சத்தின் வெறும் இரண்டு கோட்டுருவங்களாக நாங்கள் ஒன்றும் பேசாமல் அமர்ந்திருந்தோம்.

காலையின் மங்கிய ஒளியில் பின்பக்க விளக்குகள் மங்கிப்போக எங்களை நோக்கி அசைத்த கைகளை நான் நினைத்துப் பார்த்தேன்.

'உன் சகோதரியா?' என்று தயக்கத்துடன் அவனிடம் கேட்டேன்.

சிறிது நேரத்திற்கு அவன் எதுவுமே பேசவில்லை. கேள்வியை மீண்டும் கேட்க நினைக்க அவன் அப்போது மென்று விழுங்கியபடி, 'சோஃபியா மட்டும்தான், மத்தவங்க எல்லாரையும் காப்பாத்திட்டாங்க,' என்றான்.

ஒருவேளை படகு கவிழ்ந்திராவிட்டால் சுற்றுலா சென்றவர்கள் திரும்பியிருக்க வேண்டிய நள்ளிரவு நேரம் ஏரியில் என்ன நடைபெற்றிருக்கலாம் என்று என்னால் விரிவாகக் காட்சிப்படுத்த முடிந்தது. ஏரியை பெரிய உருண்டையாக ஆலிவ் நிறத்தில் இருக்கும் என்று கற்பனை செய்தேன். படகு அவர்களை ஏரிக்கு ஏற்றிச்சென்ற பேருந்தின் நீல நிறத்தில் இருந்தது. நீர் அல்லியைப் பறிக்க சோஃபியா படகிலிருந்து கையை எட்டிக் குனிந்ததை நான் பார்த்தேன், காகிதக் கப்பல்கள் மழைத்துளிகள் படும்போது சாய்வதைப்போல படகு ஒரு பக்கமாக சாய்ந்து எரியின் மேற்பரப்பை மோதியது. அவள் கைகள் மெதுவாக ஏரிக்குள் மூழ்க மூழ்க நீர் அல்லி இல்லாத சிற்றலைகள் அவற்றை சூழ்ந்தன.

நிலவொளி அதிகப் பிரகாசமடைந்து என் கண்களை உறுத்தியது; தனிமையில் அமர்வதற்காக என் அறைக்குள் சென்று நிலா வெளிச்சத்தை மறைக்கத் திரைச் சீலைகளை இறக்கிவிட்டேன். ஜசிராவும் அம்மாவும் மாட்டுக் கொட்டகையில் மரக்கட்டைகளின் குவியலில் மறைந்துகொண்டிருந்த பூனைக்குட்டியை அழைப்பது போல மாறி மாறி சோஃபியாவின் பெயரைச் சொல்லி அழைத்தனர்.

சோஃபியா செய்ய வேண்டியவை குறித்த பட்டியல்கள் தயாரிப்பதில் மிகவும் ஆர்வம் கொண்டிருந்தாள். அவள் ஒரு பழைய புத்தகத்தின் பக்கங்களில் செய்ய வேண்டிய பட்டியலைத் தயாரித்து அவற்றை வீடு முழுக்க, ஜசிரா சுருள் சுருளாக உதிர்ந்த முடிகளைப் போடுவது போல போட்டுவிடுவாள் - புத்தகங்களுக்கு உள்ளே, பயன்படுத்தாத பாத்திரங்களில், படுக்கை மற்றும் குஷன்களின் கீழே, பூ ஜாடிகள்

மற்றும் டீ தட்டுகளுக்கு அடியில். இந்தச் சிறிய மஞ்சள் சீட்டுகளில் பெரும்பாலும் கன்றுகளை எடுத்து மறுபடியும் நடுவது, நூலகத்தில் புத்தகங்களை திருப்பிக்கொடுப்பது, பிறந்தநாட்களை நினைவில் வைத்திருப்பது, அக்மலிடமிருந்து சமயங்களில் அம்மாவிடமிருந்தும் கடனை திருப்பிப் பெறுவது என்று இருக்கும். சுவற்றில் இருந்த அலமாரியைத் திறந்து அதில் பழைய நூல்களுக்கு இடையே சோஃபியா எழுதிய காகிதத் துண்டு இருக்கும் என ஓரளவு எதிர்பார்த்தேன். அங்கு எதுவுமே இல்லை. ஏதாவது புத்தகத்திற்குள் அவள் வைத்திருக்கலாம். அவள் துண்டு சீட்டுகளில் ஒன்றைத் தேடி எடுத்தே ஆக வேண்டும் என்ற வலுவான எண்ணம் தோன்றியது, என்னவோ அவற்றின் ஒன்றில் உடனடியாக நிகழவிருக்கும் தன் மரணம் குறித்த பயங்களை அவள் பதிவு செய்திருக்கலாம் என்பது போல.

தோராயமாக நான் ஒரு புத்தகத்தை எடுத்து எதுவும் யோசிக்காமல் பக்கங்களைத் திருப்பினேன். அதன் பக்கங்களிலிருந்து என் கைப் பட்டுப் பறந்த தூசியை என்னால் நுகர முடிந்தது. கடைசிப் பக்கத்தில், கடைசி பத்திக்கு சற்றே கீழே ஒரு சாதாரண கையொப்பத்தைப் பார்த்தேன். ஆடம்பர வளைவு கோடுகள் எதுவும் இல்லாமல் ஜாவி என்று இருக்க அதன் நீல மை ஏற்கெனவே பழசாகிவிட்டிருந்தது. அதில் மெல்லிய கோடும் பெயருக்கு அடியில் இரண்டு புள்ளிகளும் மட்டும் இல்லாவிட்டால், அதை நான் ஒரு கையொப்பம் என்று ஏற்றுக்கொண்டிருக்க மாட்டேன். ஒரு குழந்தைகூட நகலெடுத்துவிடக்கூடிய கையொப்பம் அது. அதற்கு அடியில் தேதி, கையொப்பமிடப்பட்ட நேரத்துடன் இருந்தது. மே 12, 1952. மாலை 8.30. அந்தப் புத்தகத்தை நான் மீண்டும் அங்கேயே வைத்துவிட்டு இன்னொன்றை எடுத்து பக்கங்களைத் திருப்பினேன். இதிலும்கூட ஜாவி தேதியுடன் கையொப்பமிட்டிருந்தார். டிசம்பர் 7, 1954 நண்பகல் 12. அராபிய புத்தகங்களை திறப்பதுபோல மேலும் சில புத்தகங்களை பின்பக்கத்திலிருந்து திறந்தேன். அதே கையொப்பம், வெவ்வேறு தேதிகள்; இந்த ஜாவி யாராக இருந்தாலும் ஒரு புத்தகப்புழுவாக இருந்திருக்கிறார் எனத் தோன்றியது. ஆனால் அவரது புத்தகங்கள் இவ்வளவு அதிகமாக எங்கள் வீட்டில் இருப்பது ஏற்கெனவே குழம்பிப்போன எனக்கு திகைப்பாக இருந்தது. எங்கள் அம்மா-அப்பா இருவர் குடும்பங்களிலும் இந்தப் பெயருடைய ஒருவர் இருந்ததாக நான் கேள்விப்படவில்லை. என் அப்பாவின் நண்பர் வட்டத்தில்கூட ஜாவி என்று யாருமே இல்லை.

நிலா வெளிச்சம்தான் மேலும் வெளிறிவிட்டதோ என்று திரைச்சீலையை ஒதுக்கிப் பார்க்க, மண் சாலையில் இரண்டு முகப்பு விளக்குகள் வந்துகொண்டிருந்ததைப் பார்த்தேன். ஒரு விநாடி நேரம் அது சோஃபியாவை பள்ளிக்கு அழைத்துச்செல்ல வந்த டாக்சி என்றும், இனிதான் சுற்றுலா போகப்போகிறார்கள் என்றும், சோஃபியாவின் மரணம் என் நீண்ட கொடும் கனவு என்றும் நம்பினேன். அடுத்த விநாடியே அது ஆம்புலன்ஸ் என்பது தெரிந்துவிட்டது, ஓட்டுனரின் இருக்கைக்கு மேல் சிகப்பு விளக்கு சுற்றிக்கொண்டிருந்தது. நல்லவேளையாக அது சத்தமிட்டுக்கொண்டு வரவில்லை. ஜாவியின் புத்தகங்களை எடுத்த இடத்திலேயே மீண்டும் வைத்தேன், ஆனால் கீழே போவதற்கு எனக்கு மனம் வரவில்லை.

சோஃபியாவை அடக்கம் செய்த ஒரு வாரத்திற்குப் பிறகு பள்ளிக்குச் செல்லாமல் பெரும்பாலும் என் அறையிலேயே இருந்தேன். அவளது செய்ய வேண்டிய வேலைகளின் கடைசிப் பட்டியல்களை அலமாரிகளில் தேடித் துழாவிக்கொண்டிருந்தேன். என் அக்கா விட்டுச்சென்ற தடயங்களுக்கு பதிலாக மீண்டும் மீண்டும் ஒரு அந்நியரே கிடைத்தவண்ணம் இருந்தார்.

தான் படித்த பிறகு புத்தகங்களில் கையொப்பமிடும் வழக்கம் கொண்டவராக இருந்தால், ஜாவி ஏராளமான நூல்களை வாசித்திருக்க வேண்டும். இவரது குழந்தைத்தனமான கையொப்பத்தில் உள்ள தேதிகளின்படி, அவர் ஓர் ஆண்டிற்கு குறைந்தபட்சம் ஒரு டஜன் மிகப் பெரிய நூல்களையாவது படித்திருப்பார், சில நேரங்களில் இந்த எண்ணிக்கை ஒரிரு டஜன்களாக அதிகரிக்கும். ஆனால், 1960களின் நடுவில் இந்த எண்ணிக்கை வெகு வேகமாகக் குறைந்து வந்துள்ளது, ஆறிலிருந்து நான்கு, மூன்றிலிருந்து ஒன்று என. கடைசியாக அவர் கையொப்பமிட்ட தேதி நவம்பர் 5, 1968, காலை 1.40. துக்க நாட்களின் இடையில் ஓர் ஆச்சரியமான விஷயமாக நான் நவம்பர் 5, 1968-இல் பிறந்தேன். நான் பிறந்த நேரம் பற்றி எனக்குத் தெரியவில்லை, ஆனால் நான் இந்த உலகத்திற்கு வர அதிகாலை நேரத்தைத்தான் தேர்ந்தெடுத்திருப்பேன் என்ற வலுவான எண்ணம் எனக்கு உள்ளது. இதற்குக் காரணம் கண் தெரியாத என் பாட்டியாக இருக்கலாம் - நடு இரவுக்குப் பிறகு பிறந்த குழந்தைகள் பகலில் அதிக நேரம் தூங்கி இரவில் விழித்திருப்பார்கள் என்று கூறுவார். நான் பிறந்த சமயத்தில் ஒட்டுமொத்த மாளிகையையும் இரவு முழுவதும் விழித்திருக்கச் செய்வேன் என்று கூறுவார்.

சந்தீப் அடிக்கடி வந்தான், பல தடவைகள் தூசி படிந்த புத்தகங்களுக்கு அருகில் நான் இருப்பதையும் ஒரு பழைய நோட்டுப்புத்தகத்தில் புத்தகங்களில் இருந்த தேதிகளை பதிவு செய்துகொண்டிருப்பதையும் பார்த்தான். விளக்க முடியாத ஏதோ ஒரு காரணத்தால் ஜாவியின் டைரி என்று அதற்கு நான் தலைப்பிட்டிருந்தேன்.

'ஜாவி யார்?' ஒரு தடவை வந்திருந்தபோது சந்தீப் கேட்டான்.

நான் தோள்களைக் குலுக்கினேன்.

'இந்த தேதிங்களை எல்லாம் நீ ஏன் எழுதிட்டு இருக்கே?'

நான் கண்ணைச் சிமிட்டினேன். சிறிது நேரம் என்னையே பார்த்துக்கொண்டிருந்தவன் பின்னர் கிளம்புவதற்காக எழுந்தான். 'நீ டி.வி. பாக்க ஞாயிற்றுக் கிழமைங்க மட்டும் இல்லாம எப்ப வேணும்னாலும் வரலாம்னு அம்மா சொல்லச் சொன்னாங்க.'

துக்கம் விசாரிக்க மேலும் இரண்டு நாட்கள் மாளிகைக்கு பலர் வந்து போயினர், அதன் பிறகு நிலவிய அச்சமூட்டும் அமைதி பெரும்பாலும் அழுகை சத்தத்தால் மட்டுமே கலைந்தது. அம்மாவா அல்லது ஜசிராவா யார் அதிகம் உடைந்து போயிருக்கிறார்கள் என்றே என்னால் முடிவு செய்ய முடியவில்லை. புயலில் பல மைல்கள் நடந்தவர்களைப் போல, தலைமுடி கலைந்து, கண்கள் மங்கிப்போய், தோல் வெளுத்து அவர்கள் தோற்றமளித்தனர். ஜன்னலுக்கு வெளியே நாவல்மர அடியில் புல் வளர்ந்ததையோ பூஞ்சை பிடித்ததையோ வெறித்துப் பார்த்தவாறு இருந்தனர். தன் குஃபி தொப்பியை அணிந்துகொண்டு அக்மல் தினமும் நமாஸ் செய்ய ஐந்து வேளை மசூதிக்குச் சென்றான். தலைவாயிலில் அமர்ந்தவாறு அப்பா சாம்பல் நிறத்தில் பளபளக்கும் தன் மூன்று நாள் தாடியை நீவி விட்டுக்கொண்டிருந்தார். சொல்லப்போனால், சோஃபியாவின் மரணத்தை சமநிலையோடு எடுத்துக்கொண்டது நான் மட்டுமே என்று தோன்றுகிறது.

நான் துக்கம் கடைபிடிக்கும் தோற்றத்தை விட்டுவிட்டு மீண்டும் பள்ளிக்குச் செல்லப் புறப்பட்ட அன்று, அப்பா என்னிடம், 'ரயிலை கடக்கறப்போ ரெண்டு பக்கமும் பாத்துட்டு கவனமா போகணும்,' என்று எச்சரிக்கை செய்தார். நான் குழந்தையாக இருந்தபோதுகூட ரயில் தண்டவாளங்களை பற்றி அவர் எப்போதும் எச்சரித்ததேயில்லை. சோஃபியா இருந்தால் என் மீது ரயில் ஏறுவதைக் குறித்து கவலைப்பட்டிருக்க மாட்டார் என்பதுபோல் தோன்றியது.

மண் சாலைகளில் நான் கோபமாக நடந்தேன். போகும் வழியில் சோஃபியா திருட்டுத் தனமாக நுழைந்து பூக்களைப் பறித்த வீடுகளில் உள்ள தோட்டங்களைப் பார்த்தேன். தொலைவில் நான் சோஃபியாவுடன் சுற்றித் திரிந்த தென்னந் தோப்புகள், வாழைத் தோப்புகள், நெல் வயல்கள் இருந்தன. தலையை உலுக்கி அவள் தோற்றத்தை உதறி அவளைப் பற்றி மீண்டும் நினைக்க வேண்டாம் என்று மனதில் உறுதி கொண்டேன். ஆனால் இப்போதும் உயிரோடு இருப்பது போன்ற பல விஷயங்களை அவள் விட்டுச்சென்றுள்ளாள். தோட்டத்தின் மேல் அவளுக்கு இருந்த அடங்காத ஆர்வம்தான் எல்லாவற்றையும்விட வலுக்கட்டாயமாக அவளை நினைவூட்டியது. அவள் பாடுபட்டு வளர்த்த பழங்கள் வேகமாக வதங்கியது ரகசியமாக ஆறுதல் தந்தது. முன்பக்கம் இருந்த மலர்ப்படுகைகள் பதினைந்தே நாட்களுக்குள் வாடின. சமையல் அறைக்குப் பின்னால் இருந்த காய்கறித் தோட்டம் மேலும் சற்று காலம் எடுத்துக்கொண்டாலும் வாடிப்போவதற்கான அறிகுறிகள் தென்பட்டன. மெழுகு நாவல் மரம் மட்டும் அவளது கவனிப்பு இல்லாவிட்டாலும் நன்றாக எங்கள் தோட்டத்தின் மத்தியில் நேராக நின்றுகொண்டு, பழங்களால் நிரம்பி இருந்தது. அப்பா, அக்கம்பக்கத்து வீட்டினரின் பிள்ளைகளை எப்போது வேண்டுமானாலும் வந்து பழங்களைப் பறித்துக்கொள்ளலாம் என்று அனுமதித்து கதவைத் திறந்துவிட்டார். ஆனால் அம்மா அந்தக் குழந்தைகளை துரத்திய நாளன்று சோஃபியாவுக்காக துக்கம் அனுஷ்டிப்பது முடிவுக்கு வந்துவிட்டது தெரிந்தது.

ஜசிரா மீண்டும் தன் புருவங்களை சீர்செய்யத் தொடங்கிவிட்டாள். ஃபேஸ் பேக் பயன்படுத்தவும் தொடங்கினாள்; கண்ணாடிக்கு முன் அசையாமல் அமர்ந்தவாறு, தலையை மேல்பக்கமாக சாய்த்துக்கொண்டு, கண்கள் மீது வெள்ளரிக்காய் துண்டுகளால் மூடிக்கொண்டாள். அப்பா தாடியை மழித்துக்கொண்டு ஒருசில ஆண்டுகள் இளையவராகத் தோற்றமளித்தார். ஆனால் இன்னும் குறைவாகப் பேசினார். அவர் ஓரக்கண்ணால் என்னை கவனிப்பதை நான் கவனிக்க ஆரம்பித்தேன்.

அக்மல் தன் குஃபி தொப்பியை அணிந்து தினமும் ஐந்து முறை நமாஸ் செய்வதைத் தொடர்ந்தான். காபா பக்கமாக அவன் வணங்கிக்கொண்டிருக்காத சமயத்தில், எஃகு இலக்கியை கம்பிகள் இணைத்த வட்டப் பலகைகளில் வைத்துக்கொண்டிருந்தான் அல்லது பேட்டரிகள் மற்றும் கம்பிகளுடன் ஏதாவது சாதனம் ஒன்றைப் பொருத்திக்கொண்டிருந்தான், அவை பல்புகளை எரிந்து எரிந்து அணைய வைத்தன.

நான் என்ன செய்துகொண்டிருந்தேன்? நான் கண் சிமிட்டினேன். ஜாவியின் புத்தகங்களை ஆராய்ந்தேன். நான் கண் சிமிட்டினேன். ஜாவியின் டைரியில் எதையோ எழுதினேன். நான் கண் சிமிட்டினேன்.

'அமர் அப்படிப் பண்ணாத,' என்று ஒருநாள் பிற்பகலில் சந்தீப் சிகரெட்டை இழுத்துக்கொண்டே இருமியவாறு கூறினான். அது எங்கள் முதல் சிகரெட். நாங்கள் சுரங்கப்பாதைக்கு உள்ளே தண்டவாளத்தில் பகல் வெளிச்சத்திலிருந்து சில அடிகள் தள்ளி எதிரும் புதிருமாக அமர்ந்திருந்தோம். 'அப்படி கண் சிமிட்டாத.'

'என்னால செய்யாம இருக்க முடியல,' புகைப்பது குறித்து எனக்கு குற்ற உணர்வு ஏற்பட்டது, 'அது தானாவே அடிக்குது,' என்றேன்.

சிகரெட்டை எனக்கு தந்தவாறே, 'அதுதான் உனக்கு ஏற்கெனவே பட்டப்பேர் வாங்கித் தந்திருக்கு,' என்றான்.

'எனக்குத் தெரியும்,' என்று கூறிவிட்டு சிகரெட்டை அவனிடமிருந்து வாங்கினேன், ஆனால் இன்னொரு முறை இழுக்க விரும்பவில்லை.

'டேய் புகைச்சிட்டு என்கிட்ட திரும்ப குடு,' என்று பொறுமையில்லாமல் கூறினான்.

அதைப் புகைக்காமலேயே அவனிடம் நீட்டினேன்.

'உனக்கு வேணாமா?'

தலையை ஆட்டியவாறு அவன் கையில் சிகரெட்டைத் திணித்தேன்.

சுரங்கப்பாதையின் அந்த மூலையில் இரண்டு உருவங்கள் தோன்றின. பெரிதாக, பருமனாக இருந்த ஆண் உருவம் ஒன்றும், இன்னொன்று எங்கள் இருவரைப் போலவே உயரமாகவும் ஒல்லியாகவும் இருந்தது. பருமனாக இருந்தவர் டார்ச் ஒளியை சுரங்கப் பாதைக்குள் பாய்ச்சினார்; ஒல்லியாக இருந்தவன் உரத்த குரலில், 'மிக்கி, மிக்கி,' என்று குரல் கொடுத்தான்.

'அது ஆசிஃப்பும் அவங்க அப்பாவும்,' என்று கூறியவாறே சந்தீப் சிகரெட்டை தண்டவாளத்தில் தேய்த்து அணைத்தான். 'அவங்க பூனையத் தேடறாங்க,' என்றான்.

ஆசிஃப் எங்கள் வகுப்பு சக மாணவன். ஒரு வெள்ளிக்கிழமையன்று இமாம் என்னைத் தனியே அழைத்து விசாரித்தபோது நான் என் அப்பா என்று கூறிய டாக்டர் இப்ராகிமின் ஒரே மகன். அவர்கள்

ரயில்சாலைக்கு நெருக்கமாக வசித்தனர், அவர்கள் வீட்டுப் பின் கதவைத் திறந்தால் அங்கிருந்த செங்குத்தான படிக்கட்டுகள் அதற்கு நேர் கீழே இருந்த சுரங்கப்பாதைக்கு இட்டுச் சென்றன.

'வா, வந்து ஒளிஞ்சுக்க, மிக்கி மாதிரி நடிக்கலாம்,' என்று சந்தீப் கூறினான்.

நாங்கள் குறுகலாக காரிருளாக இருந்த கான்க்ரீட் தளத்திற்குள் ஓசை எழுப்பாமல் சென்று, அந்த மெல்லிய டார்ச் வெளிச்சம் நெருக்கமாக வரும்வரை காத்திருந்தோம். அப்பாவும் மகனும் சுரங்கப்பாதைக்குள் எச்சரிக்கையுடன் முன்னேறினார்கள், அவர் அவ்வப்போது நின்று பக்கவாட்டுகளில் டார்ச் வெளிச்சத்தைப் பாய்ச்சினார்.

'மிக்கி,' என்று ஆசிஃப் அழைத்தான், 'மிக்கிப் பூனை.'

'ச்சோ, ச்சோ, ச்சோ,' என்று அவன் அப்பா அழைத்தார்.

நாங்கள் சுரங்கப்பாதை சுவற்றுக்கு அருகில் நின்றோம். வேகமாக மூச்சுவிட்டபடி ஒரு சாகசத்துக்காகத் தயாரானோம். இருண்ட உருவங்கள், வெற்று ஓசைகள், பிரபல எலியின் பெயர்கொண்ட தொலைந்துபோன பூனை.

'மிக்கி,' என்று ஆசிஃப் அழைத்தான்.

'மியாவ்,' சந்தீப் சோகமாகக் குரல் கொடுத்தான்.

அது அங்கதான் இருக்கு, என்று டாக்டர் வெற்றி பெற்ற குரலில் கூறி, டார்ச்சை சுற்றிலும் அடித்துப் பார்த்தார். ஆனால் டார்ச் வெளிச்சம் எங்கள் அருகில்கூட வரவில்லை, சிறிய முட்புதர்கள் இருந்த இடத்தில் விழுந்தது.

'மிக்கி,' என்று ஆசிஃப் உரக்கக் குரல் கொடுத்தான்.

'மியாவ்,' அவன் அப்பா கத்தினார்.

சந்தீப் என் மணிக்கட்டை கிள்ளி எந்த பதிலும் கொடுக்க வேண்டாம் என்று சைகை செய்தான். நல்ல இருளில் நாங்கள் எங்கள் சுவாசத்தின் லயத்தைக் கேட்டவாறு அமைதியாக நின்றோம்.

'மிக்கி, மியாவ், மிக்கி,' ஆசிஃப் குரல்கொடுத்தான்.

'மிக்கி, இங்க வா,' என்று திரு பெரிய குசுவாளர் கட்டளையிட்டார்.

'அது அங்க இல்லைப்பா. வாங்க முன்னாடி போகலாம்.'

‘எனக்கு மியாவ் சத்தம் கேட்டா மாதிரி இருந்துது.’

‘ஆனா எனக்கு எதுவும் கேக்கலையே.’

அவர்கள் ரயில் பாதையில் தொலைவில் தெரிந்த சூரிய ஒளியைநோக்கி இறங்கத் தொடங்கினார்கள்.

‘மியாவ், மியாவ்,’ என்று பாலுக்காக துடிக்கும் பூனைபோல சந்தீப் ஊளையிட்டான்.

டாக்டர் அப்படியே நின்றுவிட்டார், தன் கையைத் தூக்கி காதில் வைத்தார்.

‘மறுபடியும் எனக்குக் கேட்டுது,’ என்றார்.

‘ஆமாம், எனக்கும் கேட்டுது,’ என்று கூறினான் ஆசிஃப். ‘மியாவ்.’

இந்த தடவை சந்தீப் கத்துவதற்கு முன்பாக நான் குரல் கொடுத்தேன்.

‘அப்பா, மிக்கி அந்த அழுக்கு பூனையோட இருக்கு, அதோட கத்தல் எனக்குக் கேட்டுது,’ என்றான் ஆசிஃப்.

சந்தீப் தன் வாயில் கையை வைத்தவாறு சிரிக்கத் தொடங்கினான். ஆசிஃபும் அவன் அப்பாவும் நல்ல இருளில் நடந்தவாறே நாங்கள் இருந்த திசை நோக்கி டார்ச்சை அடித்தார்கள்.

‘மிக்கி, நீதானே அது,’ என்று எங்கள் வகுப்புத் தோழன் கேட்டான்.

‘ஆமாம், நானேதான்,’ என்று குரலை அழுத்திக்கொண்டு சந்தீப் பதிலளித்தான்.

அவர்கள் இருவரும் அப்படியே நின்று இருளில் வெறித்துப் பார்த்ததை நாங்கள் கவனித்தோம்.

‘எவன்டா அது?’ டாக்டர் இப்ராகிம் கத்தினார். ‘எவன்டா அங்க இருந்துட்டு கிண்டல் பண்றது?’

‘மியாவ்,’ என்று சந்தீப் குரல் கொடுத்தான். ஆனால் அது பூனைக்கத்துவது போல் இல்லை. நான் அவனைக் கையில் கிள்ளினேன்; இப்போது என் முறை.

‘யார்ரா அது?’ டாக்டர் இப்ராகிம் மீண்டும் கேட்டார்.

‘புர்ர்ர்ர்ர்…’ என்று அவரைநோக்கி உதட்டால் சத்தமெழுப்பினேன்.

'என்ன?' என்று பதிலுக்குக் கத்தினார்.

'புர்ர்ர்ர்... புர்ர்ர்ர்...' என் உதடுகள் நீண்ட சத்தத்தில் துடித்தன.

'புர்ர்ர்ர்ர்ர்,' மசூதியில் நடந்த விஷயம் தெரியும் என்பதால், மராத்தான் பந்தயத்தைப் போல் நீளமாக குசுவிடும் சத்தத்தை எழுப்பினான் சந்தீப்.

டாக்டர் இப்ராகிம் கீழே குனிந்து தண்டவாளத்திலிருந்த ஒரு பிடி கல்லை எடுத்தார்.

'புர்ர்ர்ர்ர்ர்.'

உத்தேசமாக அவர் அந்தக் கல்லை இருட்டில் வீசினார். அது என் கால் பெருவிரலில் பட்டது, ஆனால் வலியை காட்டிக்கொள்ளாமல் அமைதியாக இருந்தேன். அதன் பிறகு எங்களை நோக்கி அம்புகள் போல விர்ர், விஷ் என்று பாய்ந்த கற்கள் சுவரில் பட்டு எங்கள் கால்களுக்கு அடியில் விழுந்தன. ஒரு குறுகிய இடைவெளியில் புதிய கல் ஒன்றை எடுக்க அவர் குனிவதைப் பார்த்தேன்.

'ஓடு, ஓடு,' நான் சந்தீப்பிடம் கத்தியவாறே ஓட்டம் பிடிக்க ஆரம்பித்தேன், பிறகு யோசித்து உரத்த குரலில், 'அக்மல் வேகமா ஓடு,' என்றேன்.

டாக்டர் இப்ராகிம் சிகப்பு சோஃபாவின் முனையில் உட்கார்ந்து தன் காலணிகளின் முனையை வெறித்துப் பார்த்தவாறு ஏதோ என் அப்பா அதன் அழகைக் கண்டு ஆச்சரியப்பட வேண்டும் என்று விரும்புபவர்போல அமர்ந்திருந்தார். அவருடைய கருப்பு பியட் கார் எங்கள் வீட்டிற்கு முன்னால் இருந்த காற்றாலை பனைக்குக் கீழே நின்று கொண்டிருந்தது. அதன் மேற்பரப்பில் ஏற்கெனவே பரந்து இருந்த மணிகள், இறகுகள் போன்றவைகளை வைத்து அது பூவா பழமா என்று எங்களால் இதுவரை முடிவு செய்ய முடியவில்லை. அப்பா வாயை இறுக மூடியவாறு அமர்ந்திருந்தார், அவர் முகத்தில் வெற்றுப் பார்வை. டாக்டர் இப்ராகிம் சோஃபியா இறந்து மூன்று மாதங்கள் தாமதமாக துக்கம் விசாரிக்க வந்திருக்கிறார் என்று நினைத்தார். (டாக்டர் இப்ராகிமும் ஆசிஃப்பும் இறுதி மரியாதை செலுத்த வந்திருந்தனர்; சிக்னல் போஸ்ட் அடியில் நிலா

வெளிச்சத்தில் அமர்ந்திருந்த சந்தீப்பையும் என்னையும் அவர்கள் கடந்து சென்றனர்.)

டாக்டர் இப்ராகிம் தேநீர் வேண்டாம் என்று கூறிவிட்டார், ஒருநாளைக்கு இரண்டே தடவைதான் அருந்துவதாகவும் காலையில் ஒரு கப், மாலையில் ஒரு கப் போக இடையில் எப்போதுமே அருந்துவதில்லை என்றார்.

'ஹம்சா அண்ணா, இங்க வரணுமா வேணாமான்னு எனக்கு சந்தேகமா இருந்தது,' என்று உறுதியற்று பேச்சைத் தொடங்கினார். 'நீங்களும் அஸ்மா அக்காவும் படும் வேதனையை என்னால் உணர முடிகிறது. ஆனால் அல்லாவின் விருப்பத்தை யாராலும் மாற்ற முடியாது,' என்றார்.

யோசனையுடன் தலையசைத்து கேட்டுக்கொண்டார் அப்பா. இன்னமும் டாக்டர் மூன்றுமாத பழைய காயத்தைத் திறந்து அது குணமாகி இருக்கிறதா என எட்டிப் பார்க்கிறார் என்றே அவர் நினைத்திருக்க வேண்டும். டாக்டர் இப்ராகிம் வருகை எனக்கு ஆச்சரியமாக இல்லாவிட்டாலும், என் அப்பாவுடன் அவர் பேசிய விதம் ஆச்சரியமாக இருந்தது. டாக்டர் இப்ராகிம் அண்ணா, அக்கா என்று விளிக்கும் அளவுக்கு என் பெற்றோரை அவருக்குத் தெரியும் என்று எனக்குத் தெரியாது.

'ஆனா இந்த வீட்டுல ஒரு குழந்தை தறிகெட்டு திரியறதை பார்த்துட்டு என்னால சும்மா இருக்க முடியல,' என்று மேலும் உறுதியற்ற குரலில் கூறினார்.

அப்பா அவரை ஆச்சரியத்துடன் பார்த்தார். அவரது அகன்ற நெற்றியில் மெல்லிய சுருக்கம் விழுந்து, டாக்டர் இப்ராகிம் சுரங்கப்பாதையில் என்ன நடந்தது என்றும் ஒரு வருடத்திற்கு முன் மசூதியில் நடைபெற்றதையும் சொல்லச்சொல்ல மேலும் ஆழமானது. டாக்டர் இப்ராகிம் மென்மையாகவும் மெதுவாகவும் கைகளைப் பயன்படுத்திப் பேசினார், அமைதியாக தன் புகாரை வெளிப்படுத்திய பிறகு ஒரு டம்ளர் தண்ணீர் கேட்டார், பங்களாவுடன் பகைமை இல்லை என்று காட்டிக்கொள்வதற்காக இருக்கலாம்.

அவர் என்னைப் பார்த்து புன்னகைத்தவாறே தண்ணீரை வாங்கிக்கொண்டு - நான் அதில் வேண்டுமென்றே எச்சில் துப்பியிருந்தேன் - ஒரே மடக்கில் குடித்து முடித்தார்.

டம்ளரை திருப்பிக் கொடுத்தவாறே, 'நீதானே அமர்?' என்று கேட்டார்.

அவருக்கு என் பெயர்கூட தெரிந்திருக்கிறது!

'வகுப்பில் நீதான் அமைதியான பையன் என்று ஆசிஃப் கூறுவான். நீங்கள் நல்ல நண்பர்கள்தானே?'

'ஆமாம்,' என்று விருப்பமில்லாமல் கூறினேன்.

'நல்லது, ஸ்கூல்லயே சிறந்த மாணவன் நீதான், அப்படித்தானே?'

'இல்லை, ஆசிஃப்தான்...'

'ஹா, ஹா...' என்று உரத்த குரலில் சின்னதாக சிரித்தவாறே எழுந்தார்.

'ஹம்சா சகோதரரே, நான் கிளம்பறேன்.'

காற்றாலை பனை அருகில் நின்றவாறு ஃபியட் கார் உள்ளே ஒரு காலை வைத்துக்கொண்டு காரின் மேல் முழுங்கையை வைத்தவாறே எங்கள் வீட்டின் பாழடைந்த முகப்பைப் பார்வையிட்டார். 'நான் இங்கே ஜாவியுடன் வந்திருக்கிறேன், அஸ்மா அக்கா எங்கள் ஒட்டுமொத்த கூட்டத்துக்கும் சாப்பாடு போடுவார்!' என்றார்.

'ஆமாம், எனக்கு நினைவிருக்கு,' என்று அப்பா கூறினார்.

டாக்டர் இப்ராகிம் என்னை நீண்ட நேரம் பார்த்துவிட்டு புன்னகையுடன், 'அமருக்கு ஜாவியின் ஜாடை இருக்கு. அதே மாதிரி அழகாவும் இருக்கான்னு சொல்லுவேன்.' இருக்கையில் அமர்ந்து கதவை மூடினார். இறகுகள் போன்றவை காரிலிருந்து காகிதத் துண்டுகள் போலப் பறந்தன.

நான் ஜாவி போல இருக்கிறேனா? அலமாரியில் உள்ள பல நூல்களில் மங்கிவரும் கையொப்பங்கள் எனக்கு ஞாபகம் இருக்கிறது. தூசி படிந்த அந்த நூல்களில் உள்ள தேதிகளை ஜாவியின் டைரியில் நகலெடுத்தது நினைவிருக்கிறது. கடைசி கையொப்பம் தற்செயலாக நான் பிறந்த அன்று இருந்தது. ஜாவி மெல்ல என்னை நெருங்கி வருவதை நான் உணர்ந்தேன்.

டாக்டர் இப்ராகிம் கிளம்பும்வரை அப்பா தக்கவைத்துக்கொண்டிருந்த அமைதி, ஃபியட் கார் மண் சாலையில் மறைந்த உடனே கடும் கோபமாக மாறியது.

நடுங்கும் கரங்களால் வேப்ப மரத்திலிருந்து சிறு கிளையை உடைத்து இலைகளை உருவிப்போட்டார். 'அக்மல், உடனே இங்க வா,' என்று கத்தினார்.

ஆனால் அக்மல் மசூதிக்குச் சென்றிருந்ததால் மாலை பிரார்த்தனைகள் முடிந்த பிறகுதான் வருவான்.

'அப்பா, அந்த முட்டாள் மசூதிக்குப் போயிருக்கான்,' என்று ஜசிரா கூறினாள். மேலும், 'அல்லாவ கிண்டல் பண்ண போயிருக்கலாம்,' என்றாள்.

அக்மலின் அறையை ஓங்கி ஒரு உதைவிட்டுத் திறந்தார். அது பலகீனமாக முனகியவாறு திறந்துகொண்டது. பங்களாவின் ஒவ்வொரு அறையிலும் அதில் உள்ளவர்கள் போட்டு நிரப்ப முடியாத அளவுக்கு ஏராளமான அலமாரிகள் இருந்தன. அப்பா அலமாரிகளைக் குடைய ஆரம்பித்தார். அவற்றில் இருந்தவற்றை தரையில் வீசினார், நிலத் தரகு வேலை செய்யும்போதோ அல்லது பழைய கார்களை விற்கும்போதோ காட்டாத அர்ப்பணிப்பு உணர்வுடன் இதைச் செய்தார். முனகியவாறு ஏதேதோ திட்டினார், ஜசிரா அங்கும் இங்கும் திரிந்தவாறே தரையில் கிடந்த குவியலில் எதையோ தேடுவதற்கு உதவினாள். அவர் எதைத் தேடிக் கொண்டிருந்தார் என்று எனக்குத் தெரியவில்லை, அவருக்கும்கூட தெரியாமல் இருக்கலாம். ஆனால் ஒரு சிகரெட் அட்டை அல்லது சந்தீப் சுரங்கப்பாதைக்குக் கொண்டுவந்த, நாங்கள் புத்தகம் முழுவதும் ஆவலுடன் பார்த்தது போன்ற அசிங்கமான பத்திரிகை என்று ஏதாவது கிடைத்தால் பெரிய விஷயமாக இருக்கும். அதுபோன்ற எதுவுமே கிடைக்கவில்லை. வெறும் சர்க்யூட் போர்டுகளும், பேட்டரி செல்களும், ஸ்க்ரு ட்ரைவர்கள் மற்றும் சால்டரிங் அயன், தாபீஸ் மற்றும் பிரார்த்தனை நூல்களே அக்மலின் உலகத்தில் நிரம்பியிருந்தன.

சூரியன் சாளரங்களில் பின்வாங்கியபோது, அப்பா அமைதியடையத் தொடங்கி கோபத்தில் தூக்கி எறிந்தவற்றை எடுத்தார், அவற்றை மேஜைகளிலும் அலமாரிகளிலும் மீண்டும் வைத்தார். அக்மலின் துணிகளை ஹாங்கர்களில் போட்டு அவற்றை இருண்டு பூஞ்சைபிடித்திருந்த அலமாரிகளில் தொங்கவிட்டார். மரக்கிளையை இரண்டாக உடைத்து ஜன்னல் வழியே வீசினார். ஆனால் அக்மல் மசூதியிலிருந்து திரும்பிய உடனே அவர் கோபமும் திரும்பிவிட்டது.

முற்றிலும் குழம்பிப்போய் ஆழமாகப் புண்பட்டிருந்த அக்மல், வேறு யாருக்கோ பதிலாகத் தன்னை தவறிப்போய் சொல்லியிருக்கலாம் என்று எடுத்துக்கூற முயற்சித்தான். ஆனால் அப்பா இன்னமும் அதீத கோபத்துடன் இருந்ததால் அந்த சாத்தியத்தை யோசிக்ககூட இல்லை. அக்மல் தன் குஃபி தொப்பியுடன் நின்றுகொண்டு, பதற்றத்துடன் அதன் முனைகளில் விரல்களால் நிமிண்டினான். டாக்டர் இப்ராகிமை சுரங்கத்தில் கிண்டல் செய்தது மசூதியில் இமாமை நையாண்டி செய்தது என்ற இரண்டு குற்றச்சாட்டுகளையும் அடியோடு மறுத்தான். 'அது ஏன் அமராக இருக்கக் கூடாது?' என்று கோபத்துடன் கேட்டான். 'ஒவ்வொரு தடவையும் ஏன் நானாவே இருக்கனும்?'

அப்பா சட்டென்று நான் இருந்த திசையில் திரும்பிப் பார்த்தார், நானும் அவரைப் பார்த்தேன், நியாயமே இல்லாமல் குற்றம்சாட்டப்படுபவன் போல அதிர்ச்சியை போலியாக வெளிப்படுத்தினேன்.

'ஆனா டாக்டர் இப்ராகிமே ஒட்டுமொத்த பள்ளிலயும் அமர்தான் அமைதியான பையன்னு சொன்னாரே' என்று திரைச்சீலைக்குப் பின்னே நின்றுகொண்டு யார் பங்களாவுக்கு வந்தாலும் அவர்கள் பேச்சை ஒட்டுகேட்கும் என் அன்பு அக்கா ஜசிரா கூறினாள்.

'நீ வாயை மூடு,' என்று கோபமாக அக்மல் கத்தினான். 'உனக்கு எப்ப வசதியோ அப்போதான் நீ பேசுவே. அதனால இப்போ பேசாதே.'

'நான் பேசுவேன்,' அம்மா ஒப்புக்கொண்டதைவிடவும் மிகவும் மெல்லியதாக வெட்டிக்கொண்டிந்த புருவத்தை வளைத்தபடி அவள் சீறினாள்.

'என்னை வாயை மூடச் சொல்றதுக்கு நீ யாரு? எனக்கு எப்போ விருப்பமோ அப்போ நான் பேசுவேன்.'

'ஆமாம், உனக்கு எப்போ தோணுதோ அப்போதான் நீ பேசுவே. பாவம் சோஃபியாவை நீ எப்படி நடத்தினேன்னு எனக்குத் தெரியுமே. அன்னிக்கு உன் ரூமுக்கு வந்து அவ தட்டினப்போ நீ ஒரு வார்த்தகூட பேசல...' அவன் குரல் உடைந்தது, சிரமப்பட்டு சரிசெய்துகொண்டான், '... அவ போயே போயிட்டா.'

ஒரு நிமிடம் அங்கே மவுனம் நிலவியது. ஒரே சமயத்தில் நாங்கள் அனைவரும் சோஃபியா பற்றி நினைத்தது அப்போதுதான் என்று

நினைக்கிறேன். ரோஸ் நிற ஸ்வெட்டர், நீல நிற பளபளப்பான சட்டை அணிந்து, தலையில் பன் கொண்டை போட்டு அதில் ஏராளமான கருப்பு ஹேர்பின்களைக் குத்திக்கொண்டிருந்த அவளை நாங்கள் மீண்டும் பார்த்தோம். அந்தத் தருணம் கடந்தது. சோகமாக வாய்விட்டு அழும் சத்தம் கேட்டது. ஜசிரா தன் மெல்லிய கரங்களில் முகத்தை மூடியவாறு அழுதுகொண்டிருந்தாள்.

'பதில் சொல்ல முடியாத கேள்வி ஏதாவது கேட்டா உடனே அழ ஆரம்பிச்சிருவே,' என்று கூறியபடி கையால் முடியை பின்னுக்குக் கோதிவிட்டு குஃபி தொப்பியை அணிந்துகொண்டான் அக்மல்.

'போதும்,' என்று அப்பா எழுந்துகொண்டார். 'போதும், இனியும் உன்னப் பத்தி இன்னொரு புகார் எனக்கு வரக்கூடாது.' மண் சாலையில் வேகமாக வெளியேறி நிதானமாக ரயில்நிலைய கட்டிடத்தில் விழுந்த சூரிய அஸ்தமனத்தை நோக்கி நடந்தார். அவரது நடை வேகம் அக்மலின் அறையை குப்பைபோல் கலைத்ததை நினைத்து வருந்துவதுபோல இருந்தது. மாலை நடைக்குப் பிறகு அவனை ஆறுதல்படுத்தும் விதமாக வறுத்த சிக்கனோ எதுவோ ஒன்றை வாங்கியும் வரலாம் என்று தோன்றியது.

அழுதுகொண்டே 'பன்னி' என்று அக்மலை நோக்கிச் சொன்னாள் ஜசிரா. 'தினமும் பத்து தடவை நீ நமாஸ் செஞ்சாக்கூட பன்னியாத்தான் இருப்பே,' என்றாள்.

'உன் குரங்கு மூஞ்சிய வெள்ளையடிச்சாகூட, உனக்கு நல்ல புருஷனே கிடைக்க மாட்டான்,' என்று அக்மல் கூறினான்.

'இந்த வீடு முழுக்க விரோதிங்களாதான் இருக்கீங்க!' என்று அம்மா கூறினார். 'இந்த வீட்டுக்கு ஒரு நல்லது செய்யறியா? உன் காலையும் கையையும் கழுவிக்க. சண்டை போடறதுக்கு பதிலா குறைஞ்சது ஒரு நூறு திகர்ஸ் சொல்லு. சொர்க்கத்தில வெகுமதி கிடைக்கும். ரமலான் மாசம் வரப்போகுது,' என்றார்.

எதையும் யோசிப்பதற்குள் ரமலான் நெருங்கி வந்தது. எங்கள் ஒவ்வொருவருக்கும் ஒரு குரான் இருந்தது. அக்மலினுடையது மோசமாகக் கிழிந்து போயிருக்க என்னுடையதை நான் சிறப்பாகப் பராமரித்து வந்தேன். சோஃபியா இறந்த பிறகு இனிமேல் இதை மறுபடியும் திறந்து அதன் தடித்த பக்கங்களிலிருந்து பிரார்த்தனை செய்யக் கூடாதென்ற சபதத்துடன் மூடி வைத்தேன். என் அப்பாவின் உறவுக்காரர்களில் இருந்த ஒரே ஒரு கம்யூனிஸ்ட் - குட்டையாக வழுக்கை தலையுடன் லெனின் சாயலில்

இருந்ததால் அதே பட்டப்பெயரில் அழைக்கப்படுவதை விரும்பும் ஒருவரைப் பின்பற்றி என்னை நானே ஒரு நாத்திகனாக நினைத்துக் கொள்ளத் தொடங்கினேன். உள்ளூர் லெனின் மசூதி வாயிலுக்கு வெளியே நின்றுகொண்டு ரமலான் புனித நாளன்று ஒரு கொத்து வாழைப்பழங்களை சாப்பிடுமளவுக்கு துணிச்சலாக இருக்க, என்னால் அம்மாவிடம் மதம் குறித்த என் புதிய நிலைப்பாட்டை சொல்லத் தொடங்கக்கூட முடியவில்லை. அதற்கு பதிலாக என்னிடமே நான் தொடர்ச்சியான உரையாடல்களை வைத்துக்கொள்ள ஆரம்பித்தேன்; என் சொர்க்கக் கணக்கில் எந்த வெகுமதியும் சேர்க்கப்படாது எனும்போது நான் விரதம் இருப்பதில் என்ன அர்த்தம் இருக்கிறது? எல்லாவற்றுக்கும் மேல், நான் பாதி சுன்னத் செய்யப்பட்டவன் எனவே பாதி முஸ்லிம் எனவே பட்டினிக் கிடப்பதற்கு எந்தக் காரணமும் இல்லை.

பங்களாவில் ரம்ஜான் என்றால் முப்பது நாட்கள் பகலில் பட்டினி கிடக்க வேண்டும். சூரியன் மறைந்த பிறகு ஆடம்பரமான விருந்து கிடைக்கும். நாள் முழுவதும் அமைதியாக இருக்கும் சமையல் அறை சூரிய அஸ்தமனத்திற்கு ஒரு மணி நேரத்திற்கு முன்பாக பரபரப்பாக இயங்கும்; மாவு பிசைவது, இறைச்சி வெட்டுவது, மிளகாய்கள், வெங்காயங்கள் நறுக்குவது, தர்பூசனியை ஒரு சொட்டுகூட சல்லடைவழி சிந்தாமல் பழத்தை கெட்டிக் கூழ்போல நசுக்குவது என்று வேலைகளைத் தொடங்குவார் அம்மா. ஜசிரா, மாளிகையில் இருப்பதிலேயே மிகச் சிறந்த சைனா தட்டுகள், கிண்ணங்களை சாப்பாட்டு மேஜையில் அழகாக அடுக்கி ஒன்றிரண்டு பேரிச்சைப் பழங்களை ஒவ்வொரு தட்டின் முனையிலும் வைப்பாள். மசூதியிலிருந்து அறிவிப்பு வந்த உடன் பன்னிரெண்டு மணி நேரத்திற்குப் பிறகு எங்கள் முதல் கவளத்தை உண்ணுவோம். சில நேரங்களில் இஃப்தார் விருந்து நடத்தவும் அனுமதிக்கப்படுவதுண்டு, சோஃபியா இருந்தபோது அவள் தோழிகள் வட்டத்தை எங்களோடு சாப்பிட அழைத்து வருவாள். நான் எப்போதுமே சந்தீப்பை அழைப்பேன். அவனிடம் ஒவ்வொரு ஆண்டும் அப்பா, மாலுமியாக இருந்த அவனுடைய அப்பா பற்றி மட்டுமே விசாரிப்பார். அவரால்தான் இவனுக்கு ஆபாசப் புத்தகங்கள் கிடைக்கின்றன என்று முட்டாள்தனமாக நினைத்து நான் பொறாமைபட்டதுண்டு. ஜசிரா யாரையும் அழைத்து வந்ததில்லை, மோசமாக சிதிலமடைந்துவரும் பங்களாவின் நிலையை அவள் தோழிகள் பார்ப்பதை விரும்பாததுதான் காரணம் என்று நான் சந்தேகித்தேன். அக்மல் பிறர் அளிக்கும் இஃப்தார் விருந்துகளுக்கு அடிக்கடி செல்வான், ஆனால் எங்கள் விருந்துக்கு யாரையும் அழைத்ததில்லை.

புனித மாதத்தை வரவேற்க பங்களாவில் தரைகள் கழுவி தேய்த்து சுத்தம் செய்யப்பட, சுவற்றுக்கு மேலே ஒட்டடைகள் அடிக்கப்பட, மளிகை சாமான்கள் புதிதாக வாங்கப்பட, நானோ இறைநம்பிக்கை இல்லாதவன் மேற்கொள்ளும் தயாரிப்புகளைத் தொடங்கினேன். வசந்தகாலத்தில் அணில் குளிர்காலத்திற்கான உணவை சேமிப்பது போல நான் இப்போது வரவிருக்கும் மத குளிர்காலத்தில் சாப்பிடும் பொருட்களை சேர்க்கத் தொடங்கினேன். கடலைமிட்டாய் பாக்கெட்டுகள், தேங்காய் மூடிகள், முட்டைகள், பெரிய பாத்திரத்தில் குடிநீர், வெல்லக்கட்டி, புளி உருண்டை, நாவல் பழங்கள் - இவை எல்லாவற்றையும் அம்மா தோட்டத்தில் இருந்தபோது கடத்தி வந்து மேலே ஜாவியின் நூல்கள் இருந்த அலமாரிக்குப் பின்னால் மறைத்து வைத்தேன். புனித மாதம் தொடங்க சில நாட்கள் இருக்கும்போது எங்கள் பெற்றோரிடமிருந்து பணம் திருடத் தொடங்கினேன். அப்பாவின் டிராயர்களிலிருந்து பத்து ரூபாய் நோட்டு, அம்மாவின் ஊறுகாய் ஜாடிகளுக்கு பின்னால் வைத்திருந்த ஐந்து-ரூபாய் நாணயம் என அவர்களால் கண்டுபிடிக்க முடியாத அளவுக்கு கொஞ்சம் கொஞ்சமாக எடுத்தேன். நான் பணத்தை ஒரு பழைய சாக்சில் போட்டு அக்மலின் படுக்கைக்கு அடியில் மறைத்து வைத்தேன்; எப்போதாவது எங்கள் பெற்றோர் இதைக் கண்டு பிடித்தால்கூட அக்மல்தான் மாட்டிக்கொள்வான். தான் குற்றம் செய்யாதவன் என்று நிரூபிக்கத் தெரியாத ஒரு சகோதரன் இருப்பது எவ்வளவு நல்லது.

இறுதியாக, பெரும் முயற்சிக்குப் பிறகு புகை போன்ற வெள்ளை கீறலாக, நகர்ந்துகொண்டிருக்கும் மேகங்களால் மறைக்கப்பட்ட ரம்ஜான் பிறை தெரிந்தது. 'நாளையிலிருந்து விரதம் தொடங்குகிறது,' அக்மல் தோட்டத்திலிருந்து உற்சாகமாகக் கத்தினான். என்னுடைய மற்றும் சோஃபியாவினுடைய குரான் புத்தகங்களைத் தவிர வீட்டில் இருந்த அத்தனை குரான்களும் திறக்கப்பட்டு மெல்லிய குரலில் அவசரமாக வாசிக்கப்பட்டன. மாலைவரை பசியோடு இருப்பதற்கான வலுவைத் தருவதற்காக சூரிய உதயத்திற்கு முந்தைய உணவைத் தயாரிக்க அம்மா இறைச்சியை வெட்டத் தொடங்கினார்; ஜசிரா வெங்காயம், கோஸ் நறுக்கினாள்; அக்மல் பெரிய தர்பூசனியிலிருந்து பழத்தை ஸ்பூனால் தோண்டி வெளியே எடுத்தான். விடிவதற்கு ஒரு மணி நேரத்திற்கு முன் அன்றைய நாளின் முதல் ரயில் நகரைக் கடந்துபோக, நாங்கள் விரதத்திற்கு முந்தைய உணவை சாப்பிட அமர்ந்தோம். சாப்பிட்ட பிறகு இன்னும் ஒன்றிரண்டு நாட்களுக்கு எதுவும் சாப்பிட முடியாது என்று நினைத்தேன்.

ஆனால் காலை விடிந்ததும் விளக்க முடியாத அளவுக்கு எனக்கு பசி எடுத்தது. சூரிய உதயத்திற்கு முன் சாப்பிட்ட உணவின் ஒரு பங்குகூட என்னுடைய அகோரப் பசிக்குத் தாங்கவில்லை. அடுத்தடுத்த காலை வேளைகளில் பாக்கெட் டிரான்சிஸ்டர் போல என் வயிறு கடமுடா என்று உருண்டது; மூடிய கதவுகளுக்குப் பின்னால் வெல்லம், உப்பு போட்ட புளி, பச்சை முட்டை, நிலக்கடலை, நாவல் பழம், தேங்காய் என சகட்டுமேனிக்கு சாப்பிட்டேன். அவ்வளவையும் சாப்பிட்ட பிறகும் நிறைய மிச்சம் இருந்தன. சூரியன் மறையத் தொடங்கும்போது அகோரப் பசியுடன் இருப்பதைப்போல தோற்றமளிப்பது மிகவும் கடினமாக இருந்தது; அனைவரும் வேகமாகச் சாப்பிடும்போது நான் மட்டும் விருந்தை நிதானமாகச் சாப்பிட்டேன், எதையும் இன்னொரு தடவை போட்டுக்கொள்ள மறுத்தேன்.

ஜாவியின் புத்தகங்களுக்கு பின்னால் இருந்த என் கையிருப்பு தீர்ந்துவிட்டது, என் அம்மா நாளின் பெரும்பாலான நேரத்தை சமையல் அறை தெளிவாகத் தெரியும் கூடத்தில் பிரார்த்தனையில் கழித்தார் என்பதால் அதை மறுபடியும் நிரப்புவது கடினமாகியது. நான் அப்பாவின் டிராயர்கள் பக்கம் கவனம் செலுத்தினேன், ஆனால் ஏனோ அவை திறக்கவில்லை. பிறகு இயற்கை பக்கம் திரும்பினேன்; பங்களாவைச் சுற்றிலும் தடுப்பரண் போலுள்ள மரங்களில் உள்ள பழங்களைச் சாப்பிட்டேன்; நாவல் மரத்தில் உள்ள கடைசி பழம் வரை சாப்பிட்டுவிட்டேன், சப்போட்டா மரத்தடியில் அமர்ந்து அதன் பிசுபிசுப்பான பழத்தை விழுங்கினேன், நெல்லி மர உச்சியிலிருந்து நெல்லிக்காய்களை சாப்பிட்டேன். என்ன ஒரு அகோரப் பசி! அல்லா அவரது இருப்பை கேள்வி கேட்டதற்காக என்னை தீராப் பசி கொண்டவனாகும்படி சத்தமில்லாமல் சபித்தது போல இருந்தது. மரங்கள் எல்லாம் தீர்ந்துபோன பிறகு ரோஜா இதழ்களை உப்புபோட்டு சாப்பிடத் தொடங்கினேன். சில நேரங்களில் மார்க்கர் பேனாவின் முனையை முகர ஏதோ ஒரு வகையில் அது என் பசியைக் குறைத்தது.

இரண்டரை வாரங்கள் முடிய என் அடிவயிற்றில் கடுமையான வலியால் மெத்தையில் சுருண்டேன். அம்மா இஞ்சி, எலுமிச்சை, மிளகு போன்றவை அடங்கிய கசப்பான, தனக்குக் கைவந்த கஷாயத்தை செய்து குடிக்க வைக்க அது என் வலியை மேலும் அதிகரித்தது.

'அவனுக்கு என் பெரால்கன்ல ஒன்ன குடும்மா,' என்று ஜசிரா நோயாளி அருகில் உள்ள தேவதை போல கூறினாள். நான் சீக்கிரம்

குணமடைய வேண்டும் என்பதற்காக முக்காடு போட்டபடி முணுமுணுப்புடன் வேகமாக பிரார்த்தனை செய்தபோது மேலும் அழகாகத் தோன்றினாள்.

'வேணாம்,' கவலை தோய்ந்த முகத்தில் சிறிய புன்னகையுடன், 'அது பொம்பளை பிள்ளைங்க வயித்து வலிக்குதான் சரி. காலைல முதல் வேலையா இவனை டாக்டர்கிட்ட கூட்டிட்டுப்போறேன்,' என்றார் அம்மா.

காலையில் மசூதிக்கு அருகில் இருந்த பாலி கிளினிக்குக்கு அழைத்துச் செல்லப்பட்டேன். அங்கே அரேபிய பாணி ஜன்னல்கள் இருந்த ஒரு சிறிய அறைக்குக் கூட்டிப் போனார்கள்.

'அஸ்மா அக்கா!' டாக்டர் இப்ராகிம் தன் மெத்தென்ற இருக்கையும் தோல் கைத்தாங்கிகளும் கொண்ட நாற்காலியிலிருந்து எழுந்து தன் நெஞ்சில் கை வைத்துக்கொண்டார்.

'இப்ராகிம்,' என்று சொன்ன அம்மா 'பாத்து ரொம்ப காலமாச்சு,' என்றார்.

'ரொம்ப நாளாச்சு அக்கா,' என்றார், ஏறக்குறைய ஒரு மாதத்திற்கு முன் பங்களாவுக்கு வந்ததைக் குறிப்பிடவில்லை.

அம்மா அவரை 'டாக்டர்' என்று அழைக்காதது எனக்கு ஆச்சரியமாக, அதே சமயத்தில் மகிழ்ச்சியாக இருந்தது. பொதுவாக டாக்டர்களுக்கு முன்பாக மிகவும் பணிவாக நிற்பார், ஆனால் இங்கே டாக்டர் இப்ராகிம் அறையில் ஒரு நாற்காலியை இழுத்துப் போட்டு சகஜமாக அமர்ந்தார். 'இந்தப் பையனுக்கு வயித்துப் பிரச்சினை இப்ராகிம். ராத்திரி முழுக்க முனகிட்டே இருந்தான்,' என்றார்.

டாக்டர் இப்ராகிம் தன் நாற்காலிக்கு அருகில் இருந்த ஸ்டூலை சுட்டிக்காட்டினார்; நான் அதில் அமர்ந்த பிறகு, என் வயிற்றை ஒரு ரப்பர் ஹார்ன் போல இழுத்தார்.

'வெளிக்கு எப்படிப் போகுது?' என்று கேட்டார்.

அற்புதம் என்று கத்த விரும்பினேன். அரை மணி நேரத்திற்கு ஒரு தடவை கழிப்பறை சென்று வருகிறேன். ஆனால் வலிமிகுந்த புன்னகையுடன் என்னைக் கட்டுப்படுத்திக்கொண்டேன்.

‘அவன் வயிறு ரொம்ப கெட்டுப்போயிருக்கு, இப்ராகிம்,’ என்றார் அம்மா.

‘இவன் என்னல்லாம் சாப்பிட்டுட்டு இருக்கான், அக்கா?’

தேங்காய், புளி, நாவல், நிலக்கடலை; சில நேரங்கள்ல எல்லாம் ஒன்றாக சேர்ந்து பயங்கரமான சான்ட்விச்சாக மாறி, ஓட்டிலிருந்து சாப்பிட்ட பச்சை முட்டைகளுடன் கலக்கும்.

‘இப்போல்லாம் ரொம்ப ரொம்ப கொஞ்சமாதான் சாப்பிடறான்,’ என்று புகார் கூறிவிட்டு, ‘எப்பவும் ரொம்ப நல்லா சாப்பிடுவான்,’ என்றார்.

‘சரி, என்னாச்சுன்னு பாக்கலாம்,’ என்ற டாக்டர், என் வாய் மற்றும் கண் இமைகளில் ஏதாவது தெரிகிறதா என்று பார்த்தார். என் காதுகளில் சின்ன டார்ச் அடித்துப் பார்த்தார். திடீரென்று, டாக்டர் இப்ராகிமும் ஆசிஃபும் டார்ச்சை அடித்தபடி சுரங்கத்தில் வருவது என் மனதில் தோன்றவும் எங்கே சிரித்துவிடுவேனோ என்று பயந்தேன்.

‘இது வெறும் சாதாரண உணவு ஒவ்வாமை மாதிரிதான் தெரியுது, அக்கா. கவலைப்பட ஒன்னுமில்லை.’ அவர் மருந்துச் சீட்டில் மருந்துகளை எழுத ஆரம்பித்தார், ஆனால் அதை பாதியிலேயே நிறுத்திவிட்டு மேஜையிலிருந்து சின்ன குப்பிகள், மருந்து அட்டைகளிலிருந்து மாத்திரைகளை சேகரிக்கத் தொடங்கினார். அவற்றை பழுப்பு நிற சின்ன பாக்கெட்டுகளில் போட்டு எதை எப்போது, எவ்வளவு சாப்பிட வேண்டும் என்று எழுதினார்.

‘இது மூனே நாள்ல சரியாகிடும், அக்கா,’ என்றவாறே பழுப்பு உறைகளைக் கொடுத்தார். ‘அப்படி சரியாகலேன்னா, புதன்கிழமை மறுபடியும் வாங்க,’ என்றார்.

அம்மா அவருடைய சின்ன தோல் பர்சைத் திறந்தார். டாக்டர் இப்ராகிம் சட்டென்று எழுந்து ‘பணம் கொடுக்கணும்னு நினைச்சுக்கூட பாக்காதீங்க, அஸ்மா அக்கா,’ என்றார்.

‘இல்லை, இல்லை,’ என்று மறுத்தார் அம்மா. ‘பணம் கொடுக்காம போனா மாத்திரை வேலை செய்யாது.’

‘விசித்திரமான கோட்பாடெல்லாம் வெச்சிருக்கீங்க.’ பண நோட்டுகளை குற்றம் சொல்லுவதுபோல அதை சுட்டிக்காட்டி, ‘தயவு பண்ணி பர்சை மூடுங்க,’ என்றார்.

‘கொஞ்சமாத்தான் கொடுக்கறேன், இப்ராகிம்,’ என்று அம்மா கெஞ்சிக்கேட்டார்.

‘ஆனா, என் குடும்பம் மாதிரி நினைச்சிட்டு இருக்கறவங்ககிட்ட போய் எப்படி பணம் வாங்குவேன், அஸ்மா அக்கா?’ என்று சோகமான குரலில் கேட்டார்.

அது அம்மாவின் வாயையும் அவர் பர்சையும் மூடவைத்துவிட்டது. அங்கே போய்க்கொண்டிருந்த ஒரு ரயில், டாக்டரின் அலமாரிகளில் இருந்த குப்பிகளை உலுக்க, நாங்கள் போவதற்காக எழுந்தோம். அவரும் எங்களுடன் எழுந்தார். பேன்ட்டில் சட்டை முனையை நுழைத்தவாறே எங்களுடன் நடந்தவர் வேகமாகச் சென்று கதவை எங்களுக்காகத் திறந்து விட்டார். அவரைப் பார்த்து புன்னகைக்கத் திரும்பியபோது, அவர் என்னை கூர்ந்து பார்த்துக் கொண்டு என் முகத்தை ஆழமாக நோட்டம்விட்டதைப் பார்த்தேன்.

அவர் தயங்கிய குரலில்,‘அஸ்மா அக்கா, நான் ஹம்சா அண்ணாகிட்டயும் சொன்னேன். இந்தப் பையன் அப்படியே ஜாவி போல இருக்கான்னு நினைக்கிறேன்,’ என்று கூறினார்.

அம்மா அதைப் பற்றி பேச விரும்பாதவர்போல ஒரு சோகப் புன்னகைப் பூத்தார். வராந்தாவில் பாதி தொலைவைக் கடந்து நாங்கள் சென்ற பிறகும் டாக்டர் கதவைத் திறந்து வைத்தபடி இருந்தார். திரும்பிப் பார்க்கையில், ஒரு கையை தாழ்ப்பாளில் வைத்து அவர் என்னை ஆர்வத்துடன் பார்த்ததை கவனித்தேன். அவருக்குப் பின்னால், அரேபிய பாணி ஜன்னல் வழியாக வானைத் தொட்டுக் கொண்டிருந்த தூபிகளில் ஒன்றைப் பார்த்தேன்.

கல்லறையின் பின்சுவற்றின் நிழலில் நாங்கள் வீட்டிற்கு நடந்தோம். கொத்தாக விழத் தயாராக பூத்துக்குலுங்கிய முந்திரி மரங்களின் உயிர்ப்பற்ற வாசனை காற்றில் வந்தது. அம்மா திடீரென்று ஓரடி இடைவெளிவிட்டு மெதுவாக நடந்தவாறு மர உச்சிகளை வேதனையுடன் பார்த்ததைக் கவனித்தேன்; அந்த மரங்களில் ஏதோ ஒன்றின் அடியில் இந்த புதர் நிறைந்த பாதையின் வளைவில் சோஃபியாவின் கல்லறை இருந்தது. அப்பா அவளுக்காக ஒரே கல்லால் செய்யப்பட்ட பச்சை ஸ்தூபி வடிவ கல்லால் அவளது கல்லறையின் அடித்தளக்கல் செதுக்கப்பட்டிருந்தது. வெள்ளிக்கிழமைகளில் அம்மா அஃமலிடம் ஒரு கட்டு ஊதுபத்திகளைக் கொடுத்து அவளுக்காக கூடுதலாக ஒரு ஃபதிஹா சொல்லும்படி சொல்லி அனுப்புவார். அடித்தளக்கல் கட்டியதிலிருந்து நான் கல்லறைக்குச் சென்றதில்லை.

அறிவுக்கெட்டாத சோகம் என் மேல் படர்ந்து எலும்புகளில் ஊடுறுவி வாழ்நாள் முழுவதும் என்னுடனேயே வேரூன்றிவிடும் என்று பயந்தேன்.

நினைத்துப்பார்க்கும்போது சோஃபியாவின் உடலை சவப்பெட்டியில் வைத்துத் தூக்கிச்சென்ற பிறகு சோஃபியாவிடமிருந்து கல்லெறியும் தூரத்தில் வந்திருப்பது அம்மாவிற்கு இதுதான் முதல்முறை. மங்கிய செங்கற்கள் பூக்களின் வேலியைத் தன்மீது படரவிட்டிருந்த அந்தச் சுவர் முடியும்வரை தன் விரல்களை அதில் தடவியவாறே அவர் ஏன் வருகிறார் என்று எனக்குப் புரிந்தது.

'ஜாவி யாரும்மா?' என்று மண் சாலையை நாங்கள் கடக்கும்போது சாதாரணமாகக் கேட்டேன். சோகமான நினைவுகளில் மூழ்கிவிட்ட அவருக்கு நான் பேசுவது கேட்டிருக்குமா என்று சந்தேகம் வந்தது.

'ஜாவி யாரும்மா?' என்று நான் மறுபடியும் கேட்டேன்.

'என் தம்பி,' அழுது வீங்கிய அவரது முகத்திலிருந்து வெளிப்பட்ட பாவத்திலிருந்து மேற்கொண்டு பேசும் மனநிலையில் அவர் இல்லை என்று தெரிந்தது.

'அவர் இப்போ எங்க இருக்காரு?'

வடிவமற்ற நுரைகள் போல தொங்கிய மேகங்கள் இருந்த வானத்தைப் பார்த்து கண்களை மூடித் திறந்தார்.

'இறந்துட்டாரா?'

'ஆமாம்,' என்று கடுமையாகக் கூறிய அவரது முகத்தில் சிடுசிடுப்பு பரவியது.

'அவரு என்னை மாதிரி இருந்தாரா?'

'கொஞ்சம்.'

ஜாவியை ஒரு புதிர் என்று வைத்துக்கொண்டால் அதில் முகம் இருக்கும் பகுதிதான் நிறைவாகியிருக்கிறது. நாங்கள் வீடு நோக்கி நடந்தபோது மிச்சப் புதிரையும் விடுவித்துக்கொள்ள நினைத்தேன். 'அவரு நிறைய புத்தகங்கள் படிச்சிருக்கனும்,' அதைக் கேள்வியாக இல்லாமல் சாதாரணமாகச் சொன்னேன். ஆனாலும் ஆமாம் என்பது போல அம்மா தலையை அசைத்தார்.

ஜாவி அவருடைய தம்பி, நிறைய நூல்களைப் படித்திருக்கிறார், அவர் இறந்துவிட்டார்: எல்லாமே நான் அறிந்துகொள்ளத் துடித்த முக்கிய தகவல்கள்தான். ஆனால் புதிரில் ஒரு விஷயம் பொருந்தவேயில்லை: அவரது நூல்கள் ஏன் பங்களாவில் உள்ளன? அவை மரம் அறுக்கும் ஆலையின் பின்பக்கம் உள்ள கண் தெரியாத பாட்டியின் வீட்டில்தானே இருக்க வேண்டும். அம்மாவுக்கு நாவல் மரத்தைப்போல பாட்டிக்கும் இந்த நூல்கள் இறந்த குழந்தையின் நினைவாக இருந்திருக்க வேண்டும்.

'எல்லா புத்தகங்களும் ஏன் மாளிகையில இருக்கு, ஏன் பாட்டி வீட்டுல இல்லை?'

'ஏன்னா, அவன் வளர்ந்ததே பங்காளவுலதான்,' என்று அசுவாரஸ்யமாகக் கூறினார்.

'ஏன்?'

அம்மா வேகமாக நடக்கத் தொடங்கினாள், நான் பின்தங்கினேன். பங்களாவைச் சுற்றிலும் உள்ள மரங்கள் கண்ணுக்குத் தெரிய ஆரம்பித்தன.

'அவரு ஏன் பாட்டி வீட்டுல இல்லாம நம்ப வீட்டுல இருந்தாரு?' என்று நான் கேட்டேன். ஒரு புதிரை விடுவித்தால் ஒரு கவலை குறையும்.

'ஏன்னா அவன் இங்க இருக்கணும்னு நான் விரும்பினேன். ஏன்னா பங்களா மாதிரியான ஒரு பெரிய வீட்டுல உங்க அப்பா எப்பவும் வெளிய சுத்திட்டு இருந்தப்ப நான் தனிமையா உணர்ந்தேன். உன் அப்பா அவனை காலேஜ் அனுப்பினாரு, ஃபீஸ் கட்டினாரு, பங்காளவுல குழந்தைங்க வந்தபிறகும் அவரு அவனை போகவிடல.' அம்மா கோபமாகக் கூறினார்.

'அவரு சாகும்போது எத்தனை வயசு?'

அவர் யோசித்தபடி விரல்களால் வயதைக் கணக்கிடுவார் என்று எதிர்பாரத்தேன், ஆனால் பதில் உடனடியாக வந்தது.

'இருபத்தி ஆறு.'

இந்தத் தகவல் என்னை ஈர்த்தது. இருபத்தி ஆறு வயதிற்குள் இருநூறுக்கும் மேற்பட்ட நூல்களைப் படித்திருக்கிறார், அவற்றில் பல தொலைபேசி டைரக்டரி போல தடிமனாக இருந்தவை.

பதினைந்து வயதில் நான் எங்கள் பாடத்திட்டத்தில் இருந்தவற்றில் வெறும் பாதி, சந்தீப் சுரங்கத்திற்குக் கடத்தி வரும் பத்திரிகைகள், அதோடு அந்த புத்தகங்களில் ஜாவியின் கையெழுத்துகளை மட்டுமே படித்துள்ளேன்.

'அவரு எப்படி செத்தாரு?'

எனக்கு பதில் கூறாமல் வேகமாக நடந்தார், சுரங்கத்தில் அவர் பார்வை சென்று திரும்பியதை நான் கவனித்தேன்.

'நான் பிறந்த அதே நாள்லதான் அவரு இறந்தாரா?' இது வெறும் ஊகம்தான், ஆனால் அவர் முகத்தில் காணப்பட்ட ஆச்சரியம் என் ஊகம் சரிதான் என்று கூறியது.

'இதெல்லாம் உனக்கு யார் சொன்னது?'

'நானே ஊகிச்சேன். அவரு இறந்த அன்னிக்கு கடைசியா படிச்ச புத்தகத்தோட பேருகூட எனக்குத் தெரியும். *லேடி சாட்டர்லிஸ் லவர்*,' என்றேன்.

'உனக்கு இதெல்லாம் எப்படி தெரியும்?' எனக்கு பேய் பிடித்திருக்கிறது, உடனடியாக தாயத்து கட்ட வேண்டும் என்று அவர் நினைத்ததாகத் தோன்றியது. அந்த சமயத்தில் என்னை ஏதோ ஆட்கொண்டிருந்தது என்பது சரிதான், எந்த தாயத்தும் அதை ஒன்றும் செய்ய முடியாது.

'செத்து போனவங்களைப் பத்தி எங்கிட்ட எதுவும் கேக்காதே,' என்று மரங்கள் ஊடாக பங்களா பார்வைக்கு வந்தபோது கூறினார். பங்களாவின் சுவர்கள் அதைச் சுற்றியுள்ள பச்சைப் பசுமைக்கு எதிராக பழுப்பு நிறத்தில் சோகமாக இருந்தன. 'நான் உன்கிட்ட எதுவும் சொல்லப் போறதில்லை.'

நாங்கள் பங்களாவில் இல்லாத அரை மணி நேரத்தில் டாக்டர் இப்ராகிமைவிடவும் ஜசிராவே என் வலிக்கான காரணத்தைக் கண்டுபிடித்துவிட்டாள். அவள் கண்டுபிடித்தவற்றை சமையலறை மேடையில் அடுக்கிவைத்திருந்தாள்: முட்டை ஓடுகள், நாவல் கொட்டைகள், கொட்டாங்குச்சிகள், சாப்பிட முடியாத அளவு அதிகப் புளிப்பாக இருந்த புளி உருண்டை, கொஞ்சம் நிலக்கடலை, ஒரு சில பிரெட் துண்டுகள் மற்றும் காலி ஜாம் பாட்டில்.

‘இவன் ரகசியமா சாப்பிட்டுட்டு இருந்திருக்கான் அம்மா, நாய் மாதிரி ராத்திரி முழுக்க முனங்கிட்டே இருந்ததுல ஒன்னும் அதிசயமே இல்ல,’ என்று ஜசிரா அறிவித்தாள்.

‘இதெல்லாம் உனக்கு எங்க கிடைச்சுது?’ என்று சதியாலோசனை கேட்பது போல அம்மா கேட்டார்.

வெற்றிப்புன்னகையுடன், ‘அவன் ரூமுல எல்லாமே அழகா பேக் பண்ணி பிளாஸ்டிக் கவர்ல போட்டு மெத்தைக்கு அடியில வெச்சிருந்தான்.’

அதீத வலியினால் என் பாவ உணவில் மிச்சம் இருந்தவற்றை வெளியே கொட்ட மறந்துவிட அவை சமையலறை மேடையில் மோசமாக நாற்றம் அடித்தன. இறை நம்பிக்கை நிறைந்துள்ள அந்த வீட்டில் தெய்வநிந்தனையின் நாற்றம். நான் உண்மையை கூறிவிடலாம் என்று முடிவு செய்தேன்.

‘என்ன முணுமுணுக்கறே, வாய திறந்து பேசு,’ என்று அம்மா பற்களை நறநறத்தாள்.

‘நான் ஏற்கெனவே உங்க கிட்ட சொல்லாம இருந்தது என் தப்புதான்,’ என்று எச்சரிக்கையுடன் கூடத்தில் அப்பா வருகிறாரா என்று பார்த்தபடி தொடங்கினேன்.

‘என்ன ஏதோ புக்குலேந்து கதை படிக்கிறயா?’ என்று போலி அனுதாபத்துடன் ஜசிரா கேட்டாள்.

‘இல்லை ஜசி,’ அமைதியாகக் கூறினேன். ‘நான் உண்மையைச் சொல்ல நினைக்கிறேன்.’

‘இது ஏதோ நாடக வசனம்,’ என்று கூறி ஜசிரா அம்மாவை முழங்கையால் இடித்தாள். ‘நான் இதை முன்னாடியே கேட்ருக்கேன்.’

‘அப்டியா?’ என்று அம்மா அவளிடம் கேட்டார்.

‘இல்லை. நான் சொல்றது உண்மைதான்,’ என்றேன்.

ஜசிரா தன் நீண்ட சுருண்ட கூந்தலைப் பின்னால் தள்ளிவிட்டபடி வெடித்துச் சிரித்தாள். சோஃபியா தண்ணீரில் மூழ்கிய பிறகு முதல் தடவையாக இவள் இப்படி சிரித்து நான் பார்க்கிறேன்.

'ஜசி, அப்படி சிரிக்கறதை நிறுத்து. இது ரமலான் மாசம்,' என்றார் அம்மா.

'அப்புறம் அமர், நீ என்ன சொல்லணுமோ எங்களுக்குப் புரியறா மாதிரி சொல்லு.'

லெனின் சித்தப்பா அப்பாவிடம் புன்னகையுடன், அமைதியான குரலில் பேசியதையும் தன் கம்யூனிச உறவுக்காரப் பையன் சொல்லும் அனைத்தையும் அப்பா மறுத்தாலும் அவரை மரியாதையுடன் நடத்தியதையும் நான் நினைவு கூர்ந்தேன். அதனால் அமைதியான குரலில் புன்னகையுடன் தொடங்கினேன். 'நாம எல்லாருமே பல விஷயங்களை செய்யறதுக்கான சுதந்திரத்தோட பிறந்திருக்கோம். பேச்சு சுதந்திரம், எதையாவது பின்பற்றும் சுதந்திரம்...'

ஜசிரா, முகத்தைச் சுருக்கியபடி சிரித்தாள். 'இது இவனோட ஹிஸ்டரி புக்குல இருக்கு.'

'ஒரு கேள்விக்கு பதில் சொன்னா போதும் அமர்,' என்றார் அம்மா. 'நீ இத்தனை நாளா விரதம் இருந்தியா அல்லது சாப்பிட்டுட்டு இருந்தியா? அப்பா திரும்பி வரதுக்கு முன்னாடி சொல்லிரு.'

அப்பா வீட்டில் இல்லையா?

'நான் ரொம்ப வருஷத்துக்கு முன்னாடியே அல்லாவ நம்பறதை நிறுத்திட்டேன்.'

அந்த இரண்டு பெண்மணிகளும் சந்தேகப் பார்வையைப் பரிமாறிக்கொண்டனர். ஜசிராவின் முகத்தில் இருந்த புன்னகை காணாமல் போனது. 'என்ன?' என் தோள்களை உலுக்கியவாறே அம்மா கேட்டார். 'நீ என்ன சொன்னே?'

'நான் இஸ்லாமை பின்பற்றுபவன் இல்லை, அம்மா.'

'என்னை அம்மான்னு கூப்பிடாதே. இவ்ளோ நாளா நீ சாப்பிட்டுட்டு இருந்தியா? எனக்கு அது மட்டும்தான் தெரியணும்.'

'ஆமாம்.'

'கவலைப்படாதீங்கம்மா,' என்றாள், ஜசிரா. 'விரதம் முடிஞ்ச பிறகு மறுபடியும் அல்லாவ இவன் நம்ப ஆரம்பிச்சிருவான்.'

'இல்லை, ஜசி. நான் அப்படி செய்ய மாட்டேன்.'

‘ரேடியோ நாடகம் மாதிரி என்கிட்ட வசனம் பேசறத நிறுத்து. அப்பா திரும்பி வந்த பிறகு திரும்பவும் அல்லாவ நம்ப ஆரம்பிச்சிடுவே.’

‘அப்பாவா? அந்த ஆளால என் கொள்கைகளை மாற்ற முடியாது,’ என்றேன்.

‘நீ அப்பாவப் போய் ‘அந்த ஆள்னு’ சொன்னியா?’ என்று கண்களில் திகிலுடன் கேட்டாள் ஐசிரா. நீ அவரை ‘அந்த ஆள்னு’ சொன்னியா?’

‘ஆமாம், நான் அவரை “ஆள்”னு சொன்னேன்.’

‘அவன் அப்பாவப் போய் ‘அந்த ஆள்னு’ சொல்றான்,’ என்று ஐசிரா அம்மாவைப் பார்த்துக் கூச்சலிட்டாள். ‘அவன் சொல்றதை கேட்டிங்களா?’

அம்மா எதுவுமே சொல்லவில்லை. வீட்டில் சண்டை, சச்சரவுகள் அளவுக்கு மீறி போய்விடும்போது அம்மா முகத்தில் காணப்படும் அதே இறுக்கம் இப்போதும் இருந்தது.

‘அவன் அப்பாவ ‘அந்த ஆள்னு’ சொல்றான்,’ என்று ஐசிரா மீண்டும் அம்மாவைப் பார்த்துக் கூச்சலிட்டாள். ‘அது உங்களுக்குக் கேக்கலயா?’

‘நான் எல்லாத்தையும் கேட்டேன்,’ மேற்கொண்டு எதுவும் பேசும் மனநிலையில் இல்லை என்பது போல பெருமூச்சு விட்டார். ‘இந்த வீடு நாசமாப் போறத என் கண்ணால பாக்கறேன். நீங்க ரெண்டு பேருமே இது ரமலான் மாசங்கறதை நினைவுல வெச்சிக்கங்க,’ என்றார்.

‘நான் என்ன தப்பு செஞ்சேன்?’ என்று ஐசிரா கோபத்துடன் கேட்டாள். ‘இது ரமலான் மாசங்கறதை ஒரு நொடியாவது நான் மறந்திருக்கேனா?’

அம்மா ஜன்னலுக்கு வெளியே பார்த்தார், ஒருகாலத்தில் காய்கறித் தோட்டமாக, பசுமையாக, ஊதா நிறக் கீரைச் செடிகள் இருந்த இடம் இப்போது களைகள் மண்டியிருப்பதைப் பார்த்தார்.

‘நீ சோஃபியாகிட்ட நடந்துகிட்ட விதத்தை என்னால என்னிக்குமே மறக்கவே முடியாது,’ என்று என்னை அறியாமல் கூறினேன். ‘அவ கடைசியா விடைபெற வந்தப்போ நீ கதவக்கூட திறக்கல.’

அம்மா அடித்த அடியில் என் முகம் எரிந்தது. 'உங்க சண்டைல சோஃபியாவை மறுபடியும் கொண்டு வராதீங்க,' என்றார். 'அவள் ஆத்மாவாவது அமைதியா ஓய்வெடுக்கட்டும்.'

எதிர்பார்த்தது போலவே ஐசிரா அழத் தொடங்கினாள். தன் மணிக்கட்டுகளை புருவத்தில் அழுத்திக்கொண்டு தன் அடர்த்தியான கூந்தலில் விரல்களை நுழைத்துக்கொண்டாள். ஆனால் அவளுடைய அழுகைச் சத்தம் சென்றமுறை அக்மல் அவளை குற்றம் சாட்டியபோது இருந்ததைப்போல அவ்வளவு உண்மையாக இல்லை.

'இந்தக் கேடுகெட்ட வீட்டுலேந்து நான் போயிடறேன்,' என்று நான் அறிவித்து, இரு பெண்களும் என்னிடம் சமாதானம் கொள்வதற்கான வாய்ப்பை வழங்கினேன்.

'ரொம்ப நல்லது,' தன் முகத்திலிருந்து கைகளை எடுத்து, 'தயவுசெய்து முதல்ல அதைச் செய், இந்த வீட்டுக்கு இருக்கற கொஞ்சம் நஞ்ச மானமாவது போகாம இருக்கும்,' என்று என்னை நோக்கிக் கைகூப்பிக் கெஞ்சிக் கேட்டுக்கொண்டாள் ஐசிரா.

திரும்பி வரவேகூடாது என்று சபதத்துடன் நடந்து கேட்டிற்கு வெளியிலிருந்து பங்களாவைக் கடைசியாக ஒரு பார்வை பார்த்தேன். ஒருவேளை மனம் மாறினால் ஒரு பத்து, இருபது ஆண்டுகள் கழித்து பெரிய பணக்காரனாகவும் மிகவும் புகழ்பெற்றவனாகவும் திரும்புவேன். அப்பொழுது நான் கொண்டுவரும் பைகள் நிறைய இருக்கும் பணத்தை ஐசிரா தலைவாயில் வழியாகக் கஷ்டப்பட்டுத் தடுமாற்றத்துடன் இழுத்துக்கொண்டு போவாள். நான் பெரும் அந்தஸ்தடன் செல்வந்தனாக அடுத்த நூற்றாண்டு தொடங்கும்போது திரும்புவேன் என்ற கற்பனை சர்வ நிச்சயமாகத் தெரிந்தது. விரைவில் முதுமையடைந்தவர்களால் நிரம்பி இருக்கும் வீட்டிற்கு சூரிய ஒளியில் பிரகாசிக்கும் காரில் திரும்புவேன். ஆனால் மகிழ்ச்சியையும் மிக அதிக மனநிறைவையும் தரும் எதிர்காலத்தின் ஒளிமயமான அந்தத் தருணத்தை நோக்கி எவ்வாறு பயணம் செய்யப்போகிறேன் என்று எனக்குத் தெரியவில்லை.

எங்கள் பெற்றோரிடமிருந்து நான் திருடிய பணத்திலிருந்து மீதி இருக்கும் கொஞ்சம் சில்லறை என் பாக்கெட்டில் குலுங்கியது, செல்வந்தனாகப் போகும் எதிர்காலப் பயணத்தில் ஒரு மைல் தொலைவைக் கடக்கக்கூட அது போதாது. அதனால் ரயிலில் செல்வதற்கு பதில், ரயில் நிலையத்திற்கு பின்னால் இருந்த ஒரு கடையிலிருந்து சைக்கிளை வாடகைக்கு எடுத்துக்கொண்டேன்.

அவர் மாலையில் சைக்கிள்களை எண்ணும்போது ஒரு சைக்கிள் குறையப்போகிறது என்று கற்பனை செய்தவாறு சென்றேன். கடைக்காரர் சைக்கிள் தொலைந்ததைப் பற்றி பங்களாவுக்குப் போய் சொல்லும்போது ஜசிரா மீண்டும் அழத் தொடங்குவதாக நினைத்துப் பார்த்தேன். எனக்கு அவள் மீது எந்த அன்பும் இல்லை ஆனால் என் பெற்றோரை நினைத்து வருந்தினேன்: ஒரு குழந்தை ஏரியில் மூழ்கிவிட்டாள், இன்னொரு குழந்தை காணாமல் போய்விட்டான். ஒரு குழந்தையின் இறப்பைவிட அது காணாமல் போவது மிகுந்த துயரத்தைத் தரக்கூடியது.

நகர சதுக்கத்தை நோக்கி மெதுவாகப் பெடல் செய்யத் தொடங்கினேன், டாக்டர் இப்ராகிமின் பாலிகிளினிக் மற்றும் மசூதியைக் கடந்து தார்ச் சாலையில் எங்கள் பள்ளி இருக்கும் இடத்திற்கு இட்டுச் சென்ற சரிவில் இறங்கினேன். வேண்டிய இடங்களுக்குச் சென்று எனக்குத் தோன்றிய இடங்களில் திரும்பினேன். பள்ளி அருகில் கடல் சத்தம் கேட்டது. தென்னந் தோப்புகள் வழியாக அலைகளின் ஓசை மிதந்து வரவும் கடலை நோக்கிப் பெடலை மிதிக்கத் தொடங்கினேன்.

குளிர்ச்சியாகவும் காலியாகவும் இருந்த தோட்டங்களில் உயரமான தென்னை மரங்களுக்குக் கீழே இலக்கே இல்லாமல் திரிந்தேன். மரங்களின் வரிசை முடிவுக்கு வந்த இடங்களின் ஓரங்களில் செங்குத்தான பாதையைத் தாங்கிய கடல் நீல நிறத்தில் இருந்தது. செங்குத்தான பாதைக்கு வரும்வரை கடற்கரை இன்னமும் தொலை தூரத்தில் மிகவும் கீழே, ஓர் ஆழமான பள்ளத்தாக்கில் உள்ளது என்பதை நம்மால் நம்ப முடியாது. பாதை முழுவதும் கம்பி வேலி போடப்பட்டிருக்க அது பல இடங்களில் உடைந்துபோயிருந்தது. வானிலையால் பாதிக்கப்பட்டிருந்த வேலியில் சுற்றுலாப் பயணிகளை எச்சரிக்கும் வகையில் அதற்கு அப்பால் போக வேண்டாம் என்று எழுதப்பட்ட பலகைகள் காணப்பட்டன. தோப்புகளின் முனைகளில் சிறிய கஃபேக்கள் இருந்தன; உள்ளே இருட்டாக, வேயப்பட்ட கூரையுடன், முகப்பில் இருந்த வண்ணமடிக்கப்பட்ட பெயர்ப்பலகைகள் அவை இருந்த நிலைக்குக் கொஞ்சமும் பொருந்தாமல் கவர்ச்சியாக இருந்தன. வேயப்பட்ட கூரைக்குக் கீழ் கடலைப் பார்த்து ரசித்தவாறே அமர்ந்திருந்த சுற்றுலா பயணிகள், கருப்பான, சிதிலமடைந்த குடிசைச் சுவர்களுக்குப் பொருத்தமில்லாமல் வெளிறிய தோலுடன் இருந்தனர். அந்தக் குடிசைகளில் ஒன்றை நான் கடந்தபோது ஒரு பெண்மணி எழுந்து நின்றவாறு மின்னும் கடல் நீலத்தின் பின்னணியில் என்னைப் புகைப்படம் எடுத்தார். அவர் என்னைப்

புகைப்படம் எடுக்க விரும்பினாரா அல்லது பிரகாசமான சூரியனைப் படம் எடுக்கும் சமயத்தில் நான் அங்கே வந்துவிட்டேனா என்று தெரியவில்லை. எப்படி இருந்தாலும், குறைந்தபட்சம் ஏராளமான பணத்துடனும் வறண்ட புன்னகையுடனும் திரும்பும்வரை அதுவே என் கடைசி புகைப்படம். புகைப்படம் எடுத்த ரோல் கழுவப்பட்டு படம் கிடைப்பதற்குள் நான் இதுவரை வாழ்ந்த இடத்திலிருந்து பல மைல் தொலைவு சென்றிருப்பேன்.

செங்குத்தான அந்தப் பாதையில் தோப்பில் எங்கோ தேங்காய்கள் கீழே விழும் சத்தம் கேட்டது. ஓர் உயரமான மரத்தின் மேல் ஒருவர் தொற்றிக்கொண்டு, தேங்காய்க் குலைகளை வெட்டிக்கொண்டிருந்தார். தென்னந்தோப்பை நெருங்கிய போது, தோப்பின் பல மூலைகளிலிருந்து பலர் தேங்காய்களை கூடைகளில் தூக்கி வந்து கொட்ட, தேங்காய்கள் அங்கே மலைபோல குவிக்கப்பட்டிருந்தன. அதற்கு அருகில் தென்னை ஓலைகளின் குவியல் ஒன்றில் சிறுவன் ஒருவன் கால் மேல் கால் போட்டுக்கொண்டு என்னை அழைத்தான்.

'அமர், நீ இங்க என்ன பண்ணிட்டு இருக்கே?'

பெடல் மிதிப்பதை நிறுத்தினேன். 'நான் எங்கயோ போறேன் சந்தீப்.'

'எங்க?' என்றவாறே தென்னம் ஓலைகளின் குவியலிலிருந்து இறங்கினான்.

நான் பதில் சொல்லவில்லை.

'வா, வந்து ஒரு இளநி குடிச்சிட்டு போ.'

உடனே எனக்குத் தாகம் எடுத்தது. நேற்று மாலை அடிவயிற்றில் வலி கடுமையாகத் தொடங்கியதிலிருந்து நான் ஒன்றுமே சாப்பிடவில்லை, அடுத்து எப்போது சாப்பிடுவேன் என்றும் தெரியவில்லை. தென்னந் தோப்பிற்குள் வந்து குவியலாக இருந்த தென்னங் கீற்றுகளின் பக்கத்தில் சைக்கிளை நிறுத்தினேன். கடற்காற்று சந்தீப்பின் மூன்று ஏக்கர் தென்னந் தோப்பில் இடைவிடாமலும் குறுக்கே தடுக்க கூரை உணவகங்கள் இல்லாமலும் வீசிற்று.

'நீ எங்க போயிட்டு இருக்கேன்னு சொன்னே?'

அவனுக்கு அருகில் அமர்ந்தவாறு இளநீரைக் குடித்தவாறே அவனிடம் எல்லாவற்றையும் சொன்னேன்; நாத்திகம் பற்றிய என் உரையாடல் முதல் சுற்றுலாப் பயணி புகைப்படம் எடுத்தது வரை எல்லாவற்றையும் சொன்னேன். அறியாத இடத்தில், பரபரப்பான பயணத்தில் நிச்சயமாக பெறப்போகும் வெற்றிக்காக நான் எதிர்கொள்ளப்போகும் இன்னல்களையும், அதற்காக வீட்டை விட்டு ஓடிப்போவதையும் அவனிடத்தில் கூறினேன்.

'தப்பான வழில போற,' என்று விரிந்த புன்னகையுடன் கூறினான்.

'இங்கேந்து அரை மைல் தூரம் போனியனா பாறைதான் வரும். உன் வீட்டுலேந்து வெறும் நாலு மைல் தொலைவுல உன் வாழ்க்கைய ஒரு துறவி மாதிரி பாறையில கழிக்கப் போறதா நீ முடிவு செஞ் சிருக்கலேனா நீ தப்பான வழிலதான் போற.'

என் புவியியல் அறிவை நொந்துகொண்டேன். அடுத்த சில நிமிடங்கள் மவுனமும் அவமானமுமாகக் கழிய உடனடியாக அங்கிருந்து ஓடிப்போக வேண்டும் என்ற வெறி எழும்பியது. என் கையில் இளநீரை பிடித்தபடி அதன் தோலில் ஒழுங்கற்ற வரைபடம் போல் இருந்த கோடுகளை வெறித்துப் பார்த்தேன்.

'நீ என்ன சொல்றே?' யாராவது ஒருவர் என்னை வீட்டுக்குத் திரும்பும்படி லேசாக வற்புறுத்தும் குரலில் கூற வேண்டும் அவ்வளவுதான், உடனே நான் வீட்டிற்கு ஓடிவிடுவேன்.

அதற்கு பதிலாக, 'ரயில்ல போ. எவ்வளவு தொலைவா போறியோ உனக்கு அவ்வளவு நல்லது,' என்றான்.

என் இதயம் ஆழமாகப் புண்பட்டது. 'என்கிட்ட ரயில் டிக்கெட் வாங்கற அளவு காசு இல்லை.'

'பொதுவா யாரும் பாக்கெட் நிறைய காச வெச்சிட்டே ஓடறதில்லை,' என்ற அவன் சிரிக்க ஆரம்பித்தான். 'நீ எங்கயும் போக விரும்பறதா எனக்குத் தோணல,' என்று எழுந்து நின்று தோப்பில் திரிந்தபடி தேங்காய்கள் பறிப்பதை மேற்பார்வையிட்டான்.

தொலைவில், மெல்லிய நீல நிறம் ஆழமடையத் தொடங்க கடல் ஆர்ப்பரித்தது. என் ஜாடையில் இருந்த ஜாவி, ஒருகாலத்தில் இங்கே, நான் அமர்ந்திருக்கும் தென்னை மட்டைக் குவியல்களில் அல்லாமல் இந்த செங்குத்து பாதையில், வேலிக்கு அருகில் நின்றுகொண்டு, தடுப்புச் சுவரை கடல் வருடிக்கொண்டு போவதை பார்த்தவாறு

இருந்தார் என்று எண்ணத் தொடங்கினேன். நான் பிறந்த அன்று அவர் பள்ளத்தாக்கில் விழுந்து பாறைகளில் இறந்துகிடந்தாரா?

'நீ வீட்டுக்கா போற?' என்று சந்தீப் கேட்டான். பிறகு என் பதிலுக்குக் காத்திருக்காமல், அவனே, 'ஒரு அரை மணி நேரம் வெயிட் பண்றயா? நானும் உன்னோட வந்திடறேன்,' என்றான்.

மரம் ஏறுபவர்கள் தங்கள் வேலைகளை முடித்திருக்க, கூலியாட்கள் தேங்காய்களை மூன்று மாட்டு வண்டிகளில் ஏற்றத் தொடங்கினர். அடிவானம் அடர் சாம்பல் நிறத்தில் மாறத் தொடங்க கடலில் வெளிர் நீலம் ஆர்ப்பரிக்கும் அலைகளோடு நுரை பொங்கியது. இப்போது பங்களா திரும்புவது என்று முடிவு செய்தபிறகு, நான் இவ்வளவு நேரம் வெளியே இருந்ததால் பரபரப்பாக எல்லாரும் கவலையுடன் இருப்பார்கள் என்று நினைத்தேன். அக்மலும் அப்பாவும் நகர் முழுவதும் போய் குழிகளில், மதகுகளின் கீழே பார்த்துக் கொண்டிருப்பார்கள், அம்மா நிச்சயமாக ஓலமிட்டு அழுது கொண்டிருப்பார், ஐசிரா இன்னொரு பாட்டம் அழத் தொடங்கியிருப்பாள். எனக்காகக் காத்திருந்த தண்டனையை நினைத்துப் பார்த்தபோது, ஓடிப் போக முடிவு செய்தது நல்லது என்று உணர்ந்தேன்.

நான் வீட்டிற்குப் போய்ச் சேர்ந்தபோது ஏற்கெனவே சூரிய அஸ்தமனம் ஆகியிருந்தது. தலைவாயில் விளக்கு இன்னமும் ஏற்றப்பட்டிருக்கவில்லை, ஆனால் ஜன்னல்களின் வழியே லேசான வெளிச்சம் வந்து கொண்டிருந்தது. அமைதியான வீட்டிற்குள் அப்பாவின் அளவுக்கதிகமான கோபத்தை எதிர்பார்த்து பயந்துகொண்டே நுழைந்தேன். ஆனால் அப்பா இருந்ததற்கான அறிகுறி இல்லை. சாப்பாட்டு அறைக்குள் நுழைந்தபோது மசூதியிலிருந்து தொழுகைக்கான அழைப்பு ஜன்னல்கள் வழியாகக் கேட்டது.

மேஜையில் சூரிய அஸ்தமனத்திற்குப் பிறகான விருந்துக்காக ஏற்பாடு செய்யப்பட்டிருந்தது, அம்மா அதன் தலைமாட்டில் அமர்ந்திருக்க (அப்படியானால் அப்பா சிறை குடியிருப்பில் இருக்கும் சையத் மாமாவைப் பார்க்கப் போயிருக்கலாம்), ஐசிராவும் அக்மலும் எதிரெதிராக அமர்ந்து, தங்கள் காய்ந்த உதடுகளை எலுமிச்சைச் சாற்றால் நனைத்துக் கொண்டிருந்தனர். நான் எப்போதும் அமரும் இடத்தில் நான்காவதாக ஒரு தட்டு முனையில் மூன்று சுருங்கிய பேரிச்சையுடன் இருந்தது. அப்படியென்றால், நான் வெளியே போயிருந்தபோது எதுவும் நடக்கவுமில்லை நான் இல்லாமல் இருந்ததை யாரும் கண்டுகொள்ளவுமில்லை. நான்காவது தட்டிற்கு முன் அமர்ந்து பேராசையுடன் வயிற்றை

நிரப்பிக்கொள்ளத் தொடங்கினேன். ஜசிரா வாய்க்குள்ளே சிரிக்கத் தொடங்கினாள், ஆனால் அம்மா நான் இருந்த திசையையே திரும்பிப் பார்க்கவில்லை.

மீதி ரமலான் மாசம் முழுவதும் பங்களாவில் நான் இருந்ததையே அம்மா கண்டுகொள்ளவில்லை. ஆனால், எளிமையான மதிய உணவு தயாரித்து ஜசிராவிடம் ரகசியமாக என் அறைக்குக் கொடுத்தனுப்பினார். நான் ஜசிராவைப் பார்த்து நன்றியுடன் புன்னகைத்தபோது அவள் வேறுபுறம் திரும்பிக்கொண்டாள். நான் வேகமாகவும் அமைதியாகவும் சாப்பிடும்போது கதவை தாழ்ப்பாள் போட்டுவிட்டு மஹோகனி மரத்தில் செதுக்கப்பட்டு சட்டமிடப்பட்ட கண்ணாடியில் அவள் தன்னையே வெவ்வேறு கோணங்களில் பார்த்துக்கொண்டாள். நான் சாப்பிட்டு முடித்த பிறகு ஒரு வார்த்தைகூட பேசாமல், பாத்திரங்களை இடித்துச் சத்தம் எழுப்பாமல் அவற்றை சமையல் அறைக்குக் கொண்டுச் சென்றாள்.

என் வாழ்க்கையின் மிக நீண்டதாகத் தோன்றிய ரமலான் மாதம் கடைசியில் முடிவுக்கு வந்தது. அம்மாவும் ஜசிராவும் தலைவாயில் படியில் நின்றபடி பிறைச் சந்திரன் தெரிகிறதா என்று வானத்தைப் பார்த்தனர்; ஒருசில நட்சத்திரங்கள் மட்டும் வெளியே வந்திருந்தன, இன்னும் நிலா வரவில்லை. அக்மல் சின்னாபின்னமாக்கிவிட்ட ரேடியோவைத் திருப்பி பிறை தெரிவதைப் பற்றிய செய்திக்காக தன் காதை அதில் அழுத்திவைத்தான். அன்று இரவு பிறை தெரியவில்லை என்றால் மேலும் ஒருநாள் விரதம் இருக்க வேண்டும். கரகரப்புடன் தெளிவில்லாமல் ரேடியோ மூலம் அக்மலுக்குச் சொல்லப்பட கடைசியாகப் பிறை தெரிந்தது.

அன்று, பங்களாவின் துரதிர்ஷ்டம் பிடித்த குழந்தைகளுக்குத் தெரிந்த மிகப் பெரிய கொண்டாட்டமான ஈகைப் பண்டிகை. இன்னமும் துக்கம் கொண்டாடுகிறோம் என்பதால் இந்த தடவை புதிய துணிமணிகள் இல்லை, அதோடு ஈகை விருந்தும் எளிமையாக இருக்கும். ஈகைப் பண்டிகை அன்று அம்மா ஒரு பெரிய கட்டு ஊதுபத்திகளை சோஃபியாவுக்கு கொடுத்து அனுப்பிவிட்டு அவள் இல்லாத பண்டிகையை நினைத்துக் கண்ணீர் விட்டார். ஜசிரா, அம்மாவோடு சேர்ந்து சிறிது நேரம் அழுதாள், பிறகு அம்மாவை சமாதானப்படுத்த முடியாது என்பதை தெரிந்துகொண்டு வாரம் ஒரு தடவை மேற்கொள்ளும் வேலைகளான முகத்தை ப்ளீச் செய்துகொள்ளவும் புருவங்களை சிரைத்துக்கொள்ளவும் சென்றுவிட்டாள்.

அம்மா ஹாலில் உள்ள தன் பிரார்த்தனை பாயிலிருந்து எழுந்திருக்கவும் மாட்டாமல், விடிகாலை எழுந்து தான்

செய்துவைத்த உணவுகளை சாப்பிடவும் மறுத்தாள். பிற்பகலுக்குள் அவள் கண்கள் ரத்தச்சிவப்பாகிவிட்டன, மாலைக்குள் அம்மா மயக்கம்போட்டு விழுந்து விட்டாள்.

'யாராவது போய் டாக்டர் இப்ராகிமை கூட்டிட்டு வாங்க,' என்று அம்மாவுக்கு முன்பாக மண்டியிட்டபடி கத்தினாள் ஜசிரா. டாக்டர் இப்ராகிம் பெயரைக் கேட்டு அக்மல் முகம் சுளித்தபடி தண்ணிர் குடிக்க சமையல் அறைக்கு ஓடினான். அப்பா மாலை நடைபயிற்சிக்குப் போயிருந்தார். அதனால் நானே மண் சாலையில் வேகமாக இறங்கி, அதி வேகமாக சுரங்கத்திற்குள் ஓடிக் கடந்து, கரளைக் கல் சரிவில் ஏறி, டாக்டர் இப்ராகிமின் முன் முற்றத்திற்கு மூச்சிரைத்தபடி போய்ச் சேர்ந்தேன்.

'இன்னிக்கு டாக்டர் யாரையும் பாக்க மாட்டாரு, இன்னிக்கு எங்களுக்கு ஈத் பண்டிகை,' என்றார் ஆசிஃப்பின் அம்மா.

மூச்சிரைத்தபடி, 'நான் பங்களாவிலிருந்து வர்றேன், எங்க அம்மா மயக்கம் போட்டு விழுந்துட்டாங்க.' என்றேன்.

அவர் சிறிது நேரம் யோசித்தார். அவர் முகத்தில் தெரிந்த சுருக்கம் பங்களாவைப் பற்றி அதிகம் அலட்டிக்கொள்ளவில்லை என்று கூறியது. ஆனாலும் அவர் மணிகளாலான திரையை விலக்கியபடி உள்ளே சென்று, ஒரே நிமிடத்திற்குள் டாக்டர் இப்ராகிமுடன் வெளியே வந்தார்.

'நீயா!' என்றவர், 'அஸ்மா அக்கா மயக்கம் போட்டு விழுந்துட்டாங்களா? ஆசிஃப், போய் என் கார் சாவிய கொண்டு வா,' என்றார்.

வெளியே வந்த ஆசிஃப் என்னைத் திரும்பிக்கூடப் பார்க்காமல் அப்பாவிடம் கார் சாவியையும், பெட்டியையும் கொடுத்தான்.

'ஆசிஃப், வகுப்பிலேயே நீதான் கெட்டிக்காரன்னு இவன் சொல்றானே, உண்மையா?'

ஆசிஃப் கூச்சத்துடன் தன் அம்மாவைப் பார்த்து புன்னகைத்து சட்டை பட்டனைத் திருகியபடி நெளிந்தான்.

நாங்கள் அமைதியாக டாக்டர் இப்ராகிமின் ஃபியட்டில் சென்றோம். கார் மண் சாலையில் சென்றபோது அவரது மருத்துவ உதவிப் பெட்டி என் மடியில் ஆடவும் நான் ஜசிராவின் மடியில் அம்மா இறந்துபோவது போலவும் அக்மல் அவளது விரல்களை தன் மணிக்கட்டிலிருந்து பிரித்து எடுப்பது போலவும் நினைத்துக்

கொண்டேன். டாக்டர் இப்ராகிம் கியர்களை மாற்றியபடி அவசரமே இல்லாமல், கவனமாகக் குழிகளைத் தவிர்த்து பின்பக்கக் கண்ணாடியில் அவ்வப்போது கலையும் தன் முடியை சரிசெய்து கொண்டார்.

பங்களாவில் அம்மா எங்கே மயங்கி விழுந்தாரோ அங்கேயே இருந்தார், ஆனால் அவர் கண்கள் திறந்திருந்தன. ஜசிரா அவருக்கு அருகில் அமர்ந்து கைகளை நீவி விட்டாள். அக்மல் அங்கிருந்து சென்றுவிட்டிருந்தான்.

'அஸ்மா அக்கா, உங்களுக்கு என்னாச்சு?'

'அவங்க மயங்கிட்டாங்க, காலைலேந்து அழுதுட்டே இருந்தாங்க,' என்று ஜசிரா கூறினாள்.

'நீயும்தான் அழறே மகளே. இப்ப அழறதை நிறுத்தலேன்னா நீயும் மயக்கம் போட்டுடுவே.'

அவள் தன் கண்களைத் துடைத்துக்கொண்டு பலகீனமாக புன்னகைத்த நொடி வெகு அழகாக இருந்தாள். டாக்டர் இப்ராகிம் அவள் தோள்களை ஆறுதலுக்காக லேசாகத் தட்டினார்; ஒருவேளை அவள் அழகில் கொஞ்சம் தடுமாறி அவளை தொட விரும்பியிருக்கலாம். பின்னர் அம்மாவிடம் குனிந்து பரிசோதித்தார். 'நீங்க ரொம்பக் கடினமா வேலை செய்யறீங்க, அக்கா. இதுதான் உங்களோட பிரச்சனையே.'

'இன்னிக்கு முழுக்க அவங்க ஒன்னுமே சாப்பிடலை,' என்று புகார் கூறினாள் ஜசிரா.

'அது ஒண்ணும் கவலைப்பட வேண்டிய விஷயம் இல்லை மகளே,' என்ற டாக்டர் இப்ராகிம் கேலியுடன் அம்மாவைப் பார்த்தார். 'இந்த குண்டு பெண்மணிக்கு திடீர்னு எடையப் பத்தி கவலை வந்திருச்சு, அதனால ரகசியமா டயட்டிங் இருக்காங்க, அப்படித்தானே அக்கா?'

'இப்ராகிம்,' என்றபடி அவரது புஜத்தில் வேடிக்கையாகத் தட்டினார் அம்மா.

'எழுந்து நில்லுங்க,' அவர் அம்மாவை எழுந்திருக்கச்சொல்லி சைகை காட்டவும் ஜசிராவின் தோள்களைப் பற்றியபடி எழுந்தார் அம்மா. மெதுவாகப் பிரார்த்தனை பாயிலிருந்து காலை நகர்த்தி படிக்கட்டின் கைப்பிடியை வலுவாகப் பற்றியபடி நின்றார். மயக்கம் போட்டு விழும்பொழுது தலை தரையில் மோதியதால் அவர்

நெற்றியில் பெரிதாக வீக்கம் இருந்தது. டாக்டர் இப்ராகிம் பனிக் கட்டிகள் வேண்டும் என்று கேட்கவும் அதை வாங்கி வர நான் பக்கத்து வீட்டிற்கு ஓடினேன். அவர் நெற்றியில் ஐஸ் கட்டியை வைத்து அழுத்த, வீக்கம் சிறிய புள்ளியாகக் குறைந்து அவர் கையில் ஐஸ் கட்டி ஒழுகி முழங்கைவரை சொட்டுசொட்டாக நனைத்தது. 'இப்போ நீங்க எதுக்கு அழுதீங்கனு சொல்லுங்க.'

'நேத்து ராத்திரி நான் சோஃபியா பத்தி கனவு கண்டேன்,' என்றார். 'அவ ஈத் பண்டிகைக்கு ஐஸ் க்ரீம் வேனும்னு கேட்டாள்.'

டாக்டர் இப்ராகிம் புரிந்துகொண்டவராக சுற்றிலும் கேள்வியுடன் பார்த்தார், 'ஹம்சா அண்ணா எங்க போனாரு?'

'வெளிய போயிருக்காரு,' என்ற ஐசிராவின் கண்கள் மீண்டும் ஈரமாகின.

'இவங்களுக்கு ஏதாவது சாப்பிடக் கொடு மகளே, அப்புறம் அஸ்மா அக்கா, டயட்டிங் நல்லதுதான், ஆனா ஈத் அன்னிக்குக் கூடாது.' அவர் தான் கொண்டுவந்த பெட்டியை மூடினார். 'அப்புறம் ஒருநாள் என் கிளினிக்குக்கு வாங்க. உங்க ரத்த அழுத்தத்தை நான் பரிசோதிக்கனும்,' என்றார்.

அவர் சீட்டு எழுத ஆரம்பித்தபோது, ஐசிரா அம்மாவிடம் ஜாடையாக விரல்களைக் காட்டி டாக்டர் இப்ராகிமுக்கு எவ்வளவு பணம் கொடுக்க வேண்டும் என்று கேட்டாள். அவள் ஜாடையை புரிந்துகொள்ள முடியாத அம்மா என்ன என்ன என்று மீண்டும் தன் வாயை அசைத்துக் கேட்கவும் ஐசிரா கோபமாக ஜாடை காட்டினாள்.

'அஸ்மா அக்கா, உங்களுக்கு அவ கேக்கற கேள்வி புரியலயா?' என்று டாக்டர் இப்ராகிம் கேட்டார். 'என்னோட ஃபீஸ் பத்தி கேக்கறாள்.'

'ஓ, ஐசி,' அம்மா பெருமிதமாக, 'நான் பணம் கொடுத்தா அவரு என்னை கொன்னுருவாரு,' என்றார்.

'அஸ்மா அக்கா, இந்தப் பையன் என்னை பயமுறுத்திட்டான்.' என் தோளில் கை வைத்தபடி டாக்டர் இப்ராகிம் கூறினார். 'அவன் என் வீட்டுக்கு வந்தபோது கிட்டத்தட்ட அழுதுட்டு இருந்தான்.'

அம்மா என்னை கடுகடுப்பாக பார்த்தாலும் அவர் உதடுகளில் புன்னகை பூக்கத் தொடங்கியது. அவருடைய இதயம் டாக்டர்

இப்ராகிம் விரல்களில் உருகி தண்ணீராக வழிந்த பனிக்கட்டி மாதிரி கரைகிறது என்பதை என்னால் பார்க்க முடிந்தது.

'நான் கிளம்பறேன் அக்கா,' என்ற டாக்டர் இப்ராகிம், 'மறுபடியும் மயக்கம் போட்டு விழணும்னு முடிவு செய்தா, நேரா இந்தப் பையனை அனுப்புங்க. நான் வீட்டுக்கு வந்திடறேன்,' என்றார்.

காற்றாலைப் பனை மரத்தடியில் நின்றவாறே பங்களாவைப் பார்வையால் அளந்த டாக்டர் இப்ராகிம், தன் ஃபியட்டில் பெட்டியை வைத்தார். 'எனக்கு உன் பேரு மறந்துபோச்சு.'

நான், 'அமர்,' என்றேன்.

'அமர்,' என்றபடி தன் காரின் மேற்பகுதியில் விரல்களால் தாளமிட்டார். 'நான் இனி உன் பேர மறக்க மாட்டேன். ஆனா பேர் முக்கியமில்லை, இல்லையா? நடத்தைதான் முக்கியம், அப்படித்தானே?' உங்க அம்மா முன்னாடி உன்னை நான் ஜாவின்னு கூப்பிட வந்துட்டேன்.'

புன்னகையுடன், நான் கண்களை சிமிட்டினேன்.

'நீ எப்பவும் இந்த மாதிரி செய்வியா?' என்று அவர் குரலில் ஆச்சரியத்துடன் கேட்டார்.

'என்ன?' நான் மீண்டும் கண்களை சிமிட்டியவாறு கேட்டேன்.

'உன் கண்களை அந்த மாதிரி மூடிக்கறயே அதைக் கேட்டேன். நீ எப்பவும் இப்படி பண்ணுவியா?'

'ஆமாம்,' என்ற நான் அசவுகரியமாக உணர்ந்தேன், 'அப்படி செய்யறது தப்பா?'

'இல்லை, பெரிசா எதுவும் பிரச்சினை இருக்காது. ஆனா ஒரு கண் டாக்டர பாத்தா நல்லது. ஆனா உன்னை நான் அமர்னு கூப்பிடறதுக்கு பதிலா ஜாவின்னு கூப்பிடணும்னு நினைக்கறேன். அவரும் அடிக்கடி இப்படிதான் கண்களை இந்த மாதிரி மூடிப்பாரு.' நான் பதற்றமடைவதைப் கவனித்த அவர் என்னைப் பார்த்து புன்னகைத்து காரில் ஏறியபடியே, 'ஈத் வாழ்த்துகள்,' என்றார்.

நானும் 'ஈத் வாழ்த்துகள்,' என்றபடியே மீண்டும் கண்களை மூடித்திறந்தேன்.

அந்த ஆண்டு இறுதிக்குள் ஜாவி பற்றி நிறைய யோசிக்க யோசிக்க ஜாவி என்பவர் பங்களாவிற்கு அடிக்கடி வரும் நன்றாகப் பழக்கமானவர் போலவும் ஆனால் என்னிடம் ஒரு வார்த்தைகூட பேசாதவர் போலவும் தோன்ற ஆரம்பித்தார். ஜாவி, குறுக்கெழுத்துப் புதிர்களால் உருவானவர்போல தோன்றியது. இந்த பங்களாவில் வாழ்ந்து, ஒருவேளை என் அறையிலேயே தங்கியிருந்திருக்கலாம் என்பதற்கான சாத்தியம் கொண்ட என்னைப் போலவே தோற்றமளித்த ஒருவர், இளம் வயதில் இறந்திருக்கிறார் என்ற விஷயம் என்னை தொந்தரவு செய்தது.

ஓர் இரவில் என் அம்மாவின் சகோதரரைப் பார்க்க வேண்டும் என்ற ஆவல் மிகவும் தீவிரமாக ஏற்பட்டதால் அவரை நான் படம் வரையத் தொடங்கினேன். ஆனால் நான் இந்த உலகில் பிறந்த அன்று இறந்த, புத்தகங்களைத் தவிர வேறு எதையும் விட்டுச்செல்லாத ஒருவரை என்னால் எப்படி வரைய முடியும்? எனக்கு உதவுவது போல டாக்டர் இப்ராகிமின் வார்த்தைகள் நினைவுக்கு வந்தன. முழுக் கண்ணாடியின் முன் அமர்ந்தவாறு என்னையே மாதிரியாகக்கொண்டு அவரை வரைந்தேன்.

ஜாவியின் உருவத்தை பென்சில் ஓவியமாக வரையத் தொடங்கிய பிறகுதான் வரைவது எவ்வளவு கடினம் என்பது புரிந்தது. ஒரு மணி நேரம் சிரமப்பட்ட பிறகு கண்ணாடியில் தோன்றிய என் உருவத்தைவிட அதிக வயதில்லாத ஒருவரை வரைந்திருந்தேன்: பதினாறு வயது, அலைபாயும் தோற்றம், இரு கன்னங்களிலும் சின்னம்மை நோயால் ஏற்பட்ட தழும்புகள் போல் பருக்கள். நேரான மூக்கின் மேல் அடர்த்தியான மீசை வரைந்து காதுபக்கமிருந்த மெல்லிய ரோமங்களின் தொடர்ச்சியாக தாடியை வரைந்து, கீழ் உதட்டுக்கு ஓர் அங்குலம் கீழே இருந்த மீசை முனைகளுடன் இணைத்தேன். பத்து வருடங்கள் கழித்து இப்படித்தான் நான் இருப்பேன் என்றால் என் தோற்றத்தைப் பற்றி இதுவரை அதிகம் யோசித்ததில்லை எனலாம். பெயர் இல்லாமல் படம் அரைகுறையாகத் தோன்றவும் ஜாவியின் பெயரை மேலே எழுதி, அதை அவர் படித்த புத்தகங்களின் பெயர்களை நான் எழுதி வைத்த புத்தகத்தில் ஒட்டினேன். பிறகு, கவனமாக படத்தின் கீழ் தேதியுடன் நேரத்தையும் குறிப்பிட்டு கையொப்பமிட்டேன். நான் முதன் முதலாக முகச் சவரம் செய்தபோது அந்த ஓவியத்தை அவசரமாகத் திருத்த வேண்டியிருந்தது.

நான் பள்ளிப் படிப்பை முடித்து இன்னொரு சான்றிதழும் வாங்க அதைப் பார்த்து ஐசிரா மயக்கம் வருவது போல நடித்தாள்.

கல்லூரியில் சேர வேண்டும் என்று ஆசைப்பட்டுக்கொண்டிருந்த சந்தீப் தேறவில்லை. ஆசிஃப் பள்ளியில் முதலாவதாக வரவும் அதை எங்களுக்குத் தெரிவிப்பது போல அவன் அப்பா பங்களாவிற்கு இனிப்புகளை அனுப்பி வைத்தார். எனக்குக் கல்லூரி தொடங்க சுமார் ஒரு மாத காலம் இருந்தது. புதிய வாழ்க்கைக்காக நான் என்னை சீர்படுத்திக்கொள்ளத் தொடங்கினேன்.

அப்பா, மாலை நடை பயிற்சிக்குக் கிளம்பினார். நான் அவர் அறைக்குச் சென்று அவருடைய ரேசரை எடுத்தேன்; பிளேடு ஈரமாக, அதில் ஜசிராவின் அக்குள் முடிகள் ஒட்டிக்கொண்டு இருந்தது. சவரம் செய்யும் நுரையை நிறைய எடுத்து என் கன்னங்களில் அடுக்கடுக்காக கொஞ்சம் சான்டா கிளாஸ் போல தோற்றமளிக்குவரை பூசினேன். நுரையுடன் இருந்த என் தாடியை மழித்த பிறகு வேறு யாரோ போல் கண்ணாடியில் தோற்றமளித்தேன்.

மிக அதிகமாக தன் மீதிருந்து ஓல்ட் ஸ்பைஸ் வாசனை வீச, ஜசிரா படிக்கட்டில் என்னைப் பார்த்தவுடன் எழுந்து நின்று தலை வணங்கினாள். ‘அம்மா, சீக்கிரம் வாங்க. உங்களைப் பாக்க ரொம்ப அழகான இளைஞர் ஒருத்தர் வந்திருக்காரு,’ என்றாள்.

அம்மா, ஜசிரா தனக்குப் பிடித்த பையன் யாரையாவது அழைத்து வந்துவிட்டாளோ என்று மூங்கில் திரை வழியாக கவலையுடன் எட்டிப்பார்த்தார்.

மாலை வெளிச்சத்தில், என்னை மூங்கில் திரைப் பிளவுகள் வழியாகப் பதற்றமான புன்னகையுடன் பார்த்தவாறே, ‘மகனே, யாருப்பா? ஜசிரா அப்பா வீட்டுல இல்லையே,’ என்றார்.

ஜசிரா வயிற்றில் கையை வைத்துக்கொண்டு அப்படியே மடிந்து விழுந்து, தலையை உலுக்கி ஏறத்தாழ ஒரு முழு நிமிடம் சிரித்தாள். ‘மகனே, யாருப்பா? ஜசிரா அப்பா வீட்டுல இல்லையே,’ என்று அம்மாவின் வார்த்தைகளை அப்படியே திருப்பிச் சொல்லி அவரை கேலி செய்தாள். ‘அம்மா, இது உன்னோட உதவாக்கரை பையன் அமர்தான். அவனோட அசிங்கமான மீசைய எடுத்துட்டான்,’ என்றாள்.

அம்மா மூங்கில் திரைக்கு வெளியே வந்தார். தன் கண்களை சுருக்கிக் கொண்டு என் முகத்தை அளந்தார். என் புதுத் தோற்றம் அவருக்குப் பிடித்ததா இல்லையா என்றே புரிந்துகொள்ள முடியவில்லை, ஆனால் அவர் முகத்தில் சோகமான ஓர் ஆர்வம் லேசாகத்

தென்பட்டது. 'நானும் என் அம்மா மாதிரியே குருடாயிட்டு வரேன்னு நினைக்கிறேன்,' என்று முணுமுணுத்தார். 'ஆனா ஒரு நிமிஷம் நீ எனக்குத் தெரிஞ்ச யாரோ மாதிரி இருந்தே.'

அன்று இரவு ஜாவியின் ஓவியத்தில் ரப்பரைக் கொண்டு அந்தச் சின்ன தாடியை அழித்தேன்.

அன்றுவரை ஜாவி பற்றி எதுவுமே பேசாமல் இருந்த அம்மா அதன் பிறகு அவரைப் பற்றிப் பேசுவதை நிறுத்தவேயில்லை. என் மீசையை நான் எடுத்தது அவருடைய நினைவுகளைக் கிளறிவிட்டிருக்கலாம், அதோடு என்னிடம் மட்டுமே தன் தம்பி பற்றி அவர் பேசினார். அம்மா எப்போதுமே ஐசிராவும் அக்மலும் அப்பா பக்க உறவுகளுக்கு விசுவாசமானவர்கள் என்றும், நானும் சோஃபியாவும் அவருடைய உறவுகளுக்கு நெருக்கமானவர்கள் என்றும் கருதி வந்தார். இதற்கான காரணம் எனக்குப் புரியவேயில்லை, நான் எப்போதுமே எந்தப் பக்க உறவுகளிலும் பாரபட்சமாக உணர்ந்ததேயில்லை. விடுமுறைகளுக்காக நாங்கள் பங்களாவைவிட்டு சென்ற இடங்கள் அவருக்கு அப்படித் தோன்ற வைத்திருக்கலாம்; ஐசிராவும் அக்மலும் எப்போதுமே தங்கள் விடுமுறைகளுக்கு சையத் சித்தப்பாவின் சிறைக் குடியிருப்பிற்கு போக விரும்பினார்கள், நானும் சோஃபியாவும் எங்கள் கண் தெரியாத பாட்டியின் சிறிய வீட்டிற்குப் போவோம். என் கோடை விடுமுறைகளைப் பற்றி நினைத்துப் பார்க்கும் போதெல்லாம் எனக்கு எப்போதுமே ஈர மரக்கட்டையின் வாசம் நினைவிற்கு வரும், பெரிய ரம்பங்கள் உராயும் ஓசை கேட்கும்.

மாலை வேளைகளில், தலைவாசல் படிக்கட்டில் நானும் அம்மாவும் அமர்ந்திருக்க, அப்பா மாலை நடைப்பயிற்சியை முடித்துவிட்டு திரும்பி வரும்வரை ஜாவி குறித்த நினைவுகள் அம்மாவிடமிருந்து அருவி மாதிரி கொட்டும். சோகத்துடன் கிசுகிசுப்பான குரலில் ஏராளமான விஷயங்கள் மிகத் தெளிவாக வெளிப்பட்டன. அதுவரை அப்படி வெற்றிடம் ஒன்று இருந்ததையே அறியாமல் இருந்த என் வாழ்க்கையை மளமளவென்று வேகமாக அவை நிரப்பியது.

இப்போது நான் எழுதுவதும் அடுத்து நான் எழுதப்போவதும் இந்த நினைவுச் சித்திரத்தின் மிகச் சுலபமான பத்திகளாக இருக்கலாம், காரணம் அவை அப்படியே அம்மாவிடமிருந்து வந்தவை. அவரது வார்த்தைகள், அவரது நினைவுகள். அவற்றைப் பதிவு செய்ய வேண்டியது மட்டுமே என் வேலை. அந்த வார்த்தைகள் என் வாழ்வின் மிகப் பெரிய புதிரைச் சித்தரித்தன, அந்த

வார்த்தைகள் கீழே விழுந்த இலைகளை மீண்டும் எப்படியோ கடந்தகாலக் கிளைகளில் ஒட்டி வைத்தன, வசந்தம் அதன் உச்சத்தில் இருக்கும்போது அடர்நிறத்தில் இருக்கும் அவை மீண்டும் ஒளிச்சேர்கையில் ஈடுபடட்டும், வசந்தத்தின் முடிவில் எல்லாம் தண்டுகளைச் சுற்றிலும் மஞ்சளாக மாறி பின்னர் மீண்டும் மரங்களிலிருந்து கீழே விழட்டும்.

ஒரு நாள் மாலை அம்மா என்னிடம் மூன்று பேர் கொண்டது அவர்கள் குழு என்று கூறினாள்: ஜாவி, இப்ராகிம் மற்றும் சஜ்ஜத். அப்போது இப்ராகிம், டாக்டர் ஆகியிருக்கவில்லை, ஆனால் என்றாவது ஒருநாள் 'பெரிய' ஆளாக வரவேண்டும் என்ற விருப்பம் கொண்ட இளைஞர், பணக்கார இடத்தில் திருமணம் செய்துகொள்ள, தான் டாக்டரோ அல்லது அதுபோல் எதுவோ ஒன்றாக ஆக விரும்பினார். சஜ்ஜத் இனிமையானவர் ஆனால் உதவாக்கரை. அவர் அப்பாவின் ஒன்றுவிட்ட சகோதரர். அவரைத்தான் சோஃபியா ஏரியில் மூழ்கிய அன்று நான் சந்தீப் வீட்டு பால்கனியிலிருந்து பார்த்தேன். புதர்களின் ஊடே அவள் கல்லறைக்கு இடம் தேர்ந்தெடுத்துக் கொண்டிருந்தவர். இவர்கள் மூவரும் ஒன்றாகக் கல்லூரி சென்றனர். பெரும்பாலான வார இறுதியை பங்களாவில், என் அறையில், ரகசியமாக சிகரெட் பிடித்துக்கொண்டே கழித்தனர்.

தனியாக இருந்தபோது ஜாவி ஜன்னல் திட்டில் கால்களை வைத்தவாறு பல மணி நேரம் புத்தகங்களைப் படித்தார். அப்போது பங்களாவில் ஒப்பீட்டளவில் மகிழ்ச்சி நிலவியது, ஐசிரா முதல் அடி எடுத்து வைக்கத் தொடங்கியிருந்தாள், சுவர்களிலிருந்து டிஸ்டம்பரை பிய்த்து எடுத்து வேஃபர் பிஸ்கெட்டுகள் போல சாப்பிட்டாள், அக்மல் தவழ்ந்தவாறே பற்கள் இல்லாத வாயில் தன் விரல்களை வைத்து சப்பிக்கொண்டிருந்தான். சோஃபியா பிறந்த பிறகு ஜாவி, கண் தெரியாத தன் அம்மாவிடம் போவதாகக் கூறினார், ஆனால் அப்பா போகவிடவில்லை. விரைவில் தான் மசாலா பொருட்கள் வியாபாரத்தில் ஈடுபடப்போவதாகவும் அதற்காக அடிக்கடி மலபார் போக வேண்டிவரும் என்பதால் தான் வெளியூரில் இருக்கும்போது பங்களாவிற்கு அவன்தான் பொறுப்பு ஏற்க வேண்டும் என்றார்.

அப்பா, அவரிடம் சோஃபியாவுக்குப் பெயர் வைக்கும் கட்டம் வந்தபோது, 'பாரு, நீதான் நிறைய புத்தகங்களைப் படிக்கறவன், இந்தப் பொண்ணுக்கு ஒரு நல்ல பேரா வெச்சிரு,' என்றாராம்.

ஜாவி உடனடியாக இரண்டு பெயர்களைக் கூறினார், சோஃபியா மற்றும் சமீரா. அப்பா இந்தப் பெயர்களின் அழகால் மட்டுமல்ல, கேட்ட உடனே பெயர்கள் வெளிப்பட்டதை நினைத்து கவரப்பட்டதாக பாசாங்கு செய்தார். இரண்டாவது பெயரும் அழகாக இருந்தாலும் தனக்கு சோஃபியா என்ற பெயர் பிடித்திருப்பதாகக் கூறிய அவர் அந்தப் பெயரையே ஜாவியின் மடியில் அமர்ந்திருந்த குழந்தைக்குச் சூட்டினார்.

'எனக்கு யார் பேர் வெச்சது?' என்று நான் கேட்டேன்.

'நான்தான்,' என்று அம்மா எரிச்சலாகக் கூறினார். 'ஏன் வேற நல்ல பேரா மாத்திக்க ஆசைப்படறயா?' அவரது திடீர் கோபத்திற்கு அவர் அடுத்து கூறிய விஷயங்கள்தான் காரணம் என்று புரிந்தது. வெறுப்பு நிறைந்த குரலில், 'மசாலா வியாபாரத்துக்காக மலபார் போனாராம். வடிகட்டிய பொய்,' என்றார்.

இதற்கு முன்னால் அப்பாவுக்கு எதிராக அவர் குற்றம் சாட்டிப் பேசியதைக் கேட்டதேயில்லை. ஆனால் அப்பாவின் பயணங்களைக் குறித்து ஆழமாக ஆய்வு செய்யாமல் இருப்பது நல்லது என்று எனக்குத் தோன்றியது. அதை விட்டுக் கொஞ்சம் விலகினாலும் ஜாவி கதையின் கயிறு நிரந்தரமாக அறுந்து விடலாம்.

பல வாரங்கள் அப்பா பங்களாவிலிருந்து வெளியே இருந்தபோது, ஜாவிதான் அவரது பொறுப்பை ஏற்றுக்கொண்டார். குழந்தைகளுக்கு உடல்நிலை சரியில்லாதபோது மருத்துவமனைக்கு அழைத்துச் சென்றார், வீட்டில் பணத்தட்டுப்பாடு ஏற்பட்டபோது கடன் வாங்கி சரிசெய்தார், பின்னர் கடன் கொடுக்க யாரும் இல்லாதபோது அம்மாவின் நகைகளை வங்கிக்கு எடுத்துச்சென்று குறுகிய காலத்திற்கு அடகு வைத்தார். மலபாரிலிருந்து அப்பா மசாலா பொருட்களும் புன்னகையுமாக வரும் போதெல்லாம் அவரிடம் எந்தப் புகாரும் சொன்னதில்லை. மசாலா பொருட்கள் விற்பனை செய்யும் அளவுகளில் இருந்ததேயில்லை (ஒரு சிறிய பாக்கெட் ஏலக்காய், கொஞ்சம் மிளகு, ஒரு குப்பி கிராம்பு எண்ணெய், ஒரு டின் சீரகம்), ஆனால் அவரது புன்னகைகள் மிதமிஞ்சி இருக்கும். ஜாவி, அப்பா வந்த உடன் தான் ஏற்றிருந்த பொறுப்பை அவரிடம் விட்டுவிட்டு, தன் அறைக்குத் திரும்பி ஜன்னல் பக்கத்தில் அமர்ந்து புத்தகங்களில் மூழ்கிவிடுவார்.

அப்பா மலபார் போவது அதிகமாகத் தொடங்கியது. பங்காளவிலிருந்து நீண்ட நாட்களுக்கு அவர் வெளியே இருக்கத் தொடங்கினார், சில சமயங்களில் பதினைந்து நாட்கள் வரைகூட

போனது. ஒரு தடவை, மூன்று வாரங்கள் அவர் வரவில்லை என்பதால் ஜாவி அங்கேயே போய் அவரைத் தேட முடிவு செய்தார். மலபாருக்கு அவர் போகும் செலவுக்காக அம்மா ஜசிராவின் சின்னஞ்சிறு கைகளிலிருந்து இரண்டு மெல்லிய வளையல்களைக் கழற்றி அவரிடம் கொடுத்து வங்கிக்கு அனுப்பினார். ஒரு வாரம் கழித்து சோர்வுடனும் ஏமாற்றத்துடனும் திரும்பியவர் மலபாரின் உள்ளடங்கிய பகுதிகளில் தரம் வாய்ந்த மசாலாப் பொருள்களைத் தேடி அப்பா போயிருப்பதால் தன்னால் அவரை சந்திக்க முடியவில்லை என்றார். ஆனால் அப்பா அடுத்த நாளே திரும்பி வந்தார்; எப்போதும்போல பல்வேறு மசாலாக்களை சிறிய அளவில் கொண்டு வந்தவர் அதே மிதமிஞ்சிய புன்னகையுடன் காணப்பட்டார். இந்த தடவை ஜாவிக்கு விசேஷ பரிசாக ஒரு வாசனை திரவக் குப்பியை வாங்கி வந்தார். ஜாவி அதை அவரிடமிருந்து தலைகுனிந்து பெற்றுக்கொண்டார்.

'ஆனா அவரு ஏன் அடிக்கடி மலபார் போனாரு?' என்று கடைசியாக நான் கேட்டேன்.

'எனக்கு எப்படித் தெரியும்?' என்று அம்மா எரிச்சலடைந்தார். 'அவருக்காகத்தான் மலபார் எக்ஸ்பிரஸ அவங்க விட்டாங்களோ என்னவோ,' என்றார்.

மலபார் எக்ஸ்பிரஸ் தினமும் மாலையில் குறுகிய நேரத்திற்கு எங்கள் ரயில் நிலையத்தில் நிற்கும். அம்மா சொன்ன நகைச்சுவைக்கு நான் சிரித்தேன். 'நீங்க அவர்கிட்ட கேட்டதேயில்லையா?'

'யார்கிட்ட கேக்கறது?' உங்கப்பா என்கிட்ட பதினெட்டு வருஷமா பேசறதில்ல.'

இது சுவாரஸ்யமான விஷயம்தான். எனக்குப் பதினாறு வயது, என் பெற்றோர் பதினெட்டு வருடங்களாகப் பேசிக்கொள்வதில்லை. அவரது புகாரில் தவறு இருப்பதை நான் சுட்டிக்காட்டியபோது தன் கண்களை சுருக்கியவாறே, *நீ புத்திசாலியாயிட்டே, தம்பி, ரொம்ப புத்திசாலியாகிட்ட* என்று கூறுவது போல பார்த்தார்.

'அப்டீன்னா பதினைஞ்சு வருஷம்னு வச்சிக்கோ,' என்றார். 'உன் அப்பா என்கிட்ட பதினைஞ்சு வருஷமா பேசறதில்லை.'

'ஆனா, நான் முதல் முதல்ல ஸ்கூலுக்கு போன அன்னிக்கு ஒரு குழந்தை பிறந்ததே?' என்றேன்.

இந்த தடவை அம்மாவின் பார்வை, நீ அசிங்கம் பிடிச்சவனா ஆகிட்டே, யார்கிட்ட என்ன பேசணும்னு உனக்குத் தெரியல என்பது போல இருந்தது. 'சரி, பத்து வருஷம். உன் அப்பா என்கிட்ட பத்து வருஷமா பேசறதில்லை, இப்போ சந்தோஷமா?' என்றார்.

'சரி அப்புறம் என்னாச்சு?'

'அப்புறம் ஒன்னும் நடக்கல. இங்கேந்து போயிரு.'

'எனக்கு ஜாவி பத்தி சொல்லு,' என்று கெஞ்சினேன்.

'ஜாவியா? அவனைப் பத்தி இனி ஒரு வார்த்தைகூட உனக்குச் சொல்ல மாட்டேன் போடா,' என்றார்.

ஆனால் அங்கிருந்து வேகமாக எழுந்து சென்றது அவர்தான். அவர் தனக்குள் லேசாகச் சிரித்தபடி இருட்டுக்குள் நடந்துசென்றதை நான் பார்த்திருக்க, அந்த இருள் மெல்ல மெல்ல வீட்டிற்குள் பரவிக்கொண்டிருந்தது.

புத்தகம் 2
திருமணம்

என் பள்ளி கடலுக்கு அருகில் இருந்தது. என் கல்லூரியோ பல மைல்களுக்கு வரிசையாக பழைய தேநீர் கிண்ணங்களில் மண்ணை நிரப்பி கவிழ்த்து வைத்தது போன்ற மிகச் சிறிய, பழுப்புத் திட்டுகளாலான குன்றுகளுக்கு அருகில் இருந்தது. அரிதாக, எப்போதாவது வரும் ரயில்களின் சத்தம் ஒரு பொம்மை கிளாரினெட் சத்தம் போல மெதுவாகக் கேட்கும். நான் உடனேயே அந்த இடத்தை வெறுத்தேன். அகலமான வராந்தாக்கள், ஏராளமான ஜன்னல்களால் பிரகாசமான வகுப்பறைகள், பல பிளாக்குகள் வெள்ளை கட்டிடங்கள், சிரிப்பு, அரட்டை; மூடிய இடங்கள், மூடிய ஜன்னல்களை விரும்பத் தொடங்கியிருக்கும் ஒருவனுக்கு இவை அனைத்துமே வெறுப்பைத் தரும் விஷயங்கள்.

மலபாரிலிருந்து திரும்பி வந்த ஒரு சில வாரங்கள் கழித்து, ஜாவி வெளி உலகை தீவிரமாக வெறுக்கத் தொடங்கினார். தன் அறையை விட்டு வெளியே போகவேயில்லை. ஜன்னல்களை மூடி, திரைச்சீலைகளைப் போட்டவாறு தன் புத்தகங்களைப் படித்தார். அப்பா மாசாலா சாமான்கள் வேட்டைக்கு போகும்போது ஒரு காலத்தில் தானாகவே முன்வந்து செய்யத் தயாராக இருந்த வேலைகளை இப்போது அவரை செய்ய வைக்க கெஞ்சிக் கூத்தாட வேண்டி இருந்தது. வங்கிக்குப் போக வைக்க கஷ்டப்பட வேண்டி இருந்தது. ஒருநாள் வங்கியிலிருந்து பணத்தை எடுத்துக்கொண்டு வராமலே போய் விட்டால்கூட அம்மா ஆச்சரியப்பட்டிருக்க மாட்டார். கல்லூரிக்கு - பழுப்புக் குன்று வரிசைகளைப் பார்த்தவாறு இருக்கும் அதே கல்லூரிக்குதான் - ஒழுங்காகப் போகவில்லை. எப்போதுமே நண்பகலுக்கு முன்பாகவே திரும்பி வந்தார். ஆனால் தினசரி கல்லூரிக்கு ஆயத்தமான பின்பு கடைசி நேரத்தில் தன் மனதை மாற்றிக்கொண்டு இன்னொரு புத்தகம் படிக்கத் தன் அறையில் தங்கிவிடுவார். இப்ராகிமும் சஜ்ஜதும் பங்களாவிற்கு வரும்போது, கதவைத் திறக்கப் பலமுறைக் கதவைத் தட்ட வேண்டும். ஜாவி நாளுக்கு நாள் தனக்குள் சுருங்கிக்கொண்டே வருவது அப்பாவுக்குத் தெரிந்தாலும், அவர் அதைப் புறக்கணித்தார். அவருக்கு மலபாரிலிருந்து தொடர்ந்து பரிசுகளை வாங்கி வந்தார்.

ஒருநாள், ஜாவி சந்தேகத்துக்கே இடமில்லாத வகையில் மனநிலை பாதிக்கப்பட்டிருக்கும் அறிகுறிகளை வெளிக் காட்டினார். சோஃபியா தொட்டிலிலிருந்து ஓலமிடும் சத்தம் கேட்டபோது அம்மா சமையல் அறையில் இருந்தார். குழந்தை இருந்த அறைக்கு ஓடி வந்து பார்க்க, அவர் பார்த்த காட்சி தன் தம்பியைப் போலவே அவருக்கும் ஏறக்குறைய பைத்தியம் பிடிக்கச் செய்தது. சோஃபியாவின் தொட்டிலுக்கு அடியில் ஒரு சின்ன புத்தகக் குவியல் நெருப்பு மூட்டப்பட்டிருக்க, அவள் என்னமோ பாத்திரத்தில் வேகும் உணவு என்பது போல தீப்பிழம்புகள் மேலே வருவதை மெத்தையின் முனையில் அமர்ந்தவாறு ஜாவி வேடிக்கைப் பார்த்துக் கொண்டிருந்தார். 'நீ என் குழந்தைய எரிச்சுக் கொல்லப் பாக்கறயா?' என்று அடிக்குரலில் பயங்கரமாகக் கத்திக்கொண்டே சோஃபியாவை தொட்டிலிலிருந்து வெளியே எடுத்தார் அம்மா. ஆனால் ஜாவி அசையவே இல்லை. கண்கள் தீயின் நாக்குகளையே உற்று நோக்கியவாறு இருந்தன. நெருப்பு அவளை ஒன்றும் செய்யவில்லை என்றாலும் சோஃபியா இன்னமும் கத்திக்கொண்டுதான் இருந்தாள். (நீரில் மூழ்கி சாக வேண்டும் என்ற விதி இருக்கும்போது, நெருப்பு அவளை என்ன செய்யும்?) அப்பா நெருப்பை அணைத்தார். நல்லவேளையாக அம்மாவை சங்கடப்பட வைக்காமல் ஜாவியை அமைதியாகக் கையாண்டார். 'ஜாவி, நீ அம்மா வீட்டுக்குப் போக விரும்பினால் போகலாம். நான் உனக்கு அனுமதி தரேன்,' என்றார். ஆனால் ஜாவி தலையை ஆட்டிக்கொண்டே, 'வேணாம், நன்றி,' என்றார்.

என்னுடைய வளர்ந்த உருவம், இளமையாக இருந்த அப்பாவிடம்: 'வேணாம், நன்றி,' என்று சொல்வதை ஏறக்குறைய என்னால் பார்க்க முடிந்தது. அவரிடமிருந்து நிறைய விஷயங்களை நான் பரம்பரையாகப் பெற்றிருக்கிறேன்: கூர்மையான கிரேக்க அம்சங்கள், அடிக்கடி கண்ணைச் சிமிட்டுவது, ஏராளமான நூல்கள், வேடிக்கையான கையொப்பம். என் அக்காவின் தொட்டிலின் கீழே அவர் புத்தகங்களை எரித்து நெருப்புப் பற்ற வைத்ததை கேள்விப்பட்ட அன்று, என் மனதில் எனக்கும் அவருடைய *கிறுக்குத்தனம் தொற்றிக்கொள்ளுமா?* என்று ஓர் அபாயகரமான எச்சரிக்கை மணி ஒலித்தது. பல ஆண்டுகள் கழித்து நான் டாக்டர் ரோசிடம் இதே கேள்வியைக் கேட்டேன். நீண்ட நேரம் மேலே பார்த்துக்கொண்டிருந்தவர் ஆமாம் என்று சொல்லுவார் என பயந்தேன், ஆனால் இறுதியில் புன்னகையுடன், 'இல்ல, நீங்க உங்க மாமா மாதிரி ஆக மாட்டீங்க. வாய்ப்பே இல்லை,' என்றார்.

கடைசியாக கண் தெரியாத தன் அம்மா வீட்டிற்குப் போக அனுமதி கிடைத்தும்கூட, ஜாவி போக மறுத்துவிட்டார். இப்ராகிமும் சஜ்ஜத்தும் ஆளனுப்பி வரவழைக்கப்பட்டனர். அவர்களது பிற்பகலின் பெரும்பாலான நேரம் வீணானதுதான் மிச்சம், ஜாவியை டாக்டரைப் போய் பார்க்க ஒப்புக்கொள்ள வைக்க முடியவில்லை. அவர் தன் அறைக்குச் சென்று படித்து முடிக்க ஒரு புத்தகம் இருக்கிறது என்றார். ஒருசில நாட்களில் சுய நினைவுக்கு மீண்டு வந்தவர் பொதுவாக கவலையுடன் காணப்பட்டாலும் குழந்தைகளைப் பார்த்து சிரித்தார்; அம்மா கண்ணில் விளக்கெண்ணெய் விட்டுக்கொண்டு கண்காணித்தார், குழந்தைகள் அருகில் ஜாவி தென்பட்டால் அவர்களை தூக்கிச் சென்றுவிடுவார். கல்லூரிக்குச் செல்வதை ஒரேயடியாக நிறுத்திவிட்டு, பெரும்பாலான நேரங்களில் தன் அறையிலேயே முடங்கிக் கிடந்தார். திரைச்சீலைகள் உருவாக்கிய இருளிலேயே இருந்தார். திரைச்சீலை இல்லாத ஜன்னல்களில் படுக்கை விரிப்புகளை தொங்கவிட்டு, தன் அந்தரங்க உலகிற்கு வரக்கூடிய மிகச்சிறிய சூரியக் கதிர்களையும் தடுத்தார்.

முதல் சம்பவம் நடந்து சுமார் ஒரு மாதத்திற்குப் பின் இன்னொரு சம்பவம் நடந்தது. அப்பா மறுபடியும் மசாலாப் பொருள்களைத் தேடி மலபாருக்குப் போயிருந்தார். ஜாவியின் மனநிலை பாதிக்கப்பட்டிருந்த காரணத்தால் நல்லவேளையாக அவர் முன்புபோல அதிக காலம் அங்கே தங்குவதில்லை. புகை எங்கிருந்து வருகிறது என்று தேடிப் போகும் முன்பு அம்மா குழந்தைகள் அனைவரையும் எண்ணினாள். இந்த தடவை ஜாவி தன் புகைப்படங்களை எரித்துக் கொண்டிருந்தார், நெருப்பிலிருந்து வெளியே காற்றில் பறந்து வந்த துண்டுகளை ஒரு குச்சியால் மீண்டும் தள்ளிக்கொண்டிருந்தார்.

'நீ ஏன் இப்டி செஞ்சிட்டு இருக்கே?' என்று அம்மா எச்சரிக்கையுடன் கேட்டார்.

'நான் போன பிறகு என்னுடைய எதையும் விட்டுச் செல்ல விரும்பவில்லை,' என்று அமைதியாகக் கூறினார்.

கடைசியில் அவர் பங்களாவைவிட்டுப் போகப் போகிறார் என்று அம்மாவுக்கு நிம்மதியாக இருந்தது. 'மகனே, நீ திரும்பிப் போவது எனக்கு சந்தோஷமாதான் இருக்கு. ஆனா அம்மாவுக்கு தேவையில்லாம தொந்தரவு கொடுக்காதே. அவங்க கண்ணு தெரியாதவங்க.'

ஆனால் அவர் நிம்மதி அதிக நேரம் நீடிக்கவில்லை. 'நான் அம்மாகிட்ட திரும்பிப் போகப்போறதில்ல,' ஜாவி தீர்மானத்துடன் கூறினார். 'நான் உலகத்துலேருந்தே போகப்போறேன்.'

'நீ போகணும்னு விரும்பினினா போ. ஆனா என் வீட்டை நாசம் பண்ணாதே,' என்றவாறே அம்மா நெருப்பைக் காலால் மிதித்து அணைத்தார். ஜாவி மீண்டும் நெருப்பைப் பற்றவைக்கவில்லை. அதற்கு பதிலாக பாதி எரிந்த புகைப்படங்களை சிறிய துண்டுகளாகக் கிழித்து மரியாதையுடன் அவரிடம் கொடுத்தார்.

'இத வெச்சுக்கோங்க,' என்றார்.

வசந்தம் தையல்சிட்டுகளை பங்களாவிற்கு அழைத்து வந்தது. அவை பஞ்சுபோன்று பூக்கள் நிறைந்திருந்த மெழுகு நாவல் மரக்கிளைகளில் தத்தித் தாவிச் சென்றன. அம்மா பார்த்துக்கொண்டிக்க, படிகளில் இருந்த இறகுகள் போன்ற பூக்களை தயக்கத்துடன் கொத்தின. முந்தைய நாள் மாலை திடீரென்று நிறுத்திய இடத்திலிருந்து கதையைத் தொடர்ந்தாள்.

இரண்டாவது தடவை ஜாவி நெருப்பை மூட்டியதற்கு அடுத்தநாள் அம்மா பின்பக்கம் கருணைக்கிழங்கு புதருக்கு அடியில் வாந்தி எடுத்தார். அதுதான் நான், அமர் ஹம்சா, பிறக்கப்போவதற்கான முதல் அறிகுறி. நான் பிறக்கவிருந்ததைப் பற்றி என்னிடம் சொல்லும்போது அவர்கள் கண்ணுக்கு அடியில் லேசாக நிறம் மாறுவதைப் பார்த்தேன். அது 1968ஆம் வருடம், சோஃபியா பங்களா முழுவதும் தவழத் தொடங்கிவிட்டாள், ஐசிராவும் அக்மலும் தோட்டத்தைச் சுற்றி ஓடத் தொடங்கிவிட்டனர். நான் அவர் வயிற்றில் நகர ஆரம்பித்தேன். அவரிடமிருந்து நவம்பர் மாதத் தொடக்கத்தில் வெளி வருவதற்கானத் தயாரிப்பில் இருந்தேன். குழந்தை பெற்றுக்கொள்வதில் அவர் அனுபவம் வாய்ந்தவராக இருந்தாலும்கூட, இந்தக் குழந்தை மிகவும் தாங்க முடியாத வலி நிறைந்த அனுபவமாக இருக்கப்போகிறது என்பது அவருக்குத் தெரியும். அவரது கணவர் மசாலா சாமான்களுக்காக அடிக்கடி மலபார் சென்று ஏறக்குறைய எப்போதுமே வெறுங்கையுடன் திரும்பி வந்தார். அவர் தம்பி மனநிலை பாதிக்கப்பட்டு, எப்போதும் வீட்டிலேயே இருந்தான். இதனால் அவர் மூன்று குழந்தைகளிடமிருந்து வரும் ஆபத்திற்கான ஒலியை அறிய

காதுகளைக் தீட்டிக்கொண்டும், இன்னொரு நெருப்பின் வாசனையை அறிய மூக்கைத் தயாராகவும் வைத்திருந்தார்.

பிற்பகலில் குட்டித் தூக்கம் போடுவதை நிறுத்தினார், இரவிலும்கூட தூங்காமல் ஜாவி மற்றும் அவரது தற்கொலை மிரட்டல் பற்றி கவலையுடன் சிந்தித்துக்கொண்டிருந்தார். தன் இதயத்தை லேசாக்கிக் கொள்ள அழுதார், ஆனால் இனியும் கண்ணீர் வடிக்க முடியாது என்ற நிலை வந்தது. ஒரு புதிய பயம் அவரை ஆட்கொண்டது. அவருக்குள் இருக்கும் குழந்தை தனது வலியை பகிர்ந்து கொண்டு கருவிலேயே அழுகிறது என்று வினோதமாக நம்பிக்கொண்டு தான் அனுபவித்த முடிவேயில்லாத வேதனைகளின் சுமையை அதுவும் சுமக்குமோ என்று பயந்தார். குழந்தை இறந்து பிறந்தால்கூட அவர் அதிகம் கவலைப்பட்டிருக்க மாட்டார் போலும். கரு அவர் வயிற்றில் உதைப்பதை நிறுத்தியபோது அது இறந்துவிட்டது என்றே நம்பினார். ஆனால் ஒருநாள் நவம்பர் மாத இரவில், ஓர் ஆச்சரியமென நான் கொழுகொழுவென்று உயிருடன் பிறந்தேன். அவ்வாறு அவர் என்னைக் கற்பனை செய்திருக்கவில்லை என்றாலும் வெளிப்படையாக ஊனத்திற்கான எந்த அறிகுறியும் இல்லாமல் இருந்தேன். பயங்கள் குறிப்பிடத்தக்க அளவு குறைந்தாலும், அடுத்த ஆண்டு வரை அவரைக் கவலையிலேயே வைத்திருந்தன. நான் என் முதல் வார்த்தையாக பன்றி என்று சொல்லியபோதுதான் நிம்மதிப் பெருமூச்சு விட்டார். என் பால் பற்கள் வருவதற்கு முன்பே நான் அப்பாவை பன்றி என்று குறிப்பிட்டதற்காக என்னை ஒரு மேதை என்று நினைத்தவர், மற்றபடி சாதாரண குழந்தையாக ஒப்புக்கொண்டார்.

'இதோ உன் அப்பா வராரு,' என்றபடி போர்ட்டிகோ படிகளிலிருந்து எழுந்தார். அப்பா மண் பாதையில் நடந்து ரயில்வே லைன்களில் குவிக்கப்பட்டுள்ள மரப் படுகைகளைக் கடந்து வந்தார்.

'அமர் நான் உன்கிட்ட ஜாவி பத்தி பேசிட்டு இருக்கேன்னு யார்கிட்டயும் சொல்லிறாதே. அப்றம் மறுபடியும் அவனைப் பத்தி கேள்விங்க கேக்காதே,' என்றார் அவர்.

கல்லூரி மேல் எனக்கிருந்த வெறுப்பிற்கு நான் ரகசியமாக ஜாவியைக் குற்றம் சாட்டத் தொடங்கினேன். எனக்கு மிகப்பெரிய ஏமாற்றம் அளிக்கும் வகையில் கல்லூரி மிகவும் பெரியதாகவும் வெள்ளையாகவும், நான் என்னைத் தயார் செய்து கொண்டதற்கும் இதற்கும் சம்பந்தம் இல்லாமல் இருந்தது. என் தோற்றம் யாரையும் என் பக்கம் ஈர்க்கவில்லை, என் இடைவிடாத கண்சிமிட்டல்கள்

எனக்கு எந்தப் பட்டப்பெயரையும் வாங்கித் தரவில்லை. தினமும் காலையில் டாக்டர் இப்ராகிம் தன் ஃபியட் காரில் நீளமான வாயில் வழியாக வந்து ஆசிஃப்-ஐ கேன்டீன் அருகே கொண்டு விடுவதைப் பார்த்தேன். வராந்தாக்களில் ஆசிஃப் என்னை அடையாளம் தெரிந்ததற்கான எந்த அறிகுறியும் காட்டாமல் கடந்து போகவும் சந்தீப் என்னுடன் இல்லாததை இன்னும் ஆழமாக உணர்ந்தேன். இன்னும் மூன்று மாதங்களில் மீண்டும் தேர்வு எழுதி அடுத்த ஆண்டு கல்லூரியில் சேரப்போகிறான். தூக்கம் வந்து தன் வாய்ப்பைத் தட்டிப் பறிக்காமல் இருக்க அவன் தன் கால்களை குளிர்ந்த நீர் நிறைத்த பாத்திரத்தில் வைத்துக்கொண்டு கடுமையாகப் படிப்பதாகக் கூறினான்.

காலை விடிவதற்கு சற்று முன்பு, ஜன்னல் கண்ணாடிகள் இன்னும் சாம்பல் பூத்து இருக்க, வீட்டில் கொள்ளை நடந்திருப்பதாக சந்தேகித்தபடி அம்மா எழுந்தாள். தான் இரவை ஒருவேளை தோட்டத்தில் கழித்தோமோ என்று நினைக்கும் அளவிற்கு அவரைச் சுற்றிலும் வலுவான ஈர மண் வாசம் வந்தது. ஆனால் படுக்கையிலிருந்து எழுவதற்கு முன்பே முன் கதவு திறந்திருக்கிறது என்பது அவருக்குத் தெரிந்துவிட்டது. தோட்டத்தின் வாசனை வீட்டிற்குள் வந்து தங்கிவிடும் அளவிற்கு நீண்ட நேரம் கதவு திறந்தே இருந்திருக்கிறது. நான் பிறப்பதற்கு முந்தைய மாதங்களில் பல்வேறு அசாதாரண உணர்வுத் திறன்களில் அவர் நிபுணத்துவம் பெற்றுவிட்டார். மரத்திலிருந்து தொங்கும் மாம்பழம் கண்ணுக்குப் புலப்படுவதற்கு முன்பே அவரால் அதை நுகர முடிந்தது. உனக்குப் புரியாது என்ற அவர், கர்ப்பம் ஒருவரது வாசனைத் திறனைக் கூர்மையாக்கும், சொல்லப்போனால் ஐம்புலன்களையும் கூர்மையாக்கும், யாரோ ஒருவர் பல வருடங்கள் முன்பு வாந்தியெடுத்ததை நினைத்தாலே உனக்குள் இருக்கும் அனைத்தையும் வெளியேற்றி வாந்தியை வரவழைக்கும் என்றார்.

ஈர மண்ணின் வாசனையால் அவர் உடனடியாக எழுந்து முன் கதவிற்கு விரைந்தார். அவர் ஏற்கெனவே நினைத்ததுபோலவே கதவு விரியத் திறந்திருந்தது. விடியற்காலை வெளிச்சத்தில் வெளிக்கதவும் திறந்திருப்பதைப் பார்த்தார். தங்கம் அடகு வைக்கப்பட்டு அதில் கிடைத்த பணமும் ஏறக்குறைய தீர்ந்துவிட்ட நிலையில் திருடர்கள் கனமான மேஜை, நாற்காலிகளை எடுத்துச்

செல்ல முடிவு செய்திருந்தாலொழிய வீட்டிலிருந்து எடுத்துப்போக பெரிதாக எதுவும் இல்லை. அவர் படிக்கட்டிற்குக் கீழே நின்று ஜாவியை கீழே விரைந்து வரும்படி உரக்க அழைத்தார். அவர் கத்தல்கள் எந்தப் பயனையும் தராததால், அவருக்குள் நான் அங்கும் இங்கும் நகர்ந்துகொண்டிருக்க படிக்கட்டுகளில் ஏறிப் போக முடிவு செய்தார். ஜாவி அறையில் விளக்கு எரிந்து கொண்டிருந்தது, ஆனால் அவர் போய்விட்டார்.

இப்ராகிமும் சஜ்ஜத்தும் பங்களாவிற்கு அழைத்து வரப்பட்டு விஷயம் தெரிவிக்கப்பட, அவர்கள் ஜாவியைத் தேடிக் கண்டுபிடிக்கக் கிளம்பினர். முதலாமவர் நகரை அலசி ஆராய்ந்தபோது, இரண்டாமவர் பாட்டி வீட்டிற்கு ரயில் பிடித்தார். இப்ராகிம் வெறுங்கையுடன் வந்தார். மரம் அறுக்குமிடத்தில் இருந்தவர்களுடன் பேசிவிட்டு பிற்பகலில் திரும்பி வந்தார் சஜ்ஜத், அவர்கள் அனைவரும் ஜாவி தன் அம்மா வீட்டிற்கு வரவில்லை என்று உறுதியாகச் சொன்னார்கள் என்றார்.

அம்மா, எப்படி தான் மூன்று குழந்தைகளையும் வைத்துக்கொண்டு இரண்டு முழு நாட்கள் அழுதுகொண்டே ஜாவி திரும்பி வந்து தான் எங்கே போனான் ஏன் போனான் என்று சொல்வதற்காகக் காத்திருந்ததையும், அப்பா மலபாரிலிருந்து வந்து எப்படியோ எல்லாவற்றையும் சரிசெய்வதற்காகக் காத்திருந்ததையும் நீண்ட பெருமூச்சுடன் நினைவுகூர்ந்தார். மூன்றாவது நாள் நண்பகல் சமயத்தில், இப்ராகிம் அதிர்ஷ்டவசமாக ஜாவியைக் கண்டுபிடித்தார். தாங்கள் கும்பலாகப் போகும் எல்லா இடங்களிலும் சென்று பார்த்திருக்கிறார். மூன்றாவது நாள், முதன் முதலில் ஜாவி பங்களாவிற்கு வந்து தங்கத் தொடங்கியபோது அவனைப் பார்க்க அவர்கள் வருகையில் மூவருமாக கடற்கரைக்குப் போனது அவருக்கு நினைவுக்கு வந்தது. கரை ஓரமாக நடந்தபடி யாருமற்ற கடற்கரைக்கு வந்தார் இப்ராகிம். குன்றின் மீதிருந்த ஒரு பாறையில் சாய்ந்தபடி ஓர் உருவம் இருப்பதைப் பார்த்தார். குன்றின் மேலே ஏறி அப்பெரிய பாறைக்குச் செல்லும் பாதையில் நடந்தார். கால்களை மேலே நீட்டி, கைகளை முழங்கால்களில் சுற்றியவாறு, கடலிலிருந்து வந்த காற்று படியாத அவரது முடியைக் கலைக்க, உலர்ந்த உதடுகளில் புன்னகையுடன் ஜாவி அங்கே காணப்பட்டார்.

‘அதுக்கு சோம்நாம்புலிசம்னு பேரு’, என்றேன் நான்.

‘என்னன்னு எத சொல்லுவாங்க?’ தன் அடர்ந்த புருவத்தை சுருக்கியவாறே அம்மா கேட்டார்.

‘தூக்கத்துல நடக்கறது,’ என்று நான் விளக்கினேன். இருண்ட நகரிலும், அதன் புறநகரிலும், மூடிய கடைகளை, அமைதியான வீடுகளைக் கடந்து, தோப்புகளின் ஊடே, குன்றின்பாதையில் பாறையில் முட்டிக்கொள்ளும் வரை அவர் நடப்பதை நான் நினைத்துப் பார்த்தேன். ‘அதை இங்கிலீஷ்ல சோம்நாம்புலிசம்னு சொல்லுவாங்க.’

‘அவன் தூக்கத்துல நடந்ததேயில்லை,’ என்றார் அவர். ‘அப்போல்லாம் அவன் தூங்கினதே ரொம்ப கம்மி.’

சந்தீப்பின் தென்னந்தோப்பில் அமர்ந்துகொண்டபடி டாக்டர் இப்ராகிம் ஜாவியை கண்டுபிடித்த ஏறக்குறைய அதே இடத்தை நான் கற்பனை செய்தேனே? அவர் குன்றின் விளிம்பில், கால்களைப் பதித்து, தாவி குதிப்பதற்குத் தயாராக நின்று கொண்டிருப்பதாகக்கூட கற்பனை செய்தேன் அல்லவா? அது எப்படி? எங்கள் இருவருக்கும் இடையே ஏதோ ஒரு பிணைப்பு இருந்திருக்க வேண்டும், ஏதோ அமானுஷ்ய சக்தி எங்களை நெருக்கமாக, இருவரும் ஒன்றாவது வரை எங்களை இழுத்துக் கொண்டுவந்து எங்களின் இருப்பைப் பின்னிப் பிணைக்கிறது. எனக்குள் ஒரு பயம் மிதக்கத் தொடங்கியதை நான் உணர்ந்தேன். என் பிரதிபிம்பத்தை ஒருநாள் உற்றுப்பார்க்க அங்கே எனக்கு பதிலாக அவர், என்னைப் பார்த்து அவர் ஆன்மாவின் அச்சுபோல இருப்பதற்காக, நான் பிறந்த அன்று தான் போவதை நிறுத்திக்கொண்ட பாதைகளில் நடக்க இரண்டாவது வாய்ப்பை நான் கொடுத்ததற்காக நன்றியுடன் புன்னகைப்பதை என்னால் கடக்க முடியவில்லை.

எதுவுமே சிந்திக்காமல் நான் வேகமாக எழுந்துகொள்ளவும் தன்னைத்தானே குற்றம் சாட்டிக்கொள்ளும் முகபாவனை அம்மாவிடம் எழுந்தது. ‘இதை எல்லாம் நான் உன்கிட்ட சொல்லியிருக்கக்கூடாது,’ ‘அமர், ஜாவி பத்தி இன்னொரு தடவை என்கிட்ட கேக்காதே. நான் ஒரு வார்த்தைகூட சொல்ல மாட்டேன்,’ என்று வருந்திய குரலில் கூறினார்.

ஒருநாள், அரிதாக வெளியில் செல்லும் ஜாவி, நகர சதுக்கத்திற்குச் சென்று தாம்புக் கயிறுடன் திரும்பி வந்தார். (அம்மா அப்படித்தான், ஜாவி பற்றி தன்னிடம் கேட்கக் கூடாது என்று கூறிவிட்டு, ரயில் நிலையத்திற்கு மேல் சூரியன் சிகப்பாகிக் கொண்டிருக்க, போர்ட்டிகோ படிகளில் நாங்கள் அமர்ந்தபோது புதிதாக ஏற்படுத்திக்கொண்ட பழக்கமாக அவரைப் பற்றி நினைவுகூர்வதைத் தொடர்ந்தார். ஐசிரா, பூத்துக்குலுங்கும் வில்லோ மரத்தை தன்

உள்ளங்கைகளால் பிடித்துக்கொண்டு வேகமாகச் சுற்றவும், அவள் பின்னல் விரிந்து வட்டமாகச் சுழன்று அதன் முனை மாதுளை மரத்தை வருடின. அவ்வளவு வேகமாக அசைக்கப்பட்டதால் மரம் அவள் மேல் மலர்களைத் தூவின, அவள் தன் முகத்தில் விழும் ரோஜாநிற இதழ்களை முத்தமிட உதடுகளைக் குவிக்கவும், அவள் என்னவோ சோஃபியா லாரன் போலவும் வானத்திலிருந்து ஒரு கேமரா மூலம் அவளை யாரோ படமெடுத்துக் கொண்டிருப்பது போலவும் இருந்தது.)

அந்தக் கயிறு ஒரு செய்தித்தாளில் சுற்றப்பட்டிருந்தது, ஆனால் அதன் முடிச்சிடப்பட்ட ஒரு முனை ஒரு பக்கத்திலிருந்து தளர்வாகத் தொங்கியது. ஜாவி நிதானமாகப் படிகளில் ஏறினார், அம்மா சத்தம் எழுப்பாமல் அவரைப் பின்தொடர்ந்தார். ஜாவி அறைக்கு உள்ளே சென்று தாழ்ப்பாளைப் போட்டுக் கொண்டவுடன், அம்மா சாவித்துவாரம் வழியே பார்க்க அதில் அவர் சுருக்குப் பிடி போட்டுக்கொண்டிருந்தார். கருவினுள் குழந்தை வேகமாக உதைத்ததில் ஏற்பட்ட கடுமையான வலி மட்டும் அவருக்கு அப்போது ஏற்பட்டிருக்கவில்லை என்றால் அவர் கத்திய கத்தலில் மேற்கூரை இடிந்து விழுந்திருக்கும்.

‘என்னை மன்னிச்சுரும்மா,’ என்று சொல்லி குனிந்தவாறு சுமார் பதினேழு ஆண்டுகளுக்கு முன் நான் உதைத்த அந்த இடத்தைத் தடவிக்கொடுக்க ஆரம்பித்தேன். அம்மா சிரிக்க ஆரம்பித்தார், ‘நிறுத்துடா, கோமாளி. நிறுத்து.’ வில்லோ மரத்தடியில் சோஃபியா லாரன் போல போஸ் கொடுத்துக்கொண்டிருந்த ஜசிரா, திடீரென்று போர்ட்டிகோ படிகளில் என்ன நடக்கிறது என்பதைத் தெரிந்துகொள்ள ஆர்வமடைந்தாள். அவள் அங்கே வந்து, அம்மா ஜாவி பற்றி கூறுவதை நிறுத்திவிட்டால் என்ன செய்வது என்று பயந்து நான் நிறுத்திவிட்டேன். அதிர்ஷ்டவசமாக, மரத்தை ஆட்டி வில்லோ பூக்கள் அவள் மேல் தொடர்ந்து மழைபோல் விழுவதை ரசிப்பதில் மூழ்கிவிட்டாள்.

திடீரென்று ஏற்பட்ட வலியிலிருந்து மீண்ட அம்மா மறுபடியும் சாவிதுவாரம் வழியாகப் பார்க்கத் தொடங்கினாள். ஜாவி இன்னமும் மெத்தையில் அமர்ந்தவாறு, சோப்பை வைத்து சுருக்கை மெருகேற்றிக் கொண்டிருந்தார். பின்னர் படுக்கையில் கயிறைப் போட்டுவிட்டு எழுந்த செல்ல அம்மாவால் அவரைப் பார்க்க முடியவில்லை. குளியலறைக்கதவு அறைந்து மூடும் சத்தம் கேட்ட அடுத்த நிமிடம், குழாயிலிருந்து தண்ணீர் வரத் தொடங்கியது. ஜாவி நீண்ட நேரம் குளிக்கும் பழக்கத்தைத்

தொடங்கியிருந்தார். சில சமயம் ஒரு மணி நேரம்வரை அது நீடித்தது. படிகளில் வேகமாக இறங்கி சஜ்ஜத்தை அழைத்து வர அம்மா ஆளனுப்பினார். அவர் ஏறக்குறைய உடனடியாக இப்ராகிமுடன் வந்துவிட்டார். இரண்டாமவர் அப்போது ஒரு டாக்டராகியிருந்தார், அவருக்குத் திருமணமும் ஆகிவிட்டிருந்தது. அவர்கள் ஜாவியின் அறைக்கதவைத் தட்டினார்கள். எல்லாரும் ஆச்சரியப்படும்படி இரண்டாவது தடவைத் தட்டும்போதே அவர் கதவைத் திறந்தார். திருமதி இப்ராகிம் தன் கணவரின் உயிர் நண்பரைப் பார்க்கத் துடித்துக்கொண்டிருப்பதாகக் கூறிய உடனே இப்ராகிமுடன் போக உடனடியாக ஒப்புக்கொண்டார்.

சஜ்ஜத் அவர்களுடன் போகாமல் அந்தக் கயிறைத் தேடும் பணியில் அம்மாவுடன் சேர்ந்து ஈடுபட்டார். சலவைத்துணிகளின் கூடையில் துவைக்கப்படாத துணிக்குவியலுக்குக் கீழே இருந்ததைக் கண்டெடுத்தனர். அதைக் கண்டுபிடித்துவிட்டதாலேயே ஜாவியின் மனதிலிருந்து தற்கொலை எண்ணத்தை என்றென்றைக்கும் அழித்துவிட்டதாக நினைத்து அம்மா நிம்மதிப் பெருமூச்சுவிட்டார். அந்தக் கயிறை என்ன செய்வது என்பது குறித்து அவரிடம் எளிமையான திட்டம் இருந்தது; கயிறைக் கீழே எடுத்துக்கொண்டுபோய் மாட்டுத்தொழுவத்துக்கு அருகில் விறகுக்கட்டைகளுக்கு பக்கத்தில் மறைத்துவிடுவதுதான் அது. ‘அதனால ஒன்னும் பிரயோஜனம் இல்லை அக்கா,’ என்றார் சஜ்ஜத். ‘அதனால ஒரு பிரயோஜனமும் இல்லை. அவனுக்கு கயிறு கிடைக்கலேன்னா, ஒரு துண்டு துணிய பயன்படுத்துவான். ஒன்னுத்துக்கு மாற்று எப்பவும் சுலபமா கிடைச்சிடும், அக்கா.’

நாளுக்கு நாள் பொறுமையிழந்து வந்த அம்மா ஒரேயடியாக நொறுங்கிவிட்டார். தன்னை அறியாமல், சஜ்ஜதை நோக்கி கத்த ஆரம்பித்தார், ‘வேற என்ன பண்ண சொல்றே? இந்த முட்டாப்பயல என்ன பண்ண சொல்றே? அவன் தூக்குப் போட்டுக்கறதை நின்னு வேடிக்கை பாக்க சொல்றியா?’ என்றார்.

‘அவன ஒரு தடவை முயற்சி செய்ய விட்ரணும்னு நான் நினைக்கறேன்,’ என்று முகத்தில் எந்த உணர்வையும் வெளிக்காட்டாமல் கூறினார்.

‘சஜ்ஜத், நீ...’

மேற்கொண்டு பேச வேண்டாம் என்பதுபோல கையை காட்டிய அவர், ‘நான் சொல்றதை கொஞ்சம் கேளுங்க.’ ‘நாம ஜாவிக்கு வாழ்க்கை, மரணம் பற்றி சிந்திக்க ஒரு ரெண்டாவது வாய்ப்பை

கொடுக்கணும். ஒரு தடவை முயற்சி செய்து தோக்கணும். ஒரு தடவை தோத்தா, தற்கொலை செய்துக்கறது எவ்வளவு கஷ்டம்னு அவன் புரிஞ்சுப்பான்.'

'அவன் அதுல தோக்கலேன்னா என்னாகும்?' என்று அம்மா அவரிடம் கோபமாகக் கேட்டார்.

'அவன் தோத்துருவான்னு நம்புவோம்.'

'நம்பறதா?' இப்போது கோபத்தில் அவர் நடுங்கினார். 'உனக்கு இப்படி நம்பிக்கை வெக்கறதுல எந்தப் பிரச்சினையும் இல்லை; ஆனா அவன் என் தம்பி.'

'அவன் உங்க தம்பிதான் தெரியும். ஆனா அவன் மேல எனக்கும் அக்கறை இருக்கு, ஹம்சா அண்ணா மூலமாதான் நான் உங்களுக்கு உறவு. ஆனா இப்போல்லாம் நான் பங்களாவுக்கு வர்றதுக்கு ஒரே காரணம் உங்க தம்பிதான்.'

அவசரமாக தான் கூப்பிட்டனுப்பியதால் வந்த சஜ்ஜதைப் பார்த்து தேவையில்லாமல் கத்தி, அவர் மனதைப் புண்படுத்திவிட்டோம் என்பது அவருக்குத் தெரிந்தது. இன்னமும் கோபமாக இருந்ததால் மன்னிப்பும் கேட்க முடியவில்லை, என்ன செய்வது என்று தெரியாமல் வீங்கிய வயிற்றில் கைகளை வைத்தவாறு சுருக்குக் கயிறை உற்றுப் பார்த்தார்.

'அக்கா, எல்லாம் சரியா இருக்கும்,' என்று தன் இதயத்தில் கைவைத்தவாறு அவருக்கு உறுதி அளித்தார். 'இது ஒரு உளவியல் அணுகுமுறை.'

'நீ என்ன பி.ஏ. சைக்காலஜி படிக்கறயா?' என்று கோபக் கண்ணீருடன் அவரைப் பார்த்து சிரித்தவர் தான் மெல்ல சஜ்ஜத் மனதில் இருக்கும் ஏதோ ஒரு முட்டாள்தனமான யோசனைக்கு இணங்கி வருவதை உணர்ந்தார்.

'இது என் யோசனைன்னு சொல்ல முடியாது. இப்ராகிமோடது,' என்றவர், 'ஒரு கத்திய கொண்டு வாங்க, அவங்க வரதுக்கு முன்னாடி நான் ஒன்னு செய்யனும்,' என்றார்.

துளிகூட நம்பிக்கையே இல்லாமல், சமையலறையிலிருந்து கத்தியைக் கொண்டு வந்து கொடுத்துவிட்டு, ஜன்னல் பக்கத்தில் நின்றவாறு மண் பாதையைக் கண்காணித்தார் அம்மா. சுருக்குக் கயிற்றில் பாதியில் ஓர் இடத்தைத் தேர்ந்தெடுத்து அதை கத்தியால்

வெட்ட ஆரம்பித்தார். ஒவ்வொரு பிரியாக வெட்டி இப்போது ஒரே ஒரு மெல்லிய பிரி மட்டும் மீதி இருந்த கயிற்றோடு அதை இணைத்திருந்தது.

'கொஞ்சம் வாஷிங் சோப் கொண்டு வாங்க, அக்கா.'

இளம் மஞ்சள் நிறத்தில் ஒரு சோப்பைக் கொண்டு வந்து அம்மா கொடுக்க, அதிலிருந்து கொஞ்சம் பிய்த்தெடுத்து தான் அறுத்த பிரிகள் தெரியாமல் இருக்க அவற்றின்மீது சோப்பால் ஒட்டினார். இப்போது கயிற்றில் எதுவும் மாற்றம் செய்ததுபோலவே தெரியவில்லை. ஆனாலும் அம்மாவிற்கு சந்தேகம் போகவில்லை. 'அவன் கவனிச்சிட்டான்னா என்ன செய்றது, சஜ்ஜத்?'

'நிச்சயமா அவன் கவனிக்க மாட்டான், அக்கா,' என்று கயிற்றை அது இருந்த அதே கூடையில் போட்டு அழுக்குத் துணிகளால் மூடியவாறே சஜ்ஜத் கூறினார். 'அவங்க பொதுவா ராத்திரிலதான் இப்டி செய்வாங்க. இருட்டுல, அவசரமா.'

ஜாவியும் இப்ராகிமும் திரும்பி வருவதற்கு பல மணி நேரம் ஆகிவிட்டது. ஜாவியின் உதடுகளில் லேசான புன்னகையுடன் சோகக் கண்களில் எதையோ நினைவுகூர்வது போன்ற பார்வையில், சர்க்கசுக்குப் போய் அங்கு பீரங்கிகளிலிருந்து கோமாளிகள் பறந்து வந்ததை இப்போதும் நினைத்துக்கொண்டிருப்பதைப்போல இருந்தது. ஜாவிக்குப் பின்னால் நின்று கொண்டு இப்ராகிம் அம்மாவிடம் ஆறுதலளிப்பது போலத் தலையை ஆட்டினார். மூவரில் மிகவும் நாடகபாணியில் நடந்துகொள்ளும் சஜ்ஜத், அவர்கள் இருவரும் வர வெகு நேரம் ஆகிவிட்டதை நினைத்து கோபமாக இருப்பதைப் போல நடித்தார். 'ரெண்டு பேரும் இவ்ளோ நேரம் எங்க போயிட்டீங்க? நான் இங்கயே உக்காந்துகிட்டு, போற வர ரயிலையெல்லாம் பாத்துகிட்டு இருந்தேன்.'

ஜாவி அங்கிருந்து போன உடனே இப்ராகிம் அம்மாவிடம் கவலைப்பட வேண்டாம் என்றார். 'ஜாவி கோமாளித்தனமா எதுவும் செய்ய மாட்டான்; கொஞ்ச நாள்ல அவன் ஒருவேளை டாக்டரைகூட போய் பாக்கலாம்,' என்றார்.

'கயிறைப் பத்தி ஏதாவது கேட்டியா?' என்று கேட்டார்.

'இல்லை,' என்றார், இப்ராகிம். 'வாழ்க்கையில அவன் எதிர்நோக்கத் தேவையான மாதிரியான விஷயங்களை மட்டும் பேசினேன். உதாரணத்துக்கு சீக்கிரமா உங்களுக்குப் பொறக்கப்போற குழந்தை

அனீஸ் சலீம் | 113

பத்தி பேசினேன். அதுக்கு அவன் அது பொறக்கறதுக்குள்ள ஒரு அற்புதமான பெயரைக் கண்டுபிடிக்கணும்னு சொன்னான். அக்கா, நீங்க கவலைப்படறதுக்கு ஒன்னுமே இல்லை.'

ஆனால் அம்மா தொடர்ந்து உற்சாகமிழந்து காணப்பட்டார், குறிப்பாக இரவில். நடு இரவில் ஏதாவது சத்தம் கேட்டால், அது நாற்காலி தள்ளிவிடப்பட்டு விழும் ஓசையாக இருக்கக்கூடாது, கயிறு இரண்டாக முறிந்து ஜாவியின் உடல் தரையில் விழும் சத்தமாக இருக்கக்கூடாது என்றெல்லாம் பிரார்த்தனை செய்தார். தினமும் ஜாவி நீண்ட நேரம் குளிக்கும்போது சட்டென்று கூடையில் கையைவிட்டு, தடிமனான கயிறு அங்கு இருந்ததை தன் விரல் நுனிகளால் தொட்டே அதன் சோப்பு பேன்டேஜ் ஏற்கெனவே விரிசல் விட்டிருப்பதை அவரால் உணர முடிந்தது.

ஆனால் ஜாவியோ, இயல்பிற்குத் திரும்பி வருவதற்கான தெளிவான அறிகுறிகளைக் காட்டத் தொடங்கினார்; திரைச்சீலைகளை அகற்றினார், ஜன்னல்களிலிருந்து படுக்கை விரிப்பை நீக்கி சூரிய ஒளியை அறையில் அனுமதித்தார். அடிக்கடி கீழே வர ஆரம்பித்தார். குழந்தைகளைப் பார்த்து விசில் சத்தம் எழுப்பி விளையாடினாலும் அவர்கள் மீண்டும் அவரிடம் வர மறுத்தனர் என்பது அம்மாவுக்கு ஆசுவாசமாக இருந்தது. அம்மாவுக்கு உதவியாக வேலைகளை செய்ய முன்வந்தார். பணம் குறைந்தபோது மற்றொரு நகையை வங்கியில் அடகு வைத்துவிட்டு வருகிறேன் என்றார். மெல்ல மெல்ல, கூடைக்குள் கையைவிட்டு கயிறு உள்ளதா என்று சரிபார்ப்பதை அம்மா நிறுத்தினார். அதற்கு பதில் பிறக்கப்போகும் குழந்தைக்கு இரண்டு பெயர்களை யோசிக்கச் சொன்னார், அது உதைக்கும் உதைகளைப் பார்த்தால் பெண்ணாக இருப்பதைவிட பையனாக இருப்பதற்குத்தான் வாய்ப்புகள் அதிகம் என்பதால் ஆண் குழந்தைக்கான பெயர்களை யோசிக்கச் சொன்னார்.

இப்ராகிம் அடிக்கடி வந்தார், பெரும்பாலும் தனியாக. சில நேரங்களில் திருமணத்தன்று அணிந்திருந்த எல்லா நகைகளையும் இன்னமும் போட்டுக்கொண்டிருந்த மனைவியையும் அழைத்து வந்தார்.

'எம்.பி.பி.எஸ்.-ல மனநோய், மனக்காயம் பத்திலாம் விசேஷப்பாடம் படிச்சீங்களா?' என்று ஒருமுறை ஜாவி அருகில் இருப்பதை மறந்து அம்மா அவரிடம் கேட்டார். அதற்கு பதில் கூறியது ஜாவிதான். இப்ராகிமின் முதுகில் தட்டி, 'ஸ்பெஷலைசேஷன்லாம் முட்டாளுங்களுக்குதான். இவன்

பொதுநல மருத்துவர், சீக்கிரமாவே ஒரு கிளினிக் ஆரம்பிச்சு பெரிய பணக்காரனா ஆகப்போறான்,' என்றார்.

ஒவ்வொரு தடவை வரும்போதும் ஜாவிக்குத் தெரியாமல் அம்மாவிடம் கயிறு பற்றி இப்ராகிம் கேட்பார். அவரிடம் அம்மா, வயிறு பெரிதாகிக்கொண்டு வந்ததால் ஜாவி அறைக்குப் போவதை நிறுத்திக்கொண்டாலும்கூட கயிறு இருந்த இடத்தில்தான் இருக்கிறது என்று கூறினார்.

அந்தக் கயிறு மறுபடியும் கண்ணில் பட்டபோது அவர் பேறுகாலத்தின் இறுதி மாதத்தில் இருந்தார். அப்பா ஒரு மாட்டுக்காரரைப் போல் கயிற்றைச் சுற்றியவாறே வந்து அதை பலாமரக் கிளையில் தொங்கவிட்டபோது அதை அமைதியாகப் பார்த்தார். அன்று காலைதான் மலபாரிலிருந்து திரும்பி வந்திருந்த அப்பா, குழந்தைகளிடம் உறுதி அளித்தபடி ஊஞ்சல் கட்டுவதற்குத் தோதாக ஒரு கயிறைத் தேடிக்கொண்டிருந்தார்.

அம்மா வயிற்றைத் தடவியபடி நின்றுகொண்டிருக்க அப்பா ஊஞ்சலைக் கட்டி முடித்தார். ஐசிரா, சோஃபியாவை இடுப்பில் தூக்கிக்கொண்டு வர, அக்மல் அவள் அருகில் நின்றான். மூவரும் ஊஞ்சலில், முதலில் தானே ஆட வேண்டும் என்று விரும்பினார்கள். ஆனால் அப்பா, தான் முதலில் ஆடிவிட்டு அதன் உறுதியை சரிபார்த்த பின்னர் அவர்களை அகர வரிசையின்படி அனுமதிப்பதாகக் கூறினார். சோப்பு போட்டு ஒட்டிய இடம் காய்ந்து, ஏறக்குறைய கயிறிலிருந்து வேறுபடுத்திக் காட்ட முடியாத அளவுக்கு இருந்தது. அவர் ஊஞ்சலாடுவதற்காக மேலே எழும்பியபோது கால் விரல்கள் கீழே விழுந்துகிடந்த இலைகளைத் தொட்டன - சோப்பால் இணைக்கப்பட்ட இடத்தில் கயிறு அறுந்து அவர் சேறு நிறைந்த தரையில் மோதி விழப்போகிறார் என்ற எதிர்பார்ப்பில் அம்மாவின் இதயம் எதிர்பார்ப்பில் எகிறியது.

ஒன்றுமே நடக்கவில்லை; குழந்தைகளைக் கடந்து மேலே சென்றபோது அவர்களைப் பார்த்து விளையாட்டாக ஊளையிட்டார். கயிறு அறுந்து விழ வேண்டும் என்று அம்மா எவ்வளவு ஆசைப்பட்டார்! என்றாவது ஓர் இரவில் ஜாவி அதில் தற்கொலை முயற்சி செய்யும்போது சாகாமல் இருந்திருப்பான் என்று தனக்குத்தானே நிரூபிக்க விரும்பினாள். ஆனால் அன்று மாலை முழுவதும் கயிறு அறுந்துபோகாமல் இருக்கவே, இப்படிப்பட்ட முட்டாள்தனமான யோசனையை நம்பும்படி செய்த சஜ்ஜத்தையும் அதைக் கண்டறிந்த இப்ராகிமையும் திட்டினார்.

‘தினமும் சாயந்திரம் நீங்க ரெண்டு பேரும் எதைப் பத்தி பேசிட்டு இருக்கீங்க?’ ஜசிரா புது விதமாக நடைபோட்டவாறே போர்ட்டிகோ வரை வந்தாள். வில்லோ பூக்களால் கட்டப்பட்ட ஒரு மாலை அவள் மெல்லிய கழுத்தில் இருந்தது. அந்த ஊதா இதழ்கள் அவள் கழுத்தை தொட்டுக்கெண்டிருப்பதைப் பார்க்க அவள் வெகு அழகாக இருந்தாள். ‘உங்க ரெண்டு பேருக்குள்ள என்ன நடந்துட்டு இருக்கு?’

‘அதை முதல்ல உன் கழுத்துலேந்து கழட்டு,’ என்று பயமுறுத்தும் குரலில் அம்மா சொன்னார்.

‘இதுல என்ன தப்பு இருக்கு?’ அவள் புன்னகை சிடுசிடுப்பாக மாறியது.

‘ஒரு இஸ்லாமியப் பெண் மாலை போட்டுக்கக்கூடாது,’ என்று அம்மா கூறினார், ‘குறிப்பா மாலை வேளைல.’

‘நீங்களும் உங்க முஸ்லிம் நம்பிக்கைகளும்,’ என்று சீறிய அவள், ‘சரி, விடுங்க, இப்போ யாருந்தான் இல்லையே.’

‘அதை முதல்ல கழட்டுன்னு சொல்றேன்,’ அம்மா தன் குரலை உயர்த்திக் கூறினாள். ‘இதைப் பத்தி விவாதம் பண்ண நானே அத பிச்சு எறிஞ்சிருவேன்.’

‘நீங்க அப்படி செய்யக்கூடாது,’ என்று தன் கழுத்தில் கையை வைத்தவாறே ஜசிரா கூறினாள்.

அம்மா மாலையை நோக்கிக் கையை நீட்ட ஜசிரா பின்னுக்கு நகர்ந்தாள். ‘நீங்க அதத் தொடக்கூடாது. மாலை போட்டுக்கக்கூடாதுன்னா நீங்க போட்டுக்காதீங்க. எனக்கு எது நல்லதுன்னு எனக்கு தெரியும். நான் இதை எடுக்க மாட்டேன்.’

‘ஆமாம் உனக்கு எது நல்லதுன்னு உனக்கே தெரியும்,’ என்று அம்மா சீறினார்.

நஸீர் ஒரு பேராசியர் என்று கூற முடியாதபடி மிகவும் இளையவராக இருந்தார். ஒருசில கோணங்களில் அப்போது சுமார் இருபத்தி ஒன்று வயதாகியிருந்த அக்மலைவிட பெரியவர் என்றே கூற முடியவில்லை. அவர் முடி நீளமாக இருந்தது, அவர் காலணி முனைகள் கூர்மையாக இருந்தன, டெனிம் பேன்ட்டும் ஆழ்ந்த

ஊதா நிறத்தில் சட்டையும் அணிந்திருந்தார். என்ன இருந்தாலும் அவர் ஒரு பொருளாதாரப் பேராசிரியர். பார்க்க அழகாக இருந்தார் என்று சொல்ல முடியாது என்றாலும் அவரது உயரமும் மெல்லிய உடற்கட்டும் அவரை இரண்டாவது முறை திரும்பிப் பார்க்கச் செய்யும், ஏன் மூன்றாவது தடவையும் கூட. பங்களாவிற்கு முதல் தடவை வந்தபோது கால் மேல் கால்போட்டவாறு கைகளை மடியில் வைத்திருந்தார். அவருடன் வந்த குட்டையான, வீங்கிய கண் இமைகளுடன் இருந்தவர்தான் பெரும்பாலும் பேசினார்.

குட்டை மனிதர் பேராசிரியர் நஸீரை அறிமுகம் செய்து வைத்தபோது, 'சார், என் பிள்ளைங்கள்ல ரெண்டு பேர் உங்க காலேஜ்லதான் படிக்கிறாங்க,' என்றார் அப்பா.

'எனக்குத் தெரியும்,' என்று பேராசிரியர் நஸீர் பதற்றத்துடன் சொன்னார்.

'என் மூத்த பெண் பொருளாதாரம் படிக்கிறா,' என்று பெருமிதமாகக் கூறினார் அப்பா. ஐசிரா வெகு நாட்களுக்கு முன்பே டாக்டராக வேண்டும் என்ற யோசனையை கிடப்பில் போட்டுவிட்டாள், தன் புது இலக்கு என்ன என்பதையும் சொல்லவில்லை.

'நாங்க இங்க அது விஷயமாதான் வந்தோம்,' என்று அந்தக் குட்டை மனிதர் சிரிப்புடன் கூறிவிட்டு தன்னை பேராசிரியர் நஸீரின் அண்ணன் என்றும், பெயர் ஷராஃப் என்றும், சிவில் ஒப்பந்ததாரராக வேலை பார்ப்பதாகவும் அறிமுகம் செய்துகொண்டார்,

இந்த தடவை, ஐசிரா ஏதோ ஒரு திரைச்சீலைக்குப் பின்னால் நின்று ஒட்டுக் கேட்டுக்கொண்டிருக்கவில்லை. மாடிப்படிக்கு அருகில் இருந்த தன் அறையில் கையில் ஒரு புத்தகத்தை வைத்துக்கொண்டு அங்கும் இங்கும் அலைந்தவாறே மனதுக்குள் படித்தாள். அக்மல் ஒரு சுவரில் சாய்ந்தவாறு வந்தவர்கள் பார்வையில் படாமல் வரவேற்பு அறையில் நடக்கும் உரையாடலை உற்று கேட்டுக்கொண்டிருந்தான்.

'என் தம்பி இந்தக் குடும்பத்தோட சம்பந்தம் வெச்சிக்க விரும்பறான்,' என்றார், ஷராஃப். 'அவனுக்கு பொண்ணு பாத்துட்டு இருக்கோம். ஆனால், ஐயாவுக்கு நாங்க வரிசையா பார்த்த எந்தப் பொண்ணையும் பிடிக்கல.'

தன் அறையில் ஐசிரா நடை வேகத்தைக் கூட்டினாள். கையில் இருந்த புத்தகத்தை மார்போடு அழுத்திக்கொண்டே அதிலிருந்து

படித்ததை சத்தம் போடாமல் சொல்லிக்கொண்டிருந்தாள். வரவேற்பு அறையில் நடப்பது எதுவுமே தெரியாமல் அம்மா மாட்டுக் கொட்டகையில் இருந்தாள்.

'திடீர்னு அவன் தன் வகுப்புல உள்ள ஒரு பொண்ணு தனக்குப் பிடிச்சிருக்கறதா சொன்னான். அதுதான் உங்க பொண்ணு ஜாஸ்மின்.'

'இல்ல, ஜாஸ்மின் இல்லை. அது ஜசிரா,' என்று பேராசிரியர் நஸீர் சொன்னார்.

அப்பா ஜன்னல் வழியாக வெளியே வெகுநேரம் வெறித்துப் பார்த்தார்; காற்றாலை பனையின் இலைகளை எண்ணுவது போலத் தோன்றியது. ஜசிரா நடைபோடுவதை நிறுத்திவிட்டு கவலையுடன் அக்மலைப் பார்த்தாள். பேராசிரியர் தன் விரல்களை இறுக்கமாக பிணைத்துக்கொண்டு செயற்கை ஆர்வத்துடன் சுவற்றில் இருந்த புகைப்படங்களைப் பார்த்தார்.

'நீங்க டீ சாப்பிடறீங்களா, இல்லை காப்பியா?' என்று அப்பா கேட்டார்.

'எனக்கு ஸ்ட்ராங்க் டீ,' என்று சொன்ன ஷராஃப், 'நஸீர் டீ, காபில்லாம் சாப்பிடறதில்லை. கொஞ்சம் எலுமிச்சை ஜூஸ் இருந்தா கொடுங்க.'

'அதுகூட வேணாம்,' என்ற பேராசிரியர் நஸீர், புகைப்படத்திலிருந்து பார்வையை அப்பாவிடம் செலுத்தினார். 'கொஞ்சம் ஜில் தண்ணி கொடுத்தா போதும்,' என்றார்.

அப்பா வரவேற்பு அறையைவிட்டு வெளியே வந்து அக்மல் மூலம் சமையலறைக்கு செய்தி அனுப்பினார். அம்மா, அவளிடமிருந்த நல்ல ஆடைகளை அணிந்துகொண்டு முகத்தில் கொஞ்சம் பவுடர் பூசிக் கொண்டார். வரவேற்பறைக்கு கையில் தேநீரும் இனிப்புப் பண்டங்களும் நிரம்பிய தட்டை எடுத்துக்கொண்டு கிளம்பிய அவரை சமையல் அறைக்குள் வந்த ஜசிரா தடுத்தாள்.

'உங்க மேக்-அப் அப்பட்டமா தெரியுது,' என்றாள். தன் துப்பட்டாவின் முனையால், அம்மா கன்னங்களிலிருந்து பவுடரைத் துடைத்தாள். 'எதுவும் போடாட்டியும்கூட நீங்க அழகுதான். உள்ள போகும்போது கொஞ்சம் சிரிங்க,' என்று ஆலோசனை கூறினாள்.

‘ஷராஃப், இது என் மனைவி,’ அக்மல் திரைச்சீலையை விலக்க அம்மா ட்ரேயுடன் வரவேற்பு அறைக்குள் நுழைந்தார். ‘அஸ்மா, இவர்தான் நான் இப்போ சொன்னேனே அந்த பேராசிரியர் நஸீர்.’

‘அஸலாமு அலைக்கும்,’ அம்மா சகோதரர்களிடம் வந்தனம் கூறினார், மூத்தவர் கூறிய பதில் மட்டுமே எங்களுக்குக் கேட்டது.

‘வாலைக்கும் ஸலாம்,’ நீங்க இவ்ளோ சீக்கிரமா விருந்தே தயாரிச்சிட்டீங்களே,’ என்றார்.

‘இது ஒரு பெரிய விஷயமில்லை.’ பீங்கான் பாத்திரங்கள் கணகணக்கும் சத்தமும் திடீரென்று காற்று மழையின் சத்தம் ஜன்னல்களில் மோதுவதும் கேட்டது.

‘கொஞ்சம் கூலா தண்ணி வேணும் அவ்ளோதான் அம்மா,’ என்று பேராசிரியர் கூறினார். அம்மாவாமே!

‘இது வெறும் தண்ணிதான் மகனே, அதுல கொஞ்சம் எலுமிச்சை சாறு இருக்கு அவ்ளோதான்,’ என்றார் அம்மா.

‘ஹா, ஹா,’ என்று அப்பா சிரிக்க ஆரம்பித்தார். ‘நல்லா சொன்னே.’

‘விருந்தாளிகளை கேலி பண்றது சரியில்லை,’ என்று என் அருகில் இருந்த ஜசிரா கோபத்துடன் கிசுகிசுத்தாள். ‘ரெண்டு பேரும் ஒருத்தரோட ஒருத்தர் பேசறதுகூட இல்லை, யாரையாவது முட்டாளக்கணும்னா நல்ல ஜோடி மாதிரி ஒன்ணா சேந்துக்குவாங்க.’

ஆனால் வரவேற்பு அறையில் எல்லாமே நல்லபடியாக நடைபெற்றன. அம்மா விருந்தினரை இன்னொரு தடவை இனிப்பு எடுத்துக்கொள்ளச் சொன்னார். பிறகு, திரைச்சீலையை அக்மல் விலக்க ஏறக்குறைய காலியாக இருந்த ட்ரேயுடன் அம்மா உணவறைக்கு வந்தார்.

வரவேற்பு அறையில் திருமணப் பேச்சிலிருந்து விஷயம் வானிலைக்குத் திரும்பியது, பிறகு அரசியல், இறுதியாக பாபர் மசூதி விவகாரத்திற்குச் சென்றது.

‘அதை அவங்க இடிச்சாங்கன்னா, அவங்களுக்கு பதிலடி கிடைக்கும்,’ என்று ஷராஃப் பயமுறுத்தும் வகையில் சொன்னார்.

‘அதை நான் ஒப்புக்கல அண்ணா,’ என்றார் பேராசிரியர். ‘பாபர் மசூதி ஒரு மசூதியா மாறரதுக்கு முன்னாடி என்னவா இருந்துதுன்னு யாருக்கும் உறுதியா தெரியாது. இந்துக்கள் சொல்றா மாதிரி அது ஒரு கோவிலா இருக்க வாய்ப்புகள் இருக்கு.’

'என்ன உளர்றே! என்று கொதித்தார் ஷராஃப். அங்க மசூதிய தவிர வேறு எதுவும் இருந்ததில்லை. இஸ்லாமுக்குன்னு தனியா தொல்லியல் துறை இருக்கு.'

'நமக்கு உறுதியா எதுவும் தெரியாது,' என்று சமாதானமான குரலில் சொன்ன பேராசிரியர், 'எது எப்படியோ, ஒரு உண்மையான இஸ்லாமியனுக்கு பிரார்த்தனை பண்ண மசூதி தேவைப்படாது.'

விரைவில் கனமான மழை பெய்ய ஆரம்பித்து, பங்களாவைச் சுற்றி அடித்து வீசியது. ஜன்னல்களில் மோதி கழிவுநீர் குழாய்கள் வழியாக பாய்ந்த மழை சத்தத்தில் விவாதத்தின் விவரங்கள் கேட்கவில்லை. கொஞ்சம் சத்தம் குறைந்தபோது, அப்பா தொண்டையை செருமிக்கொண்டு பேசத் தொடங்கினார். 'என் பொண்ணைக் கல்யாணம் செய்துக்கறோம்னு நீங்க வந்திருக்கறது எனக்கு பெருமையா இருக்கு. ஆனா அதுல ஒரு சின்ன பிரச்சினை இருக்கு.'

ஜசிரா, தன் முகத்தைக் கோணலாக்கிக்கொண்டவள், தலை முடியைப் பிடித்து இழுக்கத் தொடங்கினாள். மழை சத்தத்தினூடே அப்பா சொல்வதைக் கேட்க, அம்மா தன் தலையை இன்னும் கொஞ்சம் சாய்த்துக்கொண்டாள்.

'சொல்லுங்க. அந்தச் சின்னப் பிரச்சினை என்னன்னு நாங்களும் தெரிஞ்சுக்கறோம்,' என்று பேராசியர் நஸீர் கேட்டார்.

'என்ஜினியரிங் படிச்ச என் உறவுக்காரப் பையன் ஒருத்தன், என் மகளைக் கல்யாணம் செய்துக்கணும்னு ஆர்வம் காட்டினான். அவங்க அம்மா தேதிய முடிவு செய்யச் சொல்லி நச்சரிச்சுட்டு வராங்க,' என்றார்.

'அவருக்கு ஏது என்ஜினியரிங் படிச்ச உறவுக்காரப் பையன்?' என்று ஜசிரா சீறினாள். அம்மா உதட்டில் விரல் வைத்து 'கொஞ்சம் பொறு' என்று சைகை செய்தாள்.

'நாம கொஞ்சம் தாமதமா வந்துட்டோம், நஸீர்,' என்று ஷராஃப் கூறினார். ஒரு நாற்காலி கிறீச்சிட்டு நகரும் சத்தம் அவர் ஏற்கெனவே எழுந்துகொண்டு விட்டார் என்று சொல்லியது.

'ஆனா, எதுவும் இன்னமும் முடிவாகல.' இப்போது அப்பா சகோதரர்கள் இவருவரையும் போகவிடாமல் தடுப்பதில் ஆர்வம் காட்டியதாகத் தோன்றியது. 'ஜசிராவோட அம்மாக்கு நெருங்கிய உறவுல திருமணம் செய்து கொடுக்கறதுக்கு பிடிக்கல.'

'அவங்க சொல்றதுல அர்த்தம் இருக்கு,' பேராசிரியர் நஸீர் கூறினார். 'நெருங்கின உறவுகளுக்கு இடையே திருமணம் நடந்தா பல சமயங்கள்ல குழந்தைங்க மன வளர்ச்சி குன்றியவங்களா இருப்பாங்க. நவீன மருத்துவ அறிவியல் இதை வலுவா எதிர்க்குது,' என்றார்.

'ஆனா நான் என் உறவுக்காரப் பெண்ணைதான் கல்யாணம் பண்ணிகிட்டு இருக்கேன்,' என்று ஷராஃப் வாதிட்டார், 'என் குழந்தைங்க யாரும் மன நிலை சரியில்லாதவங்க இல்லை. ஒரு குழந்தைகூட அப்டி இல்லை.'

'உங்க குழந்தைங்க மன நிலை சரியில்லாதவங்களா இல்லாம இருக்கலாம், ஆனா நீங்க அப்படித்தான் இருக்கீங்க. சிவில் காண்ட்ராக்டரே, நிச்சயமா நீங்க அப்படித்தான் இருக்கீங்க,' என்று ஐசிரா கிசுகிசுப்பான குரலில் திரைச்சீலையை ஒரு விரலால் சுட்டிக்காட்டி கூறினாள்.

'அது, நான் சொன்னா மாதிரி ஒரு சின்ன பிரச்சினைதான். இந்த என்ஜினியர் பையனோட அம்மாகிட்ட முதல்ல நான் பேசறேன், அவங்க என் சொந்தம்தான்,' என்று தாராளமனதுடன் கூறினார் அப்பா. 'ஆனா அதுக்கு முன்னாடி நீங்க என்ன எதிர்பார்க்கறீங்கன்னு தெரிஞ்சுக்க விரும்பறேன்.'

'எதையும் எதிர்பார்க்கல,' என்று சொன்ன பேராசிரியர் நஸீரின் குரலில் ஒரே சமயத்தில் உற்சாகமும், பதைபதைப்பும் சேர்ந்து இருந்தன. 'நான் நினைக்கறேன்...'

'நஸீர்,' அவர் அண்ணன் இடைமறித்தார், 'இதெல்லாம் நான் டீல் பண்ணிக்கறேன், நீ பேசாதே. பாருங்க ஹம்சா அண்ணா, நாங்க பேராசை பிடிச்சவங்க இல்லை. நாங்க எங்க மகனை பை நிறைய பணத்துக்காக எந்தக் குடும்பத்துக்கும் வித்துற மாட்டோம்.'

'நான் ஒன்னும் அப்படி சொல்லவேயில்லையே,' என்று அப்பா மெதுவான குரலில் கூறினார்.

'நீங்க அப்படி சொன்னீங்கன்னு நான் சொல்லலயே. நான் என்ன சொல்றேன்னா, நஸீர் அந்தஸ்துல உள்ள ஒருத்தருக்கு பொதுவா திருமணத்துல என்ன கொடுப்பாங்கன்னு விசாரிச்சு சொல்லுங்க. எங்களுக்கு அது போதும், அதுக்கு மேல தேவையில்லை.'

‘இன்னும் ஒன்னு ரெண்டு நாள்ல நான் சொல்லிடறேன்,’ என்று கூறிய அப்பா, ‘ஆனா அந்த என்ஜினியரோட அம்மாகிட்ட வேணாம்னு எப்படி சொல்றதுன்னுதுதான் கவலையா இருக்கு.’

பற்களை நற நறவென்று கடித்துக்கொண்டு கடும் கோபத்துடன், ‘முதல்ல உங்க உறவுக்காரப் பொண்ணு, அவங்களோட என்ஜினியரிங் பையங்கறது எல்லாம் பொய், அதை யாரும் நம்ப மாட்டாங்கன்னு உங்களுக்கே சொல்லிக்கங்க,’ என்றாள் ஜசிரா.

‘சரி, நான் பொண்ணைப் பார்க்கலாமா?’ என்று ஷராஃப் கேட்டார். ஜசிரா உடனே தலைசீவ சீப்பை எடுத்தாள்.

‘ஜசிரா, வீட்டுல இல்லை.’ அப்பா உளறினார். ‘அவ என் சகோதரி வீட்டுக்கு போயிருக்கா.’

‘விஷயத்தை மேலும் சிக்கலாக்கிட்டு இருக்காரு அவரு,’ என்று ஜசிரா கூறினாள். ‘நான் யாராவது தேங்கா பொறுக்கறவனோட ஓடிப்போன பிறகுதான் அவர் தன் தப்பை உணர்வாரு.’

மழை ஒரேயடியாக நின்றுவிட்டது. சகோதரர்கள் விடைபெற்றனர். அம்மா வரவேற்பு அறைக்குச் செல்ல, வாயிற்காவலன் போல அக்மல் அம்மாவுக்காக திரைச்சீலையை விலக்கினான்.

அப்பா அவர்களை வாசல் வரை வழியனுப்பச் சென்று, மண் சாலையில் டாக்சி மறைந்த பிறகும்கூட அங்கேயே இருந்தார். அம்மா உணவு அறைக்குத் திரும்பினார், அந்த சகோதரர்களைப் பார்த்து சிரித்த சிரிப்பின் மிச்சம் மீதி அவரது உதடுகளில் இன்னமும் இருந்தது. ஜசிரா ஜன்னலருகில் நின்றுகொண்டு அதன் கட்டையை இறுகப்பற்றிக்கொண்டு, பலாமர இலைகள் அதனடியில் இருந்த சேற்றில் வந்து விழுவதைப் பார்த்துக் கொண்டிருந்தாள்.

‘நல்ல, நாகரிகமான பையன்,’ என்று ஜசிராவிடம் கூறினார் அம்மா.

‘பின்ன ஏன் உங்க புருஷன் அந்த நல்ல, நாகரிகமான பையன்கிட்ட அவருக்கு இல்லாத உறவுக்காரப் பையனைப் பத்தி பொய் சொன்னாரு?’ என்று கோபத்தில் நடுங்கியவாறே அம்மாவைப் பார்த்துக் கத்தினாள் ஜசிரா.

‘அது வெறும் தந்திரம்தான், ஜசி. அவங்களை அதிகமா எதுவும் கேக்க விடாம செய்யறதுக்காக.’

‘அவரு ஏன் சீப்பா கிடைக்கணும்?’ இப்போதுதான் ஜாக்பாட்டை அதுவும் ஒரே ஒரு எண்ணில் நழுவவிட்டவள் போல இருந்தாள்.

‘பங்களாவுல இருக்கற ஒரே பொண்ணு நான்தான், அவங்க கேக்கறதுக்கு சம்மதிக்கறதுதான் நியாயம்.’

‘அப்படி சம்மதிக்காட்டி?’ இதைச் சொன்னது யார் என்று நீங்களே ஊகித்திருப்பீர்கள், ஆம் நானேதான்.

‘நான் கான்வென்ட்டுக்குப் போய் கன்னியாஸ்திரியா மாறிடுவேன்,’ என்று யோசிக்காமல் பதில் சொன்னாள். நான் வெடித்துச் சிரித்தேன்.

‘அமர்,’ அம்மா கடுமையான குரலில் அழைத்தார். ‘உனக்கு பெண்களோட உணர்வு புரியாது. அந்த மாதிரி சிரிக்காதே.’

ஐசிரா என்னை வறுத்தெடுப்பதற்கு முன், அக்மல் தன்னை இறைத்தூதனாக பாவித்துச் சொன்னான், ‘அம்மா, ஐசிதான் இந்த வீட்டுல இருக்குற ஒரே பொண்ணு, என் பங்கை அவளுக்காக விட்டுத்தர நான் தயாரா இருக்கேன். எனக்கு என்ன கொடுக்கணும்னு நினைச்சிருக்கீங்களோ அதை அவளுக்கு கொடுத்திருங்க. எனக்கு ஒன்னும் பிரச்சினை இல்லை.’

தெருவில் அடிபட்டுக் கிடக்கும் நாயின் மீது நான் வீசும் அந்த பார்வையை ஐசிரா அக்மலுக்குத் தந்தாள். அம்மாவின் கண்கள் திடீரென்று ஈரமடைந்தன. ‘இருபத்தி ஆறு வருஷத்துக்கு முன்னாடி இதேதான் நடந்துச்சு. எனக்கு கல்யாணம் பேசிட்டு இருந்தாங்க, என் சகோதரர்கள்ல ஒருத்தன் அம்மாகிட்ட எனக்கே எல்லாத்தையும் கொடுத்திரச் சொன்னான். அல்லாக்குதான் நன்றி சொல்லணும், அந்தக் கருணை நம்ம குடும்பத்தில ஆழமா பதிஞ்சிருக்கு.’

அந்த சகோதரன் யார் என்று அவர் குறிப்பிடவில்லை என்றாலும், அது ஜாவிதான் என்று எனக்குத் தெரியும்.

‘சகோதரிங்க நல்லபடியா கல்யாணம் பண்ணிட்டு போக உதவறதுதான் சகோதரங்களோட கடமை,’ என்று அவர் தொடர்ந்து கூறினார்.

இப்போது அக்மலிடம் இல்லாதது அழகான சின்ன பீடமும் பளிங்குத் தகடும்தான், ஆனால் ஐசிராவைப் பார்த்தால் பேராசிரியரை இந்த வீட்டுக்குள் சேர்த்த உடனேயே இந்த இரண்டையும் அவனுக்கு வாங்கித் தந்து விடுவாள் போல இருந்தது.

‘அமர், ஜசிராக்கு நான் செய்ய வேண்டியதை செய்துட்டேன். நீ என்ன பங்களிப்பு தரப்போறேன்னு சொல்லிடு,’ என்று அக்மல் தூண்டிவிட்டான்.

அக்மல் அன்னை தெரசா போலவும் ஜசிரா மார்க்ரெட் தாட்சர் போலவும் நடந்துகொள்ளும்போது எனக்கு வெறுப்பாக இருக்கும். நான் சற்று நேரம் யோசித்தேன், ஜசிராவின் கண்கள் என்னையே பார்த்துக்கொண்டிருப்பதை கவனித்தேன், அவை மகிழ்ச்சியும் நன்றியும் கலந்து உருகத் தயாராக இருந்தன.

‘ஒன்னுமில்லை,’ என்று நான் அறிவித்தேன். ‘எனக்கு முன்பக்க மனையில பத்து சென்ட் அப்படியில்லேனா பின்னாடி பக்கத்துலேருந்து இருபது சென்ட் வேணும். மத்ததை நீங்க ஜசிராக்குக் கொடுத்திரலாம்,’ என்றேன்.

‘பாருங்கம்மா,’ என்று ஜசிரா நடுக்கத்துடன் தொடங்கினாள். ‘இவனுக்கு இன்னும் இருவது வயசுகூட ஆகல, அதுக்குள்ள மனசுக்குள்ள பாகம் பிரிச்சிட்டான். உங்களுக்குத் தெரியுமாம்மா இந்தப் பையன் சிகரெட் பிடிக்கறான், பொண்ணுங்களைப் பாத்து கேவலமான பாட்டை விசிலடிக்கறான்.’

‘அப்டியா செய்யற அமர்?’ அம்மா கேட்டார். ஆனால் அவர் மனது வேறு ஏதோ பற்றிய யோசனையில் மூழ்கி இருந்தது. பல ஆண்டுகளுக்கு முன்பு எங்கோ தொலை தூரத்தில் பணக் குவியலை மறைத்து வைத்திருந்தது போலவும் இப்போது யாருக்கும் தெரியாமல் அதை மீட்டுக் கொண்டு வருவதற்காக திட்டமிடுவது போலவும் தெரிந்தார்.

தொடர்ந்து பேராசிரியர் நஸீரைப் பற்றி நடைபெற்ற உரையாடலில் நான் வெறும் பார்வையாளனாக இருக்க முடிவு செய்தேன். அம்மா தன் பிரமையிலிருந்து விடுபட்டு, ‘பையன் ரொம்ப எளிமையானவனா இருக்கான், என்னை, “அம்மா”ன்னு கூப்பிட்டான்,’ என்றார்.

‘நீங்களும் ஒண்ணும் குறைஞ்சி போயிடல, ‘அவரை நீங்க மகனேன்னு கூப்பிட்டீங்களே,’ என்று ஜசிரா உரையாடலில் சேர்ந்தாள்.

‘அவரு கார்ல ஏறிப் போகறதுக்கு முன்னாடி, என் கையக் குலுக்கி “ரொம்ப நன்றி”ன்னு சொன்னாரு,’ என்று திருமண நிதியாளரும் ஜசிராவின் புதிய காக்கும் தேவதையுமான அக்மல் கூறினான்.

'அப்டியா சொன்னாரு?' என்று உற்சாகமாக ஜசிரா கேட்டாள். 'அவரு காலேஜ்லகூட, வகுப்பை முடிச்சிட்டு போகறதுக்கு முன்னாடி நன்றின்னு சொல்லுவாரு,' என்றாள்.

'போன ஞாயித்துக் கிழமை,' விரலைச் சொடுக்கி அம்மாவின் கவனத்தை கோரினேன், 'தெருவுல ஒரு பிச்சைக்காரன் கையப் பிடிச்சு குலுக்கினேன், அவனும் இதே மாதிரி, "ரொம்ப நன்றி"ன்னு சொன்னான்,' என்றேன்.

'எங்களுக்கு ஒன்னும் உன் ஃப்ரெண்ட்ஸ்கூட உனக்கு இருக்கற டீலிங்க்ஸ் பத்தில்லாம் தெரியத் தேவையில்லை,' என்று ஜசிரா கூற அக்மல் சிரிக்கத் தொடங்கினான்.

'அவரு டீ, காபி எதுவும் குடிக்கறதில்லை. இப்போதான் தொட்டில்லேருந்து வெளிய வந்தவுடனே சிகரெட் புடிக்கற சில சின்னப் பசங்க மாதிரி அவர் ஒன்னும் சிகரெட் பிடிக்கறதில்லை,' என்று தலையை என்பக்கமாக சாய்த்தவாறு ஜசிரா கூறினாள்.

'ஆனா அவர் ஒரு பிரச்சினைய பத்தி சொல்ற விஷயத்தை நான் ஒப்புக்க மாட்டேன்,' அக்மல் மெதுவாகக் கூறினான்.

'அது என்ன அக்கு?' மிகவும் ஆவலுடன் ஜசிரா கேட்டாள்; அவள் கண்கள் நம்ப முடியாத பாவனையைக் காட்டியது.

'பாபர் மசூதி ஒரு கோவிலா இருந்ததில்லை. அதுல இந்துக்களுக்கு உரிமையே இல்லை,' என்றான்.

'தம்பி, ஒவ்வொருத்தருக்கும் ஒவ்வொரு விஷயத்தைப் பத்தி தனக்குனு ஒரு கருத்து இருக்கும்,' ஜசிரா அக்மல் முதுகில் சகஜமாகத் தட்டினாள். 'ஆனா இந்த பிரச்சினையில, நான் உன் பக்கம்தான், ப்ரொஃபசர் கட்சி இல்ல.'

திடீரென்று உரையாடலில் விடுபட்டது போல உணர்ந்த அம்மா, 'அது என்ன பாபர் மசூதி?' என்று கேட்டார்.

ஜசிரா எதிர்பார்ப்புடன் அக்மலைப் பார்க்க, அவன் முன்பக்கமாக சாய்ந்து விளக்கத் தொடங்கினான். அம்மா கவனிப்பதாகத் தோற்றமளித்தாலும் அவர் மனது எங்கேயோ இருந்தது, தன் பொக்கிஷப் பையை மீட்டெடுக்க வேறொரு திட்டத்தை யோசிப்பது போல இருந்தார்.

மறைமுகமாக, ஜசிரா மேல் பேராசிரியர் நஸீருக்கு இருந்த ஆர்வம் எங்கள் கண் தெரியாத பாட்டியை எங்களுடன் பங்களாவுக்கு வந்து தங்கும்படி செய்து, பாட்டி மற்றும் எங்கள் அனைவரது வாழ்க்கையின் போக்கையும் மாற்றியது. பல தடவை பாட்டி வீட்டிற்குச் சென்ற அம்மா என்னையோ அக்மலையோதான் அழைத்துசென்றார். பெரும்பாலும் நான்தான் போனேன். பாட்டியின் அருகில் அமர்ந்தவாறு அம்மா பேராசிரியர் நஸீர் மற்றும் அவரது குடும்பம் குறித்த புகழ் பாடிய சமயத்தில் நான் இருண்ட அறைகளில் ஜாவி குறித்த தடயங்களைத் தேடினேன். வீட்டில் ஒரு புத்தகம்கூட இல்லை, ஜாவி இடம்பெற்ற ஒரு புகைப்படம் கூட இல்லை. சிறை போல இருந்த வீட்டில் ஜாவி கால்கூட வைத்ததில்லை, மரம் அறுக்கும் ஓசையை ஜன்னல்கள் வழியாகக் கேட்டதில்லை, அரை இருட்டாக இருந்த வீட்டில் வாழ்ந்த மனிதர்களுக்கு அவரைத் தெரியாது என்பது போல தோன்றியது.

பாட்டி வீட்டிற்குச் சென்று வந்த ஒவ்வொரு தடவையும் அம்மா நம்பிக்கை இழந்துகொண்டிருந்தார். அப்பா, அக்மல் மூலம் அங்கு போய் வந்தது வீண் என்பதைத் தெரிந்துகொண்டு மேலும் அமைதியிழந்து காணப்பட்டார். ஜசிரா, எந்த மரத்தில் கடும் விஷம் உள்ள பழம் இருக்கும் என்று சத்தமாகக் கேட்டுக்கொள்ளத் தொடங்கினாள்.

ஒருநாள் மாலை நெருங்கும் சமயத்தில் ரயில் நிலைய கட்டிடத்திற்குள் இருக்கும் தொலைபேசி மையத்திற்கு தன்னுடன் வருமாறு அம்மா என்னை அழைத்தார். ஓர் உறையின் பின்பக்கத்தில் ஏராளமான எண்கள் கொண்ட தொலைபேசி எண்ணை கிறுக்கலான கையெழுத்தில் எழுதி இருந்தார். நிறைய ஒன்பதுகளும், ஒன்றுகளும் இடையிடையே ஒரு சில பூஜ்ஜியங்களும் இருந்தன. அவர் அந்த எண்ணை டயல் செய்யுமாறும் லண்டனில் சமையல் வேலை செய்துகொண்டிருந்த தன் சகோதரனை அழைக்குமாறும் என்னிடம் கூறினார்.

தொலைபேசி மணி லண்டனில் நீண்ட நேரத்திற்கு ஒலித்த வண்ணம் இருந்தது. தூக்கக் கலக்கத்தில் ஒரு பெண்மணியின் குரல் லேசான எச்சரிக்கையுடன் கேட்டது. ‘அம்மா?’ திரைப்படங்களில் மட்டுமே நான் கேட்டிருந்த ஆங்கில தொனியில் அவர் கேட்டார்.

‘திரு. காசீம் மாமாவிடம் பேச முடியுமா, ப்ளீஸ்?’ ஒரு வெளிநாட்டு நபரிடம் நான் பேசியது அதுதான் முதல் தடவை. எனவே என் குரல் தடுமாறியது.

‘அம்மா,’ என்று கொஞ்சம் கோபமாக அந்தப் பெண்மணி, ‘இப்போ டயம் என்னன்னு தெரியுமா? வேற யாரோ மாதிரி பேசறதை நிறுத்திட்டு என்ன வேணும்னு சொல்லுங்க. முப்பது செகன்ட்தான் டயம் கொடுப்பேன்.’

‘நான் இந்தியாவுலேருந்து திரு. அமர் பேசறேன்,’ என்று தன் அம்மாவுக்கு அவர் கொடுத்த காலக்கெடுவுக்குள் சொல்ல வந்த தகவலைச் சொல்லிவிட வேண்டும் என்று நான் அவசரமாகக் கூறினேன். ‘நான் திரு, காசிம் மாமாவோட சகோதரி திருமதி அஸ்மா ஹம்சாவின் மகன். என் அம்மாவுக்கு...’

‘கேஸ், எழுந்திருங்க,’ என்று அவர் அழைத்தார். ‘இந்தியாவுலேருந்து யாரோ உங்ககிட்ட பேசணுமாம். எனக்கு அவன் பேசறது ஒரு வார்த்தைகூட புரியல.’

ஏறக்குறைய உடனடியாக என் மாமாவின் குரல், ‘சொல்லுங்க, நான் காசிம் பேசறேன்,’ என்று சற்று வினோதமாக ஒலித்தது. அம்மாவிடம் தொலைபேசியைக் கொடுத்துவிட்டு, நகர்ந்து நின்றேன்.

‘காசிம்,’ என்று அம்மா ஓலமிட்டாள், அவர் கண்கள் அந்த பூத்தின் மேலே டக் டக் என்று மாறிக்கொண்டே இருந்த எலக்ட்ரானிக் மீட்டரை விட்டு அகலவேயில்லை. ‘இல்லை, இல்லை, அம்மா நல்லாத்தான் இருக்காங்க. உங்க மாமாவும் நல்லா இருக்காரு. பிரச்சினைல மாட்டிட்டு இருக்கறது நான்தான்.’ தந்தி அடிப்பது போன்ற சுருக்கமான வார்த்தைகளில், காசிம் மாமாவிடம் ஐசிராவுக்குத் திருமணம் முடிவானது முதல், கண் தெரியாத அம்மா ஒருவேளை தன் வீட்டை விற்று வரதட்சணை தரத் தேவையான பணம் கொடுக்கவில்லை என்றால் திருமணம் நின்றுவிடும் அபாயம் வரை வேக வேகமாக சொல்லி முடித்தார். கொஞ்சம் கொஞ்சமாக அவர் முகம் பிரகாசமடைந்து, தொலைபேசியை வைக்கும் சமயத்தில் அவர் கன்னங்கள் மகிழ்ச்சியில் பளபளத்தன. ‘இவன்தான் என் சின்னப் பையன், நீ அவனப் பார்த்ததேயில்லை. இவன் அப்படியே நம்ப ஜாவியபோலவே இருக்கான். இவனோட ஏதாவது பேசு,’ என்றார் அம்மா.

என் காதில் தொலைபேசியை அழுத்தி வைத்தார், அந்த முனையிலிருந்து அசுவாரஸ்யமான ஒரு ஹலோ கேட்டது. எங்களுக்கு மேலே ஓட்டமாக ஓடிக்கொடிருந்த பில் தொகையைக் காட்டும் எலக்ட்ரானிக் மீட்டரைப் பார்த்து ‘கடவுளே,’ அம்மா

கத்தினாள். 'இவ்ளோ ஆயிருச்சா?' தொலைபேசி இணைப்பை விரலால் உடனடியாகத் துண்டித்தார்.

அவரது கண்ணீர், ஆசிகள், அவசர அவசரமான நல விசாரிப்புகள், நன்றி வார்த்தைகள் எல்லாம் அவருக்கு நூற்றி இருபது ரூபாய் செலவழிக்க வைத்தன. ஆனால், அவர் வேண்டுகோள் நிறைவேறி விட்டது. ஜசிராவுக்கும் மீண்டும் அவள் கேட்டது கிடைத்துவிட்டது.

பதினைந்து நாட்களுக்குப் பிறகு பாட்டி ஒரு டாக்சியில் வந்து சேர்ந்தார். நாடுகடத்தப்படும் ராணி போல சுருட்டி வைக்கப்பட்டிருந்த ஒரே அளவுள்ள இரண்டு மெத்தைகளுக்கு இடையே பின் சீட்டில் அமர்ந்திருக்க, அவை சிம்மாசனத்தின் கைதாங்கிகளைப் போல இருந்தன. அவரது மற்ற உடைமைகளான சில மேஜை நாற்காலிகள் மற்றும் மோசமான நிலைமையில் இருந்த ஓர் எஃகு பீரோ, பாதி இடத்தை நிரப்பியவாறு ஒரு சின்ன பிக்-அப் வேனில் வந்தன. அப்பா அவரை வரவேற்க போர்ட்டிகோவிற்கு வந்தார். 'அம்மா,' என்று மென்மையாக அழைத்து கண் தெரியாத பெண்மணிக்காக தன் அரிய புன்னகையை வீணாக்காமல் அவர் கரங்களைப் பிடித்துக்கொண்டார். 'யாருன்னு சொல்லுங்க.'

'ஹம்சாவா?' என்ற கேட்ட அவர், 'ரொம்ப காலமா உங்க குரலை நான் கேட்கவே இல்லை.'

'என்னம்மா பண்றது?' அவர் கரங்களை தடவியபடிய சொன்னார்.

'எப்படியாவது வாழ்க்கைய ஓட்ட இங்கயும் அங்கயுமா அலைஞ்சிட்டு இருக்கேன்.'

'ஹம்சா, வாழ்க்கைய ஓட்டவே குருட்டுப் பொம்பளையோட உதவியும் சில நேரங்கள்ல உங்களுக்குத் தேவைப்படுது.'

'உண்மைதான் அம்மா.' அப்பா இப்போது புன்னகைத்தார், ஆழமாக புண்பட்ட ஒருவரின் புன்னகை. ஆனால் பதிலடி எதுவும் கொடுக்க முடியாத நிலையில் இருந்தார். 'ஜசி, பாட்டிய சோஃபி ரூமுக்கு கூட்டிட்டுப் போ. அங்க எப்பவும் நல்ல காத்து வரும். ரொம்ப அமைதியாவும் இருக்கும்,' என்றார்.

ஜசிராவின் ஆடம்பரத் திருமணத்திற்கான ஏற்பாடுகள் உடனடியாகத் தொடங்கிவிட்டதால், இன்னும் ஒரு மாதத்திற்கு எங்கள் பங்களாவில் அமைதி இருக்கப் போவதில்லை. ஒருநாள் காலையில் பெயின்ட்டர்கள் வந்து வெளிப்புற சுவர்களில் வெளிர் நீல நிறம் அடிக்கத் தொடங்கினர். அக்மலையும் என்னையும் உட்புறங்களை

சுத்தம் செய்யச் சொல்லி உத்தரவு வந்தது. ஏராளமான பழைய திரைச்சீலைகள், செல்லரித்துப்போன புத்தகங்கள், சுஹ்ரா அத்தையின் சவுரிமுடிப் பின்னல்கள், அப்பா அணிந்தே நான் பார்த்திராத நிறைய படிப்புகளுடன் தைக்கப்பட்ட பேண்ட்டுகள், அம்மாவின் பழைய உள்ளாடைகள், நான் வைத்து விளையாடியதாக எனக்கு நினைவேயில்லாத மர பொம்மைகள் என்று பரணில் இருந்தன.

அக்மல் ஒரு மேஜையின் மேல் ஸ்டூலைப் போட்டு நின்று வெள்ளைத் துணியால் தன் முகத்தின் முக்கால் பாகத்தை மறைத்துக் கொண்டான். அவனைப் பார்க்க ஒரு நிஞ்ஜா போல இருந்தது. அலமாரிகளை ஒவ்வொன்றாக காலி செய்துகொண்டே போனான். நான் தரையில் அந்தக் குவியல்களை ரகம் வாரியாகப் பிரித்தேன். மாலை நாங்கள் பலா மரத்துக்கு அடியில் நெருப்புமூட்டி எரிக்கப் பயன்படும் பொருட்களை தனியாக வைத்தேன். ஜசிரா தூக்கத்தில் நடப்பது போல மெல்ல நடந்து வந்து மெத்தையின் முனையில் அமர்ந்தவாறு தன் விரல் நுனிகளைப் பார்த்துப் புன்னகைத்தாள்.

சோஃபியாவிடம் மட்டுமே பயன்படுத்தி வந்த குரலில், 'ஜசி,' என்று அழைத்தேன்.

'சொல்லுடா தம்பி,' கனவில் மிதந்துகொண்டே தன் தலையை ஆட்டியவாறு, 'என்னப் பிரச்சனைப்பா?' என்றாள்.

'என்னை மன்னிச்சிரு.' நான் மென்று விழுங்கினேன்.

'எதுக்கு மன்னிப்புக் கேக்கறே?' குனிந்து என் தோளில் அன்பாகத் தட்டிக் கொடுத்தாள். 'நாம போட்ட சண்டைகளுக்காக வருத்தப்படாதே. நீங்க பசங்க தனியா குடும்பம்னு தொடங்கின பிறகு அந்த சின்னச் சின்னச் சண்டைங்கள நினைச்சுப் பார்த்து நல்லா சிரிப்பீங்க. அவ்வளவுதான்.'

'ஜசி, நான் உனக்காக ஒரு சின்ன திருமணப் பரிசு வெச்சிருக்கேன். ஆனா உனக்கு அது பயன்படுமான்னு எனக்குத் தெரியல.'

'அதனாலென்ன பரவாயில்லை,' என்று கூறிய அவளது பாதாம் வடிவ கண்களில் திடீரென்று தண்ணீர் தளும்பியது. 'இதை நான் என்னோட முதல் திருமண பரிசா பத்திரமா வெச்சிருப்பேன். ஆனா இத வாங்க உனக்கு எங்கேருந்து பணம் கிடைச்சுது?'

'ப்ரொஃபசர் நஸீர் நம்ப வீட்டுக்கு வந்த நாள்லேருந்து நான் சேமிச்சு வெச்சிட்டு இருக்கேன்.' என் குரல் உடைவதை நான் உணர்ந்தேன்.

‘இது ஒரு சின்ன பரிசுதான் உன் ப்ரொஃபசருக்கு இது பிடிக்காம போகலாம்.’

‘நீ ஏன் அப்படி நினைக்கறே? அவரு ரொம்ப நல்லவர். சரி, போதும் சஸ்பென்ஸ், உன் விலைமதிக்க முடியாத சின்ன பரிசை கொடுத்துடு. அக்மல், அவன் கொடுக்கறப்போ கையத் தட்டு. அவன் இன்னமும் நம்ப வீட்டுக்கு சின்னக் குழந்தைதான்.’

‘கண்ணை மூடிகிட்டு உன் கைய நீட்டு,’ என்று அப்பாவித்தனமான சிறுபிள்ளை குரலில் கூறினேன்.

‘சினிமால எல்லாம் காட்டறா மாதிரியா?’ என்றவாறு கைகளை குவித்து என்னை நோக்கி நீட்டினாள்.

‘இப்போ கண்ணை மூடிக்கோ.’

‘ஓ, குட்டிப்பையா!’ அவள் தன் நீண்ட இமைகளை ஒன்றிணைத்து மெல்ல தன் கண்களை மூடினாள். கண் இமைகளில் மயிலிறகு வண்ணம் தீட்டியிருந்தாள். நான் அம்மாவின் அரதப்பழசான பெட்டியிலிருந்து ஒரு பழைய பிரேசியரை எடுத்து காத்திருக்கும் அவள் கரங்களில் மெல்ல வைத்தேன். அக்மல் கை தட்டினான், வெடித்துச் சிரித்த அவன் சிரிப்பால் ஸ்டூல் விழுந்துவிடும்போல ஆடியது.

அந்த பிரேசியரை என் முகத்தில் வீசிவிட்டு அந்த அறையைவிட்டு வெளியேற வேகமாக எழுந்தாள். பின்பு நானே ஆச்சரியப்படும்படி அப்படியே வாசலில் நின்றவாறு சிரிக்க ஆரம்பித்தாள். ‘பசங்களா நான் உங்களை ரொம்ப மிஸ் பண்ணப் போறேன்,’ என்று கூறியவாறே உல்லாசமாக நடந்து சென்றாள்.

அந்தப் பண்டைய கால பெட்டி ஒரு சின்ன ட்ரங்க் பெட்டி. வளைந்த முனைகளுடன், முழுவதும் பழைய துணிகளுடன், 1960களின் ஆபரணங்களுடன், பூச்சிக்கொல்லி உருண்டைகள் நிறைந்து காணப்பட்டது.

மூடியின் அடிப்பகுதியில் இரண்டு மஞ்சள் நிற சாட்டின் பைகள் தொங்கின. ஒன்று காலியாக இருந்தது. மற்றொன்றில் நான் கையை விட்டுப் பார்த்து நான்காக மடிக்கப்பட்டிருந்த பழைய செய்தித்தாள் ஒன்றையும் பல ஆண்டுகளானதால் பழுப்பேறிப்போன இரண்டு உறைகளையும் எடுத்தேன். மிகவும் பழைய அந்த செய்தித்தாள் என்னைவிட இரண்டே நாட்கள் இளையது. தடிமனான உறையில் முகவரியோ அல்லது அஞ்சல் முத்திரையோ இல்லை; மெல்லியதாக

இருந்த உறையின் முன்பக்கத்தில், குழந்தைத் தனமான கையெழுத்தில் அம்மாவின் பெயர் இருந்ததைப் பார்க்கவும் எனக்கு உடனடியாக அது ஜாவியுடையது என்று புரிந்துவிட்டது. முதலில் எடுத்த உறையை லேசாகப் பிரித்துப் பார்த்த உடனே அதில் ஜாவியின் புகைப்படத் துண்டுகள் இருந்தன என்று புரிந்தது. செய்தித்தாளையும் உறைகளையும் என் பாக்கெட்டுகளில் போட்டுக்கொண்டு அலமாரிகளிலிருந்து அக்மல் எடுத்துப்போட்ட குப்பைகளை அவசர அவசரமாக சரிசெய்யத் தொடங்கினேன்.

மாலையில், பழையக் குப்பைகள் சாம்பலாக மாறிக்கொண்டிருந்தபோது நான் தடிமனான உறையில் இருந்தவற்றை என் மெத்தையில் கொட்டி ஒரு தலையணையில் அடுக்கினேன்; ஒருகாலத்தில் அம்மா நெருப்பில் எரியாமல் காப்பாற்றிய புகைப்படத் துண்டுகள். யோசித்துப் பார்த்தால், நான் இவற்றை மறுபடியும் இப்போது நெருப்பிலிருந்து காப்பாற்றி இருக்கிறேன். ஜாவி ஒரு குறுக்கெழுத்துப் புதிர். அவர் முகம் பல வரைப்பட துண்டுகளாகப் பிரிந்திருந்தன; ஒரு துண்டு அவர் தலை அலங்காரத்தைக் காட்டியது என்றால் இன்னொன்று தாடை முனையைக் காட்டியது. தீர்க்கப்படக்கூடாது என்றே இருந்த அந்தப் புதிரை விடுவிக்க ஒரு பேப்பரில் துண்டுகளை ஒட்டினேன். அந்தக் கொலாஜிற்கு அர்த்தமிருப்பதாகத் தெரியவில்லை; இருந்தாலும் நான் அதை ஜாவியின் டைரியில் ஒட்டினேன், அதில் வெளியே நீட்டிக்கொண்டிருந்தவற்றை கத்தரித்தேன்.

பின்பு செய்தித்தாளைப் பார்க்க, அது நான் பிறந்த இரண்டு நாட்களுக்குப் பிறகு தேதியிடப்பட்டிருந்தது. கோணல் மாணலாக எந்த ஒழுங்குமுறையிலும் இல்லாமல் வேடிக்கையாக அச்சிடப்பட்டிருந்தது. நான்காவது பக்கத்தில் மோசமான சோகச் செய்திகளுக்கு இடையில் ஜாவியின் மரணம் குறித்த செய்தி, அலட்சியப்படுத்தப்பட்டது போல ஒரு மூலையில் பிரசுரிக்கப்பட்டிருந்தது. அவரது உடல் சுரங்கத்தில் கான்கிரீட்டின் பாதையின் குறுக்கில் கண்டெடுக்கப்பட்டது. அவர் நகர மசூதி கல்லறையில் அடக்கம் செய்யப்பட்டார், அவருக்கு வயது இருபத்தி ஆறு. நெருங்கிய உறவினர் பட்டியலில் கண் தெரியாத பாட்டி, லண்டனில் இருக்கும் அவரது மகன் மற்றும் எங்கள் பெற்றோர் இடம்பெற்றிருந்தனர். என்னை அம்மா டாக்டர் இப்ராகிமிடம் அழைத்துச்சென்ற அன்று நாங்கள் பங்களா திரும்பிய பிறகு நான் அம்மாவிடம் ஜாவி இறந்த காரணம் பற்றி கேட்டபோது அவரது பார்வை சுரங்க மேற்கூரைக்குச் சென்றது நினைவிற்கு வந்தது.

கடலிலிருந்து வீசிய காற்று எரியும் நெருப்பிலிருந்து சாம்பல் துகள்களை மரத்தின் மேற்பரப்பிற்கு அனுப்பிக்கொண்டிருந்தது. நெருப்பின் பிடியிலிருந்து சாம்பலாகாமல் காப்பாற்றப் பட்டவைகளுடன் நான் அமர்ந்தேன். ஜாவி இறந்த செய்தியை பேப்பரிலிருந்து வெட்டி எடுத்து டைரியின் கடைசிப் பக்கத்தில் ஒட்டினேன், இடையில் பல பக்கங்களை எதிர்காலத்தில் எனக்கு கிடைக்கக் கூடிய விஷயங்களை இட்டு நிரப்புவதற்காக காலியாக விட்டேன். அப்போதுதான் எனக்கு இரண்டாவது உறை பற்றி நினைவிற்கு வந்தது. ஜாவி, அம்மா பெயரை எழுதியிருந்த உறை, அதைத் திறந்தேன்.

ஒரு தற்கொலைத் கடிதத்தைவிட வேறு எதுவுமே தெளிவாகப் புரிந்துவிடுவதில்லை. அத்தனை சரியாக, குழப்பங்கள் இல்லாமல், ஒரே சீராக உணர்ச்சியற்று; இவை அனைத்தையும் நம்மால் ஒரு தற்கொலைக் குறிப்பை விட்டால் வேறு எதில் பார்க்க முடியும்? இறுதி விடைபெற முடிவு செய்துவிட்ட பிறகு மட்டுமே இந்தக் கலையில் ஒருவரால் நிபுணத்துவம் பெற முடியும். என்னைக் கேட்டால் அது மட்டுமே ஒரு குறைபாடு என்று சொல்லுவேன்.

அன்புள்ள அஸ்மா சகோதரி,

நான் இப்போதுதான் அந்தப் பையனைப் பார்த்தேன். பிறந்த குழந்தை எல்லாவற்றையும் போலவே அவனும் அசிங்கமாக இருக்கிறான். அவன் வளர்ந்த பிறகாவது பார்க்க சகிக்காமல் இருக்க மாட்டான் என்று நம்புகிறேன்.

உன்னிடம் வாக்கு கொடுத்தபடி அவனுக்கு ஒரு பெயரை யோசிக்காமல் இருந்ததற்காக என்னை மன்னித்துவிடு. உனக்குப் பிரசவ வலி எடுத்தபோது, நான் அது ஆணாக இருந்தால் அதற்கு ஓர் ஆறு, பெண்ணாக இருந்தால் அதற்கும் ஓர் ஆறு என்று ஒரு டஜன் பெயர்களை எழுதலாம் என்று அமர்ந்தேன். ஆனால் நீ வலியால் கதறிய ஓலங்களைக் கேட்ட பிறகு என் மனதில் எதுவும் தோன்றவில்லை. குழந்தை பெற்றுக்கொள்வது தாங்க முடியாத அளவு வலி எடுக்கும் என்றால், அடுத்த குழந்தை எதுவும் பெற்றுக்கொள்ளாதே.

பையன் மேற்கூரையை வெறித்துப் பார்த்துக் கொண்டிருந்த முறையைப் பார்த்தால், அவன் நம் அம்மாவைப் போல முற்றிலும் குருடாக இருக்கலாம் என்று தோன்றியது. திகிலடைவதால் பயனில்லை. இப்ராகிமிடம் பையனின் கண்களை சரிபார்க்கச் சொல்லவும்.

நான் சுரங்கத்திற்குள் போகிறேன், விஷயங்கள் மிக மோசமாக மாறினாலொழிய நான் வெளியே வரமாட்டேன். விடைபெறுவதற்கு முன், ஒரு ரகசியத்தை உன்னுடன் பகிர்ந்துகொள்கிறேன். உனக்கு ரகசியங்கள் எவ்வளவு பிடிக்கும் என்று தெரியும். காசிம் ஒரு ஆங்கிலேயப் பெண்ணை திருமணம் செய்துகொண்டுள்ளான் – அவள் ஒரு சீமாட்டியோ அல்லது உயர் ஜாதி பெண்ணோ அல்ல. தொழிலாளர் வர்க்கத்தைச் சேர்ந்தவள், அவளுக்கு ஏற்கெனவே திருமணமாகி ஒன்றிரண்டு குழந்தைகளும் உள்ளன – மேலும் அவன் இங்கே திரும்பி வரப்போவதில்லை என்று சபதம் எடுத்துள்ளான். இரண்டு சகோதரர்கள் திரும்பி வரப்போவதில்லை என்ற நிலையில், கண் தெரியாத நம் அம்மா உனக்குத்தான். அது போலவே அவரிடம் இருக்கும் கொஞ்ச நஞ்சம் சொத்துகளும்.

சோஃபியாவின் தொட்டிலுக்குக் கீழே அப்படி நெருப்பு மூட்டியதற்கு நான் உண்மையில் வருந்துகிறேன். நான் ஏன் அவ்வாறு செய்தேன் என்று எனக்கு இன்னமும் தெரியவில்லை.

இப்போது யோசிக்கையில், இப்பொழுது பிறந்த குழந்தைக்கு ஒரு பெயர் தோன்றியது. உனக்குப் பிடித்திருந்தால் அவனை அமர் என்று அழைக்கலாம். இது ஓர் இஸ்லாமியப் பெயரா என்று எனக்குத் தெரியாது. தனிப்பட்ட முறையில் இதை ஓர் அபாரமான பெயர் என்றும் கருதவில்லை. ஆனால் எனக்குத் தெரிந்தவரை அமர் என்றால் நீண்ட ஆயுள் என்று அர்த்தம். நீண்ட ஆயுள் என்ற சொல் குறிக்கும் அர்த்தம் சுரங்கத்திற்குள் செல்லப்போகும் எனக்குள் புன்னகையை வரவழைக்கிறது.

உன் பிரியமான, ஜாவி

நவம்பர் 5, 1968. மாலை 2.10

பங்களா என்னைச்சுற்றி சுருங்குவதாக உணர்ந்தேன், குளிர் ஜுரம் வந்தது போல நடுங்கினேன். இருபத்தி ஆறு ஆண்டுகளுக்கு முன் பங்களாவைவிட்டு வெளியேற முடிவு செய்த ஜாவி இப்போது மீண்டும் வீட்டிற்குள் வந்திருக்கிறார். ஹெச். ஜி. வெல்ஸ் நாவலில் வரும் கண்ணுக்குத் தெரியாத மனிதர் போல. அவரது ஆடைகள் என்னுடையவையாக இருந்தன, எளிய வடிவமைப்புகொண்ட மங்கிய ஜாக்கெட். அலமாரியில் அம்மாவின் பெட்டியில் இந்தக் கடிதம், தன் தற்கொலை குறிப்பில் தான் சர்வ சாதாரணமாகப் பெயர்வைத்த நான் கண்டுபிடிப்பதற்காகக் காத்திருந்த நாட்களைப் பற்றி நான் நினைத்தேன். நான் ஒருவேளை ஆத்திகனாக இருந்தால் இதில் இறைவனின் கரங்களைக் கண்டிருப்பேன். அதனால் இப்போது என்னைத் தவிர வேறு யாருடைய கைகளையும் இதில்

நான் பார்க்கவில்லை. ஜாவியின் டைரியில் அவரது தற்கொலைக் குறிப்பை, செய்தித்தாள் ஒட்டியதற்கு எதிரில் ஒட்டியபோது அதில் ஒரு பாங்கு உருவாவதைக் கண்டேன். ஜாவி குறித்த திரைப்படம் மீண்டும் சுழல்வதுபோல் இருந்தது. நான் கீழே போகும்போது என்னுடைய சிந்தனைகளோடு பின்னப்பட்ட ஒருவர் என்னுடன் சேர்ந்து இறங்கி வருவதாக உணர்ந்தேன்.

பெயின்ட்டர்கள் தங்கள் வேலையை முடித்துவிட்டுச் செல்லும்போது, பங்களா பார்ப்பதற்கு ஒரு மிகப் பெரிய ஷூ பெட்டி போல இருந்தது. புதிதாக அடிக்கப்பட்ட நீல டிஸ்டெம்பரில் பங்களாவின் தாழ்ந்த கூரைகள் தெளிவாகத் தெரிந்தன. உள்பக்கம் பார்க்க ஒரு மருத்துவமனைபோல இருந்தது. வெண்மையாகவும் காலியாகவும் இருந்த சுவர்களில் ஆணி அடித்து யாருமே அவற்றில் மீண்டும் புகைப்படங்களை மாட்ட முனைப்புக் காட்டவில்லை. அக்மல் தன் மெத்தைக்கு மேலே இரண்டு படங்களை ஒட்டினான்; அம்மாவைப் பொறுத்தவரை முதல் படத்தில் இருந்தவர் எங்கள் தந்தை வழி பாட்டனைப் போல இருந்தார். இரண்டாவது, என்னைக் கேட்டால், ஏதோ ஒரு வகையில் ஜீசஸ் போல இருந்தது.

'இவரு அயதுல்லாஹ் கோமேய்னி,' படத்தில் எங்கள் தாத்தா போல தோற்றமளித்தவரைப் பார்த்து அம்மாவிடம் அறிமுகப்படுத்தினான். நான் ஜீசஸ் உறவுக்காரரைப் போல இருப்பதாக எண்ணியவரைப் பார்த்து, 'அப்புறம் இது ஓசாமா பின் லேடன்,' என்றான்.

'இவங்க யாரு?' ஒரு படத்திலிருந்து இன்னொரு படத்தை மரியாதையுடன் பார்த்தவாறே அம்மா கேட்டார்.

'இவங்க பாரசீகத்தின் ஆன்மிகத் தலைவர்கள்,' என்று அக்மல் பெருமிதத்துடன் கூறினான்.

'எனக்கு மட்டும் எப்பவாவது பணம் கிடைச்சுதுன்னா, நான் அக்மலை ஹஜ்ஜுக்கு அனுப்புவேன். அவனுக்கு அவ்வளவு பக்தி இருக்கு,' என்று சோஃபியாவின் அறையில், அம்மா பாட்டியிடம் கூறினாள்.

'பணத்தைப் பத்தி கவலப்படாதே அஸ்மா,' என்றார் பாட்டி. 'உன் புருஷன என்னை அடகு வைக்கச்சொல்லு இல்லாட்டி மொத்தமா வித்துடச் சொல்லு.' ஒரு துண்டு இடத்தைக்கூட பார்க்க முடியாமல் வாழ்நாள் முழுவதும் வாழ்ந்த தன் வீட்டை ஐசிராவுக்காக இழக்க வேண்டி இருந்ததைப் பற்றி அவர் இன்னமும் அதிருப்தியுடன் இருந்தார்.

‘அம்மா, என் பொண்ணுக்கு நல்ல வாழ்க்கை அமையறது உங்களுக்கு பிடிக்கலேன்னா நான் ஜசிரா அப்பாகிட்ட சொல்லி உங்க வீட்டை திரும்ப வாங்கித் தரச்சொல்றேன்.’

‘உன் புருஷனா என் வீட்டை திரும்ப வாங்கித்தருவாரு?’ அவர் ஒரு கையை நீட்டி அம்மாவின் கைகள், கழுத்து, கடைசியாக காதுகளைத் தடவினார். ‘உன் உடம்புல ஒரு குண்டுமணி தங்கத்தைக்கூட அவரு விட்டுவைக்கல.’

அம்மா கவலையுடன் வரவேற்பு அறையைப் பார்த்தார். ஜசிரா, ஒரு வில்லோ மலரைக் கைகளில் ஏந்தி, அதன் இதழ்களுடன் பரபரப்பாக உரையாடியபடி வராந்தா வழியாக நடந்து வந்து கொண்டிருந்தாள்.

‘அம்மா, ஜசிரா அப்பா நீங்க சந்தோஷமா இருக்கணும்னு விரும்பறாரு அவ்ளோதான்,’ என்றபடி அம்மா பெருமூச்சு விட்டார். அவரு உங்களுக்காக ஒரு டி.வி வாங்கிட்டு வராரு.’ அதைக் கூறிய உடனேயே தன் தவறைப் புரிந்துகொண்டு நாக்கைக் கடித்துக்கொண்டார், ஆனால் காலம் தாழ்ந்துவிட்டது.

‘உன் புருஷனுக்கு என்ன ஒரு அருமையான சிந்தனை, அஸ்மா. ஒரு குருட்டுப் பொம்பளைக்காக டி.வி வாங்கிட்டு வராரே. அடுத்து என்ன, எனக்காக ஒரு மோட்டார்சைக்கிள் வாங்கிட்டு வருவாரா?’

பாதி நாள் வரை அந்தத் தொலைக்காட்சிப் பெட்டியில் மின்னும் எலக்ட்ரானிக் பூச்சிபோன்ற ஒன்றைத் தவிர வேறு எதுவுமே தெரியவில்லை; திரையில் முதல் உருவம் பளிச்சிட்டபோது பாட்டி எழுந்துகொண்டு, ‘யார் பேசறது?’ என்று கேட்டார்.

‘ராஜீவ் காந்தி,’ என்றார் அப்பா.

எலக்ட்ரானிக் பூச்சி மீண்டும் தோன்றி குறிப்பாக ஓர் இடம் என்று இல்லாமல் திரை முழுவதும் சுற்றத் தொடங்கியது. அரை மணி நேரம் அனைத்து திசைகளிலும் ஆன்டனாவைச் சுற்றிய பிறகு மீண்டும் திரையில் படம் தெரிந்தது.

‘இப்போ யாரு பேசறது?’ என்று பாட்டி மீண்டும் கேட்டார்.

‘இப்பவும் ராஜீவ் காந்திதான்,’ என்றாள் ஜசிரா.

நாங்கள் இரவு வெகுநேரம் தொலைக்காட்சியில் என்னவெல்லாம் காட்டினார்களோ அவற்றை எல்லாம் பார்த்துக்கொண்டிருந்தோம். வளர்ந்து வரும் ரேடியோ மெக்கானிக் அக்மல் தொலைக்காட்சியைத்

தவிர்த்தான், இமாம் தன் வெள்ளிக்கிழமை பிரார்த்தனைகள் ஒன்றில் நகரம் முழுவதும் ஆங்காங்கே ஆன்டனாக்கள் முளைத்து வந்த சமயத்தில் தொலைக்காட்சிக்கு எதிராகப் பிரச்சாரம் செய்தது எனக்கு நினைவிருக்கிறது.

'இப்போ யாரு பேசறது?' சுவற்றைப் பார்த்தபடி அமர்ந்திருந்த பாட்டி, கேட்டார்.

திரையிலிருந்து தன் கண்களை அகற்றாமலேயே, 'இது மின்னி மவுஸ், பாட்டி,' என்றாள் ஜசிரா.

'அது ஒரு ரப்பர் பொம்மையா? சத்தம் அப்டித்தான் கேக்குது.'

'ஒருவகையில அப்டித்தான்,' என பொறுமையில்லாமல் இந்தக் குருட்டு பெண்மணியின் பணத்தில்தான் தொலைக்காட்சி, வெளிர் நீல டிஸ்டெம்பர் மற்றும் வெள்ளை எமல்ஷன், மற்றும் எல்லாவற்றிற்கும் மேலாக, அவளைத் திருமணம் செய்ய பேராசிரியர் நஸீரின் சம்மதம் வாங்கப்பட்டுள்ளதை மறந்து விட்டுக் கூறினாள்.

நிதானமற்று ஜசிரா எரிந்துவிழுந்ததற்கு சமாதானம் செய்யும் வகையில், அம்மா, 'அம்மா, இதைத்தான் பசங்க கார்ட்டூன்னு சொல்றாங்க. இதுல மிக்கின்னு ஒரு எலி இருக்கும் இன்னொண்ணு மின்னின்னு சொல்றாங்க, இதுங்க எல்லாருக்கும் பிரச்சினைகளை உண்டாக்கும். இப்போ, இது ஒரு நாய் வால்ல பட்டாசு கட்டிட்டு இருக்கு,' என்றார்.

'அம்மா உங்க வர்ணனைய கொஞ்சம் நிறுத்தறீங்களா?' என்று ஜசிரா தன் கைகளைக் கூப்பியவாறு கேட்டாள். 'மிக்கி மவுஸ் வயசானவங்களுக்குக் கிடையாது.'

ஓர் உரத்த சத்தமும் தொடர்ந்து வந்த அறிவிப்பும் அந்த ஷோ முடிந்து, செய்திகள் தொடங்கப்போவதை அறிவித்தன.

'மறுபடியும் ராஜிவ் காந்தி வந்தாச்சு,' என்று பாட்டி வெற்றிப் பெருமிதத்துடன் கூறினார்.

ஒரு வார காலம் அர்ப்பண உணர்வோடு பார்த்த பிறகு, ஜசிராவின் திருமணம் உருவாக்கிய பரபரப்பில் தொலைக்காட்சி அதன் பார்வையாளர்களை இழந்தது. விருந்தினர் பட்டியல் தயாரிக்கப்பட்டது, அம்மாவின் தரப்பைவிட அதிகமானவர்கள் அப்பாவின் தரப்பிலிருந்து இடம் பெற்றனர். அம்மாவும் ஜசிராவும்

நிறைய தடவை தங்க வியாபாரியிடம் சென்று வந்தனர். ஒரு பெண் டெய்லர் அடிக்கடி ஜசிராவுக்கு அளவெடுக்க வந்தார். ஆடை ஒத்திகைகளில் மும்முரமாக இல்லாத சமயங்களில், சாப்பாட்டு மேஜையில் திருமண அழைப்பிதழ்களை குவித்துக்கொண்டு தபால் தலைகளை ஒட்டிக் கொண்டிருந்த அக்மலுக்கு, ஜசிரா கருப்பு காப்பியும் பிஸ்கெட்டுகளும் கொடுத்தாள்.

பாட்டி தனியாக தொலைக்காட்சியுடன் விடப்பட்டார். அரை மணி நேரத்திற்கு ஒரு தடவை, 'ராஜிவ் காந்தி பேசறாரு,' என்று ஒரே அறிவிப்பை வெளியிட்டார்.

'அமிமா பீபியையும்கூட கூப்பிடணும்னு உன் புருஷனுக்கு ஞாபகப்படுத்து, ஒருவேளை அவரு மறந்துட்டாருன்னா,' ஒருநாள் அம்மா, பாட்டிக்குச் சாப்பாடு ஊட்டிக்கொண்டிருந்தபோது பாட்டி கூறினார்.

'ஷ்ஷ்ஷ!' அம்மா வலியில் கத்தினார்.

'ஏன் ஷ்ஷ்ஷ்னு சொல்றே? நான் உன் விரலை கடிச்சிட்டேனா?'

'இல்லைம்மா கடிக்கலே. ஆனா இங்க பசங்க இருக்காங்க.'

'யாரும்மா அமிமா பீபி?' தொலைக்கட்சி அணைக்கப்படும் போது மட்டுமே பாட்டியின் அறைக்கு வர வேண்டும் என்று முடிவு செய்திருந்த அக்மல் கேட்டான்.

'அவள் என் கசின்,' என்று அம்மா அவசரமாகக் கூறினாள்.

'அஸ்மா, அவளை உன் சகோதரினு சொல்லு. அதுதான் பொருத்தமா இருக்கும்.'

'அக்மல், சஜ்ஜத்துக்கும் ஒரு அழைப்பிதழ் அனுப்பிடு,' என்று அம்மா கூறினாள், உரையாடலை மாற்றிக்கொண்டே சிறிது நேரத்திற்கு அவரை ஒன்றும் பேச விடாமல் பாட்டியின் வாயில் பெரிய கவளமாக அடைத்தாள். 'அவரு உன் அப்பாவோட உறவுக்காரர்,' என்றாள்.

'அதுக்கு அனுமதி இல்லை,' என்று அக்மல் கூறினான். 'அவரு பேரு விருந்தினர் பட்டியல்ல இல்லை.' அதற்குள் விருந்தினர் பட்டியல் அவனுக்கு மனப்பாடமாகிவிட்டது.

'விருந்தாளிகள் பட்டியலாமே!' என்று சீறிய அம்மா, 'சில கேடுகெட்டவங்க அப்றம் குடிகாரங்க பேரை எல்லாம் ஒரு துண்டு

பேப்பர்ல எழுதிகிட்டா அது விருந்தாளிங்க பட்டியலாயிருமா. சரி விடு, நானே போய் அவரை கூப்டுக்கறேன். இந்தக் கல்யாணம் என் அம்மாவோட பணத்தில நடக்குது, அவரோடதுல இல்லை,' என்றாள்.

'அடிக்கடி இந்த மாதிரி பேசு, அஸ்மா,' என்று ஆமோதிக்கும் வகையில் பாட்டி கூறினார். 'அப்போதான் நீ அடிமை மாதிரி இருக்க மாட்ட. நீ யாரை விரும்பறயோ அவங்க எல்லாரையும் கூப்பிடு. இந்தக் கல்யாணத்துக்கு உன் அம்மாதான் பணம் கொடுத்திருக்கா, காசிமுக்கும் அழைப்பு அனுப்பு. அவன் மட்டும் லண்டன்லேருந்து ஒப்புதல் கடிதம் அனுப்பலேன்னா, என் வீட்டை நான் கொடுத்திருக்க மாட்டேன்.' தன் படுக்கை அடியிலிருந்து இரண்டாக மடிக்கப்பட்ட ஒரு பேப்பரை எடுத்தார். 'இன்னொரு தடவை உன் புருஷன் திமிரா பேசினா இதை அவர் மூஞ்சி மேல விசிறி அடி,' என்றார்.

லண்டனிலிருந்து வந்த கடிதத்தைப் பார்த்த உடனே அம்மாவின் முகம் சிவந்தது, அக்மல் அதை வாங்குவதற்கு முன்பாக அவரிடமிருந்து பறித்தார். அம்மாவின் இருண்ட சிறிய வீட்டிற்கு நம்பிக்கையற்றுப் போய்வந்த ஏதோ ஒரு சமயத்தில் அம்மாவே அந்தக் கடிதத்தை எழுதி பாட்டிக்குப் படித்துக் காட்டினார் என்று எனக்குத் தெரியும்.

'காசிம் மாமாவை ஏற்கெனவே அழைச்சுட்டேன் பாட்டி. நானே என் கைப்பட முகவரி எழுதி தபாலில் அனுப்பிட்டேன். கவலப்படாதீங்க. திரு, திருமதி காசிமுக்கு திரு, திருமதி ஹம்சா அன்புடன் விடுக்கும் அழைப்பு.'

'திரு, திருமதியா? ஆனா அவனுக்குத்தான் பொண்டாட்டி இல்லையே,' என்று தன் நெற்றியை சுருக்கிக்கொண்டார்.

'அம்மா, காசிம் வேலை பாக்கற குடும்பத்தாரையும்கூட அழைச்சிருக்கோம்கற அர்த்தத்தில அவன் சொல்றான்,' என்று அம்மா அவசரமாகக் கூறிவிட்டு, அக்மலிடம் இன்னும் ஒரு வார்த்தைகூட பேசாதே என்று சைகை காட்டினார்.

'டிவியைப் போடுங்க, நியூஸுக்கான டைம் ஆச்சு,' என்று பாட்டி கூறினார்.

டிவி பெயரைக் கேட்ட உடனே அக்மல் அங்கிருந்து சென்றுவிட்டான், நான்தான் டிவியைப் போட வேண்டியிருந்தது.

'அமர், என்னோட வா, நானே நேர்ல போய் சஜ்ஜத்தைக் கூப்பிடறேன்,' என்று உறுதியான குரலில் அம்மா கூறினார்.

சஜ்ஜத் நகர சதுக்கத்திற்கு அருகில் தன் பழக்கடைக்குப் பின்புறம் ஒரு சிறிய வீட்டில் வசித்து வந்தார். அவர் ஓர் இந்து பெண்ணைத் திருமணம் செய்தவர் என்பதுதான் அவர் பங்களாவிலிருந்து ஒதுக்கி வைக்கப்பட்டதற்கான காரணம். அங்கே ஜாவியின் புகைப்படம் இருக்கும் என்ற நம்பிக்கையுடனும் மகிழ்ச்சியுடனும் அம்மாவுடன் சென்றேன், ஆனால் அவரது வீட்டுச் சுவர்கள் பெரும்பாலும் நிழல் படிந்த்து இருந்தன. சிமெண்ட் பூசப்படாத செங்கற்களாலான சுவற்றை மெல்லிய அன்னாசிப்பழ துண்டங்களின் படங்கள் அலங்கரித்தன. கதவில்லாத அலமாரியில் லெனின் படம் ஒட்டப்பட்டிருந்தது, இவர்தான் நாங்கள் லெனின் சித்தப்பா என்று அழைத்த அப்பாவின் கம்யூனிஸ்ட் உறவினர் என்று நான் நினைத்தேன். இவர்தான் சஜ்ஜதின் திருமணத்தை இந்த இந்துப் பெண்மணியோடு செய்து வைத்தார் என்றும் நம்பினேன்.

நாங்கள் பழக்கடை வழியாக சிறிய படுக்கை அறைக்குள் நுழைந்தபோது, 'அஸ்ஸலாமு அலைக்கும், அக்கா', என்றவாறு சஜ்ஜத்தின் மனைவி எங்களை வரவேற்றார். 'நாங்க உங்களத்தான் எதிர்பார்த்துட்டிருந்தோம்,' என்றார்.

'வா அலைக்கும் ஸலாம்,' என்று இதயபூர்வமாக அம்மா மறு முகமன் கூறினார். 'நான் உங்களை வந்து பார்க்கணும் நினைச்சிட்டே இருந்தேன். ஆனா சஜ்ஜத்துக்கு பங்களா நிலைமை பத்தி நல்லா தெரியும்.'

'அக்கா, அவளுக்கும் எல்லாம் தெரியும்,' என்றார் சஜ்ஜத். அவர் மிகவும் ஒல்லியாக இருந்த காரணத்தால் இளையவராகத் தோன்றினார். அவரது முன்னம் பற்களுக்கு இடையே பெரிய இடைவெளி இருந்ததால் அவர் பேசும்போது விசிலும் அடிப்பதாகத் தோன்றியது. 'கிடைச்ச நாற்காலில உக்காருங்க,' என்றார்.

வெற்றுச் சுவர்களுக்கு இடையே கயிறால் ஆன கொடிகள் கட்டப்பட்டிருந்தன, அவற்றில் துணிகள் போடப்பட்டு அறையே ஈரத்துணி வாசனையால் நிரம்பியது. ஜன்னல் வழியே ஒரு சந்து தெரிந்தது, அங்கே ஒரு ஹோட்டலின் சமையலறை இருந்தது.

‘எங்க ஜசிராவுக்குக் கல்யாணம்.’ அக்மலிடமிருந்து வற்புறுத்தி வாங்கி வந்த ஒரு அழைப்பிதழை அந்தப் பெண்மணியிடம் அம்மா கொடுத்து, ‘நீங்க ரெண்டு பேரும் கல்யாணத்துக்கு கட்டாயமா பங்களாவுக்கு வரணும்,’ என்றார்.

‘இன்ஷா அல்லாஹ்,’ என்று அந்தப் பெண்மணி கூச்சத்துடன் கூறியபடி தன் கணவரைப் பார்த்தார்.

‘சஜ்ஜத், இவங்களுக்கு நீங்க அரபும் கத்துக்கொடுத்தீங்களா?’ என்று அவளால் கவரப்பட்ட அம்மா கேட்டார்.

மங்கலான வெளிச்சத்தில் செங்கல் சுவற்றில் காபாவின் படம் ஒன்று பச்சை டேப்பில் சட்டமிடப்பட்டிருந்தது.

‘எனக்குத் தெரிஞ்ச எல்லாத்தையும் இவளுக்கு கத்துக்கொடுத்திருக்கேன்,’ என்று பெருமிதத்துடன் கூறிய சஜ்ஜத், ‘வெள்ளிக்கிழமைல இவ நமாஸ்கூட சொல்றா,’ என்றார்.

‘நான் விரதம்கூட இருக்கேன் அக்கா.’

அம்மா, ‘பாரு பாரு, நீயும் இருக்கியே காஃபிர்,’ என்று கூறுவதுபோல என்னை முறைத்துப் பார்த்தாள். ஆனால், நாற்பது வாட்ஸ் பல்ப் வெளிச்சம் படாத ஓர் இடத்தில் ஓர் இந்துக் கடவுளின் படமும் தொங்கிக் கொண்டிருப்பதை அவர் பார்க்கவில்லை.

என் பார்வை போகும் இடத்தைப் பார்த்த சஜ்ஜத், அதற்கு மேல் ஒரு திரைச்சீலை போல ஒரு புடவையை இழுத்துவிட்டவாறே என்னைப் பார்த்துக் கண்ணடித்தார். பிறகு வெளியே இருந்த பழக் கடைக்குப் போனார், பழச்சாறு பிழியும் இயந்திர ஓசை எங்களுக்குக் கேட்டது. சிறிது நேரத்தில் இரண்டு பீர் கோப்பைகளில் விளிம்புவரை ததும்பும் ஆரஞ்சு சாறுடன் வந்தார். அவற்றில் ஐஸ் கட்டிகள் மிதந்தன.

‘இதெல்லாம் எதுக்கு?’ என்று சம்பிரதாயமாகக் கேட்டுவிட்டு ஒரு கோப்பையை எடுத்துக்கொண்டார், அம்மா.

‘இப்போல்லாம் உன்னை மசூதிப் பக்கம் பாக்க முடியலயே?’ என்று நாங்கள் விடைபெறும் சமயத்தில் என்னிடம் சஜ்ஜத் கேட்டார்.

உடனே, மிகவும் அதிர்ச்சியடைந்தது போல முகத்தை வைத்துக்கொண்ட அம்மா, ‘அப்டீன்னா சஜ்ஜத், உங்களுக்கு விஷயம் தெரியாதா, பேப்பர்ல எல்லாம் போட்டிருந்தாங்களே?

இந்த மனுஷன் அல்லா மேல உள்ள நம்பிக்கைய கைவிட்டுட்டான். அவனைப் பொருத்தவரைக்கும் மசூதிக்கு போறது நேரத்தை வீணக்கற மாதிரியாம்,' என்றார்.

'அப்படியே ஜாவி மாதிரி,' என்றார் சஜ்ஜத். அவர் கண்கள் வீட்டிற்குப் பின்னால் இருந்த துண்டு நிலத்தில் நிலைத்தன, அங்கே சீதாப்பழ மரத்திற்கடியில் விளக்கு வெளிச்சம் பல வடிவங்களில் விழுந்தன. 'அக்கா, அவனை மாத்த எவ்வளவு கடுமையா நாங்க முயற்சி செஞ்சோம், ஆனா கடைசில எதுவும் பலன் தரல,' என்றார்.

இன்னொரு கண்டுபிடிப்பு! ஜாவி, என்னைப்போலவே ஒரு நாத்திகர். என் வாழ்க்கையே ஜாவியின் கடந்த கால பாதைக்குள் தினசரி பயணமாகத் தோற்றமளிக்கத் தொடங்கியது. அது என்னுடைய எதிர்காலத்திற்குப் போகச் சுட்டிக்காட்டும் வழியாக இருக்காது என்று நம்பத்தொடங்கினேன். பழக்கடை வழியாக சாலைக்குச் சென்றபோது, எங்கள் இருவரின் பாதைகள் எவ்வளவு நெருக்கமாக உள்ளன என்பது எனக்கு உறைத்தது. நானும் என்றாவது சுரங்கத்திற்குள் ஒரு பாதையில் நுழைந்து இன்னொரு பாதையில் வெளியேறாமல் இருந்துவிடுவேனோ என்று யோசித்தேன்.

ஐசிராவின் திருமணத்திற்கு இரண்டு நாட்களுக்கு முன்பு முன்வாசலில் உலோகப் பாத்திரங்கள் மோதும் சத்தமும், பலரது பேச்சுக் குரல்களும் கேட்டன. அப்பா போர்ட்டிகோ படிகளிலிருந்து, 'ரஷீத்,' என்று அழைத்து, 'வாங்க, வாங்க, இதுதான் வீடு,' என்றார்.

ரஷீத், எங்கள் நகரின் பிரபல சமையற்காரர். உயரமாக வழுக்கைத் தலையுடன் இருந்த அவர், பேசும்போது தன் வயிற்றில் ஒரு கையை வைத்து அழுத்திக்கொண்டார். அவர் உதவியாளர்கள் கொண்டு வந்திருந்த இரும்புக் கரண்டிகள் ஈட்டிகள் போல பெரியதாகவும், சிறிய குளமோ என்று சந்தேகம் வரும் அளவுக்கு வெண்கலப் பாத்திரங்கள் அகலமாகவும் இருந்தன. அவர்களிடையே இருந்த ஒரே பெண்மணி ஒரு கொத்து கத்திகளை கைகளில் பிடித்துக்கொண்டிருந்த விதம் ஆப்பிளோ பரங்கிக்காயோ கிடைத்தால் ஒவ்வொன்றாக எடுத்து வெட்டத் தயாராக இருப்பது போல் இருந்தது.

'உன் முகம் தெரிஞ்ச முகம் மாதிரி இருக்கு,' பழக்கடைக்கு வந்த அம்மா, ரஷீதின் பெண் உதவியாளரிடம், 'இதுக்கு முன்னாடி இங்க வந்திருக்கியா?' என்று கேட்டார்.

'இல்லை, வந்ததேயில்லை,' என்றார் அவர்.

‘பின்ன வேற எங்க நான் உன்னை பாத்திருக்கேன்?’ என்று மண்டையைப் போட்டு குழப்பிக்கொண்டார் அம்மா. ‘எனக்கு ரொம்ப பரிச்சயமா தெரியறே,’ என்றார்.

ஜசிரா புன்னகையுடன், ‘அம்மா, நீங்க அவங்களைப் பார்த்ததில்லை, உங்களுக்கு அப்படி ஏன் தோணுதுன்னா, அவங்க பார்க்க அப்படியே நெல்சன் மண்டேலாவோட மனைவி மாதிரி இருக்காங்க அதான்,’ என்றாள்.

கருப்பாக, பருமனாக, தட்டை மூக்கு மற்றும் குட்டையாக சுருட்டை முடியுடன் அந்தப் பெண்மணி ஏறக்குறைய வின்னி மண்டேலா போன்றே தோற்றமளித்தார். இதற்கு முன் அவர் வேலைக்குச் சென்ற வீட்டிலிருந்து திருடி வந்தவை மாதிரி அவர் போட்டிருந்த காதணிகள் அவரது கருத்தத் தோலுக்கு முற்றிலும் பொருந்தாமல் விசித்திரமாக இருந்தன. நான் ஒரு தடவை ஒரு ஞாயிற்றுக் கிழமை இணைப்பிதழில் தென்னாப்பிரிக்கர்களின் போராட்டம் குறித்த கட்டுரை ஒன்று படித்தது நினைவுக்கு வந்தது. அதில் மண்டேலா மற்றும் அவர் மனைவியை நோக்கி பூர்வீக கருப்பின மக்கள் கைகளை அசைத்துக் கொண்டிருந்த படம் இடம்பெற்றிருந்தது.

‘ஜசிரா, வேலைக்காரங்ககிட்ட இளக்காரமா நடந்துக்ககூடாது,’ என்று அம்மா கூறினார்.

ஜசிராவின் நெக்லசை ஆசையுடன் பார்த்துக்கொண்டே ஒரு கையை கீழ் வயிற்றில் வைத்தவாறு ரஷீத், ‘அவள ஒன்னும் சொல்லாதீங்க அக்கா. ஒருத்தர் பார்க்க இன்னொருத்தர் மாதிரி இருக்காங்கன்னு சொல்றது ஒன்னும் அவமானப்படுத்தறது இல்லை,’ என்றார்.

ரஷீத் பேசும்போது தன் வயிற்றை அழுத்திக்கொள்வதன் காரணம் அடக்கம் என்று நினைத்தேன். ஆனால், சமீபத்தில் அவர் செய்துகொண்ட குடலிறக்க அறுவை சிகிச்சையால்தான் அவர் அவ்வாறு செய்கிறார் என்று அவரோடு நட்புகொண்ட பிறகு தெரிந்துகொண்டேன். தன் சட்டையைத் தூக்கி இடுப்பெலும்புக்கு சற்று மேலாக இருந்த தழும்பை எனக்குக் காட்டினார். நீண்ட தையலைப் பார்க்க மணலில் ஒரு மரவட்டை சென்ற தடம்போல இருந்தது.

அவர் வந்த சில மணி நேரத்திற்குள் அவரது முதல் முன்னுரிமை என்னுடன் உறவு கொள்வது என்று தெளிவாகத் தெரிந்துவிட்டது. நான் அவரைப் பார்த்து பல தடவை கண் சிமிட்டியது என்னோடு உடலுறவு கொள்ள நான் அழைப்பதாக அவருக்குத்

தோன்றியிருக்கலாம். மிகவும் உரிமையுடன் என்னுடன் நெருக்கமாக நடந்துகொண்டார்.

அவரது ஆட்கள் புளிய மரத்துக்கு அடியில் தற்காலிகமான சமையலறையை ஒன்றைக் கட்டிக்கொண்டிருந்தபோது, 'நீ லிப்ஸ்டிக் போட்டுப்பியா?' என்று அவர் என்னைக் கேட்டார்.

'இல்லையே, ஏன் கேக்கறீங்க?' என்று அவமானத்துடன் எரிச்சலாகக் கேட்டேன்.

'உன் உதடு அழகா பெண்ணோட உதடு போலவே சிகப்பா இருக்கு. அங்க இருக்காளே ஒருத்தி உன்னை மாதிரி உதடுகளுக்காக செத்தே போவா,' என்றபடி மர நிழலில் அமர்ந்து தன் காதணிகளை வருடிக் கொண்டிருந்த திருமதி மண்டேலாவைச் சுட்டிக்காட்டினார். மாலைக்குள், அவர்கள் தற்காலிக சமையலறையைக் கட்டி முடித்து செங்கற்களாலான பெரிய அடுப்புகளில் பெரிய பெரிய பித்தளைப் பாத்திரங்களை வைத்தனர். ரஷீத் என்னையே சுற்றி வந்து, என் தோள்களில் கையை வைத்து தன் பருத்த விரல்களால் என் பிடரியில் வட்டமிட்டார். அவரது தொடுகையால் என் வயிறு லேசாகப் பிரண்டது, ஆனால் விவரிக்க முடியாத காரணத்தால் என் மீது ஊறும் அவருடைய விரல்களைவிட்டு என்னால் நகர முடியவில்லை.

'நான் மொட்டைமாடியில் தூங்குவேன்,' என்று பலா மரத்தின் மேல தெரிந்த முழு நிலவைப் பார்த்தவாறு கூறினார். 'எல்லாரும் கொரட்ட விட்டுத் தூங்க ஆரம்பிக்கறப்போ மாடிக்கு வந்திரு. நான் உனக்கு நிறைய கதைங்க சொல்றேன், அது உனக்கு வாழ்க்கைல நிறைய கத்து கொடுக்கும்,' என்றார்.

அவன் தன் படுக்கையை விரிக்க, சிம்னிக்கு அருகில் பலாமரம் மொட்டை மாடியை நோக்கி சாய்ந்திருந்த இடத்தைத் தேர்ந்தெடுத்தார். அதன் தண்டில் அரிய வகை மல்லிக்கொடி சுருண்டு படர்ந்து, அதன் கிளையில் கொத்தாகத் தொங்கியது. இரவில், சிம்னியிலும் அதைச் சுற்றியுள்ள இடங்களிலும் மல்லிப்பூ வாசனை வீசும்.

ரஷீத் மொட்டை மாடியில், நிலா ஒளியில், வெள்ளை மலர்கள் அற்புத நறுமணம் வீசிப் பூத்துக் குலுங்கும் கொடியின் கீழ் என்னுடன் உறவுகொள்ள திட்டமிட்டிருந்தார்.

அக்மல் தன் அறையில் ஐசிராவின் திருமண ஆடைகளை இஸ்திரி செய்துகொண்டிருந்தான்; சூடான இரும்பு, பட்டு எம்பிராய்டரியும் ஜரிகையும் இருந்த அவளது பர்கண்டி லாசா மீது பட்டுவிடக்கூடாது

என்பதற்காக மெதுவாக, கஷ்டப்பட்டு, கவனமாக செய்தான். நான் அவனிடம், 'ரஷீத் உன்னைப் பாக்கணும்னு சொன்னார்,' என்று கூறினேன்.

'ஏன்?' என்று தன் முகத்தில் இருந்த கவனக்குவிப்பை மாற்றாமல் என்னிடம் கேட்டான்.

'அது ஏன்னு எங்கிட்ட சொல்லல, அவரு உனக்காக மொட்ட மாடில சிம்னிக்கு பக்கத்தில காத்துட்டு இருக்காரு,' என்றேன் நான்.

இஸ்திரி பெட்டியை ஒரு பக்கமாக வைத்துவிட்டு மாடிக்குப் போனான். நான் அயதுல்லாஹ் கோமேய்னி மற்றும் ஒசாமா பின் லேடனுக்கு அடியில் மெத்தையில் அமர்ந்து, குண்டு வைத்துவிட்டு, பாதுகாப்பான தொலைவில் நின்றவாறு அது வெடிக்கும் ஓசைக்காக காத்துக்கொண்டு இருப்பவன் போலக் காத்திருந்தேன்.

நான் எதிர்பார்த்ததைவிட விரைவாகவே அது நடந்து பங்களாவையே உலுக்கியது. வரவேற்பு அறையில் விளக்கு எரிந்தபோது அக்மல் தன் வாயில் கையை வைத்தவாறு நின்றுகொண்டிருந்ததைப் பார்த்தேன். ரஷீத், ஒருசில அடிகளுக்குப் பின்னால் கையை அடி வயிற்றில் அழுத்தியவாறு நின்று கொண்டிருந்தார்.

'யாரு அலறினது?' படிக்கட்டின் அடியில் நின்றவாறு அப்பா கேட்டார்.

'இந்தப் பையன்தான் சார்,' என்று சிரிப்பை வரவழைத்தவாறு ரஷீத் கூறினார்.

'என்ன திருடன்னு நினைச்சு இவன் கத்திட்டான். நான் அவன திருடன்னு நினைச்சு அவனைப் பிடிக்க முயற்சி பண்ணேன். செம்ம காமடி.'

அக்மல் ரஷீதைப் பார்த்தவாறே தன் கீழ் உதட்டில் ரத்தம் வருகிறதா எனப் பார்த்துக்கொண்டான். அவன் ஒரு வார்த்தைக்கூட சொல்லாவிட்டாலும், அவன் சைகைகள் எனக்குத் தெளிவாக, 'இவன் எனக்கு முத்தம் கொடுத்தான், இவன் எனக்கு வாயில முத்தம் கொடுத்து, என் குறியை இழுத்தான்,' எனக்கூறின.

'மகனே, திருமணம்னா வெறும் விருந்தாளிங்க மட்டும் இல்ல, திருடங்களும்கூட வருவாங்க,' என்று ரஷீத் ஒரு ஆசிரியரைப் போன்ற குரலில் கூறினான். 'அதனால இருட்டுல பூனை மாதிரி நடக்காதே.'

‘உண்மைதான்,’ என்றார் அப்பா.

‘நீ எப்பவுமே திருடனப் பார்த்து, ‘டார்லிங்’னுதான் சொல்லுவியா?’ என்று அக்மல் கோபமாகக் கேட்டபடி முழங்கைகளில் ஏதாவது அவன் பிடித்திழுத்த அடையாளங்கள் தெரிகின்றனவா என பார்த்தான்.

‘டார்லிங்கா? மகனே, நான் உன்னை ‘ராஸ்கல்’னு சொன்னேன். அதுக்காக மன்னிச்சிரு’ என்றார்.

‘அது ஒன்னும் பிரச்சினையில்லை, ரஷீத். நீ சொன்னா மாதிரி இது ஒரு பெரிய காமெடிதான்,’ என்றார் அப்பா.

‘காமெடியா?’ ஜசிரா கேட்டாள். அவள் குரல் அழுவதுபோல் இருந்தது. ‘என் இதயம் அப்டியே நின்னுருச்சு. சில சமயம் வாழ்க்கையில நல்ல மகிழ்ச்சியான விஷயம் நடக்கறதுக்கு முன்னாடி மோசமான விஷயம் நடந்து எல்லாமே நின்னுபோயிரும். அலறல் சத்தம் கேட்டப்போ, பாட்டிதான் செத்துப்போயிட்டாங்கன்னு நான் நினைச்சேன்,’ என்றாள்.

அம்மா கை முட்டியை இறுக்கி ஓங்கியயபடி ஓர் அடி முன்னால் வந்தாள். ஆனால் அப்பா ஜசிரா மீது அப்பட்டமான அனுதாபத்தைக் காட்டினார். ‘ஒன்னும் நடக்காது, கண்ணு. போ போய் நல்லா தூங்கு,’ அவளை லேசாக அணைத்து உச்சி முகர்ந்தார். ரஷீத், அப்பாவின் உதடுகள் ஜசிராவின் வகிட்டில் தொட்டுப் போவதை பேராவலுடன் பார்த்தார். தன் ரோமம் அடர்ந்த கைகளால் அவர்களை அணைத்து ஆறுதலளிப்பதற்குத் தயாராக இருப்பதுபோல் நின்றிருந்தார்.

நான் வரவேற்பறை அருகில் இருந்த படிக்கட்டில் இறங்கும்போது, ‘நீ இப்பவும் இவ்ளோ நேரம் கழிச்சுதான் தூங்கறியா?’ என்று சுஹுதா அத்தை கேட்டார், அவர் அருகில் நின்றுகொண்டிருந்த அவரது மகள் ரஸியா என்னைப் பார்த்தவுடன் வெட்கப்பட்டாள்.

‘பாருங்க, ரஸியா கன்னம் எப்டி சிவந்து போயிருச்சு,’ என்று கூறிய ஜசிரா, சுஹுதா அத்தையின் விலாவில் முழங்கையால் இடித்தாள்.

உயரமாக, சற்று பூசியவாறு இருந்த ரஸியா, ஜசிராவைவிட வேறு மாதிரி அழகாக இருந்தாள். நெற்றியின் மத்தியில்

தொங்கிய சுருண்ட முடிக்கற்றை புருவங்கள் இணையும் இடத்தைத் தொட்டன. ஜசிராவைப் போலவே அவளுக்கும் கிரேக்க மூக்கு, மெலிதான ஸ்ட்ராபெர்ரி உதடுகள். நான் நாசூக்காக அவள் மார்பங்களைப் பார்த்தேன்; கவர்ந்திழுக்கும் அளவிற்கு அவை வளர்ந்திருந்தன. அவள் முலைக்காம்புகள் அளவிலும் நிறத்திலும் சிகப்பு திராட்சைப்போல இருப்பதாகக் கற்பனை செய்தேன். நாங்கள் குழந்தைகளாக இருந்தபோது, இரக்கமே இல்லாமல் அப்போதுதான் வளரத்தொடங்கியிருந்த நான் பிதுக்கி விளையாடிய அந்த இரண்டையும், தன் ஒரு விரலைத் துப்பட்டாவில் மாட்டி அதைக் கீழே இழுத்து மறைத்துக் கொண்டாள். அவள் பட்டுபோன்ற வயிற்றுக்கு கீழேயும் என் கையை கொண்டுசென்றிருக்கிறேன். அவளுக்கு அப்போது பதினோரு வயது, நானோ கீழ்த்தரமான ஆசை கொண்ட பதிமூன்று வயது பையன். ஒரு மீன் தூண்டில் போன்று இருந்த என் விரலை அவளுக்குள் நுழைப்பதற்கு முன் அவள் தாவிக் குதித்து விலகி, என்னைக் கொலை செய்வதுபோல முறைத்தாள்.

‘அமர் அண்ணா, காலேஜ் எப்படியிருக்கு?’ என்று என் கண்கள் அவள் முகத்துக்குத் திரும்பியபோது கூச்சத்துடன் கேட்டாள்.

‘எனக்குக் கொஞ்சம்கூட பிடிக்கவேயில்ல,’ என்று நான் அவளிடம் உண்மையைக் கூறினாலும், சர்வ அலட்சியமாகவும், ஏதோ ஒரு கலகக்காரன் தோற்றம் வரவேண்டும் என்ற வேட்கையுடன் என் குரல் ஒலித்ததுபோலவும் எனக்கே தோன்றியது.

‘நான் அடுத்த வருஷம் காலேஜ் போறேன்,’ என்று முணுமுணுப்பாக சொன்னாள்.

‘நீ போகப்போறயா?’ என்று சுஹாசிதா அத்தை கேட்டாள், ‘இந்த வருஷ கடைசில உனக்கு கல்யாணம் பண்ணலாம்னு இருக்கேன். உன் கல்யாணத்தைப் பத்தி பேசும்போதே அமர் இங்கேருந்து நழுவறான் பாரு,’ என்றார்.

தற்காலிக சமையலறையின் மர அலமாரிக்கு பக்கத்தில் திருமதி மண்டேலா வெங்காயம் நறுக்கிக்கொண்டிருந்தார். காய் நறுக்கும் பலகையில் கத்தியால் நறுக்கியபோது, அவரது காதணிகள் அதி வேகமாக ஆடின, நறுக்கிய வெங்காயத்தைப் பார்க்காமல் அவர் கண்கள் திரும்பிக் கொண்டன. வாய் மூலையில் ஒட்டிக்கொண்டிருந்த ஒரு நெருப்புக்குச்சி, அவரது உடல் இவ்வளவு ஆடியும் விழாமல் அப்படியே தொங்கிக்கொண்டிருந்தது.

'காதணி நல்லாருக்கு,' என்றேன் நான்.

அவர் இளித்தார்.

'உங்க வாய்ல ஏன் நெருப்புக் குச்சிய வெச்சிட்டு இருக்கீங்க?'

'வெங்காயம் நறுக்கும்போது கண்ணுல தண்ணி வர்றதை இது தடுக்கும்,' என்று மீண்டும் இளித்தார். 'அறிவியல்.'

அறிவியல் அவருக்குப் பலன் தரவில்லை, ஏனென்றால் அவர் கண்களில் ஏற்கெனவே தண்ணீர் இருந்தது. 'ஆனா, உங்க கண்ல ஏற்கெனவே தண்ணி வந்துட்டு இருக்கு,' என்றேன்.

'அது வெங்காயத்தால இல்லை, துக்கத்தால,' மீண்டும் ஒரு தடவை இளித்தார்.

சமையலறையில் ரஷீதைக் காணவில்லை. 'அவரு உன் வயசு பையன் ஒருத்தனோட பின்பக்கம் இருக்காரு.'

நான் ஷெட்டிலிருந்து வெளியே வந்தேன், அவர் புளிய மரத்தில் சாய்ந்தவாறு சந்தீப்பிடம் பேசிக்கொண்டிருந்தார்.

'வா, வா,' என்றபடியே சந்தீப்பின் தோளிலிருந்து கையை எடுத்தார். 'உன் நண்பனுக்கு போரடிக்குது.'

'உன் சூத்த காப்பாத்திக்கோ,' என்று ரஷீத் சமையலறைக்குள் சென்ற பிறகு நான் சந்தீப்பிடம் கூறினேன். 'அவரு நேத்து ராத்திரி அக்மலை ரேப் பண்ண டிரை பண்ணாரு.'

சந்தீப் என் எச்சரிக்கையை வெறும் வேடிக்கையாக எண்ணி சிரிக்கத் தொடங்கினான்.

'அவரு ஒரு விரலை வெச்சு உன் கழுத்தை தடவினாரா?' என்றபடி நான் அவன் தோளில் கையை வைத்து அவன் பிடரியை வருடி, 'இந்த மாதிரி?' என்று கேட்டேன்.

'ஆமாம்.'

'அவரு உனக்கு கதையெல்லாம் சொன்னாரா?'

'சொல்லல, ஆனா நான் இங்கயே தங்கினா சொல்றதா வாக்கு கொடுத்தாரு.'

'அப்டீன்னா,' என்று வெற்றிக்களிப்புடன், 'நீ உன் சூத்த கவனமா பாத்துக்கறது நல்லது,' என்றேன்.

அனீஸ் சலீம் | 147

‘அவரு அவரோடதை ஜாக்ரதையா பாத்துக்கட்டும்,’ என்றவன், ‘இன்னிக்கு ராத்திரி நான் இங்கதான் தங்கப்போறேன். அம்மாகிட்ட அனுமதி வாங்கியாச்சு,’ என்றான்.

தற்காலிக சமையல் அறைக்குள் நாங்கள் நுழைந்த உடனே வெளியே போக ரஷீத் எழுந்தார். போகும்போது சந்தீப்பை பார்த்து இனிமையாகவும், என்னைப் பார்த்து அந்தளவிற்கு இனிமையாக இல்லாமலும் சிரித்தார். திருமதி மண்டேலா மேஜையில் ஒரு சிறிய மலையளவிற்கு நறுக்கிய வெங்காயத்தைக் குவித்திருந்தார். கருப்புப் புள்ளிகள் உள்ள இளஞ்சிவப்பு நாக்கில் நெருப்புக்குச்சியை நகர்த்தியவாறே மேலும் தொடர்ந்து வெங்காயங்களை நறுக்கிக்கொண்டிருந்தார்.

‘இது தங்கமா அல்லது பித்தளையா?’ அவர் காதணிகளைச் சுட்டிக்காட்டி சந்தீப் கேட்டான்.

‘இருபத்தி நாலு கேரட்,’ என்ற அவர் இளித்துவாறே தன் கண்களைத் துடைத்துக்கொண்டார்.

‘இந்த ஹேர் ஸ்டைல் உங்களுக்கு எப்படி வந்துது?’

‘உங்க அம்மாக்கு வந்த அதே எடத்திலிருந்துதான்,’ என்று திடீரென்று வெடித்த கோபத்துடன் கூறினார், அதன் தீவிரம் என்னை மிகவும் ஆச்சரியப்படுத்தியது. அவர் தன் உதடுகளில் நெருப்புக்குச்சியை நகர்த்துவதை நிறுத்தி, அதை தன் வாயின் மூலையில் இறுக்கமாகப் பற்றிக்கொண்டார். சந்தீப் மேஜைக்கு அருகில் அமர்ந்து மடித்த சட்டைப் பையிலிருந்து ஒரு நசுங்கிய சிகரெட்டையும் பேண்ட் பாக்கெட்டிலிருந்து சில்வர் நிறத்திலிருந்த லைட்டரையும் எடுத்தான். புகைப்பதால் அவன் உதடுகள் பழுப்பேறி இருந்தன, அதைப் பார்த்தும் ரஷீத் அவனைத் தவிர்க்கவில்லை என்பது ஆச்சரியமாக இருந்தது. அவன் சிகரெட் பற்றவைத்தான். சிகரெட் முனை ஒளிர ஆரம்பித்தும் நெருப்பை அப்படியே வைத்திருந்தான், அதன் சுடர் திருமதி மண்டேலாவை நோக்கி போகத் தொடங்கும்வரை லேசாக ஊதினான். பிறகு, எதிர்பாராத விதத்தில் சடாரென்று மேஜைக்கு அந்தப் பக்கம் லைட்டரை நீட்டி அவரது வாயில் இருந்த நெருப்புக்குச்சியைப் பற்றவைத்தான்.

‘கேடுகெட்ட நாயே,’ எரியும் நெருப்புக்குச்சியைத் துப்பியவாறே திருமதி மண்டேலா அலறினார். காற்றில் கத்தியை நீட்டியவாறே ஒரு கிரைம் திரைப்படத்தின் சுவரொட்டி போல சிறிது நேரம்

அசையாமல் நின்றிருந்தார். 'தைரியம் இருந்தா இன்னொரு தடவை செய் பாக்கலாம். உனக்கு சுன்னி இருந்தா அதக் காட்டுடா பாக்கலாம், அத ரெண்டா வெட்டறேன் பாரு,' என்றாள்.

சந்தீப் சிரித்துக்கொண்டிருந்தான். 'அக்கா, நான் ராத்திரி இங்கதான் தங்கப்போறேன். உங்க கோபம் அடங்கின பிறகு நாம பேசலாம்,' என்றான்.

'நீ மறுபடியும் இந்த எடத்துக்கு வந்தேனா, இதை உன் கொட்டைல சொருகிருவேன்' என்றவாறு கத்தியின் முனையை தன் உள்ளங் கையில் வைத்து சோதித்தார். 'அப்பறம் கண்ணடிக்கற பொறம்போக்கு, உன்னுதையும் தான்,' என்றாள்.

'கெட்ட வார்த்தைல்லாம் இங்க பேசக்கூடாது,' என்று ரஷீத் வாசலில் வந்து தலையை உள்ளே எட்டிப்பார்த்தபடி, 'மோசமான எதையும் செய்யவும் கூடாது. இது ஒரு கல்யாண வீடு,' என்று கூறினார்.

அன்று முன்மாலை, சீரியல் பல்புகளை காற்றாலை பனை, மற்றும் மெழுகு நாவல் மரங்களில் தொங்கவிட சந்தீப், அக்மலுக்கு உதவியபோது, நான் ரஸியாவைத் தேடி பங்களாவைச் சுற்றினேன். திடீரென்று அவளது அழகிய சுருண்ட முடிமீது மோகம் கொண்டேன். அத்தேடல் என்னை என் அறையில் கொண்டுவிட்டது, அங்கே சுஹ்ரா அத்தை ஜாவியின் டைரியைக் கைகளில் வைத்தக்கொண்டு என் மெத்தையில் அமர்ந்திருந்ததைப் பார்த்தேன். புத்தக அலமாரிகளின் ஒன்றின் கதவு திறந்திருக்க, மூன்று அடுக்குகளில் பென்குயின் புத்தக அட்டையின் ஆரஞ்சு வண்ண தண்டுவடம் தெரிந்தன. மற்ற அடுக்குகளில் கனமான, சோக அட்டைகளுடன் மற்ற புத்தகங்கள் இருந்தன.

டைரியின் இறுதிப் பக்கங்கள் திறந்திருந்தன, அதில்தான் நான் தற்கொலை கடிதத்தையும் அதற்கு எதிரில் செய்தித்தாளிலிருந்து வெட்டி எடுத்த கட்டுரையையும் ஒட்டியிருந்தேன். ஐசிரா, ஓராண்டுக்கு முன் ரம்ஜான் சமயத்தில் நான் சேமித்து வைத்திருந்த உணவுப்பொருள்களைக் கண்டு பிடித்த பிறகு என் ரகசியங்களை நான் மேலும் கவனமாகப் பாதுகாத்தேன். புத்தக வரிசைகளுக்குப் பின்னால் டைரியை மறைத்து வைத்திருந்தேன். அதற்கு மேல் எச்சரிக்கைத் தேவையில்லை எனத் தோன்றியது, காரணம், யாருமே புத்தகங்களுக்குப் பின்னால் பார்த்ததில்லை. ஏன், அலமாரிகளிலிருந்து எலும்புக்கூடுகள் உருண்டோடி வர வேண்டும் என விரும்பிய ஐசிராகூட பார்த்ததில்லை. எனக்குத் தெரிந்து

சுஹானா அத்தை புத்தகங்களை விரும்பும் ரகம் இல்லை. எவ்வாறு அவர் புத்தகங்களுக்கு பின்னே உள்ள இடைவெளியில் கையை விட்டு டைரியை எடுத்திருப்பார் என்பது எனக்குப் புதிராக இருந்தது.

என் நிழல் அவர் மேல் விழுந்தபிறகும்கூட அவர் டைரியிலிருந்து நிமிர்ந்து பார்க்கவில்லை, சிறிது நேரம் கழித்துதான் நான் அவர் கன்னங்களில் வழிந்தோடும் கண்ணீரைக் கவனித்தேன். 'உக்காரு அமர்,' என்றவாறு மெத்தையில் சுருக்கத்தை நீக்கி இடத்தைக் காட்டினார்.

'இது உன்னோட புத்தகம்தானே?' நான் அவர் அருகில் அமர்ந்த பிறகு கேட்டார்.

'ஆமாம்.'

'ஜாவி யாருன்னு உனக்குத் தெரியுமா?'

'தெரியும், அம்மாவோட சின்ன தம்பி. அப்புறம்...' பாதியில் நிறுத்தினேன்.

'அப்புறம் என்ன?' என்று தூண்டினார், அவரது கண் விழிக்குள் என் முகத்தைப் பார்க்க முடிகிற அளவுக்கு என்னை ஆழமாகப் பார்த்தார். நான் இரண்டாகத் தெரிந்தேன், யாரோ என்னை பீப்பாயில் போட்டு மூடிவிட, நான் செய்த தவறு என்ன என்று எனக்குத் தெரியாமலேயே என்னை சித்திரவதை செய்பவரை நோக்கிக் கருணை காட்டும்படி மன்றாடுவதுபோல் இருந்தது. 'அப்புறம்?'

'அப்புறம் நான் கொஞ்சம் அவரைப் போல இருக்கேன்.'

'கொஞ்சம் இல்லை. நிறைய அவரைப்போல இருக்கே.'

'அவரை மாதிரியே நானும் அடிக்கடி கண் சிமிட்டறேன்,' என்று வரவழைத்துக்கொண்ட சோகத்துடன், ரஸியாவை நினைத்தவாறே கூறினேன்.

'ஐயோ பாவம்,' அவர் என் முதுகை வருடினார். அவர் கரங்களைத் தூக்கும்போது லாவெண்டர் வாசனை அடித்தது. 'இதுல உன் தப்பு எதுவும் இல்லை. அவரைப் பத்தி வேற என்னல்லாம் தெரியும்?'

'அம்மாக்குத் தெரிஞ்ச எல்லாம். அவங்க எனக்கு எல்லாம் சொன்னாங்க. அவரோட நண்பர்கள் அப்புறம்...' நான் மீண்டும் தயங்கினேன், '... அவரோட மனநலப் பிரச்சினை.'

அவர் நான் சொல்வதைக் கேட்டாரா என்று உறுதியாகத் தெரியவில்லை, அவர் கண்கள் மீண்டும் டைரிக்குச் சென்றன. சரியாக ஒட்டாததால் முனைகளில் குமிழ்கள் உருவாகியிருந்த தற்கொலைக் குறிப்பு இருந்த பக்கத்தைப் பார்த்தார். கடைசி பத்தியில் ஜாவி கடைசியில் எனக்கு ஒரு பெயரைக் கண்டுபிடித்த இடத்தில் கண்ணீர் காய்ந்திருந்தது. 'இது உனக்கு எங்க கிடைச்சுது?'

'அலமாரில கிடந்த ஒரு பழைய டிரங்க் பெட்டியில. நாங்க சுத்தம் பண்ணிட்டு இருந்தப்போ கிடைச்சுது.'

'சரி, இந்த டைரிக்கு அவர் பேரை வைக்கணும்னு எப்படி தோணிச்சு?

தூக்கமற்ற பல இரவுகளில் என்னை நானே கேட்டுக்கொண்ட கேள்வி இது, இன்னமும் பதில் கிடைக்கவில்லை. பரிதாபமாக சுஹ்றா அத்தையை நான் பார்த்தேன்; அவர் முகம் பின்னாலிருந்த ஜன்னல் சட்டத்திற்குள் தெரிந்தன. அதன் வழி ஊடுறுவிய மாலை ஒளியில், நாற்பதுகளில் இருந்த அவர் தன் வயதைவிட சற்று அதிகமாக முதிர்ச்சி அடைந்து காணப்பட்டார். அவரது அடர்ந்த பின்னலில் வெள்ளி இழை மின்னியது. ஐசிராவும் இந்த வயதில் சுஹ்றா அத்தையை போல் தளர்ந்துபோய், தலைமுடியில் வெள்ளி இழைகள் போல நரைமுடிகளுடன், அவளது பாதாம் வடிவ கண்களின் கீழ் சுருக்கம் விழுந்து, வாழ்க்கையின் சுமையால் இப்படி ஜன்னல்கள் வழியாக வெறித்துப் பார்த்துக்கொண்டு இருப்பாள் என்று எனக்கு தோன்றியது.

'உனக்கு வேணும்னா, அவரு எனக்கு எழுதின கடிதத்தை உனக்குத் தரேன். அது அவரோட கடைசி கடிதமா இருக்கலாம்,' என்றார்.

'அவரை உங்களுக்கு நல்லா தெரியுமா?' காரணம் புரியாமல், இந்தக் கேள்வி ஒருவேளை அவரை புண்படுத்தலாம் என்ற தயக்கத்துடன் கேட்டேன். ஆனால் அவர் என்னைப் பார்த்து சோகமாகப் புன்னகைத்து, 'என்னைவிட அதிகமா அவரை வேற யாருக்கும் தெரியாது, அமர். அதனாலதான் எனக்கு அவரு தற்கொலை குறிப்பை எழுதினாரு,' என்றாள்.

தொடர்ச்சியாக எனக்கு அடித்த அதிர்ஷ்டத்தை நினைத்துப் பார்த்தேன். ஏதோ ஓர் உள்ளுணர்வால் எந்த இலக்கோ அல்லது நம்பிக்கையோ இல்லாமல், எங்கள் வீட்டு நூலகத்திற்கான அட்டவணை என்பதை விட பெரிதாக எதுவும் எண்ணாமல்

அவர் படித்துக் கையொப்பமிட்ட புத்தகங்களின் பட்டியலோடு இந்த டைரியை தொடங்கினேன். பிறகு அவரது இறுதிக் கடிதம் என்று நான் நினைத்த குறிப்பையும் பத்திரிகையில் வெளிவந்த அவரது மரணம் குறித்த அறிக்கையயும் எதேச்சையாகக் கண்டேன். இப்போது, இரண்டாவது தற்கொலை கடிதத்தைத் தருவதாக இவர் வாக்களித்துள்ளார். வாழ்க்கை எனக்கு வேறு என்னவெல்லாம் ஆச்சரியங்களை வைத்துள்ளதோ?

டைரியை என்னிடம் அவர் தந்தபோது நான் வரைந்த ஓவியம் இருக்கும் பக்கம் திறந்திருந்தது. 'நாங்க வீட்டுக்குத் திரும்பின உடனே கடிதத்தை அனுப்பி வைக்கறேன்,' என்றார். ஏறக்குறைய மவுனமாகப் பெருமூச்சுவிட்டார். பிறகு மெல்ல படிக்கட்டுகளில் இறங்கி அவர் சென்ற பிறகும் அந்த லாவண்டர் வாசனை லேசாக இன்னும் இருந்தது.

அந்தி சாய, காற்றாலை பனை மரத்திலும் மெழுகு நாவல் மரத்திலும் தொங்கவிடப்பட்ட தொடர் விளக்குகள் பளிச்சிடத் தொடங்கி இரவு முழுவதும் இடைவெளி இல்லாமல் கண்சிமிட்டி எரிந்தன. பாட்டியின் பணம் விளக்கின் ஒவ்வொரு சிமிட்டலிலும் அதன் சிறகுகளை மேலும் மேலும் அடித்தவாறு எங்கள் வாழ்க்கையிலிருந்து தள்ளிப் போய்கொண்டிருந்தது. ஆனால் பாட்டியோ இத்தனை ஆடம்பரங்களையும் பார்க்க முடியாமல் ஒரு காட்சிப் பொருள் போல ஜசிராவின் அருகில் அமர்ந்திருந்தார். பங்களா மீண்டும் மனிதர்களால் நிரம்பி வழிய, எனக்கு அதன் அமைப்பே மறந்துவிடும்போல் இருந்தது. சுவர்களில் அடிக்கப்பட்ட புதிய பெயின்ட்டினால் ஒரு புகைப்படமும் மாட்டப்படாமல் இருக்க, சோஃபியாவின் இறுதிச்சடங்கின் போது இருந்ததைவிடவும் அந்நியமாகத் தெரிந்தது வீடு. நான் சற்றே தனிமையாக உணர்ந்தேன். ஜாவியின் டைரியுடன் அவள் அம்மாவை எதிர்பாராமல் சந்தித்த பிறகு ரஸியாவை ஒரேயொருமுறைதான் பார்த்தேன். பீச் நிற பட்டாடை அணிந்து, அழகிய சுருள் முடி சரியாக நெற்றியின் மத்தியில் விழுந்திருக்க இருந்தாள். பிறகு, வானவில்லின் நிறங்களில் ஆடைகளணிந்த என் ஒன்றுவிட்ட சகோதரிகளின் நடுவே அவளை என்னால் பார்க்க முடியவில்லை. அவர்கள் என்னை வியப்புடன் பார்த்தவாறே, என் தோற்றம் குறித்து தங்களுக்குள் ரகசியமாகப் பேசிக்கொண்டனர்.

நான் அவளை மீண்டும் கண்டபோது, எலுமிச்சை மஞ்சள் நிறத்திலிருந்த சல்வார் கமீசுக்கு மாறியிருந்தாள். கழுத்திலும், மணிக்கட்டுகளிலும் அதில் ஒரே மாதிரி பட்டு ஜரிகையால் வேலை

செய்யப்பட்டிருந்தது. மெழுகு நாவல் மரத்தடியில் தனியாக அமர்ந்திருக்க, வரிசை பல்புகள் அவள் மடியில் நீர் வடிவங்களில் தோற்றமளித்தன; அவளுடன் வேறு யாரோ இருப்பதைக் கண்டவுடன் என் அதீத மகிழ்ச்சி வடிந்தது.

பலாமரத்தில் பாதி மறைக்கப்பட்டு அவளைப் பார்த்தபடி அக்மல் அங்கு அமர்ந்திருந்தான். அவளிடம் நிதானமாக ஆனால் தெளிவுடன் பேசிக்கொண்டிருந்தான். முழு நிலவு வெளிவந்திருக்காவிட்டால் நான் இந்தளவு பாதிக்கப்பட்டிருக்க மாட்டேன். ஆனால் ரயில் நிலைய கட்டிடத்திற்கு மேல அது இரக்கமில்லாமல் தொங்கிக்கொண்டிருந்தது, அதன் கற்றைகள் ஒளி ஊடுருவும் வலைபோல மரங்களை மூடியுள்ளன. காலையில் சிறந்த ஓர் அழகியைக் கண்டேன், மாலைக்குள் அவளிடம் ஆழ்ந்த காதலில் விழுந்தேன், பங்களாவைச் சுற்றி சூழ்ந்த இரவு நேரத்தில், நான் கண்சிமிட்டுவதை கேலி செய்வதுபோல் ஒளிரும் இளஞ்சிவப்பு விளக்கொளியில் என் அண்ணன் அவளைப் பறித்துக்கொண்டு போகிறான். நான் அங்கிருந்து போவதற்காகத் திரும்பவும் அக்மல் என்னை அழைத்தான், அவன் அழைத்தவிதம் என்னைவிட தான் மூத்தவன் என்று ரஸியாவுக்கு சொல்ல விரும்புவது போல இருந்தது. இப்போது ஜசிரா வெளியே போகப்போவதால் தான்தான் அப்பா இடத்தில் இருக்கப் போவதைப்போல. ‘அமர், இங்க வந்து உக்காரு. நீயும் இங்க இருக்கணும்,’ என்றான்.

மெழுகு நாவல் மரத்திற்கு முதுகைக் காட்டியவாறு நான் அமர்ந்தேன். மேலே உள்ள மரங்களில் ஒளிரும் வண்ணங்களுக்கேற்ப தரையில் இளஞ்சிவப்பு நிறம் தோன்றித் தோன்றி மறைந்தன. ரஸியா தன் முகத்தை கைகளால் தாங்கியபடி கன்னங்களை விரல்களால் தட்டத்தொடங்கினாள்.

‘அமர், நான் சொல்றதை நீயும் கேளு,’ என்றான் அக்மல்.

ஜசிராவின் திருமணம் பல இதயங்களை நொறுக்கப்போகிறது - விசிலடித்தவர், தையல்காரர், சிக்னல் போஸ்டில் அவள் பெயரை செதுக்கியவர். இப்போது என் அண்ணன் என் இதயத்தை நொறுக்குகிறான்; இதயத்தை நொறுக்குபவர்களைக் கொண்ட குடும்பம்.

‘நான் ரஸியாகிட்ட தலையில முக்காடு போட்டுக்க வேண்டியதன் முக்கியத்துவம் பத்தி சொல்லிட்டிருந்தேன். இஸ்லாமியப் பெண்கள் எல்லாரும் இதைச் செய்யணும்.’

‘காரணம்?’ என்று ரஸியா புருவத்தை வளைத்தபடி கேட்டாள்.

‘தங்கச்சி, இது சுன்னத் மாதிரி. பெண்கள் செய்தே ஆக வேண்டிய ஒரு விஷயம்.’

‘ஜசி இதைச் செய்யறதில்லையே?’ என்று புன்னகையுடன் கேட்டாலும் குரலில் லேசான வன்மம் தொனித்தது.

அக்மல் ஒரு நிமிடம் யோசித்தான். ‘நேத்து ராத்திரி இதப் பத்தி அவகிட்டே பேசினேன். அவளும் சீக்கிரமாவே செய்யறதா சொன்னா. நான் நம்ப குடும்பத்தில இருக்குற எல்லா பெண்களையும் இதச் செய்ய வைக்கப்போறேன்.’

அப்படியென்றால் மெழுகு நாவல் மரத்தடியில் அமர்ந்து இவர்கள் காதல் பேச்சு பேசிக்கொண்டு இல்லை. ரயில்நிலைய கட்டிடத்தின் மேலே நிலவு திடீரென்று வட்டமான ஒரு எண்ணெய்க்காகிதம் போலவும், அதனடியில் உள்ள மரங்கள் கண்ணாடி காகிதத்தில் சுற்றப்பட்டப் பச்சைப் பூங்கொத்துகள் போலவும் தோன்ற ஆரம்பித்தன.

‘ரஸியா, உனக்கு பிடிச்ச பாடம் என்ன?’ அக்மல் அப்படிக் கேட்டது எனக்குத் தெரிந்த யாரையோ அவன் போலி செய்ததுபோல் இருந்தது. ஒருவேளை நாங்கள் சிறுவர்களாக இருந்தபோது எங்களுக்குக் குரான் கற்றுக்கொடுத்தவராக இருக்கலாம்.

‘அறிவியல்,’ என்றாள் ரஸியா.

‘அறிவியல்ல எது?’

‘இயற்பியல்,’ என்று வேகமாகக் கூறினாள். அவளுக்குப் பிடித்த பாடம் இயற்பியல் என்றால், அக்மல் ஒருவேளை என்னிடம் இதே கேள்வியைக் கேட்டால் நானும் அதையே சொல்லப்போகிறேன்.

‘இயற்பிலா, சரி. யாரு நிலாவுல முதல் முதலா காலடி வெச்சாங்கன்னு சொல்லு?’

‘ஜான் எஃப். கென்னடியா?’ என்று தயக்கத்துடன் கேட்டாள்.

‘நீல் ஆர்ம்ஸ்ட்ராங்,’ என்று அக்மல் சத்தம்போட்டு சிரிப்பதற்கு முன்பு உடனடியாக அவளை திருத்தினேன். இவ்வளவு உணர்ச்சிமிக்கக் கண்களும், அற்புத சுருள் கூந்தலும் உடைய பெண்தான் என்றாலும் ஜான் எஃப். கென்னடி என்பது கொஞ்சம் அதிகமாகத்தான் தோன்றியது.

'நீல் ஆர்ம்ஸ்ட்ராங்,' என்ற அக்மல் அகன்ற புன்னகையோடு சொன்னான். 'நிலாவுல இறங்கின உடனே அவருக்கு என்ன கேட்டுதுன்னு தெரியுமா?'

'நிலாவுல எந்த சத்தமும் கிடையாது. அங்க முழுமையான அமைதிதான் இருக்கும்,' ரஸியா முட்டாள்தனமாக எதுவும் கூறி, என் கண்களில் அவள் அழகு குறைவாகத் தோற்றமளிப்பதற்கு முன்பு வேகமாகக் கூறினேன்.

கையைத் தன் தொடையில் தட்டியவாறு அக்மல், 'தப்பு, முழுசா தப்பு, உனக்கு தெரியுமா ரஸியா?' என்று கேட்டான்.

'தெரியாது அண்ணா,' என்றாள். அக்மலுக்கு நாளைக் காலை தேர்வு என்பது போலவும் பதில்களைக் கண்டறிய அவளால் அவனுக்கு உதவ முடியவில்லை என்பதுபோலவும் அவள் அதைக் கூறினாள்.

'சரி, நான் சொல்றேன். அவரு நிலால இறங்கினபோது முவாஜ்ஜினின் அழைப்பைத் தான் கேட்டார்.'

'உண்மையாவா?' என்று நம்ப முடியாமல் கேட்டாள் ரஸியா.

'அவருக்கு அது முவாஜ்ஜின் அழைப்புன்னு எப்படித் தெரியும்?' என்று நான் அவனிடம் கேட்டேன். 'அதைக் கேட்ட உடனே நமாஸ் செய்யற நேரம்னு தெரிய, அவருக்கு அது மனப்பாடமா தெரியுமா என்ன?' என்றேன்.

'நல்ல கேள்வி. அந்த சமயத்தில அவருக்கு அது முவாஜ்ஜின் அழைப்புன்னு தெரியாது.' அக்மல் ஒரு நிமிட நேரம் நிலவைப் பார்த்து கிட்டத்தட்ட புன்னகைத்தான். 'அவரு பூமிக்குத் திரும்பி வந்து ஒரு மசூதிக்கு பக்கத்தில நடந்து போயிட்டு இருந்தபோது அதை மறுபடியும் கேட்டார். அந்தப் பக்கமா போயிட்டு இருந்த ஒருத்தர்கிட்ட அது என்ன ஓசைன்னு கேட்டாரு, அதுக்கு அவரு அது என்னன்னு சொன்னாரு. அன்னிக்கே அவரு இஸ்லாமியரா மாறிட்டாரு, அடுத்த வெள்ளிக்கிழமை அவரு ஜும்மாவுல கலந்துகிட்டாரு. அங்க கூடி இருந்தவங்களிடம் அவர் என்ன சொன்னாரு தெரியுமா? முவாஜ்ஜின் அழைப்புதான் தனக்கு தன் இலக்கை முடிச்சு வைக்கற துணிச்சலை கொடுத்துதுன்னு சொன்னாரு. இது சின்ன விஷயம் இல்லை, ரஸியா.'

நிலவு பேரமைதியுடன் இருக்க, அந்த அமைதியில் நனைந்து நீல் ஆர்ம்ஸ்ட்ராங் தன் கவசத்துடன் தள்ளாடி நடந்து கீழே விழுகிறார். ஒரு நிழலுருவமாக, தன் கைகள் சிறகடிக்க, கால்கள் நட்சத்திரம்

அனீஸ் சலீம் | 155

பதித்த வானில் துடுப்புப் போலச் செல்ல, வெப்பமண்டலத்தில் இருக்கும் ஒரு நகரை நோக்கிக் கீழே வேகமாக விழுபவரை, ரயில்நிலையக் கட்டிடத்திற்குப் பின்னால் இருக்கும் ஓர் ஆலமரம் தன் கிளைகளால் அவரை ஏந்தி மேற்கொண்டு விழாமல் தடுக்கிறது. அங்கே அவர் தலைகீழாகத் தொங்கியவாறு அசட்டுச் சிரிப்புடன் உள்ளூர் மக்களிடம் தன் கவசத்திற்குள் குமிழ்கள் தோன்ற, 'நான் எங்க இருக்கேன்? நான் யாரு?' என்று கேட்பதாக நான் கற்பனை செய்துகொண்டேன்.

'நீல் ஆர்ம்ஸ்ட்ராங் ஒரு இஸ்லாமியரா?' என்று முழு நிலவை நம்பவே முடியாமல் பார்த்தவாறு ரஸியா கேட்டாள். 'எனக்கு அது தெரியாது. அவரோட புதுப் பெயர் என்ன?'

'அக்மல் லெக்ஸ்ட்ராங்,' என்றேன் நான். அடுத்த சில நிமிடங்களுக்கு நாங்கள் சிரித்துக்கொண்டிருந்தோம். தோற்பதே பிழைப்பாகக் கொண்ட அக்மல், தான் எரிய வைத்த பல்புகளைப் பார்த்தவாறு அமர்ந்திருந்தான். ஒரு ரயில் பங்களாவைக் கடந்தது, அந்த சத்தத்தைப் பயன்படுத்தி ரஸியா என்னை நோக்கிக் குனிந்து காதில், 'தயவுபண்ணி அக்மல் அண்ணா கிட்டருந்து என்னை காப்பாத்துங்க,' என்று கிசுகிசுத்தாள்.

கடைசியாக எல்லாரும் குட்டித் தூக்கம் போடலாம் என்று முடிவு செய்த போது, பங்களாவில் திடீரென்று தலையணைகள், தரைவிரிப்புகள், மெத்தைகளுக்குப் பஞ்சம் வந்துவிட்டது. நெருங்கிய சொந்தங்கள் மெத்தைகளிலும், தூரத்து சொந்தங்கள் தரையில் போடப்பட்ட விரிப்புகளிலும் தூங்க, ரஸியாவும் பெண்கள் கும்பலும் என் அறையை எடுத்துக் கொண்டனர். தற்காலிக வேலையாட்கள் போர்ட்டிகோவிலும், ரஷீத் சிம்னி அருகில் மல்லிக்கொடிகளுக்கு அடியிலும் தூங்கினார்கள்.

தேனிலவு முடியும்வரை நல்ல தூக்கம் கிடைக்காது என்பதால், இப்போதே தூங்கிவிடு என்று வேடிக்கையாக அறிவுறுத்தப்பட்ட ஜசிரா, பாட்டியின் அறையைப் பகிர்ந்துகொண்டாள். உதடுகளில் புன்னகையுடனும், கைகளில் பாதிவரை இடப்பட்ட மருதாணியுடனும் போர்வை இல்லாமல் தூங்கினாள். பாட்டி, பல ஆண்டுகளுக்கு முன்பு லண்டனில் இருக்கும் தன் மகன் அனுப்பிய நேர்த்தியான போர்வையை போர்த்தியவாறு தூங்கினாள். ஆண்டுக்கு இருமுறை துவைக்கப்பட்டிருந்தாலும் இப்போதும் அதில் லண்டன் வாசனை இருந்தது. மார்பில் குறுக்கே கைகளைக் கட்டியவாறு, விரல்கள் ஒன்றோடு ஒன்று பின்னிப்பிணைந்து

படுத்திருக்க, தலையை வெட்டும் கருவியைப் போல் இருந்தது அவர் கழுத்தைச் சுற்றியிருந்த சாம்பல் நிற குஞ்சங்கள். அக்மல், மூன்று இரும்பு நாற்காலிகளில் தன் உடலை பரப்பியவாறு மெழுகு நாவல் மரத்துக்குப் பக்கத்தில் படுத்திருந்தான்.

தோட்டத்தைத் தாண்டி இருந்த என் அறையின் ஜன்னலைப் பார்த்தவாறு அங்கு போடப்பட்டிருந்த மரப்படுகைகளின் மீது சந்தீப்புக்குப் பக்கத்தில் படுத்துறங்குவது எனக்குக் கடினமாக இருந்தது. அவன் ஒரு சிறிய பம்ப் போல குறட்டைவிட்டான், ஒவ்வொரு குறட்டையும் வேகமாக உறிஞ்சும் ஓசையுடன் முடிந்து அடுத்தது பெரிய உறுமலுடன் தொடங்கியது.

மாலை முழுவதும் ஜாவி மற்றும் சுஹாதா அத்தை பற்றி நினைக்க முடியாத அளவு மும்முரமாக இருந்தேன். இப்போது நிலவொளியில் நனைந்து வானம் சூரிய உதயத்திற்காகத் தயாராவதுபோல தோற்றமளிப்பதைப் பார்த்தவாறு என் மாமா மற்றும் அத்தை பற்றி யோசித்தேன். ஜாவி ஏன் சுஹாதா அத்தைக்கு தற்கொலைக் கடிதம் அனுப்பினார்? அவர்கள் இருவரும் காதலித்திருப்பதற்கு வாய்ப்புள்ளதா? ஜாவியின் டைரியைப் பார்த்து அவர் ஏன் கண்ணீர் விட்டார்? காதல் தோல்விதான் ஜாவியை சுரங்கத்திற்குப் போகத் தூண்டியதா?

ஒரு சரக்கு ரயில் எங்களைக் கடந்து சுரங்கத்திற்குள் கிறீச் என்ற ஒலியுடன் சென்றது. அதன் சிகப்புப் பின்விளக்கு நிலவொளி ஊடுருவ முடியாத சுரங்கத்தின் ஆழத்தில் மங்கலாக ஒளிர்ந்தது.

சுமார் ஒரு மணி நேரம் கழித்து என் அறை ஜன்னலில் வெளிச்சம் தெரிந்தது. ரஸியா ஜன்னலின் கம்பியில் நெற்றியை அழுத்தி நின்றவாறு தோட்டத்தைப் பார்த்துக்கொண்டிருந்தாள். நான் அவளைப் பார்த்துக் கையசைத்தேன், ஆனால் அவள் தோட்டத்திலிருந்து தன் பார்வையை ரயில்நிலைய கட்டிடத்திற்கு மாற்றினாள். திடீரென்று வீசிய காற்றால் அவள் தலைமுடி அசைந்தது. பிறகு அவள் சென்றுவிட ஜன்னல் மீண்டும் இருட்டானது.

கண்களை மூடியது எனக்கு நினைவில்லை, ஆனால் கண்களைத் திறந்தபோது என் அருகில் சந்தீப் இல்லை. ரயில்சாலைக்கு வெகு அருகில் நான் இருந்தது எனக்குள் எச்சரிக்கையை ஏற்படுத்தியது; ரயில் தண்டவாளத்தை விட்டு நழுவி மரப் படுகைகளில் மோதினால் நான் உடனடியாக இறந்துவிட ஐசிராவின் திருமணம் தள்ளி வைக்கப்படும். எல்லாம் நல்லபடியாக நடக்க கடைசி நிமிடத்தில்

ஏதோ ஒன்று மோசமாக நிகழ்ந்து தன் திருமணம் ரத்தாகிவிடும் என்று நினைத்துதான் அதிகம் பயப்படுவதாக அவளே கூறினாள். நான் மரப்படுகையிலிருந்து சரிந்து தோட்டத்திற்குச் சென்றேன். அக்மல்தான் எவ்வளவு பொறுப்பில்லாமல் இருக்கிறான்; வாயை அகலமாகத் திறந்துகொண்டு நன்றாகப் பழுத்த நாவல் பழக் கொத்துகளுக்குக் கீழே தூங்குகிறான். ஒருவேளை நன்றாகக் காற்றடித்து நாவற்பழம் நேராக அவன் வாய்க்குள் விழுந்து, அவன் எழுந்து அமர்ந்து தன் கடைசி பிரார்த்தனையை சொல்வதற்கு முன்பே மூச்சுத் திணறி இறந்தால் என்ன செய்வது? பிறகு ஜசிராவின் திருமணம் குறைந்தபட்சம் அக்மல் இறந்து ஆறு மாதங்கள் வரையிலாவது தள்ளிப் போடப்படும். என்னை பயமுறுத்திய அந்தக் கொத்துப் பழங்களைப் பிய்த்துத் தூக்கி எறிந்தேன்.

திடீரென்று அந்த ஒட்டுமொத்த இடமும் ஒருசில நிமிடங்களுக்கு முன் நான் யோசித்திராத ஆபத்துகள் நிறைந்தவையாகத் தோன்றியது. சந்தீப் அங்கு இல்லாதது அதற்கான இன்னொரு சாத்தியமாகப் பட்டது: அவன் தேர்வுகளில் மீண்டும் தோற்றுவிட்டதால் ஓடிப்போக முடிவு செய்திருக்கலாம். அவன் பங்களாவிற்கு வந்ததே பாட்டியின் அறைக்குள் யாருக்கும் தெரியாமல் நுழைந்து தொலைக்காட்சிப் பெட்டிக்கு அருகே உள்ள அலமாரியில் வைக்கப்பட்டிருக்கும் நூற்றியோரு சவரன் நகையைத் திருடிக்கொண்டு ஓடுவதற்காக இருக்கலாம். 4.30 மணிக்கு வரும் ஹைதராபாத் மெயிலை பிடித்தால், ஜசிரா எழுந்து கண்ணாடிக்கு முன் நின்றவாறு யாராவது அங்கு இல்லாத நகையைத் தனக்குப் போட்டு விடுவார்கள் என்று காத்திருக்கும் நேரம் அவன் நூற்றுக்கணக்கான மைல் தொலைவைக் கடந்திருப்பான். அப்போது அவள் திருமணம் ரத்தாகிவிடும்; தள்ளிப்போகாது. நான் பங்களாவுக்குள் புயல்போல் நுழைந்து, ஆங்காங்கே தரையில் படுத்திருந்த விருந்தினரைத் தொந்தரவு செய்யாமல் எச்சரிக்கையோடு நடந்தேன். பாட்டியின் அறை பாதி திறந்திருக்க அங்கிருந்து ஆப்பு வடிவிலான வெளிச்சம் ஹாலில் விழுந்தது. உள்ளே எட்டிப் பார்த்தேன். அம்மா கவனமாக பாட்டியின் விரல்களை அவர் மார்பிலிருந்து பிரித்துக்கொண்டிருந்தாள். பின்னர் சேர்ந்திருந்த அவருடைய கைகளைப் பிரித்து போர்வையை எடுத்து அதை ஜசிராவுக்குப் போர்த்தினார். அவர் கண்களில் கனிவு நிறைந்திருந்தது, பாட்டி ஆழ்ந்த தூக்கத்தில் முணுமுணுத்தார்.

‘உனக்கு என்ன வேணும் அமர்?’ கதவைத் திறந்த சத்தம் கேட்டு என்னைப் பார்த்த அம்மா கேட்டார்.

'டார்ச்,' என்றேன்.

சந்தீப் எங்கே போய்விட்டான்? துடிக்கும் இதயத்துடன் அவனைத் தேடினேன். என் உறவுக்காரப் பெண்களில் யாரையாவது அவன் பலாத்காரம் செய்து அவள் இறந்தால், ஐசிராவின் திருமணம் ரத்தாகாமல் தள்ளிப்போகும். படிகளில் ஏறி எச்சரிக்கையுடன் என் அறைக்கதவைத் திறக்க முயற்சி செய்தேன். அது தாழ்ப்பாள் இடப்பட்டிருந்தது. படிகளில் பாதி இறங்கிய நிலையில் நேற்றிரவு ரஷீத், அக்மலை என்ன செய்தார் என்பது நினைவிற்கு வந்தது. இன்னொரு மோசமான சாத்தியம்! அந்த சமையல்காரர் என் நண்பனை பலாத்காரம் செய்திருந்தால் - நேற்று இரவு ஏமாற்றத்தை சமன் செய்யும் வகையில் நிச்சயமாக அது மிகவும் கொடூரமாகத்தான் இருக்கும் என்பது எனக்கு உறுதியாகத் தெரிந்தது, ஆனால் அதற்காக திருமணம் ரத்தாகும் வாய்ப்பு குறைவுதான். சத்தம் எழுப்பாமல் சிம்னி அருகில் சென்று ரஷீத் மீது டார்ச் அடித்தேன். அந்த சமையல்காரர் விவரிக்க முடியாத அளவு தேவதை போலிருந்தார், அவர் தலையணையில் மல்லிகைப்பூக்கள் உதிர்ந்திருக்க, அதில் மூன்று பூக்கள் சரியாக அவரது வழுக்கைத் தலைக்கு மேல் மலர்வட்டம் போல இருந்தன.

ஆனால் இப்போதே நிம்மதிப் பெருமூச்சு விட்டுவிட முடியாது. காலை விடிவதற்கு முன், அவன் அம்மா திருமணத்தில் கலந்துகொள்ள வருவதற்கு முன் நான் சந்தீப்பைக் கண்டுபிடித்தாக வேண்டும். தற்காலிக வேலையாட்கள் தூங்கும் போர்ட்டிகோவில், வீட்டிற்குப் பின்புறம், மாட்டுக்கொட்டகையில்கூடத் தேடினேன். பின்னர் வீடு முழுவதும் அவனைத் தேடிக்கொண்டிருக்கும்போது அவன் திரும்பி இருக்கலாம் என்ற நம்பிக்கையில் மரப்படுகைகள் அடுக்கி வைக்கப்பட்ட சிக்னல் போஸ்ட்டுக்குத் திரும்பினேன். அவன் அங்கு இல்லை. ரயில்சாலையில் பார்த்தேன். சுரங்கம், அவன் அதற்குள் சென்றுவிட்டானா? ஜாவி அதன் ஆழத்தில் அமர்ந்து ஓர் இனிய பாடலால் என்னைக் கவர முயற்சி செய்ய அது ஒருவேளை தவறான காதுகளில் விழுந்திருக்கலாம் என்பதைத் தவிர அவன் இரவின் அந்த நேரத்தில் ஏன் அங்கே போகப் போகிறான் என்பதற்கான காரணத்தை என்னால் யோசிக்க முடியவில்லை. அக்மலை உலுக்கி எழுப்பலாம் என்று நினைத்துக் கொண்டிருந்தபோது, நான் பார்க்காமல் விட்ட ஓர் இடம் நினைவுக்கு வந்தது. வீட்டிற்குப் பின்னால் புளிய மரத்தடியில் இருந்த தற்காலிக சமையலறைக்குச் சென்றேன்.

சமையலறையில் டார்ச் அடித்தேன். அவன் அங்கு இருந்தான்!

நிர்வாணமாக, முழுந்தாளிட்டபடி இருந்தான். அவன் கைகள் பெரிய பித்தளைப் பாத்திரத்தின் விளிம்பை அழுத்திக்கொண்டிருந்தன. டார்ச் வெளிச்சத்தைக் கீழே பாய்ச்ச, திருமதி மண்டேலா கண்களை மறைத்துக்கொண்டாள். அவருடைய உடற்பகுதி பாத்திரத்தின் குறுக்கே கிடக்க, தலை ஒரு முனையிலும் கால்கள் இன்னொரு முனையிலும் நீட்டிக்கொண்டு தெரிந்தன.

அவன் பிட்டத்தில் நான் டார்ச் அடித்தபோது, 'இங்கருந்து போடா,' என்று சந்தீப் உறுமினான்.

தோல் உரிக்கப்பட்ட தங்கள் உடல்கள் புளிய மரக் கிளைகளிலிருந்து தொங்குவதைப் பார்த்தபடி பின்பக்க சுவற்றில் ஆடுகளின் தலைகள் வரிசையாக இருந்தன. ரயில்வே கட்டிடத்திற்கு மேல் இன்னமும் நிலா இருந்த நிலையில் கசாப்புகாரர்கள் வந்துவிட்டனர். வானம் நிறம் மாறுவதற்கு இன்னமும் சுமார் ஒரு மணி நேரம் போல இருந்தது. தற்காலிக சமையலறையில், அடுப்புகளில் பெரும் தீயின் நாக்குகள் பித்தளைப் பாத்திரங்களின் அடிபாகத்தை சூடேற்றின; திருமதி மண்டேலா மீண்டும் வெங்காயங்கள் நறுக்கத் தொடங்கிவிட்டார், அவர் உதடுகளின் ஓரத்தில் ஒரு நெருப்புக்குச்சித் தொங்கியது, கண்களில் நீர் வழிந்தது.

பங்களாவுக்குள் ஜசிரா, என் ஒன்றுவிட்ட சகோதரிகளின் படைக்கு இடையே, செயின்களாகவும், டாலர்களாகவும், வளையல்களாகவும், காதணிகளாகவும்,கொலுசுகளாகவும் மாற்றப்பட்டிருந்த நூற்றியோரு சவரன் தங்கத்தை அணிந்தபடி அமர்ந்திருந்தாள். பெண்கள் அவளை கேலி செய்துவிட்டு உரத்த குரலில் சிரித்தனர்; ஜசிராவின் கண்கள் போலி கோபத்தில் விரிந்தன.

நண்பகலில் நான் டாக்டர் இப்ராகிமை போர்ட்டிகோவில் பார்த்தேன்; அவர் போட்டிருந்த வெள்ளைச் சட்டை ஒரு பல் டாக்டரின் கோட் போல இருந்தது. தன் கைகளை மார்பில் கட்டியவாறு நின்றிருப்பதைப் பார்க்க கோல்கேட் விளம்பரத்தில் வரும் டாக்டர்களில் ஒருவர் போலத் தோன்றினார். அவர் சுஹாரா அத்தையிடம் பேசிக்கொண்டிருந்தார். ஆசிஃப், தன் அப்பாவின் அருகில் கூச்சப் புன்னகையுடன் நின்றிருந்தான், ரஸியா தன் அம்மாவுக்குப் பின்னால் வெட்கப்பட்டுக்கொண்டு நின்றிருந்தாள்.

திடீரென்று நான் திகிலடைந்து போய் அங்கேயே சுற்றி வர முடிவு செய்தேன்.

'இவனும் மருத்துவம் படிக்கணும்னு விரும்பறான்,' என்று டாக்டர் இப்ராகிம் சொல்லிக்கொண்டிருந்தார்.

'ஏன் கூடாதுன்னு நான் நினைச்சேன், ஒருநாள் என் தொழிலை அவன் எடுத்து நடத்தலாமே. வேற யார் என் கிளினிக்கை நடத்த முடியும்?'

'நிச்சயமா அவன் நடத்துவான்,' என்று கூறிய சுஹாசுதா அத்தை அவன் முதுகில் தட்டிக்கொடுத்தார்.

'ஆனா ஆசிஃப் சயின்ஸ்ல உன்னால எண்பத்து அஞ்சு பர்சண்டேஜ் எடுக்க முடியுமா? அப்பதான் உன்னை மெடிகல் காலேஜ்ல சேர்த்துப்பாங்க,' என்று டாக்டர் இப்ராகிம் ஆசிஃபிடம், என்னமோ இதுவரையில் இது குறித்து விவாதித்ததே இல்லை என்பது போல கேட்டார்.

ஆசிஃப் கூச்சத்துடன், 'கண்டிப்பா தொண்ணுத்து அஞ்சுக்கு குறைவா வராதுப்பா,' என்றான்.

'என் மகளும் மருத்துவம் படிக்கணும்னு நினைச்சிட்டு இருக்கா,' என்று சுஹாசுதா அத்தை பெருமிதமாகக் கூறினார், ஆனால் இதைக் கேட்டு ரஸியா அதிர்ச்சியடைந்தது போலத் தோன்றியது. 'பேபி, எப்பவும் என் பின்னால ஒளிஞ்சிக்கறதை நிறுத்து. முன்னாடி வா, அங்கிள் உன்னை பாக்கட்டும்,' என்றார்.

தன் செருப்பை ரசித்தவாறே, ரஸியா அம்மாவுக்கு பின்னாலிருந்து முன்னால் வந்து கை விரல்களை வயிற்றுக்கருகில் கோர்த்தவாறு நின்றாள்.

'இது யாரு, மிஸ். இந்தியாவா?' என்று உற்சாகமாகக் கூறியவாறே டாக்டர் இப்ராகிம் ரஸியாவை தலையில் லேசாகத் தட்டினார். அழகான பெண்களைத் தொடும் வாய்ப்பை இவரால் கட்டுப்படுத்த முடியாது என்று நான் சொன்னேனே?

'சுஹாசுதா, உன் மக ரொம்ப அழகா இருக்கா. அவ டாக்டராகவும் விரும்பறா. டபுள் அட்வாண்டேஜ்தான்.'

ஆசிஃப் என் கசினை சட்டென்று நிமிர்ந்து பார்த்துவிட்டு உடனடியாகத் தலையைத் திருப்பிக்கொண்டான். அவள் அழகை நன்றாகப் பார்க்கும் தைரியம் அவனுக்கு இல்லை என்று தெரிந்தது.

‘மகளே, நீ எந்த காலேஜ்ல படிக்கறே?’ என்று டாக்டர் இப்ராகிம் அவளைக் கேட்டார்.

‘நான் இன்னமும் ஸ்கூல்லதான் படிக்கறேன் அங்கிள்,’ என்று குற்ற உணர்வுடன் ரஸியா கூறினாள். ‘அடுத்த வருஷம்தான் காலேஜ்ல சேரப்போறேன்.’

‘நல்லது,’ என்ற டாக்டர் இப்ராகிம் முக்கியத்துவம் வாய்ந்த தன் தலையை ஆட்டினார். ‘இப்பவே மெடிகல் பத்தி கனவு கண்டுட்டு இருக்க... நல்ல தொலைநோக்கோடதான் இருக்க,’ என்றார்.

‘பேபி,’ என்றழைத்த சுஹாஷா அத்தை ரஸியாவிடம், ‘அங்கிளோட போன் நம்பரை வாங்கிக்க. உனக்கு சயின்ஸ்ல சந்தேகம் வரும்போது அம்மாவ தொல்லைபடுத்த தேவையில்லை. ஆசிஃப கூப்பிட்டு கேட்டா, அவன் உனக்கு சொல்லித்தருவான். உன் நம்பரையும் ஆசிஃப்கிட்ட கொடு, அப்போதான் அவன் வீட்டுல இல்லேன்னாகூட அவன் திரும்பி வந்த பிறகு உன்னை கூப்பிட்டு பேசுவான்,’ என்றார்.

தொலைபேசி எண்கள் பரிமாறிக்கொள்ளப்பட்டனவா என்பது எனக்குத் தெரியாது, காரணம் சையத் சித்தப்பாவின் குரல். பங்களா என்னவோ சிறை போலவும் அவர் அதற்குக் கண்காணிப்பாளர் போலவும், ஒரு கைதியான நான் அவரது புழக்கடையில் வெட்டியாக நின்று கொண்டிருப்பது போலவும் அவர் குரல் உரத்து ஒலித்தது. ‘அமர், மரம் மாதிரி அங்க நின்னுகிட்டு பேசறவங்க வாயை பாத்துட்டு இருக்காதே. போ, போய் விருந்தாளிங்களுக்கு டீ கொண்டுவா,’ என்றார். அந்த நால்வரும் என்னைத் திரும்பிப் பார்த்தனர், ஆனால் டாக்டர் இப்ராகிம் மட்டுமே என்னை அனுதாபப் புன்னகையுடன் பார்த்தார்.

வீட்டை ஒட்டியிருந்த தற்காலிக சமையலறையை நோக்கிச் சென்றேன், என் தலை சுற்றுவது போல உணர்ந்தேன். மரத்தைப் பற்றிக் கொள்ளவோ அல்லது உட்காரவோ முடிவதற்கு முன் எல்லாமே இருண்டன. நான் புதிய விஷயங்களைப் பார்க்கத் தொடங்கினேன்.

ரயில் தண்டவாளங்களில் நிலவு வெளிச்சம் பளிச்சிட அங்கே சந்தீப் சுரங்கத்தை நோக்கி வேகமாக வந்தான். பல நாட்களுக்கு முன் டாக்டர் இப்ராகிம் தன் பூனையை அழைத்தது போலவே என் பெயரைச் சொல்லி அழைத்தான். ‘அமர் நீ இங்க என்ன பண்ணறே?’ என்று இருட்டில் என்னைக் கேட்டான். ‘நான் எழுந்து

பார்த்தப்போ நீ அங்க இல்லை. அப்போ நீ சுரங்கத்துக்குள்ள நடந்து போறதை நான் பார்த்தேன். உனக்கு என்னாச்சு? உன் முகத்தையே என்னால பார்க்க முடியல,' என்றான். என்னைப் போலவே இருந்த ஓர் இளைஞர் கார் இருளிலிருந்து வெளியேறி லேசாகத் தெரிந்த நிலவொளிக்குக் கீழ் வந்தார். சந்தீப் திகிலடைந்து போய் பின்னுக்கு நகர்ந்தான். 'அமர், உனக்கு என்னாச்சு? நீ வேற மாதிரி இருக்கியே. திடீர்னு வயசாயிட்டா மாதிரி தெரியறே.'

'என் பேரு அமர் இல்லை,' என்றார் ஜாவி. 'அமர், அந்த வீட்டுல அரை மணி நேரத்துக்கு முன்னாடிதான் பொறந்தான்.' அவர் விரல் சுரங்கத்துக்கு வெளியே, பண்டைய சைகை மொழியில், மண் பாதையின் ஓரத்தில் இருந்த வீட்டைக் காட்டியது. கதவருகில் ஒரே ஒரு விளக்கு மங்கலாக எரிந்தது; அது மட்டும் ஆடாமல் இருந்திருந்தால் சந்தீப் அதை ஒரு மின்மினிப் பூச்சி என்று எண்ணியிருப்பான். 'கொஞ்ச நேரத்துக்கு முன்னாடி நீயும் நானும் அங்கதான் இருந்தோம், அமர்,' என்று ஒரு சின்ன சிரிப்புடன் ஜாவியை நோக்கித் திரும்பினான், ஆனால் அவனைத் தவிர அந்த சுரங்கத்தில் யாருமே இல்லை.

வானத்திலிருந்து எப்படி திடீரென்று வெளிச்சம் காணாமல் போனதோ அதே போல அது மீண்டும் வந்துவிட்டது; மரவள்ளிச் செடிகளின் இலைகளின் ஊடாக கடுமையான சூரிய வெளிச்சம் பாய்ந்து வந்தது. விறகு வைக்கும் கொட்டகையில் நான் மல்லாக்கப் படுத்திருக்க என்னைச் சுற்றிலும் நிறைய பேர் கவலையுடன் பார்த்துக்கொண்டிருந்ததைக் கண்டேன். ஒவ்வொருவரையாகப் பார்த்து அவர்களை அடையாளம் கண்டுகொண்டேன்: திருமதி மண்டேலா, சமையல்காரர் ரஷீத், சந்தீப், இறைச்சி வெட்டுபவர், இரண்டு சமையல் உதவியாளர்கள், என் உறவினர்கள் மூவர், அதோடு என்னருகில் முழந்தாளிட்டபடி தண்ணீர் டம்ளருடன் டாக்டர் இப்ராகிமும் இருந்தார்.

'என்னாச்சு?' என்ற கேட்டபடி புறங்கையால் முகத்தில் வழிந்த நீரைத் துடைத்துக்கொண்டேன்.

'நீ மயக்கம் போட்டு விழுந்துட்டே, இப்போ ஒன்னுமில்லை. நல்லா இருக்கே,' என்று டாக்டர் இப்ராகிம் சொன்னார்.

நான் எழுந்துகொள்ள முயற்சி செய்தேன், ஆனால் டாக்டர் இப்ராகிம் என் மார்பில் கைவைத்து, 'ஒரு நிமிஷம் அப்படியே படு, மயக்கம் போகட்டும்,' என்றார். படுத்தவாறே, ஈகைப் பெருநாள்

அன்று அம்மா மயக்கம் போட்டு விழுந்தபோது நான் டாக்டர் இப்ராகிம் வீட்டிற்கு ஓடியதை நினைத்துப் பார்த்தேன்.

தன் கடிகாரத்தைப் பார்த்தபடி, 'உன்னால எங்க எல்லாரையும் பாக்க முடியுதா?' என்று கேட்டார்.

மண் பாதையிலிருந்து வந்த பட்டாசுகள் வெடிக்கும் சத்தம் புழக்கடை வரை கேட்டது; ஒரு வாடகை மெர்சிடிஸ் பென்ஸ் காரில் பேராசிரியர் நஸீர் வருகிறார், அக்மல் அவருக்கு மாலைபோடப்போகிறான்; ஒரு வாரத்திற்குப் பிறகு வந்த ஒரு பெரிய ஆல்பத்தில் கருப்பு அட்டைப் பக்கங்களில் ஒட்டப்பட்ட புகைப்படங்களைப் பார்த்து நான் இந்த விவரங்களைத் தெரிந்துகொண்டேன். தற்போது, நான் டாக்டர் இப்ராகிமைப் பார்த்து, அவர்கள் ஒவ்வொருவரையும் தெளிவாகப் பார்க்கவும், அவர்கள் பேசுவதைக் கேட்கவும் முடிகிறது என்பதை உறுதி செய்யும் வகையில் தலையசைத்தேன்.

'இது எத்தனை விரல்கள்?' அவர் கையை மேலே தூக்கியவாறு காட்டியதில் இரண்டு விரல்கள் தெரிந்தன. அவர் அணிந்திருந்த மோதிரத்தில் திருமதி இப்ராகிமின் பெயர் பொறிக்கப்பட்டிருந்தது கூட எனக்குத் தெரிந்தது.

'ரெண்டு,' என்றேன் நான்.

அங்கிருந்தவர்கள் ஒருவரை ஒருவர் பார்த்துக்கொண்டனர். 'இந்தப் பையனோட கண்ணுல ஏதோ பிரச்சினை,' என்று சமையற்காரர் ரஷீத் கூறினார். பிறகுதான் நான் மூன்றாவது விரலைப் பார்த்தேன். கடுமையான நண்பகல் வெய்யிலில் தன் விரல்களை அவர் நீட்டியிருந்த விதத்தால் அது முதலில் தெரியவில்லை. 'மூன்று,' என்றேன்.

'அவனுக்கு மறுபடியும் பார்வை சரியாயிட்டு வருது,' என்று திருமதி மண்டேலா, தலையையும் காதணிகளையும் ஆட்டியவாறு சந்தீப்பிடம் கூறினார்.

நான் மீண்டும் எழுந்திருக்க முயற்சி செய்தேன், ஆனால் டாக்டர் இப்ராகிம் என்னை அனுமதிக்கவில்லை. 'என்ன அவசரம்?' உன்கிட்ட சில கேள்விகள் கேக்கறேன். கீழ விழுந்தபோது உன் தலை எது மேலயும் மோதலன்னு உறுதி செஞ்சுக்கத்தான்,' என்றார்.

நான் தயக்கத்துடன் ஒப்புக்கொண்டு தலையசைத்தேன்.

‘உன் பேர் என்ன?’

‘அமர்,’ என்றேன். பிறகு உண்மையில் என் பெயர் அக்மலோ என்று யோசித்தேன்.

‘முழு பெயரைச் சொல்லு.’

‘அமர் ஹம்சா.’

‘அது ஒரு சுலபமான கேள்வி. செத்தப் பொணம்கூட பதில் சொல்லிரும்,’ முன்பக்க சட்டையில் ரத்தம் தெறித்துக் கறையாகியிருந்த கசாப்புகாரர்களில் ஒருவர் சொன்னார்..

‘அவனை கஷ்டமான கேள்விகள் கேளுங்க.’

கசாப்புக்காரரின் குறுக்கீடு பிடிக்கவில்லை என்றாலும் டாக்டர் இப்ராகிம் சிறிது நேரம் யோசித்தபடி நெற்றிப்பொட்டை விரலால் தட்டிக் கொண்டார்.

‘இப்போ டாக்டருக்கே கேள்விங்கள ஞாபகம் வெச்சிக்கறதுல பிரச்சினை இருக்கும் போல,’ என்று சமையல்காரர் ரஷீத் சொல்ல, திருமதி மண்டேலா வாய்க்குள் சிரித்தார்.

‘சரி, இப்ப சொல்லு அமர்,’ குறும்புத்தனமாக ஏதாவது கேட்க முடிவு செய்தவர் போல புன்னகையுடன், ‘உன் வகுப்புலயே ரொம்ப நல்லா படிக்கற பையன் யாரு?’ என்று கேட்டார்.

இனியும் படுத்திருக்க முடியாமல் பொறுமையிழந்து, ‘ஜான்’ என்று கூறினேன்.

அவரது புன்னகையில் இப்போது குறும்புத்தனம் காணாமல் போய் விரைவில் அவர் முகத்திலிருந்தே அது மறைந்துவிட்டது. முற்றிலும் கவலையுடன் காணப்பட்ட அவரைக் கவனித்தபோதுதான் விரைவில் அவருடைய கவலைக்குக் காரணம் தெரிந்தது. ‘டாக்டர், ஆசிஃப் இப்போ என் கிளாஸுல இல்லை. நான் காமர்ஸ் படிக்கறேன், அவன் சயின்ஸ் படிக்கறான்,’ என்றேன்.

‘ஓஹோ!’ என்று உரத்துச்சொன்ன அவர், ‘இப்போ நீ எழுந்துக்கலாம், ஆனா அதிகமா அலையாதே, முடிஞ்சா ஓய்வெடுத்துக்க,’ என்றார்.

ரஷீதும் திருமதி மண்டேலாவும் வலுக்கட்டாயமாக என்னை தற்காலிக சமையலறையில் வெங்காய வாடை அடித்த நீண்ட

மேஜையில் படுக்க வைத்தனர். சந்தீப் என் அருகில் அமர்ந்து புகைபிடித்தான், எங்களைச் சுற்றிலும் சுறுசுறுப்பாக சமையல் வேலைகள் நடைபெற்றன. 'நேத்து ராத்திரி நீ கொஞ்சம்கூட தூங்கல. அதனாலதான் மயக்கம் போட்டு விழுந்துட்டே,' என்றான்.

'நேத்து ராத்திரி நீ சரியா தூங்கினியா?' என்று திருமதி மண்டேலாவைப் பார்த்தவாறே அவனைக் கேட்டேன்.

அவன் தன் உதடுகளுக்கு இடையே ஒரு நெருப்புக்குச்சியை வைத்து, ஒரு விரலால் கற்பனை வெங்காயத்தை வெட்டத்தொடங்கினான். 'அவங்களுக்கு அந்த முடி அலங்காரம் எப்படி வந்துதுன்னு தெரியுமா? போலீஸ் ஸ்டேஷன்லருந்து. நேத்து ராத்திரிதான் இத நான் தெரிஞ்சுகிட்டேன்,' என்றான்.

நாங்கள் கமுக்கமாகச் சிரிப்பதைக் கேட்டு, அவர் எங்களை நிமிர்ந்து பார்த்தார். கத்தியைக் காற்றில் அசைத்தவாறு எங்கள் இருவரையும் பார்த்து 'அதை' வெட்டிவிடுவேன் என்று சைகை காட்டினார். ஆனால் அவரும் சிரித்துக்கொண்டிருந்தார்.

பங்களாவுக்கு துரதிர்ஷ்டம் வருவதைவிட மிகவும் குறைவான தடவையே வரும் தபால்காரர் இப்போது வாயிற்படியில் நின்றவாறு கம்பிகளுக்கு இடையே எட்டிப் பார்த்தார். தோட்டத்தில் காய்ந்த இலைகளைப் பெருக்கி மெழுகு நாவல் மரத்தருகில் குவித்துக்கொண்டிருந்த அம்மா அவருக்கு முதுகு காட்டியபடி இருந்தார். எனக்கு சுஹாஷ்தா அத்தை கடிதம் அனுப்புவதாக வாக்கு கொடுத்தது நினைவுக்கு வரவும் படிகளில் குதித்து இறங்கி ஹால் வழியாகப் பாய்ந்து ஓடினேன். அம்மா, ஜாவியின் இரண்டாவது தற்கொலைக் குறிப்பை அது எழுதப்பட்டு பல ஆண்டுகளுக்கு பிறகு படிப்பதை நினைத்துப் பார்த்து என் முதுகுத்தண்டு சில்லிட்டது.

ஆனால் தாமதமாகிவிட்டது. தபால்காரர் தபாலைக் கொடுத்துவிட்டுச் சென்றிருக்க, அம்மா காற்றாலை பனைமரத்தடியில் அதன் இலைகள் நிழல் கோடுகளாக விழுந்த ஒரு ரோஜாநிற உறை ஒன்றை வைத்துக்கொண்டு நின்றிருந்தார். மூச்சிரைத்தபடி, 'அது எனக்கு வந்திருக்கு,' என்று உறையை வாங்க கையை நீட்டினேன்.

‘உன் பேரு மிஸஸ் அஸ்மா ஹம்சாவா?’ என்று கேட்டார். ‘இது எனக்கு வந்திருக்கு, என் தம்பிகிட்டேயிருந்து,’ என்றார்.

‘எந்தத் தம்பி?’ என்று பைத்தியக்காரத்தனமாக கேட்டேன்.

‘எந்தத் தம்பியா?’ என்று திருப்பிக்கேட்டார். ‘எனக்கு இப்போ எவ்ளோ சகோதரங்க இருக்காங்க சொல்லு? இது காசிம்கிட்டருந்து வந்திருக்கு.’ அந்த உறையை அவர் என் பக்கமாகத் திருப்பியபோது, அதன் தபால் குறியீடு சூரிய ஒளியில் பளபளப்பது போலத் தோன்றியது. காசிம் மாமாவின் கையெழுத்து பெரிதாக, சிறுபிள்ளைத்தனமாக - பெரும்பாலும் ஜாவியுடையதைப்போல - கருப்பு மையால் எழுதப்பட்டிருந்தது.

அம்மா போர்ட்டிகோ படிகளில் அமர்ந்து கடிதத்தைத் திறக்கத் தயாரானார். ‘நீ ஏன் இந்தப் பக்கமே சுத்திட்டு இருக்கே? பெரியவங்களுக்கு நடுவுல இருக்குற விஷயம் இந்த லெட்டர். இதுல உன் மூக்கை ஏன் நுழைக்கப் பாக்கறே?’ என்றார். பிறகு அவர் முகபாவம் மாறியது, ஒருவேளை நான் ஜசிராவின் திருமணத்தின்போது மயங்கி விழுந்ததை நினைத்துப் பார்த்திருக்கலாம். இப்போதும் முழங்கைகளில் ஏற்பட்ட காயங்கள் மீது தினமும் பர்னால் போடப்பட்டு வந்தது. கடிதத்தை என்னிடம் கொடுத்தார். ‘சரி படி. சத்தம் போட்டு படி,’ என்றார்.

கடிதத்திலிருந்து யாட்லி வாசனை வந்தது, அல்லது லண்டன் குறித்து எனக்குத் தெரிந்த ஒரே வாசனை அதுதான் என்பதால் அப்படி நான் நினைத்திருக்கலாம். கடிதம் பெவன் தெருவிலிருந்து வந்திருக்கிறது, மூன்று தபால் முத்திரைகளில் ராணியின் படம் இருந்தது. அதைக் கவனமுடன் நான் பிரித்தபோது, காசிம் மாமா ஆங்கிலேய விளக்கின் அடர்மஞ்சள் வெளிச்சத்தில் ஜன்னலுக்கு வெளியே பாலாடைக்கட்டி போல பனி விழுந்து கொண்டிருந்த சமயத்தில் எழுதுவதாகக் கற்பனை செய்து கொண்டேன். கடிதத்தின் பயணத்தைக் கற்பனை செய்தேன்; ஒரு பேப்பர் விமானத்தைப்போல அட்லாசில் புள்ளிகளாக இருக்கும் நாடுகளைக் கடந்து கண்டங்களைக் கடந்து, கடைசியாக கடுமையான ஏப்ரல் சூரிய வெப்பம் ரயில் சாலையில் பளபளப்பதைப் பார்த்தவாறு இருக்கும் பங்களாவின் போர்ட்டிகோ படிகளில் அமர்ந்தவாறு இருந்த ஒரு பெண்மணியிடம் வந்திறங்குவதாகக் கற்பனை செய்தேன்.

‘அமர், லெட்டரை திற, சும்மா உறையில விளையாடிட்டு நேரத்தை வீணடிக்காதே.’

நான் உறையைப் பிரித்து அதிலிருந்து ஒரு வெள்ளை நிற, வாட்டர்மார்க் பேப்பரை வெளிய எடுத்தேன். அதில் அழகிய கையெழுத்தில் அலங்கரிக்கப்பட்ட ஒரு பரிசுக் காசோலை, ஐசிராவுக்கு ஐந்தாயிரம் ரூபாய் வழங்குமாறு குறிப்பிட்டிருந்தது.

'இந்த காசிம் இருக்கானே,' என்று பாதி புகார் கூறுவது போலவும், பாதி பாராட்டும் குரலிலும் கூறினார். 'எனக்காக இவ்வளவு செஞ்ச பிறகும் இப்பவும் ஒரு செக் வேற அனுப்பறான். என் கூடப்பிறந்தவங்களால நான் பரம ஏழையா இருக்கறதைப் பாத்திட்டு சும்மா இருக்க முடியாது,' என்றார்.

'ஆனா இந்தப் பணம் ஐசிராவுக்கு, உங்களுக்கு இல்லை,' என்றவாறு அக்மல் அங்கு வந்து அவரருகில் அமர்ந்து கடிதத்தை எட்டிப் பார்த்தான்.

'இல்லை, இந்தப் பணம் அவளுக்கு இல்லை,' உறுதியான குரலில் அம்மா, 'நூற்றியோரு சவரன் நகை, ரெண்டு லட்சம் ரூபாய் பணம், அரை ஏக்கர் நிலம் எல்லாம் அவளுக்குக் கொடுத்திருக்கு. போதும் இனி எதுவும் ஐசிராக்குக் கிடையாது. எனக்கு மத்த பிள்ளைகளும் இருக்காங்க,' என்று கூறினார்.

'அம்மா, எனக்கு ஒரு யோசனை,' என்று அவரை நெருங்கி அமர்ந்தான். 'அடுத்த வருஷத்துக்குள்ள நான் ஒரு ரேடியோ மெக்கானிக்கா ஆகிருவேன். இந்தப் பணத்தை வெச்சு நாம சின்ன மெக்கானிக் கடைய ஏன் ஆரம்பிக்கக்கூடாது?' என்று கேட்டான்.

'இதைப் பத்தி அடுத்த வருஷம் யோசிக்கலாம்,' என்று அக்மலின் யோசனையில் ஆர்வம் இல்லை என்பதை வெளிப்படுத்தினார். 'ஒரு சாதாரண சைஸ் ஃப்ரிட்ஜ் எவ்வளவு இருக்கும், அமர்?' என்று என்னிடம் கேட்டார்.

எனக்குத் தெரியாது என்று தலையை ஆட்டினேன். அக்மல் கடுகடுப்புடன் முகத்தைத் திருப்பிக்கொண்டான்.

'நான் ஒரு யோசனை சொல்லட்டா?' என் தலையில் பிரகாசமான ஒரு பல்ப் எரிந்தது; அதன் சோகமான ஒளியில் நின்றவாறு சோஃபியா தன் நினைவாக ஏதாவது செய்ய வேண்டும் என்று கெஞ்சுவதாகப் பட்டது.

'சொல்லு,' என்ற அம்மா, 'அதைக் கேக்கறதுனால இந்த செக் ஒன்னும் மறைஞ்சு போயிடாது. சொல்லு கேப்போம்,' என்றார்.

நான் சொல்லப் போகும் யோசனையைக் கேட்டு அம்மா கவரப்படுவார் என்று எனக்குத் தோன்றியது. ஆனால் அதனால் வெள்ளை நிற கவுனணிந்த சோஃபியாவை அம்மா பார்க்க நேரலாம், அது அவரை துயரப்படுத்தி தேற்ற முடியாமல் போகலாம் என்றும் பயந்தேன். எனவே கவனமாகத் தொடங்கினேன். ‘இந்தக் பணத்தை வெச்சிகிட்டு நாம ஏன் சோஃபியாக்கு ஏதாவது செய்யக்கூடாது?’

அம்மா கண்களை மூடினார். சிறிது நேரம் கழித்து கண்களைத் திறந்து என்னை ஆழமாகப் பார்த்தார். ‘என்ன செய்யறது?’

நான் பதிலைத் தயாராக வைத்திருந்தேன். வேதனைமிகுந்த யோசனைகள் சொல்வதில் நான் கிட்டத்தட்ட மேதை. ‘நாம அவ பேர்ல ஒரு விருது வழங்கலாம். சோஃபியா நினைவு மாரத்தான் நடத்தலாம்.’

‘நல்ல யோசனைதான். ஆனா இதைவிட நல்ல விஷயம் ஒன்ன நீ சோஃபியாவுக்கு செய்யலாம்,’ என்ற அவர் ஒரு விரலை மசூதி இருக்கும் திசையில் காட்டினார். ‘ஒவ்வொரு வெள்ளிக்கிழமையும் அவ கபர்க்கு போய் ஒரு ஃபதிஹா சொல்லு. இதுக்கு உனக்கு ஒரு பைசாகூட செலவாகாது. இப்போ, லெட்டரைப் படி.’

நான் அந்தக் கடிதத்தைப் படித்து முடித்த உடனே அம்மா கண்ணீர்விட ஆரம்பித்தார். ஜசிராவின் திருமணத்தால் கிடைத்த புத்தம் புது மகிழ்ச்சி, அது பங்களாவின் சுவர்களுக்குக் கொண்டு வந்த புது பெயின்ட் எல்லாமே மறைந்தன. அதைத் தொடர்ந்து வந்த பதற்றமான வாரங்களில், அம்மா எண்ண முடியாத அளவு அந்தக் கடிதத்தை மீண்டும் மீண்டும் படித்து, மேலும் நிறைய அழுதார். அவர் மீண்டும் மீண்டும் கடிதத்தைப் படிக்கும்போதெல்லாம் மறைமுகமாக இடியைக் கேட்டாரா, லேசான மின்னலை பார்த்தாரா என்று எனக்குத் தெரியவில்லை. ஆனால் பெருமிதத்துடன் இருந்த அம்மாவிடமும் கடுகடுப்புடன் இருந்த சகோதரனிடமும் நான் அக்கடிதத்தை முதலில் படித்தபோது, எங்கள் நகரில் வேகமாகக் காற்று வீசியதைக் கேட்டேன்.

அன்புள்ள அஸ்மா அக்கா,

ஜசிரா திருமணமாகும் வயதை எட்டிவிட்டதை என்னால் நம்ப முடியவில்லை. உன்னை மாமியாராகவும் நினைத்துப் பார்க்க முடியவில்லை. நான் லண்டன் புறப்பட்டபோது அவள் கவுன் போட்டுக்கொண்டு சிறுமியாக இருந்தாள். குழந்தைகள்தான் எவ்வளவு வேகமாக வளர்கிறார்கள்! பங்களாவில் தொலைபேசி இருந்தால்,

நான் அவளை அழைத்து தனிப்பட்ட முறையில் என் ஆசிகளைத் தெரிவித்திருப்பேன். ஹம்சா அண்ணாவிடம் தொலைபேசி இணைப்பை வாங்கச் சொன்னால் நான் உன்னிடம் அவ்வப்போது பேச முடியும். இத்துடன் ஒரு காசோலை இணைத்துள்ளேன். பெரிய தொகையில்லை. இதை நீ அவளிடம் கொடுக்கும்போது, ஒரு மனைவியாக அவள் தன் கடமைகளைச் செய்ய காசிம் மாமா ஆசி வழங்கியதாகக் கூறு.

'அதை சொல்லுவேன்,' என்று குறுக்கிட்ட அம்மா, 'ஆனா பணம் அவளுக்குக் கிடையாது,' என்றார்.

நீ என்னைத் தொலைபேசியில் அழைத்த அன்று, பெத்தும் உன்னுடன் பேச விரும்பினாள். ஆனால் நீங்கள் இருவரும் ஒரே மொழியில் பேச முடியாது என்பதால் நான் வேண்டாம் என்றேன்.

அக்கா, லண்டனில் வாழ்க்கை எனக்குப் பெரிதாக ஒன்றும் தரவில்லை. என்னை லண்டனுக்கு அழைத்துச் சென்ற குடும்பத்தில்தான் இன்னமும் வேலை பார்க்கிறேன். ஒரு ரயில் தண்டவாளத்துக்கு அருகில் – உங்களைப் போலவே ஒரு சிறிய வீட்டில்தான் நாங்கள் வசிக்கிறோம். வாடகை என் சம்பளத்திலிருந்து நேரடியாகக் கழிக்கப்படுகிறது. லண்டனில் வீடில்லாத மனிதன் என்று உன் சகோதரனை அழைக்கலாம். சென்ற ஆண்டு ஒரு சில பிளாக்குகள் தள்ளி உள்ள தெரு ஒன்றில் சிறிய இந்திய உணவகத்தைத் தொடங்கினேன், அது மிகப் பெரிய நஷ்டத்தில் கொண்டுபோய் என் பெரும்பாலான சேமிப்பையும் சாப்பிட்டுவிட்டது.

நீ தொலைபேசியில் சொன்ன விஷயம் பற்றி யோசித்தேன். நம் சிறிய வீட்டை விட்டுக்கொடுக்க நான் இன்னும் தயாராக இல்லை. என்றாவது ஒருநாள் லண்டன் என்னை வெறுக்கடிக்கச் செய்துவிடலாம். ஒரு விமான டிக்கெட் வாங்கும் அளவு பணம் சேர்ந்தால் நான் திரும்பி வந்து அந்தச் சிறிய வீட்டில் அம்மாவுடன் வசிக்கப்போகிறேன். அதனால் வீடு அப்படியே இருக்கட்டும். நிச்சயம் இந்தக் கடிதம் உனக்கு வந்து சேர்வதற்குள் ஹம்சா அண்ணா ஜசிராவின் திருமண செலவுகளுக்காக வேறு ஏதாவது வழி கண்டுபிடித்திருப்பார் என்று உறுதியாக நம்புகிறேன்.

நீ அம்மாவை அவ்வப்போது சென்று பார்க்கிறாய் என்று தெரியும். இப்போது பொறுப்புகள் குறைந்துவிட்ட நிலையில், அவரை இன்னும் அடிக்கடி சென்று பார். ஹம்சா அண்ணாவை விசாரித்ததாகச் சொல், அவர் சகோதரி சுஹாதா எப்படி இருக்கிறாள்?

பெத், நான், சீன், பெட்டி மற்றும் ஹரூன் சார்பாக அக்மல், சோஃபியா மற்றும் அமர் ஆகியோருக்கு எங்கள் அன்பைத் தெரிவிக்கவும்.

உன் அன்பு சகோதரன்

காசிம்

சிறிது நேரத்திற்கு யாருமே பேசவில்லை. காசிம் மாமா பிரிட்டன் ரயில் ரோடு அருகில் உள்ள தன் வீட்டிலிருந்து கொடுத்த அதிர்ச்சியிலிருந்து வெளியே வர அம்மா முடிவு செய்யும்வரை யாரும் அசையக்கூட இல்லை. என் கையிலிருந்து கடிதத்தை வாங்கும்போது அவர் கை நடுங்கியது; அவர் உதடுகள் படித்த ஒவ்வொரு வார்த்தைக்கும் நடுங்கின. சோஃபியாவின் பெயரைப் படிக்கும்போது வேகமாகத் துடித்தன.

இறுதியாக, 'ஆனா அவன் வீட்டை வித்து அந்தப் பணத்தை நான் பயன்படுத்திக்கலாம் அப்டீன்னு சொன்னானே,' என்னிடம் அல்லது அக்மலிடம் என்று சொல்வதைவிட கடிதத்தைப் பார்த்து அவ்வாறு கூறினார். 'அவனோட பெத் சொன்னதால, இப்போ அதுலேந்து பின்வாங்கறான்,' என்றார்.

'இந்த சகோதரர்தானே உங்களுக்கு கல்யாணம் ஆகும்போது எல்லாத்தையும் தியாகம் பண்றதா தானா முன் வந்து சொன்னாரு?' என்று ஒரு சிரிப்புடன் கேட்டான்.

'இல்லை, அது என் இன்னொரு தம்பி,' என்று சோகத்துடன் கூறினார். 'ஜாவி என்னிக்கும் தான் கொடுத்த வாக்கை மீற மாட்டான்.'

'இந்த லெட்டர் பத்தி பாட்டிக்குத் தெரிஞ்சா அவங்க என்ன சொல்லுவாங்க?' என்று நான் கேட்டேன்.

'பாட்டிக்கு இந்த லெட்டர் பத்தி தெரியக்கூடாது,' என்று கோபத்துடன் கூறினார். 'காசிம் எனக்கு லெட்டரே எழுதல. இந்த லெட்டர் இந்த வீட்டுக்கு வரவே இல்லை.' அம்மா கடிதத்தை சுக்குநூறாகக் கிழிக்கத் தயாராக இருப்பதுபோல தெரிந்தது, ஆனால் தன் முகத்தை அக்கடிதத்தில் புதைத்துக்கொண்டு அழத் தொடங்கினார்.

காசிம் மாமா கடிதத்தை எழுதும்போது பனி விழுந்து கொண்டிருந்ததாகக் கற்பனை செய்தேன், இப்போது அவர் தன் வீட்டு நடைபாதையிலிருந்து பனியை வாரிக் கொட்டுவதைப் பார்த்தேன். சூரிய வெப்பம் எங்கள் முன் முற்றத்தில் மரங்களின் ஊடாக வர, நாங்கள் அங்கே அமர்ந்து நீண்ட, பழுப்பு நிற ரயில் ஒன்று சுரங்கத்திற்கு வெளியே ஊர்ந்து வருவதைப் பார்த்தோம். காசிம் மாமாவின் வாடகை வீடு வழியாகச் செல்லும் ரயில்கள் என்ன நிறத்தில் இருக்கும் என்று நினைத்துப் பார்த்தேன்.

சூரியனின் வெப்பம் மாளிகையில் கடுமையானது. காற்றாலை பனை மரத்தடியில் நிழல்கள் மேலும் குறுகி, மண் தரையில் ஒரு ரம்பம் போல தன் நிழலைப் பாய்ச்சியது. சுஹாஷ்தா அத்தை எனக்கு அனுப்புவதாகச் சொன்ன தற்கொலை குறிப்புப் பற்றி நினைத்துக் கொண்டிருந்தேன். எந்த முன்னெச்சரிக்கையும் இல்லாமல் எனக்குள் அசிங்கமான சிந்தனைகள் எழுந்தன. பங்களாவில் எங்கேயோ, தன் தம்பி மற்றும் மைத்துனியை கண்காணிக்க முடியாமல் அம்மா தன் வேலையில் மும்முரமாக இருக்க, ஜாவி அவரைக் கட்டித்தழுவி, ஆடைகளை அவிழ்த்து, உடலுறவு கொண்டிருந்திருக்கலாம். என் மனதை தன் கையில் இருந்த கடிதத்தைப் படிக்க முடிவதுபோல படித்து அம்மாவும் உளறிக்கொட்டினார், ‘இவனுக்கு சுஹாஷ்தா எப்படி இருக்காள்னு தெரியணுமாம், தன் குருட்டு அம்மா பத்தியோ அல்லது துரதிர்ஷ்டம் பிடிச்ச அக்காவப் பத்தியோ ஒரு வார்த்தைகூட கேக்கல. சுஹாஷ்தா எப்படி இருக்காள்னு தெரிஞ்சுக்கத்தான் துடிக்கறான்.’

அழுது அழுது அவர் கண்கள் சிவப்பேறின, கோபத்தால் அவர் கரங்கள் நடுங்கின. ‘சோஃபியாவுக்கு அன்பை தெரிவிக்கவிக்கனுமாம்! என் சின்ன மகள் இந்த உலகத்தைவிட்டு போயிட்டானு நினைவு வெச்சிக்க முடியாத அளவுக்கு பிசியா இருக்கான். ரெண்டு பேரும் இங்க பாருங்க, இந்த லெட்டரைப் பத்தி ஒரு வார்த்தைகூட யாருகிட்டயும் குறிப்பா பாட்டிகிட்ட சொல்லக்கூடாது,’ என்றார்.

காசிம் மாமாவின் கடிதம் பற்றி ஏதுமறியாத பாட்டி தொலைக்காட்சியில் இருந்து வரும் சத்தங்களைக் கேட்டவாறு அமர்ந்திருந்தாள், எந்த ஓர் ஒலிபரப்பிலும் ராஜீவ் காந்தியின் குரலை மட்டும் நிச்சயமாகக் கண்டுபிடித்து விடுவார். சில நேரங்களில் மிக்கி மவுஸ் காட்சி ஓடும்போது, அம்மாவிடம் எலிகள் பரஸ்பரம் என்ன செய்துகொண்டன அல்லது நாயை என்ன செய்தன என்று கேட்பார். அம்மா மவுனமாக கண்ணீர் விட்டபடி அந்த அறையிலேயே இல்லை என்பது போல நடந்துகொண்டார். கண் தெரியாத அந்தப் பெண்மணியிடம் பரிதாபம் கொண்ட நான், எப்போதாவது எலிகள் என்ன செய்கின்றன, நாய் என்ன செய்கிறது என்ற விவரங்களை அவருக்குக் கூறினேன்.

‘உன் அம்மாவுக்கு என்னாச்சு?’ பாட்டி என்னிடம், ‘அவ இப்போல்லாம் டிவி பாக்கறதே இல்லையே?’ என்று ஒருநாள் கேட்டார்.

கதவருகில் அமர்ந்திருந்த அம்மா, சைகை மூலம் என்னிடம் தான் சமையல் அறையில் இருப்பதாகச் சொல்லச்சொன்னார்.

நான் அவரிடம், 'அவங்களுக்கு கண்ணுல ஏதோ பிரச்சினை, டி.வி. பாத்தா கண்ணுலேந்து தண்ணி வருது,' என்றேன்.

'ஒண்ணும் புதுசு இல்லை. நான் அவளைக் கல்யாணம் பண்ணிக் கொடுத்த நாள்லேந்து அவ கண்ணுல தண்ணி வர ஆரம்பிச்சிருச்சு. ஆனா அவளுக்கு வேற ஏதோ பிரச்சினை இருக்கு. இப்போல்லாம் அவ சரியா தூங்கறதே இல்ல, தினமும் ராத்திரி தூக்கத்தில ஏதேதோ உளர்றா, என் மகன் காசிம்கிட்ட விவாதம் பண்றா,' என்றாள் பாட்டி.

முற்றிலும் அதிர்ச்சியடைந்த அம்மா, என்னிடம் அது குறித்து விரிவாகக் கேட்குமாறு சைகை காட்டினார்.

'பாட்டி, தூக்கத்தில அம்மா என்ன சொல்றாங்க?'

'என்னால எதையும் புரிஞ்சுக்க முடியல, மகனே.' கதவருகில் அம்மா, நிம்மதிப் பெருமூச்சு விட்டார்.

'காசிம் கிட்ட ஏதோ வீட்டை பத்தி சண்டை போட்டுட்டு இருக்கா மாதிரி தோணுது,' என்று அவர் சிரித்தார். 'அவங்க ரெண்டு பேரும் குழந்தைங்களா இருந்தப்பவும் இப்படித்தான், அவங்க அப்பா செஞ்சு கொடுத்த மரவீட்டை வெச்சிகிட்டு சண்டை போடுவாங்க,' என்றார்.

என்னை அது உணர்ச்சிவசப்படச் செய்தது, என் வாழ்நாள் முழுவதும் நடுத்தர வயது பெண்மணியாகவே பார்த்த என் அம்மாவுக்கும் குழந்தைப் பருவம் இருந்திருக்கிறது, நான் என் சகோதரியுடன் சண்டையிடுவது போலவே அவரும் தன் சகோதரனுடன் சண்டையிட்டுள்ளார், அவர்களுக்காக ஒரு பொம்மை வீடு செய்து தர அப்பாவும் இருந்திருக்கிறார்.

'அவ தொடர்ந்து ஒரு பெர்த் பத்தி புகார் சொல்லிட்டே இருக்கா. காசிமுக்கு பெர்த் கிடைக்கலே அந்த மாதிரி என்னமோ,' என்றார்.

பாட்டி தன் சொந்த மருமகள் பெத்-ஐ ஒரு ரயில் இருக்கை என்று தவறாக நினைத்துக்கொண்டதைக் கேட்டு அம்மா லேசாகப் புன்னகைத்தாள். எனக்கு சத்தம் போட்டு சிரிக்கத் தோன்றியது.

அன்று பிற்பகல் ஒரு பீங்கான் கிண்ணத்திலிருந்து பாட்டிக்கு அவர் சாப்பாடு ஊட்டிக் கொண்டிருந்தபோது, 'அமர், என்னோட டாக்டர் இப்ராகிம பார்க்க வா. எனக்குத் தூக்கமே வர்றது இல்லை,' என்றார்.

பாலி கிளினிக்கின் அந்தப் பகல் வேளை பரபரப்பான நாளாக இருந்ததால் அவர் உள்ளே அழைப்பதற்கு முன் நாங்கள் வெகு நேரம் காத்திருந்தோம். நாங்கள் அரேபிய பாணி ஜன்னல்கள் கொண்ட அவரது சின்ன அறைக்குள் நுழைந்தபோது, 'இந்த தடவை யார் மயக்கம் போட்டு விழுந்தது?' என்று கேட்டார்.

'யாரும் மயக்கம் போட்டு விழல,' என்றவாறு டாக்டருக்கு பக்கத்து ஸ்டூலில் அமர்ந்த அம்மா அவரது சேவை தேவைப்படுவது தனக்குத்தான் என்பதை உணர்த்தினார். 'தினமும் ராத்திரி மயங்கி விழுந்து காலைவர எழுந்திருக்காம இருந்தா நல்லாருக்கும்னு தோணுது,' என்றார்.

'ஏன், நீங்க சரியா தூங்கறதில்லையா?' அம்மாவின் கண் இமைகளை தள்ளி கண்களுக்குள் பார்த்தார். அவருடைய கீழ் கண் இமையில் ஏதோ பிரச்சினை இருந்திருக்க வேண்டும், அவர் தன் நாக்கை ஏதோ யோசனையுடன் மடித்து பல்லி போல சத்தம் எழுப்பினார். 'உங்களுக்கு ரத்தசோகை இருக்கு. திரும்பவும் டயட்ல இருக்க ஆரம்பிச்சிட்டீங்களா?'

'கைல கிடைக்கறதெல்லாம் சாப்பிடறேன், இப்ராகிம்.' டாக்டர் கண் இமைகளிலிருந்து கையை எடுத்தவுடன் கண்ணை சிமிட்டினார். 'தூக்கத்தில கண்டதையும் பேசறதை நிறுத்த ஏதாவது மருந்து கொடுங்க.'

'இல்லை, அஸ்மா அக்கா,' என்று புன்னகையுடன் டாக்டர் கூறினார்.

'தூக்கத்துல கம்மியா பேச வைக்கற மருந்து எதுவும் கிடையாது, அதுவும் குறிப்பா நீங்க உளறினா. ஆமா, அப்படி என்னதான் பேசறீங்க?' என்று கேட்டார்,

'குறிப்பா எதுவும் இல்லை,' என்ற அவர், 'எல்லாம் பழைய நாட்களைப் பத்திதான். ராத்திரில பாதி தூக்கத்தில எழுந்துட்டேன்னா அப்பறம் பல மணி நேரம் என்னால தூங்க முடியறதில்லை. நான் எதை எதையோ கற்பனை செய்ய ஆரம்பிச்சிடறேன், ரயிலுக்கு அடியில நான் விழற மாதிரி இல்லேனா வீடு இடிஞ்ச என் மேல விழற மாதிரி.'

‘உங்களுக்கு கவுன்சலிங்தான் தேவை அக்கா, மாத்திரைகள் இல்லை,’ அவர் அம்மாவுக்கு நீண்ட உரையாற்றப் போவதாகத் தோன்றியது, ஆனால் அவரது அறைக்குள் தொழுகைக்கான அழைப்பு ஓசை கேட்டவுடன் அமைதியாகிவிட்டார். அரேபிய ஜன்னல்கள் வழியாக என்னால் தூபிகளையும் அவற்றில் வாடிய ஊதுகுழல் மலர்கள் போல் தெரிந்த ஒலிப்பெருக்கிகளையும் பார்க்க முடிந்தது. ஒலிப்பெருக்கி நின்ற உடன் அவர் கவலையுடன் எங்களைப் பார்த்துப் புன்னகைத்தார். ‘அஸ்மா அக்கா, நான் உங்களை டாக்டர் ரோஸுக்கு சிபாரிசு செய்யட்டுமா?’ என்று கேட்டார்.

‘இந்த புது டாக்டர் யாரு?’ அவநம்பிக்கையான குரலில் அம்மா கேட்டார்.

‘பாருங்க அக்கா, நான் பொது மருத்துவர். உங்க உடல்நலத்துக்கான மருத்துவர், டாக்டர் ரோஸ் வேற மாதிரி. அவரு மனநல மருத்துவர்.’

அம்மா புருவங்களை சுருக்கிக்கொண்டார், அவர் கண்கள் சோஃபியாவைப் போல சிறிதாகவும் வசீகரமற்றும் இருந்தன. திடீரென்று, அந்த தூபிகளுக்குக் கீழே உள்ள மரங்களில் ஒன்றின் அடியில்தான் சோஃபியா படுத்திருக்கிறாள் என்று எனக்கு நினைவுக்கு வந்தது. இப்போது அவள் வெறும் எலும்புக் குவியலாக இருப்பாள், மண்டையோட்டை கற்பனை செய்ய எனக்கு சக்தி இல்லை. என் மண்டையோடு அவளுடையதைப் போல இருக்கலாம், பங்களாவில் எல்லாருடைய மண்டையோடுகளும் ஒரே அச்சில் வார்க்கப்பட்டவையாகவே இருக்கும். அவற்றை ஒன்றாக அடுக்கி, ஒவ்வொன்றிலும் குச்சியை வைத்துத் தட்டி, அவற்றின் கடந்த காலத்தை விளக்க முனைந்தால், இதுதான் அமர், ஓர் அழகான, புத்திசாலியான பையன். இது அவனுக்கு மிகவும் பிடித்த சகோதரி, சோஃபியா, பங்களாவின் சரித்திரக் குறிப்புகள்படி ஏரிக்கு முதல் சுற்றுலா ஒன்று சென்றிருந்தபோது மூழ்கி இறந்தாள். சற்றே அகம்பாவம் பிடித்த இந்த சகோதரி அவருக்கு அவ்வளவாகப் பிடிக்காத ஒருவர். தாடை சாய்ந்திருப்பதை கண்டுகொள்ள வேண்டாம், அவள் எப்போதும் அப்படி வைத்துக்கொள்வதுதான் வழக்கம். இப்போது இன்னொரு சுவாரஸ்யமான நபர். முதலில் இதைக் கண்டறிந்தபோது, இதன் தலைக்கு மேல் ஒரு குஃபி தொப்பியும் அதன் முக எலும்புகளில் முட்டாள்தனமான தோற்றமும் காணப்பட்டன. இதன் பெயர் அக்மல். அடுத்து இருப்பது குடும்பத் தலைவர், சரித்திரக் குறிப்பில் இவரைக் குறித்து அதிகமாக குறிப்பிடப்படவில்லை. கடைசியாக இருப்பது அஸ்மா, முதல்

நான்கு மண்டையோடுகளின் அம்மா. ஐந்தாவது மண்டையோட்டின் அதிருப்தியான மனைவி. சரித்திரக் குறிப்புகளில் தேதிகளின்படி, இவர்கள் சுமார் ஆயிரம் ஆண்களுக்கு முன்னால் வாழ்ந்தனர். இடது பக்கம் கடைசியில் இருக்கும் எலும்புக்கூடு அமர் ஹம்சாதான் இந்தக் குறிப்புகளை எழுதியவர். மாணவர்களே ஏதாவது சந்தேகம் உள்ளதா?

'என் மூளைல ஏதாவது பிரச்சினையா இப்ராகிம்?' என்று அம்மா கேட்டார். 'அதனாலதான் நீங்க என்னை இந்த டாக்டர் ரோஸ்கிட்ட அனுப்பறீங்களா?'

'நிச்சயமா இல்லை அக்கா.' அவர் வலுக்கட்டாயமாகச் சிரிக்க, அது புன்னகையாக அவர் தடித்த உதடுகளில் சுருங்கியபோது அந்தச் சிரிப்பு நம்பும்படியாக இல்லை. 'உங்க மனசு சோர்வா இருக்கு அவ்ளோதான். நான் ஒரு லெட்டர் எழுதித் தரேன், அதை நீங்க டாக்டர் ரோஸ் கிட்ட கொண்டு போங்க.'

'வேணாம்,' என்று எரிச்சலுடன் கூறினார். 'உங்களை தவிர வேற எந்த டாக்டர்கிட்டயும் நான் போக மாட்டேன். என்னை அக்கானு கூப்பிடற உங்களால என் உடம்பை சரிசெய்ய முடியலேன்னா, அதோட விட்ருங்க.' தன் கைகளை கைப்பிடியில் அழுந்த வைத்து தன் செருப்பை போட்டுக்கொள்வதுபோல் சத்தமெழுப்பினார். அறையைவிட்டு வெளியேறும் தெளிவான அறிகுறிகளை காட்டிய பிறகும் அமர்ந்தபடி இருந்தார். 'நான் தூங்கறதுக்கு எதாவது மாத்திரை எழுதிக்கொடுங்க போதும்.'

டாக்டர் இப்ராகிம் என்னை செய்வதறியாது பார்த்தார். அவர் அமைதியாக என்னைப் பார்த்தது, அம்மாவிற்குப் பிடித்தவாறு ஆறுதல் வார்த்தைகளை சொல்லச் சொல்லி என்னை கேட்பது போல இருந்தது. *ஆனால், டாக்டர் இப்ராகிம், நாங்கள் ஆறுதல் வார்த்தைகளைப் பயன்படுத்தும் குடும்பம் அல்ல. எங்களுக்கு பிடித்த ஆறுதல் வார்த்தைகள் என்று எதுவுமில்லை ஏனெனில் நாங்கள் ஒருவரை ஒருவர் ஆறுதல்படுத்த முனைவதே இல்லை.* நான் அவரைப் பார்த்த பதற்றமான பார்வைக்கு இதுதான் அர்த்தம். 'எனக்கு கொஞ்சம் தூக்க மாத்திரைங்க கொடுங்க இப்ராகிம்,' என்னை டாக்டர் பார்ப்பதைப் பார்த்த அம்மா ஏறக்குறைய கெஞ்சுவது போல கேட்டார்.

'சும்மால்லாம் அப்படி தூக்க மாத்திரைய தந்துர முடியாது அக்கா.'

‘சும்மான்னு ஏன் சொல்றீங்க? எனக்கு தூங்கறதுல பிரச்சினை இருக்கு, ராத்திரி முழுக்க ரயில்களை எண்ணிட்டு இருக்கேன். சில சமயங்கள்ல ஒரு நல்ல ரயில்ல எத்தனை பெட்டிங்க இருக்கும்னுகூட எண்ணறேன். எனக்குக் கொஞ்சம் மன அமைதி தர ஒரு மாத்திரையை உங்களால தர முடியாதா?’ என்று கேட்டார்.

‘தூக்க மாத்திரைகள் மன அமைதியத் தரும்னு உங்களுக்கு யார் சொன்னது? அது உங்களை ஒருசில மணி நேரம் தூங்க வைக்கும் அவ்ளோதான், எழுந்த உடனே உங்க பிரச்சினைகள் திரும்பி வந்திரும்.’

‘என்னால தூங்க முடியலங்கறதுதான் என் பிரச்சினை, அதுக்காகத்தான் எனக்கு தூக்க மாத்திரைகள் வேணும்,’ என்றார் அம்மா.

‘நான் தூக்க மாத்திரைகளை எல்லாம் ஸ்டாக் வெச்சிக்கறதில்லை, அக்கா.’ எங்களுக்கு மேலே பாலி கிளினிக்கை பார்த்தவாறிருந்த மசூதி கோபுரத்திலிருந்து ஒலிபெருக்கி ஒலிக்கத் தொடங்கியது. இமாம் மாலை பிரார்த்தனையின் முதல் வரியை முணுமுணுக்கும் ஓசை கேட்டவுடன் டாக்டர் இப்ராகிம் கவலையுடன் தன் கடிகாரத்தைப் பார்த்துக்கொண்டார்.

‘அப்டீன்னா மருந்து சீட்டு எழுதிக்கொடுங்க,’ என்று அம்மா உத்தரவிட்டார்.

அவர் சிறிது நேரம் மறுப்பவர் போல யோசித்தார். ‘சரி, நான் தரேன், ஆனா சில நிபந்தனைகள்,’ என்றார். மேஜையிலிருந்து மருந்து எழுதிக்கொடுக்கும் சீட்டில் எதையோ கிறுக்கியபடி தன் நிபந்தனைகளையும் கூறினார். ‘இதை கடைசியா பயன்படுத்திக்கணும், தூங்கறதுக்கு நீங்க உண்மையா முயற்சி செய்யணும். அது பலன் தரலேன்னா மட்டும்தான் ஒரு நேரத்தில ஒரு மாத்திரை சாப்பிடணும். ஒரு மாத்திரைக்கு மேல சாப்பிடக்கூடாது. இந்தச் சீட்டை எப்பவும் பீரோல போட்டு பூட்டி வெச்சிருங்க,’ என்றார். ‘சரி,’ என்று மகிழ்ச்சியுடன் சொன்ன அவர், ‘உங்களுக்கு நமாஸ்க்கு லேட்டாவுது,’ என்றும் கூறினார்.

‘அமர் நீ ஒரு விஷயத்தை கவனிச்சியா?’ என்று நாங்கள் நகர சதுக்கத்தில் இருந்த மருந்துக் கடையை நோக்கி நடந்தபோது அம்மா கேட்டார். ‘இப்ராகிம் என்னைத் தவிர்க்க விரும்பினாரு. அதனாலதான் என்னை இன்னொரு டாக்டர்கிட்ட அனுப்பறதுல ரொம்ப ஆர்வமா இருந்தார்,’ என்றார்.

‘உங்ககிட்டேந்து அவரு பணம் வாங்கிக்க மாட்டாரு. இலவச சேவை செய்றதுல ஏன் சந்தோஷப்படப் போறாரு?’

‘நீ சொல்றதும் சரிதான்,’ என்று யோசனையுடன் சொன்னார். ‘இந்த தடவை பணம் கொடுத்திருக்கணும். ஒருவேளை அவரு வாங்கியிருக்கலாம்.’

மருந்துக்கடையில் மருந்துச் சீட்டை வைத்து சர்வசாதாரணமாக முப்பது மாத்திரைகள் கேட்டார்.

மருந்துக்கடைக்காரர் சீட்டைப் பார்த்து தலையை ஆட்டினார். ‘உங்களுக்கு முப்பது மாத்திரைங்க கொடுக்க முடியாது. இதுல ரெண்டு மாத்திரைன்னு போட்டிருக்கு.’

‘எனக்கு அதிகம் தேவைப்பட்டுதுன்னா?’

‘மருந்து சீட்டுல, ரெண்டுன்னுதான் போட்ருக்கு, ஒரு நேரத்தில ரெண்டுதான் கொடுக்க முடியும்.’

‘என்ன விதிமுறையோ,’ என்று முணுமுணுத்தார். ‘அப்டீன்னா ரெண்டு கொடுங்க.’

அந்தத் தூக்க மாத்திரையில் என்ன கலந்திருப்பார்கள் என்று தெரியவில்லை, ஆனால் அந்த இரண்டு மாத்திரைகளும் அம்மா தூக்கத்தில் உளறுவதை மட்டும் சரிசெய்யவில்லை, காசிம் மாமாவின் கடிதத்தால் அவருக்கு ஏற்பட்ட துயரத்திலிருந்தும்கூட அவரை விடுவித்தது போலத் தோன்றியது. தொலைக்காட்சியில் மிக்கியும் மின்னியும் என்ன செய்கின்றன என்பதையும் சிரித்துக்கொண்டே பாட்டிக்கு வர்ணித்தார். பேராசிரியரும், ஜசிராவும் இங்கு வருவதாக சொல்லி அனுப்பிய உடன் அம்மா புழக்கடையில் திரிந்துகொண்டிருந்த கோழிகளை ஓட ஓட விரட்ட, மாட்டுத் தொழுகையின் கூரைமீது அவை ஏறிப் பறந்ததால் அவற்றின் மீது கல்லெறிந்தார்.

அம்மா சமையலறையில் எங்கள் எட்டுக் கோழிகளில் இருப்பதிலேயே மந்தமானதை வெட்டிக்கொண்டிருக்க, ஜசிரா ஓர் அந்நியப் பெண் போல ஒய்யாரமாக நடந்துவந்து ஸ்டவ் அருகில் நின்றாள். அவள் நகங்கள் இப்போது நீளமாக, அடர் சிவப்பு நிறத்தில் பூச்சிட்டு, கண்களில் மை இட்டிருந்தாள். ‘ஏதாவது விசேஷ செய்தி இருக்காம்மா?’

'பெரிசா ஒன்னுமில்லை, ஜசி. காசிம் மாமா உனக்கு வாழ்த்து சொல்லி லெட்டர் போட்டிருந்தாரு.'

'அப்றம் ஒரு செக் அனுப்பியிருந்தார்,' என்றாள் ஜசிரா.

சிக்கன் வெட்டுவதை நிறுத்திவிட்டு, 'உனக்கு எப்படித் தெரியும்?'

'எனக்குத் தெரியும். நான் கேக்காமயே நீயே சொல்லுவேன்னு நினைச்சேன், எங்க என் செக்?'

'அந்த செக் உனக்குதான்னு உனக்கு எப்படித் தெரியும்?' சண்டை வந்தால் தன்னையே நம்ப முடியாது என்பதுபோல கத்தியைக் கீழே வைத்துவிட்டு அம்மா கேட்டார்.

'பங்காளவுல எனக்கு ஒற்றர்கள் இருக்காங்க,' தன் அடர் சிவப்பு நிற நகங்களை பதற்றத்துடன் பார்த்துக்கொண்டே அவள் புன்னகை செய்தாள். 'இந்த வீட்டில இன்னமும் என்னைப் பத்தி கவலப்படறவங்க இருக்காங்க,' என்றாள்.

'அக்மல் வரட்டும் பாத்துக்கறேன்,' என்று மிரட்டும் தொனியில் அம்மா கூறினார். 'இனி அவனுக்கு இந்த வீட்டுல சாப்பாடு கிடையாது. அல்லா நன்றிகெட்ட பசங்களை எனக்கு கொடுத்திருக்காரு, நான் மத்தவங்ககிட்ட பிச்சை எடுத்து வெச்சிருக்கற பணத்தைத் தவிர வேற எதுவும் அவங்களுக்கு வேணாம்,' என்று புலம்பினாள்.

'அது என் திருமணப் பரிசு. அது ஒன்னும் எனக்காக உன் தம்பிகிட்ட நீ கெஞ்சிக்கேட்டு வாங்கினதில்லை,' என்ற ஜசிரா நான் ஆதரவளிக்க வேண்டும் என்பதுபோல் என்னைப் பார்த்தாள்.

'உன் கல்யாணத்துக்கு எங்கேந்து எனக்குப் பணம் கிடைச்சுதுன்னு கேளு,' என்று அம்மா தன் குரலை உயர்த்தினார். 'அது ஒன்னும் உங்க அப்பா குடும்பத்திலேருந்து வரல. எங்கருந்து வந்துதுன்னு கேளு. நீ இப்போ பேராசிரியரோட பொண்டாட்டியா இருக்கறதுக்கு காரணமே நான் என் தம்பிகிட்ட பிச்சை எடுத்து வாங்கின பணம்தான்.'

'உங்க தம்பிக்கு அவரோட வீடு போயிருச்சுன்னு தெரியாது,' என்று ஒரு சிரிப்புடன் ஜசிரா நினைவுபடுத்தினாள்.

'அந்த அக்மல் வரட்டும். அவனுக்கு இந்த வீட்டுல இனி இடம் இல்லை.'

‘பாவம் அவனை ஏன் இதுல இழுக்கறீங்க? எனக்குச் சொன்னது வேற யாரோ.’

‘அமர், போய் அவன் பெட்டி படுக்கை எல்லாம் தூக்கி எறி, அவனோட மெக்கானிக் சாமானையும் சேர்த்துதான். ரயில்வே பிளாட்ஃபார்ம்ல போய் தன் ரேடியோ கடைய அவன் நடத்திக்கட்டும்,’ என்று என்னிடம் கூறினார்.

அப்போதுதான், அங்கே ஓரத்தில், உயரமாக இளம் பச்சை வண்ணத்தில் இருந்த கெல்வினேட்டரை ஜசிரா கவனித்தாள். அதன் பளபளக்கும் கைப்பிடியில் ஒரு டவல் சுற்றப்பட்டிருந்தது. ‘இந்த ஃபிரிட்ஜ் எங்கருந்து வந்துது?’

‘அது உனக்குத் தேவையில்லாத விஷயம்,’ என்றேன் நான்.

‘அது எனக்கு காசிம் மாமா அனுப்பின பணத்திலருந்து வாங்கியிருந்தா? அதை நான் தெரிஞ்சுக்கணும்,’ என்றாள்.

‘அது என் பணத்தில வாங்கினது,’ என்று அம்மா உறுமினாள். ‘என் பணத்தை என் இஷ்டத்துக்குதான் நான் செலவு பண்ணுவேன்,’ என்றாள்.

‘உங்க இஷ்டப்படி என்ன வேணாலும் செய்துக்கங்க. எனக்கு அந்த செக் கொடுக்க விருப்பமில்லைன்னா நீங்களே வெச்சிக்கங்க,’ என்று ஜசிரா என்னமோ அம்மாவுக்கு சலுகை காட்டுவது போலக் கூறினாள். ‘ஆனா நான் பாட்டிகிட்ட காசிம் மாமா எனக்கு அனுப்பின செக் கிடைக்கலேனு சொல்லியாகணும்,’ என்றாள்.

‘போ போய் சொல்லிக்கோ, காசிம்கிட்டேந்து அவன் வீட்டையும் நான் கொள்ளை அடிச்சிட்டேன்னு சொல்லிரு, எனக்கு அதைப் பத்தி கவலையில்லை,’ என்றபடி கத்தியை எடுத்தார்.

ஆனால் ஜசிரா சமையலறையைவிட்டு புயல்போல வெளியேறிய உடனே என்னிடம் அவளைத் தொடர்ந்துபோய், என்ன நடக்கிறது எனப் பார்க்குமாறு சைகை காட்டினார்.

நான் பாட்டியின் அறைக்கு சத்தம் போடாமல் சென்று கதவுக்கு வெளியே நின்றவாறு ஜசிரா என்ன கூறுகிறாள் என்று காதைத் தீட்டிக்கொண்டு கேட்டேன். அங்கே தொலைக்காட்சிப் பெட்டியிலிருந்து வெறும் சத்தம் மட்டுமே கேட்டது. நான் உள்ளே எட்டிப் பார்த்தேன்; பாட்டி தொலைக்காட்சியில் எலக்ட்ரானிக் பூச்சியை வெறித்துக்கொண்டு தனியாக மெத்தையில்

அமர்ந்திருந்தார். அதை அணைக்க நான் உள்ளே சென்றேன். பாட்டி அமர்ந்திருந்த இடத்தின் அருகே அறையின் மூலையில் ப்ரொஃபசர் நஸீரும் ஜசிராவும் இறுக்கமாக கட்டி அணைத்தபடி நின்றிருந்தனர், அவர்களின் உதடுகள் முத்தத்தில் பிணைந்திருந்தன.

'துரதிர்ஷ்டம்,' என்று கத்தியவாறே ப்ரொஃபசர் நஸீர் துள்ளிக்கொண்டு ஜசிராவின் பிட்டத்திலிருந்து கையை எடுத்தார்.

'துரதிர்ஷ்டம்னு யாரு சொன்னது?' என்று பாட்டி கேட்டார்.

'என்னோட ப்ரொஃபசர்தான் சொல்றாரு,' ஜசிரா தன் உதடுகளைத் துடைத்தவாறே சொன்னாள்.

'என்ன துரதிர்ஷ்டம்?' என்று எதையோ முகர்ந்தபடி கேட்டார்.

'டி.வி.ய பத்தி சொல்றாரு, பாட்டி, மறுபடியும் அதுல ஒண்ணும் தெரியல,' என்றாள்.

'துரதிர்ஷ்டம்,' இது ப்ரொஃபசருக்கு மிகவும் பிடித்த வார்த்தை போல தோன்றுகிறது. இதை அவர் பல சந்தர்ப்பங்களில், வெவ்வேறு வகையில் கூறுவதை நான் கேட்டிருக்கிறேன். அப்பா அவரிடம் தன் மசாலா வியாபாரம் நஷ்டமாகிவிட்டதைக் கூறியபோது; சோஃபியாவின் நினைவில் ஜசிரா போலிக்கண்ணீர் வடித்தபோது; ஞாயிற்றுக் கிழமைத் திரைப்படம் பார்க்கும்போது மின்சாரம் போய்விட்டால்கூட அவர் அவ்வாறு சொன்னார்.

நான் சிறுவனாக இருந்தபோது, துரதிர்ஷ்டம் வீட்டை அணுகாமல் இருக்க அம்மா, ஏழு மூன்றங்குல ஆணிகளை முன் வாசல் கதவில் அடித்து வைத்திருந்தார். ஆனால் துரதிர்ஷ்டம் ஒரு வீட்டை பீடிக்க வேண்டும் என்று இருக்கும்போது எத்தனை ஆணிகள் அடித்தாலும் பயனில்லை. அது பின்வாசல் வழியாக, அல்லது ஜன்னல்கள் வழியாக அல்லது வெண்டிலேட்டர்கள் வழியாக, அல்லது சுவர்களில் உள்ள மிகச் சிறிய விரிசல் வழியாகக்கூட வந்துவிடும்.

சூரியன் மறைவதற்கு சற்று முன்னால், ஜசிராவும் ப்ரொஃபசரும் போர்ட்டிகோவில் விடைபெறுவதற்காக நின்றுகொண்டிருந்தனர். பொருட்களை ஏற்றிச் செல்லும் வாகனம் ஒன்றில் கெல்வினேட்டரை அப்பாவும் அக்மலும் ஏற்றிக்கொண்டிருந்தனர்.

'இதுக்கெல்லாம் என்ன அவசியம்?' என்று பேராசிரியர் கேட்டார்.

‘ஒரு சின்ன பரிசுதான், மகனே. இதைத் திறக்கறப்போ எல்லாம் எங்களைப் பத்தின குளிர்ச்சியான நினைவுகள் உங்களுக்கு வரும்,’ என்றார் அம்மா.

‘சரியா சொன்னே,’ என்றார் அப்பா.

எங்களைப் போன்று இலக்கின்றி உள்ள குடும்ப மரத்தின் கிளைகள் தாறுமாறாகத் திரும்பியும், திருகிக்கொண்டும், காதல் புரியும்போது பாம்புகள் போல பின்னிப்பிணைவதும் இயல்பானதுதான். ஏறக்குறைய தவிர்க்க முடியாதது என்றே சொல்வேன். எனவே, ஜாவியும் சுஹாஷ்தா அத்தையும் என் மெத்தையில் நிர்வாணமாக, நான் பிறப்பதற்கு முந்ததைய தேதிகளைக் காண்பித்த நாள்காட்டிகளின் கீழ் காதல் செய்ததை நான் கற்பனை செய்தத்து இயல்புதான். ஜாவி மேலேயும், அவருக்குக் கீழே அத்தையும் இருந்தார்; அல்லது ஏன் அதற்கு நேர்மாறாகக்கூட இருக்கலாம், அல்லது எப்போதாவது சந்தீப் சுரங்கத்திற்குக் கொண்டு வரும் பத்திரிகைகளில் இருந்ததுபோல இருக்கலாமா? நடுத்தர வயதில் பொன் நிற முடி கொண்ட, தன் அக்குளிலும் பெண்ணுறுப்பிலும் முடியில்லாதவள் போல இருக்கலாம். அந்த ஒரு படமும் அதைத் தொடர்ந்த காமமும் எனக்குத் தெளிவாக நினைவிருக்கிறது: அந்தப் பெண் ரொட்டி போல தடினமாக இருந்த இளைஞனின் புஜத்தில் படுத்திருந்தாள். அவர்களுக்குப் பின்னால் ஒரு ஃபிரெஞ்ச் ஜன்னலின் திரைச்சீலைத் திறந்திருந்தது.

மேலும் விவரங்களையும் என்னால் சொல்ல முடியும். வீட்டுக்கு வெளியே கேரட் நிறத்தில் ஒரு கார் நின்றிருந்தது, அதைப் பார்த்தால் ஃபோர்ட் போலத் தோன்றியது. தொலைவில் ஒரு சுவர் இருந்தது, செங்கலோ அல்லது கான்கிரீட்டோ இல்லாமல் புதர்களால் ஆனது. அறையில் இருந்த அனைத்துமே வெண்மையாக இருந்தன - படுக்கை விரிப்பு, தலையணைகள், ஜன்னல் சட்டங்கள், விளக்குகள், திரைச்சீலைகள், அந்தப் பெண் அணிந்திருந்த கடிகாரத்தின் ஸ்ட்ராப்கூட வெள்ளைதான்.

இதற்குப்பிறகு இதைவிட வேட்கையைத் தூண்டும் பல படங்களைப் பார்த்திருந்தாலும், இது என் நினைவைவிட்டு அகலவில்லை. பொன்னிற கூந்தலழகி, வரிசையாக சிறிய வீடுகளைக் கொண்ட தன் ஊர் சாலைகளில் ஃபோர்ட் காரை

ஓட்டிக்கொண்டு போய் நாம் ஆங்கில நகைச்சுவைத் தொடர்களில் பார்ப்பது போன்ற சமையல் அறையில் சமைப்பதாக நான் அடிக்கடி கற்பனை செய்துகொள்வேன்.

ஒரு விஷயத்தில் நானும் சந்தீப்பும் மாறுபடுவோம்; விவரங்களைப் பற்றி சிந்திக்கும் திறன். கண்ணுக்கு நேரே இருப்பதை மட்டுமே அவன் பார்ப்பான்; அந்தப் பெண்ணையும், இளைஞனையும் பார்த்தான்; அவர்கள் இருவரும் பின்னிப்பிணைந்திருக்கும் இடங்களை மட்டும் பார்த்தான். தன் உறுப்பை விரல்களால் தேய்த்துக்கொண்டு அவற்றை அந்தப் பெண்ணின் செர்ரிப் பழம் போல சிவந்த உதடுகளில் வைத்ததைப் பார்த்தான். அவ்வளவுதான். நான், அவள் வண்டி ஓட்டியதை, சமைத்ததை, அவளுக்கு ஜலதோஷம் பிடித்திருந்ததை, ஒரு பாத்திரத்தில் கொதிக்கும் நீரில் விக்ஸ் போட்டு ஆவி பிடித்ததை, உருளைக்கற்கள் பதிக்கப்பட்ட பாதையில் நடந்து தேவாலயம் சென்றதை, துணி துவைத்ததை, துணி காயப் போட்டதை, அலாரம் வைத்துக் கொண்டு தூங்கப்போனதை, காலை ஆறு மணிக்கு எழுந்து டோஸ்ட் தயாரித்ததை என்று அனைத்தையும் பார்த்தேன்.

கோடையில், ரயில்களிலிருந்து யாத்திரிகர்கள் சாரை சாரையாக வந்து இறங்கி, நகரத்தினூடே கடல் ஓசை வரும் திசையை நோக்கி நடந்தனர். நான் நடுத்தர வயதுடைய பொன்னிற கூந்தல் கொண்டவர்களை உன்னிப்பாக கவனித்தேன். அவர்கள் முகங்களை ஆராய்ந்தேன். யாராவது பெரிய சதுர வடிவ டயல் கொண்ட வெள்ளை கடிகாரம் கட்டியுள்ளனரா என்று மணிக்கட்டுளைப் பார்த்தேன். சஜ்ஜதின் பழக்கடையில் அவளைப் போன்று ஒருத்தியைக்கூடப் பார்த்தேன். அவள் இளஞ்சிவப்பு நிற ஸ்பெகட்டி டாப் அணிந்திருந்தாள், நாசூக்காக அக்குளை நோட்டமிட்டேன், பத்திரிகையில் இருந்ததை போன்று சுத்தமாக இருந்தது. சதுர வடிவ டயல் கொண்ட வாட்ச்கூட அணிந்திருந்தாள், ஆனால் அதன் பட்டை அடர் பழுப்பு நிறம். வாட்ச் பட்டை மாற்றுவது சகஜம்தானே? ஆனால் சஜ்ஜதுக்கு நன்றி சொல்ல வாயைத் திறந்தபோது, அவள் பற்கள் வேறு மாதிரி இருந்ததை கவனித்தேன்.

சரி, நான் ஏன் பொன்னிற கூந்தல் கொண்ட பெண்களைப் பற்றி பேசிக்கொண்டு இருக்கிறேன்? எங்கெங்கோ அலைவதை நிறுத்தி விடுகிறேன்.

சுஹாசிதா அத்தையும் ஜாவியும் என் மெத்தையில் காதல்புரிவதை நான் கற்பனை செய்தால் அதில் ஒன்றும் அவ்வளவு தவறு இல்லை.

எல்லாருமே இப்படிப்பட்டக் காட்சிகளை கற்பனை செய்கிறார்கள். ஆனால் நான் அதற்கும் ஒருபடி மேலே போகிறேன்; முறையற்ற உறவுகளின் கற்பனைகளில் மூழ்கிவிடுகிறேன்.

ஒரு நாள் ஜசிராவின் திருமண ஆல்பத்தை என் அறைக்குக் கொண்டு வந்து குப்புறப்படுத்தவாறு ஒவ்வொரு பக்கமாகத் திருப்பினேன். சுஹாஷா அத்தை கேமராவைப் பார்க்கும் படம் வந்தபோது, அதைப் பார்த்தவாறே இருந்தேன். ஏன் என்று எனக்குத் தெரியவில்லை. அவர் ஜாவியின் டைரியைப் பார்த்துக் கண்ணீர்விட்டு ஜாவி தனக்கு எழுதிய கடிதத்தை எனக்கு அனுப்பி வைக்கிறேன் என்று வாக்களித்த அன்று மாலைதான் இந்தப் படம் எடுக்கப்பட்டது. டைரியை தன் மடியில் வைத்தவாறு அமர்ந்திருந்தபோது மாலை வெளிச்சம் அவருடைய தோலை எப்படி பொன்னிறமாக ஒளிரச்செய்தது என்பது இப்போதும் எனக்கு நினைவிருக்கிறது.

அந்தப் படத்தில் அம்மாவும் இருந்தார், பின்னால் நின்றவாறு தேநீர் கொடுத்துக்கொண்டிருந்த அவருக்கு படம் எடுத்தது தெரியவில்லை. அவர் அங்கிருப்பதை தர்ம சங்கடமாக உணர்ந்த நான், அவர் முகத்துக்கு மேல் கையை வைத்து மறைத்தேன், இப்போது அதில் சுஹாஷா அத்தை தவிர யாரும் இல்லை, அவரை நான் நீண்ட காலத்திற்கு முன்பே பத்திரிகையில் வந்த அந்தப் பொன்னிற அழகி போல நினைக்கத் தொடங்கிவிட்டேன். படுக்கை விரிப்பில் என் உறுப்பை அழுத்தியவாறு வயிற்றை அசைத்தேன். பிறகு, என் உதடுகளைக் குவித்துக்கொண்டு அவர் முகத்தில், கழுத்தில், படத்தில் தெரிந்தவரை அவரது மார்பகத்தில் முத்தங்களைப் பொழிந்தேன். காம வேட்கையில் அடர்ந்த, நிறமற்ற, கொழகொழவென்ற திரவம் மெல்ல என்னிடமிருந்து வெளியேறியது. படுக்கை விரிப்பில் பிசுபிசுப்பாக இருந்த ஆஸ்திரேலிய வரைபடத்தைப் பார்த்து குற்ற உணர்வு மேலோங்கியது. ஆல்பத்தை மூடி, கீழே இருந்த இரும்பு அலமாரியில் ஏற்கெனவே அது இருந்த இடத்தில் வைத்துவிட்டு மீண்டும் அதைத் திறக்கவே கூடாது என்று உறுதி ஏற்றேன்.

காசிம் மாமாவின் கடிதம் வந்து ஒரு வாரத்திற்குள் தபால்காரர் மீண்டும் எங்கள் வாசற்படியில் வந்து நின்றார்; அம்மா சமையலறையிலிருந்து வெளியே வருவதற்கு முன்பாகவே நான் போர்ட்டிகோவை சென்றடைந்தேன். என் அறைக்கு வந்து கதவைத் தாளிட்டுக்கொண்டு, ஜாவியின் தற்கொலை கடிதத்தைப் பிரித்தேன்.

அன்புள்ள சுஹாதா,

அரை மணி நேரத்திற்கு முன்புதான் அஸ்மா அக்கா ஒரு பையனைப் பெற்றாள், கொழுகொழுவென்று இருக்கும் அவன், இந்த உலகத்திற்கு வரப்போவதை நினைத்து உடம்பில் தடிப்புகளோடு பிறந்துள்ளான். அவனது வெறித்த பார்வையைக் கண்டால் என் அம்மாவைப் போலவே குருடாக இருப்பானோ என்று சந்தேகமாக உள்ளது.

சுஹாதா, அதிர்ச்சி அடைய வேண்டாம். நான் எழுதும் கடைசிக் கடிதமாக இது இருக்கப்போகிறது. நான் இதை எழுதும்போது வீட்டைக் கடந்து ஒரு ரயில் மெதுவாகப் போய்க்கொண்டிருக்கிறது. அது நிற்கும் சத்தத்தை என்னால் கேட்க முடிகிறது. ஒவ்வொரு தடவை கிரீச்சென்ற சத்தம் கேட்கும்போதெல்லாம், இரும்பாலான எலிப்படைகள் அதில் நசுங்குவது போல நான் கற்பனை செய்துகொள்கிறேன், ஏன் என்று தெரியவில்லை.

அரை மணி நேரம் கழித்து இன்னொரு உலகத்திற்கு இட்டுச்செல்லும் என் ரயில் வரப்போகிறது. நான் சுரங்கத்திலிருந்து அதில் ஏறப்போகிறேன், இந்தக் கடிதம் உன்னை வந்து அடையும்போது நிரந்தரமாக சென்றிருப்பேன். உன்னை எப்போதுமே என் சகோதரியாக நான் நினைத்து வந்துள்ளேன், அதனால் காசிம் பற்றி உனக்கு சொல்வது முக்கியம் என்று நினைக்கிறேன்.

காசிம் ஒருபோதும் இங்கு வரப்போவதில்லை. நீயும் அவன் மனைவியாக எப்போதுமே லண்டன் செல்லப்போவதில்லை. எனவே உரையாடல் ஆங்கிலத்தை நீ கஷ்டப்பட்டுக் கற்றுக்கொள்வதில் எந்தப் பயனும் இல்லை. உங்கள் இருவருக்குமிடையே காதல் மலர்வதைப் பார்த்தவன் நான், எனவே இதைச் சொல்ல எனக்கு வேதனையாக இருக்கிறது, காசிம், எலிசபெத் என்ற ஆங்கிலேயப் பெண்மணியை மணந்துகொண்டுவிட்டான். அவனைவிட அவள் இரண்டு வயது மூத்தவள், மேலும் அவளுக்கு ஏற்கெனவே திருமணமாகி குழந்தைகளும் உள்ளனர்.

அவன் என் சகோதரன்தான், ஆனாலும் அவன் ஒரு சந்தர்ப்பவாதி என்று உன்னை எச்சரிக்க எப்போதுமே விரும்பினேன். அப்படிச் செய்யாமல் இருந்ததற்கு என் சகோதரனிடமிருந்து உன்னை தட்டிப் பறிக்க நான் முயல்வதாக நீ தவறாகப் புரிந்துகொள்வாயோ என்ற பயம்தான் காரணம். அவனுக்காகக் காத்திருப்பதை நிறுத்து. அவன் திரும்பி வரப்போவதில்லை. அவன் இங்கிருந்து சென்ற இரண்டரை ஆண்டுகளில் உனக்கு ஒரே ஒரு கடிதமாவது எழுதியுள்ளானா?

அவன் விடைபெற வந்தபோது நீ எப்படி அழுதாய் என்பதும் லண்டனுக்குப் போய் சேர்ந்த உடனேயே கடிதம் எழுதுவேன் என்று அவன் சத்தியம்

செய்ததும் எனக்கு இன்னும் நினைவிருக்கிறது. ஏதோ காரணத்துக்காக அந்தத் தருணம் என் நினைவில் அழகான ஒன்றாகப் பதிந்துள்ளது; ஒரு திரைச்சீலையைப் பற்றியவாறு நீ அழுதுகொண்டிருக்க, உன்னை அவன் தேற்றும்போது வேதனையுடன் சிரித்தாய். சென்ற ஆண்டு அந்த ஆங்கிலேயப் பெண்மணியை அவன் மணந்தபோது அவனக்கு அந்தத் தருணம் மனதில் தோன்றியிருக்குமா என்று நினைத்துப் பார்க்கிறேன். உன் அண்ணன்கள் உனக்காகத் தேர்ந்தெடுக்கும் முதல் நபரையே திருமணம் செய்துகொள் என்பதுதான் உனக்கு என் அறிவுரை.

இதை நீ இப்படியும் பார்க்கலாம். காசிம் அழகனோ அல்லது புத்திசாலியோ இல்லை, ஒரு சந்தர்ப்பவாதி அவ்வளவுதான். பிரிட்டிஷ் குடியுரிமை பெறுவதற்காகவே ஓர் ஆங்கிலேயப் பெண்மணியை மணந்துள்ளான். அவன் மனைவி உன் அழகில் பாதிகூட இருக்க மாட்டாள் என்பது நிச்சயம். நீ நடந்துபோனால், எத்தனை பேர் உன்னைத் திரும்பிப் பார்ப்பார்கள்! எனக்குத் தெரிந்தவரையில், நம் இருவர் குடும்பத்திலும் இவ்வளவு உயரமான பெண்களே இல்லை. என் நண்பர்களில் ஒருவன் உன்னை லேசாகப் பார்த்தே உன் கால்கள் நீளமாக உள்ளன, சுண்டி இழுக்கும் நடை உனக்கு என்று கூறினான். என் உறவுக்காரர்களை நான் சந்திக்கும் போதெல்லாம் உன் மூக்கின் வளைவுதான் முக்கியமாகப் பேசப்படும். உன் கூந்தல் எவ்வளவு அடர்த்தியானது, அழகானது என்று உனக்கே தெரியும், நான் சொல்ல வேண்டிய அவசியமே இல்லை.

நான் மெத்தையில் என்னை அழுத்தியவாறு குப்புறப்படுத்துக்கொண்டு வயிற்றை அசைக்கத் தொடங்கினேன். சுஹூதா அத்தை குதிகால் செருப்புடன் நிர்வாணமாக நடந்துசென்றார், அவரது நீண்ட கூந்தல் முதுகுத் தண்டைத் தொட்டது. அவர் திரும்பியபோது, அவர் முலைக்காம்புகள் அடைப்பான் நிறத்தில் பஞ்சுபோலவும் பெரியதாகவும் இருந்தன. என் தலையை தலையணையில் சாய்த்தவாறு சிறிது நேரம் அசையாமல் இருந்தேன். மீண்டும் நிறமற்ற கறை மெத்தையில் வரைபடம் போல படிந்தது, இந்த தடவை இலங்கையைப் போல இருந்தது, அட்லஸில் பார்க்க முடியாத ஒரு சில தீவுகளும் பரவியிருந்தன.

தன் தற்கொலைக் கடிதத்தை படித்து யாருக்காவது உச்சகட்ட பரவசம் ஏற்படும் என்று ஜாவி கற்பனை செய்திருக்க மாட்டார். ஆனால் அதை தற்கொலைக் கடிதமாக ஏற்பது கடினமாக இருந்தது. என் குறைந்த அனுபவத்தை வைத்தும் ஜாவிக்கு உரிய மரியாதையுடனும்

கூறுகிறேன், இது தற்கொலைக் கடிதம் எழுதும் முறையே அல்ல. அம்மாவுக்கு அவர் எழுதியது எவ்வளவோ பரவாயில்லை, அதில் தேவையற்ற விளக்கங்கள் எதுவும் இல்லை. ஒருவர் வாழ்க்கையை முடித்துக்கொள்ளப் போவது என்று முடிவு செய்த பின் ஒரு பெண்ணைக் குறித்துப் புகழ் பாடுவதில் அர்த்தமில்லை. ஆனால் தற்கொலை கடிதம் எப்படி எழுதுவது என்று ஒருவருக்கு யாரும் கற்றுக்கொடுக்க முடியாது அதுவும் நான் பிறந்த அன்று இறந்த ஒருவருக்கு.

இந்த ஆண்டு முடிவதற்குள் நீ திருமணம் செய்துகொள்வாய் என்று நம்புகிறேன். உனக்கு என் நல்வாழ்த்துகள். எனக்கு நேரமாகிவிட்டது. ரயில் நிலையத்திற்கு அருகே உள்ள தபால் பெட்டியில் இதைப் போடுகிறேன். பிறகு மீண்டும் பங்களாவைக் கடந்து சுரங்கத்திற்கு நடந்துபோய், மூன்று மணி ரயிலுக்காகக் காத்திருக்க வேண்டும்.

உன் அன்பு ஜாவி
நவம்பர் 5, 1968,
மாலை 02.40

புத்தகம் 3

காதல்

நாங்கள் இருக்கும் இடத்திலிருந்து சிகப்பு நிறத்தில் இருந்த உயரமான ஒரு குன்றால் பிரிக்கப்பட்டிருந்தது சுருங்கிய கடல். வெகு தொலைவில் அந்தக் குன்றின் விளிம்புபோல குவிந்திருந்த அடிவானத்தில், கடலில் சின்னச் சின்ன படகுகள் அன்றைக்குப் பிடிபட்டவைகளுடன் போய்க்கொண்டிருப்பது புள்ளிபோலத் தெரியும். அந்தக் குன்றின் அடியில் ஒரு தங்க வளைவு போல நீண்டிருந்த கடலுக்கு அவை வரப்போவதில்லை. பாறைகளின் வளைவுக்கு அப்பால் ஒரு சிறிய கிராமம் இருந்தது; தென்னந்தோப்புகளுக்கு ஊடே கொத்து கொத்தாக குடிசைகள் இருந்தன, கடற்கறையில் ஆங்காங்கே கவிழ்த்து வைக்கப்பட்ட கட்டுமரங்கள் இருந்தன. மனிதர்கள் அவற்றின் நிழல் சுருங்கி சூரியன் அவர்களின் கண் இமைகளைத் துளைக்கும்வரை அவற்றின் நிழலில் தூங்கி ஓய்வெடுத்தனர். அங்குதான் படகுகளின் பயணம் முடியும். நாங்கள் அங்கே ஒரு தடவை பள்ளி மாணவர்களாக இருந்தபோது சென்றுள்ளோம், அப்போது மீனவர்கள் ஒரு குட்டி சுறா மீனை கரைக்கு இழுத்து வந்தனர். அதன் வாய் திறந்திருந்தது; ரத்தத்தில் நனைந்திருந்த அதன் பற்கள் மாதுளை முத்துகள் போல இருந்தன.

இது நடந்து எத்தனை ஆண்டுகள் இருக்கும்? எட்டு ஆண்டுகளா? அல்லது ஒன்பதா? அந்தக் குட்டி சுறா அவர்கள் வலையில் பிடிபடாமல் இருந்திருந்தால், இப்போது பெரிய சுறாவாக வளர்ந்திருக்கும்; அவ்வளவு காலம் ஆகிவிட்டது. இப்போது எங்களுக்குக் கிட்டத்தட்ட இருபத்தி இரண்டு வயதாகிறது, நானும் சந்தீப்பும் இன்னும் வெகுதொலைவில் பார்த்தபடிதான் இருந்தோம். பட்டம் பெறாமலேயே நான் கல்லூரியிலிருந்து வெளியேறி விட்டேன், அதனால் உள்ளபடி பார்த்தால் சந்தீப்பைப் போலவே நானும் அரசாங்க வேலை பெறுவதற்கு தகுதி இல்லாதவன்தான். ஒருவேளை பங்களாவில் இதுவரை யாரும் செய்திராத அந்தஸ்து குறைவான வேலை வேண்டுமானால் முயற்சி செய்யலாம்.

மாளிகையில் பெரிதாக எதுவும் மாறவில்லை. எப்போது வேண்டுமானாலும் தூக்கத்தில் இறக்கலாம் என்று மனிதர்கள் எதிர்பார்க்கும் ஒரு வயதை எப்போதோ அடைந்துவிட்ட பாட்டி

திடகாத்திரமாக இருந்தார். தொலைகாட்சி நிகழ்ச்சிகளைத் தவறாமல் கேட்டார், டி.வி.யில் காட்டப்படும் மொத்த நிகழ்ச்சிகளும் அவருக்கு அத்துப்படி. ஆனால், சென்ற கோடையில் பதவி இழந்த ராஜீவ்காந்தியின் குரலை இப்போதெல்லாம் அவரால் அடிக்கடி கேட்க முடிவதில்லை. ஜசிராவுக்கு கடந்த மூன்று ஆண்டுகளில் இரண்டு தடவை கருச்சிதைவு ஆகிவிட்டன, நல்ல வேளையாக அவள் பங்களாவுக்கு வரும் எண்ணிக்கை அரிதாக இருந்தன. அவள் ஒரேயடியாக இங்கே வராமலே போய்விட்டால் நன்றாக இருக்கும் என்று நான் ரகசியமாக ஆசைப்பட்டேன்; நாங்கள் இருவரும் மோதிக் கொள்ளாமல் இருக்க முடியவில்லை. ஜசிராதான் பொதுவாக என் எதிர்காலத்தில் நான் அக்கறை இல்லாமல் இருப்பதைப் பற்றி, அவள் கணவரை நான் மதிக்கவில்லை என்பதைப் பற்றி பேசி சண்டையைத் தொடங்குவாள். அவரோ நாங்கள் சண்டை போட்டுக்கொண்டிருக்கும் அதே அறையில் இருந்தாலும்கூட, அங்கிருந்து பல மைல் தொலைவில் இருப்பதுபோல் நடிப்பார்.

எப்போதும்போல முட்டாளாகவே இருக்கும் அக்மல், குஃபி தொப்பிகளை மாற்றினான்; புதிய தொப்பி அவன் தலைமுடி நிறத்தில் இருந்ததால் அவன் தொப்பி அணிந்திருக்கிறானா இல்லையா என்றே வித்தியாசம் தெரியவில்லை. ஆனால் அவன் அதை இரவும் பகலும் அணிந்திருந்தான், அது இல்லாமல் நான் அவனைப் பார்க்க நேர்ந்தால் யாரோ ஓர் அந்நியன் போலவோ அல்லது அவன் நிர்வாணமாக இருப்பது போலவோ தோன்றியது, அல்லது இரண்டுமே: ஒரு நிர்வாண அந்நியன்.

ஒரு ரேடியோ மெக்கானிக்கிடம் உதவியாளராக அக்மல் வேலைக்கு சேர்ந்த அன்று, ‘இந்த வீட்லயே சம்பாதிக்கற ஒரே ஆளு அக்குதான்,’ என்று நஸீரிடம் ஜசிரா கூறினாள். ‘மத்தவங்க எல்லாரும் வெட்டியா பொழுது போக்கிட்டு திரியறாங்க, சாப்பிடறாங்க, டி.வி. பாக்கறாங்க, தூங்கறாங்க, அவ்ளோதான்.’

‘நாங்க ஒன்னும் உன் புருஷனோட பணத்தில வாழல,’ என்றேன் நான்.

‘அமர், நான் ஒன்னும் உங்கிட்ட பேசல. அப்றம், இதுல நஸீர வம்புக்கு இழுக்காதே,’ என்று சீறினாள்.

‘சரிதான்,’ என்ற நான் ஒரு கண்ணால் திடீரென்று பழைய செய்தித்தாளில் விளையாட்டு செய்திப் பக்கத்தை ஆர்வமாகப் படிப்பவர் போல பாவனை செய்த பேராசியர் நஸீரைப் பார்த்தேன்.

‘அப்பா உனக்கு நூற்றியொரு சவரன் நகைங்க, ரெண்டு லட்சம் ரூபாய் பணம், அரை ஏக்கர் நிலம் கொடுத்திருக்காரு. இங்க இனியும் உனக்கு வேலையில்லை,’ என்றேன்.

‘ஜசி,’ விளையாட்டு செய்திப் பக்கத்திலிருந்து அவசரமாக தலையைத் தூக்கிய பேராசியர் நஸீர், ‘இப்போதான் எனக்கு ஞாபகம் வந்துது. திங்க கிழமைக்குள்ள மதிப்பிட வேண்டிய பிராஜக்டுகள் ஏராளமா இருக்கு. டிரஸ் பண்ணிக்க. வீட்டுக்குப் போகலாம்,’ என்றார்.

‘இப்படியே கிளம்பினா எப்படி, மகனே? என்று அம்மா மீண்டும் சரியான நேரத்திற்கு வந்து காட்சியளித்தார். ‘கடாயில சிக்கன் வறுத்துட்டு இருக்கேன், இன்னும் கொஞ்சம் நேரத்தில ஆகிரும். அதுக்குள்ள கிளம்பறேன்னு சொல்றீங்களே?’ என்றார்.

இந்தப் பொருளாதார பேராசிரியரைத் தவிர வீட்டில் இருந்த அனைவருக்கும், கடாய் இன்னமும் அடுப்பில் ஏறவில்லை என்றும் அவர் குறிப்பிட்ட அந்த சிக்கன் இன்னமும் உயிருடன் பலாமரத்தின் அடியில் எதையோ கொத்தித் தின்று கொண்டிருக்கறது என்பது தெரியும். இப்பொழுதெல்லாம் அம்மா ஏதாவது எதிர்பாராத அவசரம் என்றால்தான் ஒரு கோழியை கொல்வார், அடுத்த வேலை நாளுக்குள் தான் மதிப்பிட வேண்டிய பிராஜெக்டுகள் இருப்பதாக பேராசிரியர் நடிப்பது ஓர் எதிர்பாராத அவசரம்தான். அதன் பிறகுதான் புழக்கடையில் கோழியைத் துரத்தும் வேலை தொடங்கும்.

ஜசிரா விடைபெறும்போது எப்போதும்போலவே, ‘அக்கு, நீ ஞாயிற்றுக் கிழமைகள்ல எங்க வீட்டுக்கு வந்து தங்கலாம். நீ வந்தேனா கோழிக் கறி செய்யறேன்,’ என்பாள்.

ஜசிரா, அக்மலை தன் வீட்டிற்கு அழைப்பதற்கு ஒரே காரணம் கோழிகள்தான். அவளுக்கோ பேராசிரியருக்கோ ஹலால் முறையில் ஒரு கோழியை எப்படிக் கொல்வது என்று தெரியாது. அக்மல் அவள் வீட்டுக்கு வாழைப்பழ சீப்பு, பலாப்பழங்கள், எங்கள் கோழிகள் இட்ட முட்டைகளை எடுத்துக்கொண்டு வார இறுதி நாட்களில் செல்வான். அவன் பேராசிரியருடன் பாபர் மசூதி குறித்து வாக்குவாதம் செய்யும் தவறை செய்து அதனால் ஜசிராவுக்கு அவனைப் பிடிக்காமல் போகும்வரை இது தொடர்ந்தது.

சோஃபியாவைப் பொறுத்தவரை, இப்போதெல்லாம் யாரும் அவளைப் பற்றி பேசுவதே இல்லை. அம்மா எப்போது

ஊதுபத்திகளை அக்மலிடம் கொடுத்தனுப்புவதை நிறுத்தினார் என்றே எனக்கு நினைவில்லை. அவனும் வெள்ளிக்கிழமை பிரார்த்தனை முடிந்த பிறகு, புதர்கள் நிறைந்த பாதையில் சென்று அவள் கல்லறைக்கு முன்பாக கூடுதலாக ஃபதிஹா இப்போதும் சொல்கிறானா என்பதை அறிய வழியே இல்லை. வசந்த காலத்தின் உச்சத்தில் நாவல் மரத்தில் இலைகளைவிட அதிகப் பழங்கள் பழுத்திருப்பதைப் பார்க்க இப்போது இனிமையான காட்சியாக மட்டுமே இருக்கிறது. ஒரு காலத்தில் இதே காட்சி, மரக்கன்று ஒன்றை வேரோடு பிடுங்கி நெல் வயல்களினூடே சிரித்தபடி ஓடிய சோஃபியாவைப் பற்றி வலியுடன் நினைவூட்டியது. ஐசிராவுடன் சண்டை போடும் சமயங்களில் மட்டுமே சுற்றுலாவிற்கு அவளுக்கு பதிலாக ஐசிரா ஏரிக்குச் சென்று ஓட்டைப் படகில் ஒரு மழை நாளில் ஏறியிருக்கலாமே என்று ஏக்கத்துடன் நினைத்தேன். காலம் காயங்களை குணப்படுத்துவதோடல்லாமல், வடுவையும் சேர்த்தே நீக்குகிறது.

எங்கள் பெற்றோர், தத்தம் துருவங்களில் தொடர்ந்து தனியாக ஒருவரோடு ஒருவர் பேசாமல் வாழ்ந்து வந்தனர். பேராசிரியர் நஸீர் முன்னிலையில் மட்டும் ஒன்றிரண்டு வார்த்தை பேசிக்கொண்டனர். அப்பா உலகத்தோடு கோபமாக இருப்பது போல இருந்தார், அம்மா அதைப் பற்றி பெரிதாக அலட்டிக்கொள்ளவில்லை. அம்மாவை ஒருகாலத்தில் தூக்கத்தில் உளற வைத்த லண்டனிலிருந்து வந்த கடிதத்திற்குப் பிறகு ஒரு வார்த்தைகூட அடுத்து அங்கிருந்து வரவில்லை.

காம விஷயங்களில் நான் அதிகம் பச்சாதபம் கொள்வதை நிறுத்திவிட்டேன். உதாரணமாக, சுஹாூதா அத்தை என் கற்பனைகளில் அடிக்கடி பிறந்தமேனியாக வரத்தொடங்கினார், சில நேரங்களில் ரோஜா இதழ்கள் தூவிய படுக்கைக்கு என்னைப் பிடித்து அழைத்துக்கொண்டு போனார். இந்தக் கற்பனைகளில் அவருக்கு வயதாகியிருந்தது, அவர் தோலில் வரிகள் அதிகம் பரவியிருந்தன, மார்பகங்கள் தொங்க ஆரம்பித்து விட்டிருந்தன. இவற்றைத் தவிர வேறு எதுவும் பெரிதாக நடக்கவில்லை.

ஓ, நான் ஜாவியைப் பற்றி சொல்ல மறந்துவிட்டேன். அவர் அடக்கம் செய்யப்பட்டு ஏறக்குறைய இருபத்தியோரு ஆண்டுகளுக்குப் பிறகு மசூதிக்குப் பின்னால் இருந்த அவர் கல்லறைக்குப் போகும் வாய்ப்பு அமைந்தது; அது காலப்போக்கில் துக்கம் அனுஷ்டிக்க வந்த பல தலைமுறை மக்களின் கால்களின் அடியில் மிதிபட்டு சமதளமாகியிருந்தது. பங்களாவின் நாத்திகனான

நான் எவ்வாறு மசூதி வளாகத்துக்குப் போனேன் என்பது நிச்சயம் விளக்கப்பட வேண்டிய கேள்விதான்.

1989-ளின் நடுவில் எங்கள் நகருக்குக் கோடைகாலத்தில் சாரை சாரையாக வந்து எல்லா இடங்களிலும் தென்பட்டு மழைக்காலம் தொடங்கும்போது சென்றுவிடும் சுற்றுலா பயணிகளைப் போல சின்னம்மை பரவியது. அதற்கு முன்பு நோய் வந்து நான் பார்த்தே இல்லாத அப்பா, தேன் கூட்டைக் கலைத்ததால் அவர் முகத்தில் நூறு தேனிக்கள் கொட்டியது போன்ற வடுக்களுடனும் உடலில் பல நூறு வடுக்களுடனும் காணப்பட்டார். மெக்கானிக் கடையிலிருந்து ஒரு வாரம் விடுப்பு எடுத்துக்கொண்ட அக்மல், அப்பாவின் மெத்தை அருகே இருந்தவாறு வேப்பிலை மரத்திலிருந்து ஒடித்த கிளையால் அவருக்கு விசிறிக்கொண்டே இருந்தான். இரண்டு மணி நேரத்திற்கு ஒரு முறை அம்மா அவருக்கு வெந்நீர் ஒத்தடம் கொடுத்துக் கொண்டே இருந்தார். காலை, மதியம் மற்றும் இரவு உணவுக்கு வெள்ளரி சாலட்கள் தயாரித்தார். ஆனாலும் நாட்கள் செல்லச் செல்ல மேலும் மோசமாகிக் கொண்டே வந்தார் அப்பா. சிகப்புப் புள்ளிகள் கொப்புளங்களாக பழுக்கத் தொடங்கிய சமயத்தில் அம்மா, டாக்டர் இப்ராகிமுக்கு ஒரு சிறிய குறிப்பு எழுத அமர்ந்தாள். சின்னம்மை நோய் பற்றி அவரிடம் என்னால் நன்றாக விளக்க முடியும் என்று வாதிட்டாலும் அம்மா அதை அவரிடம் கொடுக்குமாறு வற்புறுத்தினார்.

பாலி க்ளினிக்கின் கதவுகள் மூடியிருந்தன, ஜன்னல்களின் ஒன்றில் ஒட்டப்பட்டிருந்த அறிவிப்பு மிகவும் அவசரமாக எழுதப்பட்ட டாக்டர் இப்ராகிமின் இன்னொரு மருந்துசீட்டு போல இருந்தது - 'மேற்கொண்டு அறிவிப்பு வரும்வரை மருத்துவம் பார்க்கப்பட மாட்டாது'. அதில் டாக்டர் இப்ராகிமின் வழக்கமான நோயாளிகளுக்கு டவுனில் இருந்த இன்னொரு கிளினிக்கின் முகவரி இருந்தது. அறிவிப்பின் தேதியைப் பார்த்தால் கிளினிக் ஏறக்குறைய ஒரு மாத காலமாக மூடப்பட்டிருப்பது தெரிந்தது. மேற்கூரையில் எலிகள் ஓடும் சத்தம் கேட்கவும் நான் ஓர் எலியைப் பார்த்தேன். பூனைக் குட்டி அளவு பெரிதாக இருந்த அது நோயாளிகள் காத்திருக்கும் அறைக்குள் விரைந்தது. நான் அம்மாவின் குறிப்பை எடுத்துக்கொண்டு சுரங்கத்திற்கு அருகில் இருந்த டாக்டர் இப்ராகிமின் வீட்டிற்குப் போனேன். வாயிற்கதவில் பூட்டுப் போடப்பட்டிருந்தது, வீட்டின் முன்புறத்திலோ அல்லது தாழ்வாரத்திலோ ஃபியட் இருக்கும் அறிகுறி இல்லை. வீடு சற்றே பேய் வீடு போல இருந்தது. தோட்டத்தில் காய்ந்த இலைகள் அடர்த்தியாக தரைவிரிப்புப் போல படர்ந்திருந்தன, பழைய

டால்டா டின்களில் இருந்த மல்லிகைக் கொடிகள் தளர்ந்து அதன் களைகள் பால்கனி வரை உயரப் படர்ந்திருந்தன. வாயிற்கதவின் வேலைப்பாட்டில் சிலந்தி வலைகள் தொங்கின. நடைபாதையில், தாழ்வாரத்தின் முனையிலிருந்து பூட்டப்பட்டிருக்கும் வாசற்கதவின் அலங்காரமான வளைவுவரை சென்ற காலடித் தடங்கள் ஏற்கெனவே மண்ணோடு ஒன்றரக் கலந்துவிட்டன. டாக்டர் இப்ராகிமை தன் வீட்டிலிருந்தும், பணியிலிருந்தும் ஏந்திக்கொண்டு சென்ற ஃபியட் கார் எந்த வழியாகப்போய், கடைசியாக எங்கே சென்றடைந்தது என்று யோசித்தேன்.

டாக்டர் இப்ராகிம் போன்ற புகழ்பெற்ற டாக்டர் ஓர் அறிவிப்பை ஒட்டிவிட்டு கிளினிக்கை எலிகளுக்கும், நன்கு பராமரிக்கப்பட்ட வீட்டை களைகளுக்கும் விட்டுவிட்டு எங்கேயோ காணாமல் போய்விட வேண்டும் என்று முடிவெடுக்க முகாந்திரம் இல்லை. மருத்துவம் படித்துவரும் ஆசிஃப் இன்னும் 1-2 ஆண்டுகளில் டாக்டராகி விடுவான். ஜசிரா திருமணத்திற்கு ஒரு சில மாதங்களுக்கு பிறகு அவன் மருத்துவக் கல்லூரியில் சேர்ந்தான். டாக்டர் இப்ராகிம் எங்களுக்கு இனிப்புகளை அனுப்பி வைத்தார், அதைக் கையில் பிடித்தவாறு அம்மா என்னைப் பரிதாபமாகப் பார்த்தார். அப்போது அவர் விட்ட பெருமூச்சில் திரைச்சீலைகள் ஆடுவதாகவும் அவற்றில் அச்சிடப்பட்ட பூக்கள் ஜன்னல் திட்டுகளில் பழுப்பு இதழ்களை உதிர்ப்பதாகவும் கற்பனை செய்துகொண்டேன்.

'அவரு ஹஜ் போயிருப்பாரு,' டாக்டருக்காக அவர் தந்த குறிப்பை நான் அவரிடம் திருப்பித் தந்தபோது அம்மா இவ்வாறு கூறினார். 'ஆனா இப்ராகிம் என்கிட்ட மன்னிப்பு கேக்காம எப்படி போயிருப்பாரு?' என்றும் கேட்டார்.

இதற்கு, டாக்டர் இப்ராகிம் அம்மாவுக்கு தவறாக எதுவும் செய்துவிட்டதற்காக இஸ்லாமிய மோட்சம் அடைவதற்கு முன்பு அவர் மன்னிப்பு கேட்க வேண்டும் என்று அர்த்தமில்லை. உண்மையில் அது அப்படி இல்லை. மெக்காவுக்கு செல்வதற்கு முன் அனைவரிடமும் மன்னிப்பு கேட்பது ஒரு வழிமுறைதான். உதாரணமாக, நான் ஹஜ் செல்வதாக இருந்தால், ஜசிராவின் கரங்களைப் பிடித்துக்கொண்டு, 'ஜசி, நான் உனக்கு செய்த எல்லாவற்றிற்கும் என்னை மன்னித்து, என்னைப் போகவிடு,' என்று கேட்க வேண்டும். இது ஒரு வினோதமான பழக்கம், என்னைக் கேட்டால், வார்த்தைகளில் விவரிக்க முடியாத அளவு மோசமானதும்கூட. சிலர் போவதற்கு முன் பயங்கரமாக அழுவார்கள், அந்த ஆசிர்வதிக்கப்பட்ட பூமியில் இறப்போம்

என்றும் பேரிச்சை மரங்களின் அடியில் அடக்கம் செய்யப்படுவோம் என்று நம்புபவர்கள் அவர்கள். அவர்களில் பெரும்பாலானோர் தாங்கள் இறுதி விடைபெற்றவர்களுக்காக ஏதாவது சின்ன நினைவுப் பரிசுகளை வாங்கிக்கொண்டு திரும்பி வந்துவிடுவார்கள்.

'இல்லை, அவரு வேற எங்கயோ போயிருக்கணும்,' என்று கடைசியில் அம்மா முடிவு செய்தார். 'இப்ராகிம் இங்க வந்து சொல்லாம ஹஜ் போகவே மாட்டாரு.''

அப்பாவிற்கு உடலின் வீக்கங்கள் ஒரு வாரத்தில் குறையத் தொடங்கின, வேப்ப மரத்திலிருந்து அக்மல் உருவாக்கிய ஸ்விட்சுகளிலிருந்து வந்த மின்சாரத்தால் அவர் குணமடைந்தார். ஆனாலும் நான் பாலி க்ளினிக்கை சமயம் கிடைத்தபோது கவனித்த போதெல்லாம் அது மூடப்பட்டு இருந்தது. கடும் வெய்யிலில் காய்ந்து அதில் இருந்த அறிவிப்புத்தாள் மஞ்சளாக மாறி, மழையில் நனைந்து மீண்டும் வெய்யிலில் காய்ந்தது.

மேலும் மூன்று மாதங்கள் கடந்த பிறகுதான் டாக்டர் இப்ராகிமைப் பற்றி நான் கேள்விப்பட்டேன், நான் கேட்ட அதே நேரத்தில் நகரின் பெரும்பாலான மக்களும் கேட்டனர். காரணம், தூபிகளில் இணைக்கப்பட்ட ஒலிப் பெருக்கிகளிலிருந்து வந்த ஒரு பொது அறிவிப்பு. துயரம் நிறைந்த மாலை அது. காற்றாலை பனை மரத்திலிருந்து சூரிய அஸ்தமனம் முதலே ஒரு ரூஹானி பறவை கத்திக்கொண்டே இருந்தது, அம்மா போர்ட்டிகோவுக்கு வந்து அதன் மீது இருட்டில் கல்லெறிந்தார். உங்களுக்கு இதைப் பற்றி ஏற்கெனவே தெரியாது என்றால், அம்மாவின் கூற்றுப்படி ரூஹானி என்பது ஒரு மரணப் பறவை; அது கத்துவதைக் கேட்க நேர்ந்தால் கட்டாயமாக மரணச் செய்தி ஒன்று வரும். ஆனால் நான் அதை நம்புவதில்லை. ஏனென்றால் மரணப் பறவையின் நீண்ட, சில்லிடும் குரலைக் கேட்காமலே கெட்ட செய்திக்காக தயாராக இல்லாத பல சந்தர்ப்பங்களில் நாங்கள் மரணச் செய்திகளைக் கேட்டிருக்கிறோம். அம்மா இன்னொரு கல்லை காற்றாலை பனைமரத்தில் எறிந்தார், இந்தமுறை இலைகள் சலசலப்பதையும் சிறகுகள் அடித்துக்கொள்வதையும் கேட்க முடிந்தது.

எங்கள் நகரில் பெரிய பொது வாயிற்கதவு ஒன்று இருப்பது போலவும் அதை யாரோ தட்டுவது போலவும் ஒலிபெருக்கியிலிருந்து தட்டும் ஓசை கேட்டது. அடுத்து, இமாம் தொண்டையை சரிசெய்து கொள்ளும் சத்தம் கேட்டது. அம்மா ஏறக்குறைய குற்றம் சாட்டும் வகையில் தன் விரலை தூபிகள்

தெரியும் இடத்தை நோக்கி இறுக்கமாக சுட்டிக் காட்டினார். கட்டாயம் கெட்ட செய்தி வரப்போகிறது என்பதில் அவருக்கு சந்தேகமே இல்லை.

முதல் தடவை அதைக் கேட்டபோது, அதன் அர்த்தத்தைப் புரிந்துகொள்ள நான் தயாராகவில்லை. எனவே மறு அறிவிப்புக்காக என் காதுகளை கூர்படுத்திக் கொண்டேன், உள்ளங்கையில் நகங்களை புதைத்துக் கொண்டேன், இதன் மூலம் என் இதயம் மெதுவாக அடித்துக் கொள்ளும் என்பதுபோல. ஆனால் அம்மா முதல் தடவையே தெளிவாகக் கேட்டுவிட்டார், அவரது வாய் திறந்துகொண்டது, இரண்டு விரல்களை உதடுகள் மீது வைத்து அழுத்தினார். இப்போது எனக்கும் தெளிவாகக் கேட்டது, அந்த மெல்லிய குரல் டாக்டர் இப்ராகிமின் மகனின் மரணச் செய்தியை எங்களுக்குத் தெரிவித்தது. மரணம்தான் ஒன்றை எந்தளவு மாற்றுகிறது; திடீரென்று நான் ஆசிஃப்புடன் நண்பனாக விரும்பினேன். அவன் தோள்களில் கையைப் போட்டு என் வருத்தத்தைத் தெரிவிக்க விரும்பினேன். நகரின் அந்தப் பக்கத்திலிருந்து இதைக் கேட்டுக்கொண்டிருந்த சந்தீப்பும் இப்படித்தான் நினைத்திருப்பான்.

அன்றிரவு மண்பாதைக்கு வெளியே சென்று துக்கம் தொண்டையை அடைக்க சிக்னல் போஸ்ட் அடியில் அமர்ந்தேன். நகர சதுக்கத்திலிருந்து வந்த வெளிச்சம் தூபிகளைச் சுற்றி பலகீனமாக உண்டாக்கிய கோடுகளைத் தவிர அந்த இரவில் மற்ற அனைத்தும் இருளாக இருந்தன. இமாமின் குரல் பாலிகிளினிக்கின் அரேபிய பாணி ஜன்னல்கள் வழியாகக் கசிந்து டாக்டர் இப்ராகிமின் அறையின் இருண்ட மூலைகளில் பட்டு, அங்கே உள்ள அந்துப் பூச்சிகளை அந்த மரணச் செய்தியின் ஒலி அதிர்வால் அசையவைப்பதாக கற்பனை செய்துகொண்டேன்.

இங்கு இல்லாத அத்தனை மாதங்களில் நகருக்கு வெளியே இருந்த இப்ராகிமின் குடும்பம் ஆசிஃபின் மரணப்படுக்கைக்கு அருகே இருந்தபடி வெளியுலகிற்கு வாழ்க்கை நன்றாகத்தான் போய்கொண்டிருக்கிறது எனக் காட்டிக் கொண்டிருந்தனர். நான் கேள்விப்பட்டது உண்மையாக இருந்தால், ஆசிஃபின் சிறுநீரகங்கள் அவன் மருத்துவக் கல்லூரியில் சேர்ந்த அடுத்த ஆண்டு முதலே செயலிழக்கத் தொடங்கிவிட்டன. டாக்டர் இப்ராகிமுக்கு தன் ஒரே மகன் மரணத்தை நெருங்கிக்கொண்டிருப்பது தெரிந்துவிட்டது, அவன் இறந்துவிட்டான் என அறிவிக்கப்படுவரை அவன் அருகிலேயே இருக்க விரும்பியிருக்கிறார்.

அவனது இறுதிச்சடங்கு பிற்பகலில் நடைபெற்றது. வெளிச்சம் முந்திரி மரங்களுக்குக் கீழே சிதறிக் கிடக்க, சூரியன் வெள்ளிநிற டான்டேலியன் மரத்தின் அடர்ந்த இலைகள் கொண்ட கிளைபோல இருந்தது. மசூதிக்குள் இறுதிச் சடங்கு நமாஸ் நடைபெற்றபோது நான் புதர்ப் பாதையில் சுற்றித் திரிந்தேன். ஆசிஃபின் கல்லறை பயங்கரமாக திருகிக்கொண்டிருந்த மரக்கிளைகள் கொண்ட ஒரு மரத்துக்கு அடியில் சோஃபியா கிடந்த புதர்ப்பாதைக்கு எதிரே அமைந்திருந்தது. ஹம்ஸாக்களும் இப்ராகிம்களும் மரணத்தில் அண்டைவீட்டுக்காரர்களாக இருப்பார்கள். மரணத்துக்குப் பிறகு வாழ்க்கை ஒன்று இருந்தால், அம்மா அவரை உரக்கக் கூப்பிட்டு, 'இப்ராகிம் என் ஃபையன் உன் பையனோட இருக்கானா? எனக்குத் தலைய வலிக்குது. அவன்கிட்ட தைலம் கொடுத்து அனுப்புங்க,' என்பார்.

அடக்கம் செய்யும் சடங்குகள் முடியும் தறுவாயில் யாரோ என்னை தோளில் மெல்லத் தட்டினர். நான் திரும்பிப் பார்த்தேன், சஜ்ஜத் குனிந்து என் காதில், 'அமர் நீ ஜாவியோட கல்லறையில நின்னுட்டு இருக்கே, நகர்ந்து போ,' என்று கிசுகிசுத்தார்.

அது வெறும் செம்மண் திட்டாகத்தான் இருந்தது. ஒரு பக்கத்தில் அடர்த்தியான புற்கள் வளர்ந்திருந்தன. எந்தக் குறிப்பிட்ட வடிவிலும் இல்லாத, எந்த நினைவுக்கல்லும் இல்லாத ஒரு கல்லறை. நான் அவசரமாக அங்கிருந்து விலகி அதன் அருகில் நின்றேன். பிற்பகல் கடந்து சென்று, வெளிச்சம் இலைகளுக்கு இடையே மறைந்தது. நான் பிறந்த அன்று இவ்வுலகை விட்டுப் பிரிந்த ஏதோ ஒன்று என் உள்ளங்கால்கள் வழியாக ஊர்ந்து வந்து எனக்குள் ஊடுருவுவதை உணர்ந்தேன்.

கீழே இருந்த கடலில் தொலைவில் படகுகள் பாறைகளைச் சுற்றி மீனவ கிராமத்துக்குப் போய்க் கொண்டிருந்தன. எங்களுக்குப் பின்னால், சந்தீப்பின் மூன்று ஏக்கர் தென்னந்தோப்பில், தச்சர்கள் உளியாலும் ரம்பத்தாலும் அறுத்துக்கொண்டும், பாதி முடிந்த குடிசைக்கு அருகே சட்டங்களை அடித்துக்கொண்டும் இருந்தனர். பாதி மூங்கில், பாதி கான்கிரீட் ஓலைக் கூரையிலான வடிவமைப்பில் நான்கு கட்டிடங்களைக் கட்டிக்கொண்டிருந்தனர். மெர்மைட் இன்; பெயின்டர் ஒருவரது கையில் ஒரு பிரஷ்ஷும் சிகரெட் போல வாயில் ஒன்றும் தொங்கிக் கொண்டிருக்க,

நீலப்பச்சை நிறப் பலகையில் தான் பென்சிலால் எழுதிய எழுத்துக்களில் பச்சை பெயின்ட்டை நிரப்பிக் கொண்டிருந்தார். அந்தப் பலகையின் மூலையில் சோகக் கண்கள் கொண்ட கடற்கன்னியின் படம் ஏற்கெனவே இருந்தது, அவள் தென்னை மரத்தில் சாய்ந்தவாறு இளநியை ஸ்ட்ரா போட்டுக் குடித்துக் கொண்டிருந்தாள்.

தச்சர்கள் அவசரமே இல்லாமல் வேலை பார்த்தனர், பாதி கட்டி முடிந்த குடிசை மட்டுமே இவர்களது மாதம் முழுவதுமான உழைப்பின் பலன். ஆனால் சந்தீப்பிற்கு நேரம் இருந்தது; பிப்ரவரி அப்போதுதான் தொடங்கியிருந்தது, மார்ச் மாத நடுவில்தான் முதல் சுற்றுலா பயணி ரயிலிலிருந்து இறங்கி எங்கள் நகரினூடே மெதுவாக அங்குமிங்கும் பார்த்தவாறு கடற்கரைக்கு வருவார்.

அந்த ஒட்டுமொத்த கடற்கரை முழுவதிலும் சந்தீப்பைவிட இளம் வயது தொழிலதிபர் யாருமே இல்லை. உண்மையில் குன்றின் முனையில் இதைவிட சிறப்பாகக் கட்டப்பட்ட விடுதிகள் இருந்தன; உயரமான கம்பங்களில் மரப்படிக்கட்டுகளுடன், கடலைப் பார்த்தபடி இருக்கும் சிறிய அழகான பால்கனிகளுடனும் அறைகளுடனும் சில இருந்தன; சிறிய வில்லாக்களில் பரண்களுடன்கூடிய ஜன்னல்கள் மற்றும் அவற்றின் முன்முற்றத்தில் தென்னை மரங்களுக்கு இடையே தொங்கிக் கொண்டிருக்கும் ஊஞ்சல்களுடன் சில இருந்தன; இன்னும், தாழ்வான மேற்கூரைகளிலிருந்து சீன லாந்தர்கள் தொங்க, மூங்கில் சுவர்களுடனும் பிரம்புக் கதவுகளுடனும் சில சாதாரண குடில்கள் இருந்தன. ஆனால் எதற்குமே சந்தீப்பின் விடுதியைப் போன்ற கவர்ச்சியான பெயர் இல்லை, வீட்டில் அதைச் சொல்லாமல் என்னால் இருக்க முடியவில்லை.

‘உன் ஃபிரெண்டுக்கு அது நல்லதுதான்,’ மெர்மெய்ட் விடுதி பற்றி வாய்த் தவறி அவரிடம் சொன்னபோது இவ்வாறு கூறிய அம்மா, ‘நானும் உன் அப்பாவும் போன அப்புறம் உனக்கு யாரு சோறு போடுவாங்க?’ என்று கேட்டார்.

‘நானோ ப்ரொஃபெசரோ போட மாட்டோம். அது மட்டும் நிச்சயம்,’ திடீரென்று எங்கிருந்தோ வந்த ஜசிரா கூறினாள்.

சண்டை போடும் வாய்ப்பு கிடைத்ததை எண்ணி சந்தோஷப்பட்ட நான், ‘என்னவோ நான் உன் கிட்ட வந்து நிக்கப்போற மாதிரி பேசறியே,’ என்று அவளிடம் கூறிவிட்டு அம்மாவிடம், ‘நான்

அங்க டூரிஸ்ட் கைடா வேலை செய்யப்போறேன். டாலர்கள்ல சம்பாதிப்பேன்,' என்றேன்.

'அம்மா, இந்தச் சுற்றுலா வழிகாட்டிங்க என்ன பண்ணுவாங்க தெரியுமா? அங்க வர்ற வெளிநாட்டு பொம்பளைகளை மோப்பம் பிடிச்சிகிட்டு எல்லா அசிங்கம் பிடிச்ச வேலைகளையும் செய்வாங்க. அவங்க சீஸன் முடியற வரையில புருஷன்-பொண்டாட்டி மாதிரி வாழுவாங்கன்னு ப்ரொஃபசர் சொல்லுவாரு,' என்றாள் ஜசிரா.

'ஃபிங் ஃபிங், புரொஃபஸர் ஆர்ஸ்ஹோல்,' என்று நையாண்டிக் குரலில் ஒரு மென்பான விளம்பரத்தில் வரும் பாட்டுபோல பாடினேன்.

'ஸிங் திங், கோல்ட் ஸ்பாட்,' என்று பாடிய பாட்டி உரத்த குரலில் சிரித்து, 'அந்தப் பாட்டு எப்பவுமே டி.வி.ல வரும்,' என்றார்.

ஜசிரா பாட்டியை வெறித்துப் பார்க்க, அவள் மவுனமாகக் கோபத்துடன் பார்ப்பதை அறியாத பாட்டி தொடர்ந்து புன்னகையுடன் டி.வி.யைப் பார்த்தார்.

'இந்த வீடு முழுக்க கிறுக்காதான் இருக்கீங்க, இங்க வரணும்னு நினைச்சாலே எனக்கு வாந்தி வர மாதிரி இருக்கு,' என்று கத்தினாள்.

கேலிக் கனிவுடன் 'மகளே' என்று அழைத்தார் பாட்டி. 'ஒரு கிறுக்கியோட பணம் மட்டும் இல்லாட்டி, இந்த வீட்டை விட்டே நீ போயிருக்க மாட்டே, திரும்பி வந்து வாந்தி எடுக்க நினைக்கறதுலாம் நடந்திருக்காது,' என்றார்.

'நான் ஒன்னும் உங்களை கிறுக்குன்னு சொல்லல,' என்று பாதி சீற்றத்துடனும் பாதி சோகமாகவும் ஜசிரா கூறினாள். 'என்னைவிட பெரியவங்களை மதிக்கற அளவு நாகரிகம் இருக்கறவதான் நான்,' என்றாள்.

'ஃபிங் ஃபிங், புரொஃபஸர் ஆர்ஸ்ஹோல்,' என்று நான் பாடினேன்.

'ஸிங் திங், கோல்ட் ஸ்பாட்,' பாட்டியும் சேர்ந்து பாடினார்.

'அல்லா மட்டும் உன்னை தெருவுல திரிய விட்டார்னா நான் அனாதை விடுதிக்கு ரெண்டு மூட்டை அரிசி நன்கொடையா கொடுப்பேன்,' என்று ஜசிரா என் மூக்குக்கு நேராக விரலை நீட்டிக் கூறினாள்.

நான் பாட்டியின் தோள்களை உலுக்கி, 'பாட்டி, நீங்க அவளுக்கு இவ்ளோ செஞ்சும் உங்களை போய் வீடில்லாம போயிடுவீங்கனு சாபம் போடறா பாருங்க,' என்றேன்.

'நான் ஏற்கெனவே வீடில்லாதவதான் மகனே,' என்று பாட்டி கூறினார். அவர் குரல் தழுதழுத்தது, ஆனால் கண் தெரியாத அவர் கண்களில் கண்ணீருக்கான அறிகுறியே இல்லை.

'நான் உங்களை சாபம் போடல பாட்டி,' என்று எரிச்சலாகக் கூறிய ஐசிரா, 'நான் இவனதான் சாபம் போட்டேன். இந்த காஃபிரைதான் சாபம் போட்டேன்,' என்றாள். மீண்டும் கோபத்துடன், தன் சாபத்திற்கு சில திருத்தங்களை செய்தாள். 'அமர், அல்லா உன்னை ஒரு கவளம் சோற்றுக்காக பிச்சை எடுக்க விட்டார்னா, நான் அனாதை விடுதிக்கு ஒரு ஆட்டுக்குட்டிய நன்கொடையா கொடுப்பேன்,' என்றாள்.

'நீ எப்பவாவது குழந்தை பெத்துகிட்டா, சந்தோஷமா அனாதை விடுதிக்கு ஒரு எருமை மாட்டை நன்கொடை கொடுப்பேன்,' என்றேன். குழந்தை பிறக்காததுதான் அவளது இப்போதைய பலகீனம். சோஃபியா குறித்து அவளை ஏற்கனவே அதிகமாகக் குத்திக்காட்டிப் பேசியிருந்ததால் இப்போது அந்தளவு எதிர்வினையை அது அளிப்பதில்லை.

'எப்படியும் பாவப்பட்ட அந்த அநாதை விடுதிகளுக்கு நல்ல நேரம்தான்,' என்ற பாட்டி தன் குருட்டுக் கண்களை இறுக்க மூடிக்கொண்டாள். எப்போதுமே அவர் பார்க்கும் இருட்டு, கண்களை மூடிக்கொண்டால் அதிகமாகுமோ என்று நான் யோசித்தேன்.

வெறிபிடித்து கத்துவதற்குத் தயாரானாள் ஐசிரா - இப்போதெல்லாம் விசும்பி அழும் அவளது பாணியை மாற்றிக்கொண்டுவிட்டாள் - அப்போது பேராசிரியர் நஸீரின் குரல் பாட்டியின் அறைக்கு வெளியிலிருந்து கேட்டது. 'ஐசி, டிரஸ் பண்ணிகிட்டு கிளம்பு. நான் திங்கட்கிழமை விரிவுரைக்கு குறிப்புங்க தயார் செய்யணும்,' என்றார்.

'டிரஸ்லாம் மாத்த வேணாம், நான் கிளம்பத் தயாராதான் இருக்கேன்,' என்று களைப்புடன் ஐசிரா கூறினாள்.

'மகனே, நஸீர்,' பரபரப்பாக அங்கு வந்த அம்மா, 'நான் மதிய சாப்பாட்டுக்கு சிக்கன் பிரியாணி செய்யறேன். எதையாவது சாப்பிட்டு வயித்தை கெடுத்துக்காதீங்க,' என்றார்.

🙰

ரம்ஸான் பிறை தெரிவதற்கு ஒரு சில வாரங்களுக்கு முன், இப்ராகிம் தம்பதிகள் பங்களாவிற்கு எங்கள் பெற்றோரிடம் மன்னிப்புக் கேட்க வந்தனர். டாக்டர் இப்ராகிம் நீண்ட தாடி வளர்த்திருந்தார். மார்பு வரை நீண்டிருந்த தாடி அதிக நரையோடு இருந்தது. அவரது புன்னகை இப்போது கவலையுடன் இருப்பது போல இல்லை. தாடியைத் தவிர, புன்னகைக்கும் இயல்பும் மாறியிருந்தது, ஆசிஃபை அடக்கம் செய்த நாளன்று இருந்த அதே தோற்றத்துடன் இப்போதும் இருந்தார்.

ஆனால், திருமதி இப்ராகிம் அடையாளம் தெரியாத அளவுக்கு அடியோடு மாறியிருந்தார். அவர் புறங்கைகளில் நரம்புகள் புடைத்துத் தெரியும் அளவு ஒரேயடியாக இளைத்திருந்தார், அவர் கண்களுக்குக் கீழே இருந்த கரு வட்டம் அவர் கண்ணீரால் மை கரைந்து வழிந்தது போல இருந்தது. வெள்ளை உடையும், தலையைச் சுற்றி அணிந்திருந்த முக்காடையும் பார்த்தால், இப்போதுதான் விதவையானவர் போலத் தோற்றமளித்தார். அவர்கள் பங்களாவிற்கு வெறுங்காலுடன் வந்திருந்தனர், தொண்டைக் கட்டிக்கொண்டு பேசுவது போல அவர்கள் குரல் இருந்தது.

அவர்கள் வரும்போது பங்களாவில் இருந்த ஜசிரா தலையில் முக்காடு போட்டுக்கொண்டு திடீரென்று எழுந்த பக்தியுடன் இப்ராகிமின் மனைவியிடம் தனக்குள் இப்போதுதான் நகரத் தொடங்கியிருந்த குழந்தைக்காக பிரார்த்தனை செய்யுமாறு கேட்டுக்கொண்டாள். டாக்டர் இப்ராகிம் அவள் தலையில் கையை வைத்தவாறு தாம் இருவருமே மெக்காவிலும், மெதினாவிலும் அவளுக்காகப் பிரார்த்தனை செய்வோம் என்று கூறினார் (அது என்னவோ கடவுளுக்கு சரியாக காது கேட்காது என்பது போலவும், அவரது தலைமையகத்திற்கு எந்தளவு நெருக்கமாகச் சென்று நம் பிரச்சினைகளைக் கூறுகிறோமோ அந்தளவு நம் வேண்டுதல்களை அவர் செவிசாய்ப்பார் என்பது போலவும் இருந்தது). அம்மா, அப்பா இருவருமே இப்ராகிம் தம்பதிகளிடம் பாலைவனத்தில் தங்களுக்காக எதுவும் வேண்டிக்கொள்ளுமாறு கேட்டுக் கொள்ளவில்லை;

அருகருகே மவுனமாகவே பல ஆண்டுகள் வாழ்ந்த பிறகு பிரார்த்தனையால் எந்தப் பயனும் இல்லை என்பது அவர்களுக்குத் தெரிந்திருக்கலாம். டாக்டர் இப்ராகிமைப் பார்த்த உடனே தூண்களுக்கும் திரைச்சீலைகளுக்கும் பின்னால் ஒளிந்துகொள்ளும் பழக்கம் கொண்ட அக்மல், வரவேற்பு அறைக்கு வந்து கைகளை மார்பில் கட்டிக்கொண்டு அந்தத் தம்பதியினரைப் பார்த்து மரியாதையுடன் புன்னகைத்தான். திருமதி இப்ராகிம் பதிலுக்கு புன்னகை செய்தார். ஆனால், டாக்டரோ சுவரில் உள்ள ஏதோ சாதாரண வடிவம் என்பது போல அவனைக் கண்டுகொள்ளவே இல்லை.

'இப்ராகிம் ஐயா நீங்க எவ்ளோ நாள் மெக்காவுல இருப்பீங்க?' என்று டாக்டர் இப்ராகிமைப் பார்த்து புன்னகையை சற்றே விரிவாக்கிக் கொண்டு அக்மல் விசாரித்தான்.

டாக்டர் இப்ராகிமோ அவன் கேட்டது காதில் விழாதது போல நடித்தவாறு அம்மாவிடம் பேச ஆரம்பித்தார். 'அஸ்மா அக்கா, நான் உங்க அம்மாக்கு அவங்க தூங்கிட்டு இல்லாட்டி சலாம் சொல்லலாம்னு நினைக்கறேன்,' என்றார்.

'ஓ, அவங்களா தூங்கறதே இல்லை, டி.வி. ஸ்டேஷன் மூடின பிறகுதான் தூங்குவாங்க,' என்று மகிழ்ச்சியோடு புகார் சொல்லும் குரலில் கூறினார்.

டாக்டர் இப்ராகிம் அம்மாவிடம், 'இப்போல்லாம் உங்களுக்கு நல்லா தூக்கம் வருதா?' என்று தன்னை தூக்க மாத்திரைகள் எழுதித் தர வைத்ததை நினைவுபடுத்திக்கொண்டு கேட்டார்.

'மரக்கட்டை மாதிரி தூங்கறேன், இப்ராகிம்,' என்று கூறியபடியே திரைச்சீலைகளை விலக்கியபடி டாக்டர் இப்ராகிமை பங்களாவின் உள் அறைக்கு அழைத்துச் சென்றார் அம்மா.

தொலைக்காட்சி சத்தமில்லாத அறைக்கு இப்ராகிம் தம்பதிகள் வந்த உடனே, டாக்டர் இப்ராகிம் போட்டிருந்த வலுவான அத்தர் வாசனையை வைத்து வெளியார் யாரோ வந்திருப்பதைக் கண்டுகொண்ட பாட்டி எழுந்து உட்கார்ந்தார். 'அப்பாடி, கடைசில மெக்கானிக் வந்தானா?' என்று கேட்டார்.

'அம்மா இப்ராகிம் வந்திருக்காரு, டி.வி. மெக்கானிக் இல்லை,' என்றவாறே அறையை அவசரமாகச் சரிசெய்தார் அம்மா.

'இறைத்தூதர் இப்ராகிமா?'

அனீஸ் சலீம் | 203

பாட்டி நண்பகலிலிருந்தே இரண்டு காரணங்களுக்காக எரிச்சலுடன் இருந்தார். ஒன்று, ஜசிராவைக் கவனிப்பதில் மும்முரமாக இருந்த அம்மா பாட்டிக்கு உணவு ஊட்ட மறந்துவிட்டார். இரண்டாவதாக, பேராசிரியர் நஸீருடன் சின்னதாக சண்டை போட்ட பிறகு ஜசிரா புயல் போல அந்த அறைக்கு வந்து, தொலைக்காட்சி ஒயரைப் பிடுங்கினாள். 'மின்சாரம் ஒன்னும் இலவசமா கிடைக்கல,' என்றாள். மூன்றாவது காரணமும் இருந்தது; மாலையில் பாட்டி அம்மாவிடம் டி.வி. போடும்படி சொன்னபோது மீண்டும் ஜசிராவின் கோபத்தைக் கிளறும்படி ஆகிவிடும் என்ற பயத்தில், அவரிடம் டி.வி. தானாகவே நின்று விட்டது என்றும் மெக்கானிக் வந்து பழுது பார்க்கும்வரை ஓடாது என்றும் அம்மா பொய் கூறினார்.

'இல்லம்மா, டாக்டர் இப்ராகிம்,' என்று வந்தவர்களைப் பார்த்து மன்னிப்பு கேட்கும் வகையில் புன்னகைத்தார்.

'அம்மா,' என்று மென்மையாகக் கூறிய டாக்டர் இப்ராகிம், அவரது மெல்லிய கரத்தைப் பிடித்தவாறு, 'நான் இப்ராகிம், உங்க பசங்கள்ல ஒருத்தரோட தான் வளர்ந்தேன். ஒரு தடவை உங்க வீட்டுக்குக்கூட வந்திருக்கேன், உங்களுக்கு ஞாபகம் இருக்கான்னு தெரியல, அது ரொம்ப காலத்துக்கு முன்னாடி,' என்றார்.

'அந்த வீடு போயிருச்சு,' என்று அவர் எரிச்சலுடன் அறிவித்தார். 'எனக்கு வேற வழியே இல்ல, ஏன்னா தன் பொண்ணு கல்யாணத்துக்கு அதை வித்து நான் பணம் கொடுக்கலேன்னா தற்கொலை செய்துக்குவேன்னு அஸ்மா என்னை மிரட்டினா,' என்றார்.

அம்மா, வயதான பாட்டியின் புகாரைக் கேட்டுக் கேட்டுத் தனக்கு அலுத்துவிட்டது என்பதை அவர்களுக்கு உணர்த்தும் விதமாக வலுக்கட்டாயமாகச் சிரித்தார்; ஆனால் அவர் அப்படிச் சிரித்தது எந்தளவு அதிர்ச்சி அடைந்துள்ளார் என்பதையும், புண்பட்டுள்ளார் என்பதையும் வெளிப்படுத்துவதாக அமைந்துவிட்டது. திருமதி இப்ராகிம் தன் கணவரைப் பார்த்த பார்வையில் விஷயம் இன்னும் மோசமாகிவிடுவதற்கு முன்னால் நாம் கிளம்பலாம் என்று கூறுவது போல இருந்தது. ஆனால் அவரோ பாட்டியின் மெத்தையில் கவனமாக அமர்ந்து, பாட்டியின் விரல்களை விடாமல் பிடித்தவாறு, அவர் என்ன கூறினாலும் கேட்கத் தயாராக இருப்பது போல இருந்தார்.

‘நீ என் காசிமோட நண்பனா?’ என்றபடி தன் இன்னொரு கையையும் அவர் கை மேல் வைத்தபடி கேட்டார், இப்போது நான்கு கைகளும் ஒன்றாக இருந்தன. மழை எங்களை வீட்டுக்குள்ளே முடக்கிப் போடும் நாட்களில் எல்லாம் சோஃபியா, ரஸியா மற்றும் நான் விளையாடும் சிறுபிள்ளைத் தனமான விளையாட்டை நினைவூட்டியது அது.

‘நான் உங்க காசிமை ஒரு தடவை, ஒரே ஒரு தடவைதான் பாத்திருக்கேன்,’ என்றார். பின்பு ஜாவியைப் பற்றிய உரையாடலுக்கு இட்டுச் செல்வது போல தான் சொல்லியிருக்கக்கூடாது என்று அம்மாவைப் பார்த்து அவர் அமைதியாகத் தலையை ஆட்டிய விதம் சொன்னது.

‘காசிம் கொடுக்கற வகையச் சேர்ந்தவன், அவனுக்கு நான் கொடுத்த வீட்டை அவன் அஸ்மாவுக்கு ஒரு வார்த்தைகூட மறுத்துப் பேசாம பரிசா கொடுத்துட்டான்,’ என்றார் பாட்டி.

ஜாவியின் நினைவுகளை புதுப்பிக்கும் ஆபத்தை தற்சமயம் தவிர்த்து, டாக்டர் இப்ராகிம் ஒரேயடியாக அந்தப் பேச்சை மாற்ற தன்னாலான முயற்சியை செய்தார்.

‘மெக்கானிக்கை எதிர்பாத்துட்டு இருந்தீங்களா அம்மா?’ என்று கேட்டார்.

‘ஆமாம், மத்தியானத்திலேந்து நான் டி.வி.யே பாக்கல, அஸ்மா அதுல ஏதோ பிரச்சினைன்னு சொல்றா. அவ பொண்ணு, அதைப் பாக்கறதால நான் அவங்க அப்பாவை கொள்ளையடிக்கறேன்னு சொல்றா,’ என்றார்.

‘எதுவுமே தெரியாட்டாலும் டிவியை வெறிச்சுப் பாக்கறதுக்கு அவங்களுக்கு ரொம்பப் பிடிக்கும்,’ என்று அம்மா கூறினார்.

‘என்ன பிரச்சினைன்னு நான் பாக்கறேன்,’ என்றவாறே தன்னம்பிக்கையுடன் டி.வி. அருகில் சென்றார் இப்ராகிம். அவர் கேபிளை பிளக்கில் மாட்டினார், ஸ்விட்ச் போட்டார், திரைக்கு பக்கவாட்டில் இருந்த பட்டனைத் தள்ளினார். நீண்ட நேரம் கழித்து தொலைக்காட்சி தயக்கத்துடன் உயிர்பெற்றது, எங்கள் கருப்பு-வெள்ளைத் தொலைக்காட்சியில் இன்னும் பழசாகத் தெரிந்த மிகப் பழமையான ஒரு படம் ஓடிக்கொண்டிருந்தது. ‘அம்மா, இப்போ நீங்க டி.வி. பாக்கலாம். அது ஒன்னும் இல்லை, கேபிள் லூசாகி இருந்துது அவ்ளோதான்,’ என்றார் டாக்டர்.

திருமதி இப்ராகிம் தன் கணவரை இன்னொரு தடவை பார்த்த பார்வையில் அவர்களுக்குள் நடந்த மவுன உரையாடலை என்னால் செய்தித்தாள் தலைப்பு செய்திகளைப்போல படிக்க முடிந்தது. திருமதி இப்ராகிம்: நாம இங்கேந்து கிளம்பிப்போகலாம். இந்தக் குடும்பம் நம்ப எப்போ கிளம்புவோம்னு பாத்துட்டு இருக்கு. உடனே ஒரு சண்டைய ஆரம்பிக்க விரும்பறாங்க. டாக்டர் இப்ராகிம் தன் சோர்வடைந்த கண்களால் இவ்வாறு பதில் கூறினார்: இன்னும் ஒரு அஞ்சு நிமிஷம் பொருத்துக்க. அப்புறம் அந்த மாதிரி பாக்காதே அந்தப் பையன் கவனிச்சிட்டு இருக்கான்.

அந்தப் பழங்காலத் திரைப்படத்தைப் பாட்டியைப் பார்க்க விட்டுவிட்டு, நாங்கள் அனைவரும் முன் அறைக்குச் சென்றோம். ஐந்து நிமிடங்கள் கழித்து, இப்ராகிம் தம்பதியினர் தாங்கள் இங்கே வந்த காரணத்தைக் கூறத் தயாரானார்கள்: பொதுவான மன்னிப்புக் கோரல்கள் அவர்கள் காபாவிற்குப் போகத் தயாராகிவிட்டதாக உணர வைக்கும். டாக்டர் இப்ராகிம் தேநீர் கோப்பையை கீழே வைத்தபடி என்னைப் பார்த்துச் சிரித்தார்; அவரைப் பொருத்தவரை, அக்மல் இப்போதும் சுவற்றில் ஒரு வடிவம்தான்.

'நீ இன்னமும் கண் மருத்துவரைப் போய்ப் பாக்கலையா?' என்று நான் கண் சிமிட்டுவதைப் பார்த்து என்னிடம் கேட்டார். பிறகு, என் தலையில் சில ஒயர்கள் தளர்ந்திருப்பது போலவும் தொலைக்காட்சியை மீண்டும் உயிர்ப்பெற வைத்தது போல இதையும் சரிசெய்துவிட முடியும் என்பது போலவும் என் நெற்றியில் லேசாகத் தட்டினார், அவர் மட்டும் என் கண் இமைகளின் கீழ் பார்த்திருந்தால், இரவு முழுவதும் நான் கண்ட கனவின் மிச்சங்களைப் பார்க்கக்கூடும். அதில் ஆசிஃபும், என்னையும் சந்தீப்பையும் போல ஒழுங்கீனமானவனாக இருந்தான், அவனும் எங்களோடு சுரங்கத்தில் அமர்ந்து வேட்கையுடன் சந்தீப் கொண்டு வரும் பத்திரிகைகளில் ஒன்றைப் பார்த்துக்கொண்டிருந்தான்.

'இப்ராகிம், நீங்க திரும்பி வந்த பிறகு இவன் கண்ணு பிரச்சினைக்கு ஏதாவது கொடுங்க, நீங்க இருக்கறபோது அவன் வேற டாக்டரை பார்க்கத் தேவையில்லை,' என்றார் அம்மா.

டாக்டர் இப்ராகிம் அப்பாவை கட்டி அணைத்தார், திருமதி இப்ராகிம் அம்மாவையும் ஜசிராவையும் கட்டிக்கொண்டார்.

'என்னை மன்னிச்சிருங்க ஹம்சா அண்ணா.'

'என்னை மன்னிச்சிடுங்க, இப்ராகிம்.'

மன்னிப்பு கேட்கும் செயல்பாடு கொடுக்கல் வாங்கல் போன்றது. ஹஜ் யாத்திரை போகும் நபர்கள் நம்மைப் பார்த்து மன்னித்து விடுங்கள் என்று கேட்கும்போது, மன்னித்து விட்டேன் என்று கூறக்கூடாது. அதற்கு பதில், நீங்களும் அவர்களிடம் மன்னிப்பு கேட்க வேண்டும். ஏன் என்று என்னிடம் கேட்காதீர்கள், நான் இது குறித்து ஆராய்ச்சி செய்ததில்லை; நான் ஒரு நாத்திகன் என்பதை மறக்க வேண்டாம்.

'என்னை மன்னித்து விடுங்கள் அஸ்மா அக்கா.'

'என்னை மன்னித்து விடுங்கள் சலீமா அண்ணி.'

டாக்டர் இப்ராகிம் என்னைக் கட்டிக்கொள்ளவில்லை; என் முதுகில் லேசாகத் தட்டுவதுடன் தன் விடைபெறலை நிறுத்திக்கொண்டார். இன்னமும் கிறுக்கன் போல புன்னகைத்துக் கொண்டிருந்த அக்மல், அங்கும் இங்கும் சுற்றினான். ஆனால் டாக்டர் இப்ராகிம் அவன் இருந்த திசையை நோக்கிப் பார்க்கவேயில்லை. நாங்கள் போர்ட்டிகோவுக்கு வெளியே காலடி எடுத்து வைத்தபோது, அக்மல் டாக்டர் இப்ராகிமின் பக்கத்திலிருந்த என்னைத் தள்ளிவிட்டு திடீரென்று அவரை இறுகக் கட்டியணைத்தான். 'என்னை மன்னித்து விடுங்கள்,' என்று உரத்த குரலில் கூறி, டாக்டரின் தோள்களில் தலைசாய்த்து, 'என்னை மன்னித்து விடுங்கள் இப்ராகிம் ஐயா,' என்றான். டாக்டர் இப்ராகிம் அவன் கரங்களில் சிறிது நேரம் நெளிந்தவர் தன்னை நகரவிடாமல் செய்த கைகளைத் தட்டிவிட விரும்பினார். பின்னர் அந்த அணைப்புக்குக் கட்டுப்படுவது போல அசையாமல் நின்றார், அவர் கைகள் பக்கவாட்டிலேயே இருந்தன. அக்மல் தன் அணைப்பிலிருந்து அவரை விடுவித்தபோது, டாக்டர் இப்ராகிம் அவனிடம் ஏதோ முணுமுணுத்தார். எங்கள் யாருக்குமே அவர் கூறியது கேட்கவில்லை என்றாலும், 'போடா கேடுகெட்டவனே,' என்று அதை நான் அர்த்தப்படுத்திக்கொண்டேன்.

நாங்கள் அவர்களுடன் வாயிற்கதவு வரை சென்றோம், வெறுங்காலுடன் மண்பாதையில் அவர்கள் நடந்து செல்வதைப் பார்த்தோம். சுரங்கத்தின் மேல்பக்கத்தில் நகர சதுக்கத்திலிருந்து வந்து கொண்டிருந்த வெளிச்சம், ஓர் ஏப்ரல் மாலையில் இப்ராகிம் தம்பதியினரின் உலகம் தகர்ந்துவிட்டதை எங்களுக்கு அறிவித்த ஒலிபெருக்கிகள் இணைக்கப்பட்டிருந்த தூபிகளை சுற்றிலும் வெள்ளை நிறத்தால் உறையிட்டது போல இருந்தது.

ரம்ஸான் பிறை தெரிந்த சில நாட்களுக்குப் பின் சுஹறூதா அத்தையும் ரஸியாவும் முட்டைகள், தேயிலை, மற்றும் சர்க்கரையுடன் பங்களாவிற்கு வந்தனர். ஒவ்வொரு வருடமும் ரம்ஸான் பண்டிகையின்போது ஒரு வழக்கமாகவே இதை இவர்கள் செய்துவந்தனர். ஆனால் இந்த தடவை, வழக்கமான ரம்ஸான் பொருட்களை அதிக அளவில் எடுத்து வந்தனர், நாங்கள் வறுமையை நோக்கி வேகமாகச் சென்று கொண்டிருக்கும் செய்தி பரவியிருக்கும். இப்போது வீட்டில் சம்பாதிக்கும் ஒரே நபர் அக்மல் மட்டுமே, ஆனால் ரேடியோ மெக்கானிக் இவனுக்கு தரும் சம்பளம் மிகவும் குறைவு என்பதால் மாதம் முழுவதுமான செலவுகளுக்கு அது போதவில்லை.

அப்பா இன்னமும் வீட்டிலிருந்தே நில ஒப்பந்தங்கள் மற்றும் பழைய கார்கள் விற்பனைகளுக்கு இடைத்தரகராக இயங்கி வந்தார்; ஆனால் வீட்டு நிலைமையை மிக விரைவாக ஸ்திரப்படுத்த வேண்டும் என்ற முனைப்பில் அவர் இருந்ததால் ஒரு மோசமான தரகராக மாறிவிட்டார். பல சமயங்களில் பேராசை பிடித்தவர் என்று குற்றம் சாட்டப்பட்டார். அவருக்கு நில ஒப்பந்தத் தரகு வாய்ப்புகள் குறைந்துகொண்டே வந்தன, பழைய கார்கள் இவரில்லாமலேயே கைமாறின. மேலும் அவரது மனநிலையும் மோசமடைந்து வந்தது; தன் துணிகளை தோய்க்க வேண்டிய துணிகள் போடும் கூடையில் போடாமல், முன்பக்கத் தோட்டத்தில் இருக்கும் துவைக்கும் கல்லுக்குக் கொண்டுபோய் தானே துவைப்பதற்காகக் கரும்புச் செடி நிழலில் குத்துக்காலிட்டு அமர்ந்து சோப்பு போட்டார். அவற்றில் பலவற்றில் கழுத்துப் பட்டையிலும், கைகளிலும் இற்றுப்போயிருந்தன. மாலை வேளைகளில், போர்ட்டிகோவில் காலி நாற்காலியில் கால்களைத் தூக்கிப் போட்டு அமர்ந்தவாறே கடந்து போகும் ரயில்களை உன்னிப்பாகப் பார்த்துக் கொண்டிருந்தார். அதைப் பார்ப்பதற்கு பழைய ரயில் பெட்டிகளை விற்பனை செய்யும் வேலையை மேற்கொள்ளலாமா என்று இவர் யோசிப்பது போல இருந்தது.

எனவே சுஹறூதா அத்தை அதிகப்படியாக மளிகை சாமான்கள் வாங்கி வந்ததிலிருந்து இப்போது பங்களாவின் நிலை வெளிப்படையாகத் தெரிவதையே அது காட்டியது.

அம்மா அதை எதிர்ப்பதுபோல நடிக்கக்கூட இல்லை; உபரியாக இருக்கும் சமான்களைப் பார்த்ததாகக்கூட அவர் காட்டிக்கொள்ளவில்லை. சுஹறூதா அத்தையை திசை திருப்புவற்கு உடனடியாக ஒரு வழியைக் கண்டுபிடித்து விட்டார். அது நான்தான்.

சமையலறைக்குள் நுழைந்த சுஹாதா அத்தையும் ரஸியாவும் நான் ஒரு தட்டில் தலையைக் கவிழ்த்தபடி முட்டையை வாயில் திணித்துக் கொண்டிருந்ததைப் பார்த்துவிட்டனர், நான் காலை கோழிக் கூண்டு வழியாகப் போனபோது பார்த்த முட்டை அது. 'அமர், என்ன இது?' என்று சுஹாதா அத்தை கத்தினார். 'நீ விரதம் இல்லையா?'

'நீ கேள்விப்படவே இல்லையா, சுஹாதா?' நம்பமுடியாதவர் போன்ற குரலில் அம்மா, 'இவன் காஃபிர் கம்பெனிக்கு தலைவரா தேர்ந்தெடுக்கப்பட்டிருக்கான். காரு, வீடெல்லாம் கொடுத்திருக்காங்க. செய்தித்தாள்கள்ல எல்லாம் வந்திருந்ததே நீ படிக்கலயா?' என்று கேட்டார்.

'அமர், நீ நரகத்துக்கு டிக்கெட் வாங்கறே,' என்று சுஹாதா அத்தை கூறினார். ரஸியா அம்மாவின் விமர்சனத்தைக் கேட்டுச் சிரித்தாள், இந்தப் பிரச்சினையில் அவள் என் பக்கம் என்பதுபோலத் தோன்றியது. அவள் சோர்வாகவும் கோபமாகவும் இருந்தாள்; அவளது அழகிய சுருள் முடிக்கற்றை கீழே விழவில்லை, தலையை அலங்காரமாக இல்லாமல் நேராக வாரியிருந்தாள். என் சிற்றுண்டியை முடித்துக்கொள்வது போல எழுந்திருக்கப் பார்த்தேன், ஆனால் ரஸியா, அம்மாவைப் பார்த்து முறைத்துக்கொண்டே, என்னை எழுந்திருக்க வேண்டாம் என்று சைகை காட்டினாள்.

'அமர் அண்ணா, நீங்க நம்புறத செய்யுங்க. மத்தவங்க உங்களைவிட சில வருஷம் முன்னாடி பிறந்துட்டாங்கங்கறதுக்காக அவங்க சொல்றத கேட்க வேண்டாம்,' என்றாள்.

அம்மா, எனக்காக தான் சமைத்த உணவை வெறுப்புடன் பார்த்து, 'அவன் சாப்பிடறதுலதான் நம்பிக்கை வெச்சிருக்கான், தன் நம்பிக்கைய ரம்ஸான் சமயத்தில நாலு தடவை பயிற்சி செய்யறான்,' என்றார்.

'அஸ்மா அத்தை, யாராவது சாப்பிடறபோது அவங்களை திட்டக்கூடாது. அது அவங்களுக்கு செரிக்காம போயிரும்.'

'எனக்கு அது தெரியலையே ரஸியா, அடுத்த தடவை கவனமா இருக்கேன்,' என்று கண்களை போலி வியப்புடன் விரித்தவாறு அம்மா கூறினார்.

'இந்த உலகத்தில சூரியன் அஸ்தமனமான பிறகுகூட சாப்பிடற வாய்ப்பு கிடைக்காத எத்தனை பேரு இருக்காங்க தெரியுமா,' சமையலறை மேடையில் சாய்ந்தவாறு ரஸியா கேட்டாள்.

'ரம்ஸான் இருந்தாலும் சரி, இல்லாட்டாலும் சரி; தினமும் இப்டித்தான் அத்தை. நீங்க சோமாலியா பத்தி கேள்விப்பட்டிருக்கீங்களா?'

'இல்லை, மகளே, நான் கேள்விப்பட்டதில்லை,' என்று அம்மா தலையை மறுப்பாக ஆட்டினார்.

'எத்தியோப்பியா?'

'இல்லை'

'எரித்திரியா?' என்று ஒவ்வொரு பெயராகக் கேட்டவாறே தன் விரல்களை மடக்கினாள்.

'உகாண்டா?'

'கடைசி நாடு கேட்டா மாதிரி இருக்கு, உகாண்டா ஏதோ உருண்டையான சாப்பாட்டு பொருள் மாதிரி தெரியுது,' என்றார்.

'இந்த நாடுகள்ல மக்கள் தினமும் விரதம் இருக்காங்க. அவங்களோட விரதத்த முடிக்க வாரத்துல ஒரு நாள்தான் சாப்பிடறாங்க. வேற சில நாடுகள்ல, மக்கள் புல்லு சாப்பிடறாங்க. உயிர் வாழ ஒருத்தரை ஒருத்தர் சாப்பிடற நாடுங்களும் இருக்கு.'

'நீ பேசறத கேட்டா எனக்கு பசி எடுக்குது, மகளே,' என்றார் அம்மா.

'சுஹா-தா, நம்ப ரெண்டு பேருக்கு சேர்ந்து தெரியறதைவிட உலகத்தை பத்தி உன் மகள் நிறைய தெரிஞ்சு வெச்சிருக்கா.'

சுஹா-தா அத்தைக்குத் தன் மகள் தீட்டிய வறுமையான உலக ஓவியத்தில் பெருமைப்படுவதா அல்லது கோபப்படுவதா என்று தெரியவில்லை. ஜன்னல் வழியாக புழக்கடையில் இருந்த கருவேப்பிலை செடியைப் பார்த்தார். ஒரு காகம் தன் அலகை கிளையில் கூர்ப்படுத்திக்கொண்டிருந்தது.

நான் என் சிற்றுண்டியை முடித்தபோது அம்மா அவளிடம், 'சரி மகளே, நீ புத்திசாலிதான். ஆனா நீ இஸ்லாமைப் பத்தி ஒரு விஷயத்தைப் புரிஞ்சுக்கணும்னு நான் நினைக்கறேன். மனுஷன் நிலாவுல இறங்கின சமயத்தில் அவன் கேட்ட முதல் ஒலி என்ன தெரியுமா?' என்று கேட்டார்.

'ஓ, ஐயோ, மறுபடியும் அந்த நிலா கதையா, வேணாம்,' என்று ரஸியா தலையை ஆட்டியபடி முனகினாள்.

‘கதையா? அது ஒரு கதைன்னா நீ நினைக்கறே?’ என்று ஆவேசமாகக் கேட்டார் அம்மா.

‘மனுஷன் நிலாவுல இறங்கினபோது என்ன சத்தம் கேட்டான்?’ ஆவல் நிறைந்த குரலில் சுஹ்ரா அத்தை கேட்டார்.

‘முவாஜ்ஜினின் அழைப்பு! அவர் முவாஜ்ஜினின் அழைப்பை முதல் வரியிலிருந்து கடைசிவரை தெளிவாகக் கேட்டார்.’

‘யாருமே என்கிட்ட இதப் பத்தி சொல்லல,’ என்று சுஹ்ரா அத்தை என்னமோ மனிதன் நிலவில் இறங்குவது ஒரு குடும்ப விஷயம் போலவும் ஈகிள் தரையிறங்கியத்ற்கோ அல்லது அது வீடுதிரும்பும் கொண்டாட்டத்திற்கோ யாருமே அவரை அழைக்கவில்லை என்பது போலவும் குற்றம்சாட்டும் குரலில் கூறினார்.

‘நீ கிளம்பறபோது அதைப் பத்தின ஒரு சின்ன புத்தகம் தர்றேன்,’ என்று சுஹ்ரா அத்தையிடம் கூறிவிட்டு, ரஸியாவை நோக்கி, ‘அப்றம் மகளே, அவர் பூமிக்கு இறங்கற வரையில தக்பீர்களைக் கேட்டார். உனக்கு அது தெரியுமா?’ என்று அம்மா கேட்டார்.

‘அத்தை, அடுத்து என்ன நடக்கும்னு நான் சொல்றேன்,’ என்று ரஸியா போலி ஆர்வத்துடன் சொன்னாள். ‘இந்துக்கள் சூரியன கும்பிடற மாதிரி முஸ்லீம்கள் நிலாவை வணங்குவாங்க. நாம நிலா வானத்தில வரும்போது வெளிய போய் அதுக்கு நம்ம வணக்கங்களைத் தெரிவிப்போம்.’

‘ஆனா, நிலா நமக்கு ஏற்கெனவே புனிதமானதுதானே,’ என்றவாறு அம்மா ரஸியாவின் மணிக்கட்டில் லேசாக கிள்ளினார். ‘பின்ன நாம ரம்ஸான் மாசத்தை எப்படி தொடங்கறோம்? எப்படி முடிக்கறோம்? ரம்ஸான் பிறைய வெச்சுதானே. உனக்கு இதுகூடவா தெரியாது புத்திசாலிப் பொண்ணே?’

மதச் சண்டையில் தோற்கும் நிலைக்கு வந்த உடன் ரஸியா ‘அக்மல் சகோதரர் எங்க?’ எனக் கேட்டபடி சமையலறையிலிருந்து வெளியேறினாள்.

சூரிய அஸ்தமனமாகும்போது அவசரமாக உண்டுவிட்டு அவர்கள் கிளம்பும்வரை பங்களாவின் நேர்மையும் ஒழுக்கமுமற்றவனான நான், சுஹ்ரா அத்தையை ஓரக்கண்ணால் பார்த்துக்கொண்டே இருந்தேன். குறிப்பாக அவரது பின்புறத்தில் தனிப்பட்ட கவனம் செலுத்தினேன், புழக்கடையில் வீட்டிற்குக் கொண்டுபோக கருவேப்பிலைக் குச்சிகளை உடைத்தபோதும் வாழை இலைகளை

அறுத்தபோதும் அவரது இடுப்பு அசையும் முறையைப் பதிவு செய்துகொண்டேன். நன்கு திரண்டிருந்த அவரது மார்பகங்களை ஆராய்வது ஆபத்தானது என்று அதை நான் ரகசியமாகச் செய்தாலும், பாட்டியுடன் அவர் பேச அமர்ந்தபோது என் கண்கள் அவர் கழுத்துக்குக் கீழே மீண்டும் மீண்டும் திரும்பின.

அன்று முழுவதும், சுஹ்ரா அத்தைக்கும் ரஸியாவுக்கும் இடையே பதற்றம் அதிகரித்துக்கொண்டே வந்ததை என்னால் உணர முடிந்தது. பங்களாவின் போர்ட்டிகோவிலும் முன்பக்கத் தோட்டத்திலும் வெவ்வேறு இடங்களிலும் இருவரும் சத்தம்போடாமல் வாக்குவாதம் செய்ததை நான் கவனித்தேன். அவளது அம்மா மதத்தைக் குறித்து சரியானபடி சுருள் முடி விழாத ரஸியாவின் தலைக்குள் புரிய வைக்க முடியவில்லை என்பதில் கோபமாக இருந்தார். சுஹ்ரா அத்தையின் மகள் அடிக்கடி அவரைத் துளைப்பதுபோல பார்த்தாள், தலையை வேகமாக வெட்டித் திருப்பினாள். என்னைப் போர்ட்டிகோ படிகளில் பார்த்தபோது இருவருமே சேர்ந்து புன்னகைத்தனர், நான் பார்வையிலிருந்து மறையும்வரை காத்திருந்தனர். ஒருதடவை அத்தை ரஸியாவை அவள் முழங்கை அருகே கிள்ளுவதையும் அவள் கொல்வது போல் அம்மாவைத் தள்ளிவிட்டுவிட்டு கண்களில் கண்ணீருடன் செல்வதையும் பார்த்துவிட்டேன். அவர்களுக்குள் என்ன பிரச்சினை என்று எனக்குத் தெரியாது, ஆனால் அவர்கள் இங்கே இருந்தவரை அது நீடித்தது.

இருவரும் விடைபெற போர்டிகோவிற்கு வந்தபோது அப்பா அங்கு கால்களை காலி நாற்காலியில் நீட்டியபடி அமர்ந்திருந்தார். அத்தை அப்பாவின் சட்டைப் பாக்கெட்டில் மெல்லிய நோட்டுக் கட்டு ஒன்றைத் திணித்தார், அது பாக்கெட்டுக்குள் போய், அத்தையும் திரும்பிய பிறகு அப்பா ‘இதெல்லாம் வேணாம்’ என்பது போல தடுக்கக் கையை நீட்டினார். நான் அவர்களை ரயில் நிலையத்திற்குக் கொண்டு விடப் போனேன். மூவரும் மவுனமாக நடந்தோம். நிலைய கட்டிடத்திற்கு அப்பால் சிவந்த சூரியன் தண்டவாளங்களுக்கு இடையே தெரிந்தது, அதற்கு மேல் உள்ள வானத்தில் ஒருசில இடங்களில் கருஞ்சிவப்புக் கோடுகள் தெரிந்தன. ரஸியா ஓர் ஆலமரத்திற்கு அடியில் இருந்த பெஞ்சில் அமர்ந்தவாறு ஏதோ ஒரு பத்திரிகையைப் படிப்பதில் மூழ்கிவிட்டாற்போல காட்டிக்கொண்டாள். வளர்ந்து வந்த இருளில் அவள் கன்னங்களில் கண்ணீர் வழிவதை என்னால் பார்க்க முடிந்தது.

சுரங்கத்தில் வெகுதொலைவில் ரயிலின் முகப்பு விளக்கின் வெளிச்சம் தெரிந்தது. 'அமர், நீ சீக்கிரம் ஒரு வேலை தேடிக்கறது நல்லது. உன் அப்பாவையும் உங்க வீட்டு நிலைமையும் பார்த்து எனக்கு வருத்தமா இருக்கு,' என்றார்.

தன் அழுத்தமான மஞ்சள் நிற வெளிச்சத்தை புழுதிபடிந்த தண்டவாளங்களில் பரவ விட்டுக்கொண்டு ரயில் நெருங்கி வரும் சமயத்தில், 'நான் ஏற்கெனவே வேலைய தேடிகிட்டேன், அத்தை,' என்றேன்.

'அப்படியா? நல்லது,' என்றவாறே குச்சிக் குச்சியாகக் கருவேப்பிலை, நிறைய முருங்கைக்காய்கள், கிளிப் பச்சை நிறத்தில் வாழை இலைகளின் சுருள் நிறைந்த பையை எடுத்துக்கொண்டார். 'என்ன வேலைப்பா?'

'நான் மெர்மெய்ட் விடுதியில சுற்றுலா வழிகாட்டியா வேலை செய்யறேன்,' என்றேன். ஆனால், ரயில் எங்களைக் கடந்து சென்றபோது தடம்புரண்டுவிட்டதோ என்பது போல காதுகளை செவிடாக்கும் பயங்கர சத்தம் கேட்டதால் அவருக்கு நான் கூறியது கேட்டதா என்று உறுதியாகத் தெரியவில்லை.

அன்று இரவு நிலா வெளிச்சம் எங்கள் மீது தூறல்கள் போல விழ நான் சுஹாதா அத்தையோடு நிலவில் காதல் புரிவதாகக் கற்பனை செய்துகொண்டேன். நாங்கள் படுத்திருந்த இடத்தில் போர்ன்விட்டா நிற மணல் சரிவில் புவியீர்ப்பு விசை அதன் வேலையில் ஈடுபட தன் கைகளைத் தலைக்கு மேலே தூக்கியவாறு அவர் காத்திருந்தார். அவர் உடலின் இரு பக்கங்களிலும் என் கைகளை வைத்துக்கொண்டு அப்படியே அவர் மீது நான் சாய்ந்தேன். வெண்ணெய்க் கட்டியை ஒரு கத்தி துளைப்பதுபோல, பட்டுத்துணியில் ஊசி நுழைவதுபோல இருந்தது. எங்களை எட்டிப் பார்ப்பவர் பல லட்சம் ஒளி ஆண்டுகளுக்கு அப்பால் இருக்கலாம் என்ற எண்ணத்தால் நான் அசட்டையாக உணர்ந்தேன். குனிந்து நேரான அவரது மூக்கு நுனியிலும் வாயிலும் முத்தமிட்டேன், எங்களைப் பார்க்கக்கூடியவர் பூமிக்கு அப்பால் இருப்பார் என்பதைத் தெரிந்து வைத்திருந்த அவரும் எந்தத் தடையும் இல்லாமல் சத்தமாக முனகியவாறு நிஜ வாழ்க்கையில் அவருக்கு இல்லாத தன் நீண்ட நகங்களை என் பின்னால் புதைத்தார்.

ஏற்கெனவே பாதி சீஸன் கடந்து பாதி-பித்தளை நிறத்துடன் கடற்கரையில் குன்றின் அடியில் ஏராளமான சுற்றுலாப் பயணிகள் படுத்திருந்தபோதும் ,மெர்மெய்ட் விடுதியில் தங்க யாரும் வரவில்லை. ஒரு தென்னை மரத்தில் ஆணி அடித்து மாட்டப்பட்டிருந்த நீலப்பச்சை நிறப் பலகையில் இருந்த கடற்கன்னி உருவத்தைப் பார்த்துப் புன்னகைத்தவாறே அதைக் கடந்துசென்றனர்.

'தங்கும் இடம், குடில்கள், ஸீ வ்யு,' என்று சில சமயங்களில் சுற்றுலாப் பயணிகள் அந்தப் பாதையில் வரும்போது குரல் கொடுப்பேன். அவர்கள் எப்போதுமே என்னைப் பார்த்துப் புன்னகைத்தனர், ஆனால் உள்ளே வராமல் கடந்துசென்றனர். இதை நான் பங்களாவைக் காப்பாற்ற மாதாந்திர நிதிக்குப் பங்களிப்பு வழங்க வேண்டும் என்பதைவிட சந்தீப் மேல் இருக்கும் அனுதாபத்தால் செய்தேன்.

'அப்பா, அம்மா கல்லூரிக்கு அனுப்பறபோதே நல்லா படிச்சிரணும். இல்லாட்டி இந்த மாதிரி நின்னுகிட்டு பாட்டுபாடணும்,' என்று சந்தீப் அடிவானத்தில் சூரியன் ஆரஞ்ச் வட்டமாக இருந்த ஒருநாள் கூறினான்.

கடற்கரை, குன்று, மூங்கில் குடிசைகள் மற்றும் என் சுமாரான ஆங்கிலம் எனக்குள் மிகப் பெரிய நம்பிக்கையைத் தந்தன. பள்ளியில் எங்களோடு படித்த ஒரு பையன் குன்றின் பக்கத்திலும், கடற்கரை, அலைதாங்கியைச் சுற்றிலும் சுற்றுலாப் பயணிகளுக்கு வழிகாட்டியாக இருந்து மிகப் பெரிய பலனை அடைந்திருந்தான். நான் இதில் கற்றைக் கற்றையாகப் பணம் கிடைக்கும் என்று எதிர்பார்க்கவில்லை; என் வகுப்புத்தோழனுக்கு வாய்த்த அதிர்ஷ்டம் எனக்கும் வாய்க்க வேண்டும் என்றே நான் விரும்பினேன். அவனை ஒரு வயதான அமெரிக்க தம்பதியினர் தத்தெடுத்துக் கொண்டனர். கடற்கரையில் உலவும் கதைகள் உண்மையாக இருந்தால், இப்போது அவன் மன்ஹாட்டன் பாலத்தைப் பார்த்திருக்குமாறு அமைந்த ஒரு மாளிகையில் வாழ்ந்து வருகிறான். என் கடற்கரைக்கும் தயாள குணம் உள்ள ஓர் ஆன்மாவை விதி அழைத்து வந்தால் நன்றாக இருக்கும். எங்கேயோ எனக்காக ஒரு அகன்ற ஜன்னல் காத்திருக்கிறது என்றும் அங்கிருந்து பார்த்தால் இந்த ரயில்சாலையின் சோகமான தண்டவாளங்களைத் தவிர தேம்ஸ், ஈஃபில் டவர், அல்லது எம்ப்யர் ஸ்டேட் கட்டிடம் போன்ற எதுவோ ஒன்று தெரியும் என்றும் முட்டாள்தனமாக நம்பினேன். தத்தெடுக்கப்படும் சாத்தியம் அடிக்கடி எனக்குள் மிகப்

பெரிய அளவில் தோன்றி என் பெற்றோர், உடன் பிறந்தவர்கள், அக்காவின் கணவர் ஆகியோரிடம் விடை பெற்றுக்கொண்டு அலட்டிக்கொள்ளாமல் விமானத்தில் பறப்பதுபோல கற்பனை செய்துகொள்ளத் தொடங்கினேன்.

ஆனா, முதல்ல ஒரேயொரு சுற்றுலா பயணியவாவது அனுப்பினா போதும் எப்படியாவது இந்தச் சிக்கல்களிலிருந்து என்னை நான் விடுவித்துக் கொள்வேன் என்று எனக்கு நானே சவால் விட்டுக்கொண்டேன். மூன்று நீண்ட மாதங்களுக்கு யாருமே வரவில்லை. மீனவ கிராமத்திற்கு அந்தப் படகுகள் போவதைப் பார்த்துக்கொண்டிருந்தேன், ஒரு பெரிய தூண்டிலை வைத்துக்கொண்டு காத்திருந்த ஒருவனுக்கு குறிப்பிடத்தக்க எந்த மீனும் மாட்டவில்லை என்பது போலத் தோன்றியது.

தன் ஸ்போட்ஸ் பைக்கை ஓட்ட முடியாத அளவுக்கு மிக அதிகமாகக் குடித்திருக்கும் சமயங்களில் சந்தீப் தன் குடிசைகளில் ஒன்றில் தங்கிவிடுவான். அதை அவன் எப்போதும் பூட்டுபோட்டு வைத்திருப்பான். ஜசிரா பங்களாவுக்கு வந்திருக்கும் சமயங்களில் எங்கள் சண்டையால் அவள் அதிகமாக அழும்போதெல்லாம் நான் அவனுடன் தங்கிவிடுவேன். கடல் எங்களுக்கு அடியில் இரவு முழுவதும் அலை வீசிக்கொண்டிருக்க, கடற்கரை சாம்பல் நிற நுரை சூழ இருட்டில் நீண்ட வளைவுபோல இருந்தது. மழை பெய்து கூரையில் ஒழுக, கடல் அலைதாங்கியில் மோதுவது போல ஓசை எழுப்பியது.

ஒரு நிலா வெளிச்ச இரவில் அது நடந்தது: மெர்மெய்ட் விடுதிக்கு முதல் சுற்றுலா கும்பல் ஒன்று வந்தது. குடிசைகளுக்கு முன் இருந்த தோட்டத்தில் சிலர் வரும் சத்தம் கேட்டது. பின்பு குடிசையின் வேயப்பட்ட சுவர் வழியாக யாரோ பேச முயற்சி செய்வது எனக்குக் கேட்டது. கதவைத் திறக்கவும், தாடி வைத்த வழுக்கைத் தலை நபர் ஒருவர் நிலவொளி வீசும் வராந்தாவில் கதவைத் தட்டுவதற்காக விரல்களை மடக்கி கையை நீட்டியவாறு நிற்பதைப் பார்த்தேன். தென்னை மரங்களுக்கு அடியில் பையைப் பின்னால் சுமந்தவாறு திறந்த கதவை எதிர்பார்ப்புடன் பார்த்தவாறு சிலர் நின்றுகொண்டிருந்தனர்.

'தங்குமிடம், குடிசைகள், ஸீ வ்யு,' என்று பழக்கதோஷத்தில் கூறியவாறே தூக்கத்தை விரட்ட தலையை ஆட்டிக்கொண்டேன்.

'ஆமாம்,' தத்தெடுக்கும் வகையாகத் தெரியாத அந்த வழுக்கைத் தலை நபர் கவலையுடன் சொன்னார். 'நாங்க இங்க தங்க

விரும்பறோம். நாங்க ஏழு பேர் இருக்கோம். எல்லாருக்கும் இடம் இருக்குமா?' என்று கேட்டார்.

'தாராளமா தங்கலாம்,' என்று கூறிய நான் அவர்களிடம் பாஸ்போர்ட்டைக் காட்டுமாறு கூறினேன். அவர்கள் அனைவருமே ஜெர்மனி நாட்டினர். பெர்லின் அருகே உள்ள ஏதோ இடத்தில் வசிப்பவர்கள். வழுக்கைத் தலை நபர் பெயர் எரிக், அவரது குடும்பப் பெயர் உச்சரிக்க முடியாத ஏதோ ஒன்று, பாஸ்போர்ட்டில் நன்றாக ஷேவ் செய்துகொண்டு நிறைய தலை முடியுடன் இருந்தார். 'தங்கறது மட்டும்தான், நாங்க உணவு சர்வ் பண்றது இல்லை, மிஸ்டர் எரிச்,' என்றேன்.

அவர் தன் பெயரை நான் உச்சரித்த முறைக்காக முகத்தை வேடிக்கையாகக் கோணிக்கொண்டார். 'ரொம்ப நல்லது. எங்களை கொஞ்சம் சீக்கிரம் செக்-இன் பண்ண விடறீங்களா? ப்ளீஸ்?'

ஜெர்மன் கும்பல் தென்னை மரத்தடியிலிருந்து நிலவு வெளிச்சத்தில் என்னை கவனித்தவாறு இருக்க, நான் சந்தீப்பின் அறைக் கதவைத் தட்டினேன். அவன் விழித்துக்கொண்டு ஒருவழியாகக் கதவைத் திறந்து வருவதற்கு சில நிமிடங்கள் ஆகிவிட்டன. வந்த உடன் சிக்கலான நடைமுறைகள் இருப்பதுபோல காட்டிக்கொள்ளத் தொடங்கினான்.

'உங்க எல்லாரோட பாஸ்போர்ட்டுகளையும் வெளிய எடுங்க, ப்ளீஸ்,' என்று அவன் எரிக்கிடம் கூறினான்.

'அவரே எங்க எல்லார் பாஸ்போர்ட்டுகளையும் பாத்துட்டாரு,' என்று என்னை நோக்கி விரலை நீட்டினார்.

'சரி, ரிசர்வேஷன் பண்ணியிருக்கீங்களா?'

'இல்லை, நாங்க ரிசர்வேஷன் பண்ணல.'

'சரி, எத்தனை நாட்கள் தங்கப் போறீங்க?'

'அது கடற்கரையைப் பொருத்தது,' என்ற எரிக்கின் குரல் கடினமாகியது. 'எங்களை உள்ள விடறதுக்கு முன்னாடி இன்னும் எத்தனை கேள்விங்க கேக்கப்போறீங்க?' என்று கேட்டார்.

'சரி, அமர் இவங்கள உள்ள கூட்டிட்டுப்போ,' என்று குளிர்ந்த காற்றில் சந்தீப் கையாட்டினான். 'இவர் பேரு அமர், இவரு உங்களுக்கு கைடா இருப்பாரு.'

‘எங்களுக்கு வழிகாட்டி தேவையில்லை,’ எரிக் கடுமையாகக் கூறினார்.

‘இவரு உங்களுக்கு இங்க உள்ள சுவாரஸ்யமான இடங்களை காட்டுவாரு. ஒரு நாளைக்கு ரெண்டு டாலர்தான்,’ என்றான்.

‘வேணாம், நன்றி,’ திடகாத்திரமான தேகம் மற்றும் நீலக்கண்களுடன் எரிக்கின் இரட்டை சகோதரி போன்று இருந்த ஒரு பெண்மணி கூறினார். ‘நாங்களே பாத்துக்கறோம். நாங்க ரூம்ஃபுக்கு மட்டும் வாடகை தரோம்,’ என்றார்.

‘அப்டீன்னா என்னை சுவர்களை எல்லாம் கீழ தள்ளச் சொல்றீங்களா?’ என்று அந்தப் பெண்மணியைப் பார்த்துக் கண் சிமிட்டியவாறே சந்தீப் கேட்டான், அவன் உள்ளங்கைகள் கதவின் மேல் சட்டத்தில் அழுத்திப் பிடித்தவாறு, கதவருகில் உடலை முன்னும் பின்னும் ஆட்டினான்.

‘உங்களுக்கு இஷ்டம்னா செய்துக்கங்க,’ என்றவாறு அந்த பெண்மணி, தன் இடுப்பை சுற்றியிருந்த முதுகுப் பையின் பட்டையை நீக்கினார். பிறகு அவர் தென்னை மரத்தடியில் இருந்தவர்களிடம் ஜெர்மனியில் ஏதோ கூற அவர்கள் தங்கள் பைகளுடன் மூன்று குடிசைகளில் நுழைந்தனர்.

அடுத்த நாள் காலை, எரிக் நீலப்பச்சைப் பலகைக்குக் கீழ் நின்றவாறு அதில் தாகத்துடன் இருந்த கடற்கன்னியைப் பார்த்துக்கொண்டிருந்தார். ஒரு கையில் பற்பசை கொண்ட முழுமையான டியூபும் இன்னொரு கையில் பர்கண்டி நிற பிரஷ்ஷும் வைத்திருந்தார், அவர் உதடுகளில் பனி அப்பிக் கொண்டிருந்தது போல இருந்தது. அந்த ஜெர்மானியருடன் நட்புகொள்ள வேண்டும் என்று முடிவு செய்து அவரிடம் போய் என் ஆள்காட்டி விரலை பிச்சை கேட்பது போன்ற புன்னகையுடன் நீட்டினேன்.

வாயில் இருந்த நுரையை புல்லில் துப்பிவிட்டு ‘என்ன?’ என்று கேட்டார்.

‘கொஞ்சம் டூத்பேஸ்ட் கொடுங்க, ப்ளீஸ்,’ என்றவாறு கொஞ்சம் போதும் என்பதுபோல கட்டை விரலை ஆள்காட்டி விரல் முனையில் வைத்தவாறு கேட்டேன்.

‘என்ன சொல்றீங்க?’ அவருக்கு நான் ஏன் அப்படிக் கேட்கிறேன் என்று புரியாதது போல கேட்டார். அவரது கட்டுமஸ்தான உடல்,

துடிதுடிப்பான ஆனால் எச்சரிக்கையான அசைவுகளைப் பார்த்தால், சிங்கங்கள், புலிகள், குறைந்தபட்சம் நீர் யானைகள் போன்ற சர்க்கஸ் விலங்குகளின் பயிற்சியாளர் போல எரிக் தெரிந்தார்.

'இங்கேயிருந்து பல மைல் தொலைவுல என் வீடு இருக்கு. நான் எதுவும் எடுத்துட்டு வரல.' அவர் கையில் கொழுத்த பற்பசைக் குழாயைப் பார்த்த உடனே அதை சுவைக்க வேண்டும் என்ற ஆசை எனக்குள் எழுந்ததை அவரிடம் எப்படிச் சொல்ல முடியும்? பங்காளவில் நீண்ட காலத்திற்கு முன்பே கோல்கேட்டுக்கு பதிலாக அடுப்புக்கரி பொடி வந்துவிட்டது, அம்மா இப்போதெல்லாம் கீழே விழும் காய்ந்த மாவிலைகளை வைத்துப் பல் துலக்குகிறார்.

அவர் என் விரலில் கொஞ்சம் பேஸ்டை வைத்துவிட்டு விரலால் நான் பல் துலக்குவதை சுவாரஸ்யமாகப் பார்த்தார். கிராம்பும் மிளகும் சேர்ந்த அந்த ஜெர்மன் பற்பசை என் வாயில் இனிமையான எரிச்சலைக் கொடுத்தது. பல் துலக்கி முடித்த பிறகு வாயைக் கொப்பளித்துவிட்டு. 'நீங்க விலங்கு பயிற்சியாளரா?' என்று கேட்டேன்.

'நான், யாரு?' என்றார்.

'விலங்கு பயிற்சியாளர். சர்க்கஸ் உத்திகளை விலங்குகளுக்குக் கத்துக் கொடுக்கறவரு.'

அவர் வெடித்துச் சிரித்தார்; அவர் விலங்கு பயிற்சியாளராக இல்லை என்றால் வேறு எதுவாக இருந்தாலும் நிச்சயம் பல் மருத்துவர் இல்லை; அவர் வாய்விட்டு சிரித்தபோது வெளியே தெரிந்த பற்கள் நன்றாக இல்லை, நாக்குக்குப் பக்கவாட்டில் இருந்தவை பற்குழிகளுடன் கருப்பாக இருந்தன. 'நான் ஒரு அன்டர்டேக்கர்,' சிரித்த முடித்த பிறகு அவர் கூறினார்.

'உங்க பிசினஸ் எப்படி போயிட்டு இருக்கு, மிஸ்டர் எரிச்,' என்று கேட்டேன்.

'பாரு, என் பேரு எ.ரிச் இல்லை. அதை எரிக்-னு சொல்லணும். ஸ்பெல்லிங்க பார்த்து தப்பா உச்சரிக்கக்கூடாது. என் பிசினஸ் நல்லா போகுது. நன்றி.' என் சேவையை ஒரு நாளைக்கு ஒரு டாலர் என்று தள்ளுபடி கட்டணத்தில் வழங்குவது குறித்து மீண்டும் பேசுவதற்கு முன் அவர் அங்கிருந்து சென்றுவிட்டார்.

அன்று இரவு வெகு நேரம் கழித்து அந்தத் தட்டியில் ஒரு துளை போட்டு அவருடைய அறையை எட்டிப் பார்த்தேன்.

அந்த அன்டர்டேக்கர் ஒரு பிணம் போல மெத்தையில் படுத்திருந்தார்; அந்தப் பெண்மணி ஒரு மேஜைக்கருகில் அமர்ந்தவாறு ஒரு குறிப்பேட்டில் மெழுகு வெளிச்சத்தில் எதையோ கிறுக்கிக்கொண்டிருந்தார். மெர்மெயிடில் அவர் தங்கியிருந்த ஐந்து நாட்களும் அன்டர்டேக்கர் செக்சை தவிர்த்தார், குறைந்தபட்சம் இரவில். அவர்கள் மூட்டை கட்டிக்கொண்டு போகும்போது அந்தத் துளை ஓர் எலி உள்ளே போக முடியுமவிற்குப் பெரிதாகி இருந்தது. அவர்கள் போவதற்கு முன் அன்டர்டேக்கர் ஏதோ திருட்டுப் போய் விட்டது என்று புகார் சொன்னார், என்ன திருடு போனது என்று அவர் கூறவில்லை. மேலும் கவலைப்படும் அளவுக்கு பெரிய விஷயம் இல்லை என்றும் கூறினார். அவர்கள் குன்றுப் பாதையில் நடந்துபோவதையும் பிறகு தென்னந்தோப்பில் சென்று மறைவதையும் பார்த்தேன். அங்கிருந்து தொலைவில் அவர்களுக்காகக் காத்திருக்கும் டாக்சியில் ஏறிப்போவார்கள். நான் இதுவரை ஒரு டாலரைப் பார்த்ததுகூட இல்லை என்னும்போது அதை சம்பாதிப்பது எப்படி.

நான் டாலர்களைப் பற்றி சிந்தித்துக்கொண்டிருந்தபோது, அப்பா தனக்கு ஒரு சோப்போ அல்லது விலை மலிவான தினசரி சிகரெட்டையோகூட வாங்க முடியாமல் திணறினார். ஒருநாள் அவர் மர வியாபாரியை பங்களாவுக்கு அழைத்து வந்து, பங்களாவின் முன்பக்க மூலையில் இருந்த பெரிய தேக்கு மரத்தடியில் வெகு நேரம் பேரம் பேசினார். அன்று பகலே மரம் வெட்டுபவர்கள் ரம்பங்கள், தடிமனான கயிற்றுச் சுருள்களோடு வந்து அதன் கிளைகளை வெட்டத் தொடங்கிவிட்டனர்.

‘ஐசிக்கு இது பத்தி தெரிய வேணாம்,’ என்று அம்மா அக்மலிடம் முணுமுணுத்தார். மரம் இருந்த அந்த இடத்துடன் சேர்த்து அப்பா அவளுக்குத் திருமணத்தின்போது கொடுத்திருந்த தேக்கு மரம் அது.

‘நான் அவகிட்ட சொல்ல மாட்டேன்,’ என்றான் அக்மல். ஐசிரா, மற்றுமொரு கருச்சிதைவுக்குப் பின்னர் ப்ரொஃபசர் நஸீர் வீட்டில் ஓய்வெடுத்துக்கொண்டிருந்தாள்.

‘ஒருநாள் அவளுக்குத் தெரியப்போகுது, அப்பாவ அதை மறுபடியும் வளர்த்து தரச்சொல்லப்போறா,’ என்று பளபளக்கும் முகத்தில் எச்சரிக்கை உணர்வுடன் அம்மா கூறினாள்.

‘உங்க முகத்தில என்னம்மா? நீங்க ஃபேர்&லவ்லி போட்டிருக்கீங்களா?’ என்று அக்மல் கேட்டான்.

‘அது ஒன்னுமில்லை,’ என்று கூச்சத்துடன் கூறியவாறு அங்கிருந்து சென்றுவிட்டார்.

அன்று பிற்பகலுக்குள், அவர்கள் அதன் எல்லாக் கிளைகளையும் அகற்றி, அடிமரத்தில் தங்கள் ரம்பங்களை வைத்து அறுத்துக்கொண்டிருந்தனர். முன் முற்றத்திலிருந்து கடைசி வெளிச்சமும் மறைந்தபிறகு அந்தத் தேக்கு மரம் நன்றாக சீவப்பட்ட பென்சிலின் மேற்பாகம்போல காணப்பட்டது. மரம் வெட்டுபவர்கள் அன்றைய நாளின் வேலையை முடித்துக்கொண்டனர்.

‘இன்னும் அரை மணி நேர வேலைதான் மீதி இருக்கு, இதை இப்படியே விட்டுட்டு போகக்கூடாது,’ என்று மர வியாபாரியிடம் அப்பா வாதிட்டார்.

‘ரொம்ப இருட்டாயிருச்சு ஹம்சா அண்ணா, இவங்க காலைல வந்து வேலைய முடிச்சிருவாங்க,’ என்று மர வியாபாரி கூறினார்.

‘ராத்திரி காத்து அடிச்சிதுன்னா என்னாகும்? இவ்ளோ பெரிய மரம் என் வீட்டு மேல வந்து விழுந்திரும்,’ என்றார் அப்பா.

‘ஒரு சாதாரண காத்துக்கெல்லாம் இது விழுந்திராது, கவலப்படாதீங்க.’

அன்று இரவு சாதாரண காற்றெல்லாம் வீசவில்லை, ஒரு பயங்கர சூறாவளியும், இருண்ட மேகங்களும் ஜசிரா வடிவில் படுக்கப்போகும் சமயத்தில் பங்களாவிற்கு வந்து இறங்கியது. அவளை ஒப்பிடுகையில் ப்ரொஃபசர் நஸீர் வெறும் தென்றல் காற்றுதான், ஒரு குச்சியை அசைக்கும் அளவுகூட வலுவில்லாதது.

அவளைப் பார்த்து மகிழ்ச்சி அடைந்ததாக அம்மா காட்டிக்கொள்ளக்கூட இல்லை, ‘என்ன திடீர்னு வந்திருக்கீங்க?’ என்று கேட்டார்.

‘அம்மா, ஜசி உங்களை பத்தி கனவு கண்டுருக்கா, ரொம்ப பயங்கர கனவு. அதனால உங்களை உடனே பாக்கணும்னு விரும்பினாள்,’ என்று பேராசிரியர் நஸீர் கூறினார்.

‘காலைலதான் ஏதாவது பயங்கரமானது நடக்கப் போகுது,’ என்று அம்மா வானிலை அறிக்கைப்போல கூறினார், அவர் கண்கள் ஏறக்குறைய வெட்டப்பட்டு நட்சத்திரங்கள் இல்லாத வானை நோக்கி நிற்கும் தேக்கு மரம் இருந்த இருண்ட திசையைப் பார்த்தன.

உடனடியாக சுழற்காற்று வீசக்கூடிய அபாயத்தை எதிர்நோக்கிய அப்பா கவலையுடன் பேராசிரியர் நஸீரைப் பார்த்து அரைப் புன்னகைப் பூத்தார். இப்போதெல்லாம் அவர் வீட்டில் யாருடனும் பேசுவதேயில்லை, சரிந்து வரும் மாளிகையின் பெருமையால் பேராசிரியர் நஸீருக்குக்கூட அவரிடம் இருந்ததெல்லாம் வெறும் எரிச்சலுற்ற ஒரு புன்னகைதான்.

நாங்கள் பாட்டியுடன் இருந்தோம், வரிக்குதிரைகளை வேட்டையாடும் சிங்கங்களை கருப்பு-வெள்ளையில் பார்த்தோம். அம்மா முகத்தில் பளபளப்பாக ஏதோ இருப்பதை கவனித்துவிட்டாள் ஜசிரா.

'உங்க முகத்தில என்னமோ பளபளப்பா இருக்கே, என் கண்ணுலதான் ஏதாவது பிரச்சினையா? என்று ஜசிரா கேட்டாள்.

'ஏதோன்னா என்ன?' என்றபடி தன் கண்களுக்கு அருகே இருந்த திட்டுகளை புறங்கையால் துடைத்துக்கொண்டாள், அம்மா.

'உங்க கன்னங்கள்ல ஏதோ பளபளக்குது.'

'கண்ணீரா இருக்கும்,' என வரிகுதிரைகளின் குளம்பொலிகளை மீறி பாட்டி சொன்னார்.

'அது அமர் எனக்கு வாங்கிட்டு வந்த ஏதோ ஒரு வெளிநாட்டு க்ரீம்.'

ஜசிரா அம்மாவின் கன்னத்திலிருந்து கொஞ்சம் க்ரீமை விரல் நுனியில் வழித்து முகர்ந்து பார்த்தாள். 'அந்த பாட்டிலை கொஞ்சம் காட்டறயா?' என்று சந்தேகத்துடன் கேட்டாள். அவள் கையில் பாட்டில் கொடுக்கப்படவும் லேபிளில் உள்ள பெயரைப் பார்த்த உடனே சிரிக்கத் தொடங்கினாள். 'இது ஒரு டேன் லோஷன், உன்னை பத்தி பயங்கரமான கனவு கண்டேன்னு சொன்னேன்ல? இதுவே பயங்கரமானதுதான்.'

'டேன் லோஷன்னா என்ன?' என்று திகிலுடன் கேட்டார் அம்மா. இது எதுக்காகப் பயன்படுத்தணும்?

'வெள்ளைக்காரங்க அவங்க தோலை கருப்பாக்கிக்க இதைத்தான் பயன்படுத்துவாங்க, நீ இதை இன்னும் வெள்ளையாகறதுக்கு போட்டுக்கறே,' என்றபடி வெடித்துச் சிரித்தாள். சமீபத்தல்தான் அபார்ஷன் ஆகியுள்ள ஒரு பெண் இப்படி சிரிக்கக்கூடாது; இதன் அதிர்வுகள் பேராசிரியரிடமிருந்து வரும் அடுத்த தொகுதி விந்துகளைக்கூட பயமுறுத்தி ஓடச் செய்துவிடலாம்.

தொலைக்காட்சியில், இறுதியாக ஒரு சிங்கம் ஒரு வரி குதிரையை வீழ்த்திவிட்டது; டி.வி. அறையில், பெண் சிங்கம் அஸ்மா, அதி வேகமாக சுழன்றது. எரிக்கின் டேன் லோஷன் அவர் கையிலிருந்து பாய்ந்து என்னை நோக்கி வரும்போது சரியாக நான் குனிந்துகொள்ளவும் அது என்னைக் கடந்து சென்று ஆச்சரியப்படும் வகையில் பாட்டி மேல்கூட படாமல் பறந்து கடைசியில் சுவற்றில் போய் மோதி உடைந்து, மறைந்து வரும் நீல பெயின்ட்டில் ஈரமாகப் படிந்தது.

அடுத்த நாள் காலை பங்களாவில் அனைவரும் பதற்றத்துடன் எழுந்து, ஜசிரா ஆலங்கட்டி மழையாகப் பொழிந்து, நைந்துவரும் திரைச்சீலைகள் போல வீட்டில் இருந்த கொஞ்சம் அமைதியையும் குலைக்கப்போகும் நேரத்திற்காகக் காத்திருந்தோம். கல்லூரி செல்லத் தயாராக போர்ட்டிகோவில் அமர்ந்திருந்த ப்ரொஃபசர் நஸீர் சரியாக எட்டு மணி ஆவதற்காகக் காத்திருந்தார். படிப்பதற்கான கண்ணாடியை அணிந்து கொண்டிருந்த அவரை அவர் கையில் இருந்த செய்தித்தாள் மூக்கு நுனிவரை மறைத்தது. கோடரியால் ஒரு சில அடிகளில் வீழ்ந்துவிடக்கூடிய நிலையில் இருந்த தேக்கு மரத்தை பார்க்கக்கூடிய இடத்தில் அவர் அமர்ந்திருந்தாலும் முன் முற்றத்தின் மூலையில் வெட்டப்பட்ட மரத்தால் அபகரிக்கப்பட்ட கிளைகளற்ற காலி இடத்தை அவர் கவனிக்கத் தவறிவிட்டார். எங்கள் எல்லார் கண்களிலும் தெரிந்த கவலையையோ வெற்று மரத்தண்டையோ அவர் கவனிக்கவில்லை.

அம்மா ஜசிராவிடம் இந்த தடவை கருச்சிதைவால் அவள் இன்னமும் வெளிறிப்போய் சோர்வாக இருப்பதால், இன்னும் சிறிது நேரம் அப்படியே படுத்திருக்குமாறு கூறினார். அப்பா, மர வியாபாரியிடம் தேக்கு மரம் ஒருசில நாட்களுக்கு அப்படியே இருக்கட்டும் என்றும் புதன் அல்லது வியாழக்கிழமை வந்து அதை வெட்டி எடுத்துப்போகுமாறு கூறினார். ஆனால், ஜசிராவோ மர வியாபாரியோ சொன்னதைக் கேட்கவில்லை.

ஜசிரா போர்ட்டிகோவுக்கு வருவதற்கு ஒரு மணி நேரத்திற்கு முன்பே நஸீர் கிளம்பிவிட்டார். அவள் உடனடியாக காலி இடத்தையும் கிளைகளற்ற மொட்டை மரத்தையும் பார்த்துவிட்டாள். ‘அந்த மரத்தை ஏன் வெட்னீங்க?’ என்று மரம் வெட்டிகள் கடைசி அரை

மணி நேர வேலையை முடிப்பதற்கான ஏற்பாடுகள் செய்வதை பார்த்துக்கொண்டிருந்த அப்பாவிடம் கேட்டாள்.

'அது மின்சார லைன்கள தடுக்கறா மாதிரி இருக்காம். மின்சார வாரியத்துலேந்து நோட்டீஸ் வந்துது,' என்று காலையில் வந்ததிலிருந்து இரண்டு தடவையாவது படித்து முடித்திருந்த செய்தித்தாளிலிருந்து நிமிராமல் பதில் சொன்னார்.

'ஆனா ஒருசில கிளைகள வெட்டிட்டு மரத்தை விட்டு வெச்சிருக்கலாமே.'

'மின் வாரியத்துல வெட்டணும்னு சொல்லிட்டாங்க.'

அவள் மவுனமாக மரம் வெட்டிகள் தண்டின் மேல் பக்கத்தில் கயிறு கட்டி அந்தக் கயிறை இந்தப்பக்கமும் அந்தப்பக்கமும் இழுக்க ஆரம்பித்ததைத் தொலைவிலிருந்து பார்த்தாள். சூழல் அமைதியாக இருப்பதால் குழப்பமடைந்த அம்மா திரைச்சீலை வழியாக தலையை நீட்டி ஜசிராவை கேள்விக்குறியோடு பார்த்தார்.

அவளது அசையும் சொத்துகளில் ஒன்று தூக்கிச் செல்லப்படத் தயாராக இருப்பதை அமைதியாக நின்று பார்க்கும் அளவுக்கு நிறைய கருச்சிதைவுகள் அவள் மனதின் சமநிலையை பாதித்துவிட்டனவா? அவள் பிறந்தது முதல் பார்த்து வந்த ஜசிரா இவளில்லை. அவளுக்குத் தேவை என்கிற வரையில் ஒரு துண்டு ரிப்பனைக்கூட விட்டுக்கொடுக்க மாட்டாள்.

'ஆனா அதோட பண மதிப்புக்கு என்ன சொல்றீங்க,' என்று முகத்தில் கடுகடுப்புடன் ஜசிரா கேட்ட உடன் அம்மாவுக்கு பேராசைப்பிடித்த ஜசிரா மனநிலையில் எந்த மாற்றமும் இல்லை என்பது உறுதியாகிவிட்டது. திரைச்சீலைக்குள் மறைந்தார், பாதங்கள் மட்டும் தெரிய வெளியே நடக்கும் உரையாடலைக் கேட்டார். 'இதை எல்லாம் யாரு பாத்துக்கப் போறாங்க?'

இரங்கல் செய்தி வந்திருக்கும் பக்கத்தைத் திருப்பி ஒரு நாளைக்கு முன்புவரை உயிரோடு இருந்திருக்கக்கூடியவர்கள் தாங்கள் உயிருடன் இருந்தபோது படித்திருக்கக்கூடிய மாதிரி அப்பா அவற்றைப் பார்த்தார். ஆனால், ஜசிரா அலட்சியம் செய்யப்படுவதைக் கண்டு பணிந்துபோகும் வகையல்ல, அவளுக்குக் கோபம் பொங்கியது. 'பணத்தைப் பத்தி கேள்வி கேக்க ஆரம்பிச்ச உடனே சிலபேரு ஊமையாகிடறாங்க. அந்த மரத்தை தொடறதுக்கு முன்னாடி நீங்க என்கிட்ட அனுமதி

வாங்கியிருக்கணும். அது என் பங்கு நிலத்தில இருக்கு. இதுக்கான செலவுகளுக்கு நஸீர் பணம் கொடுப்பார்னு மட்டும் எதிர்பாக்காதீங்க,' என்றாள்.

இரங்கல் செய்திகள் பக்கத்திலிருந்து அப்பா சடாரென்று நிமிர்ந்தார். 'என்ன செலவுங்க?' தன் குரலில் ஒலிக்கும் ஆச்சரியத்தை குறைத்துக்கொள்ள வேண்டும் என்பதை மறந்துவிட்டார்.

'மரத்தை வெட்றதுக்கான செலவதான் சொல்றேன், வேற என்ன? இதுக்கு பேராசிரியர் ஒரு சல்லி காசுகூட கொடுக்க மாட்டாரு. நீங்க எங்க அனுமதிய கேட்கவேயில்லை. அதனால அந்த மரம் உங்க பிரச்சன,' என்றாள்.

இரங்கல் செய்தி வந்த பக்கத்தில் இடம் பெற்ற யாரோ ஒருவர் போகும்போது வேடிக்கையாக ஏதோ செய்துவிட்டதைப் போல அப்பா அதைப் பார்த்து புன்னகைத்ததை நான் கவனித்தேன். 'கவலைப்படாதே ஐசி, செலவை நான் பாத்துக்கறேன். அந்த மரம் என் பிரச்சன,' என்றார்.

'பிரச்சினை இதோட முடிஞ்சிருச்சு,' என்றவாறு உள்ளே சென்றவள், உரையாடலைக் கேட்டு ஆசுவாசமடைந்து கதவு திரைச்சீலைக்குப் பின்னால் இருந்து நகர மறந்துவிட்ட அம்மா மீது மோதிக்கொண்டாள். வெகு நாட்களுக்குப் பிறகு முழு நிறைவுடனான புன்னகையால் அப்பா முகம் பிரகாசித்ததை நான் பார்த்தேன்.

ஐசிரா பேராசிரியர் வீட்டிற்குக் கிளம்பிய அன்று அப்பா கடைக்குச் சென்று ஒருசில பாக்கெட் ஃபில்டர் சிகரெட்டுகள், பெரிய சலவை சோப்புக் கட்டிகள், கெட்டிப்பால் சில டின்கள், மற்றும் ஒரு பாட்டில் ஓல்ட் ஸ்பைஸ் வாங்கி வந்தார்.

அடுத்த நாள் மதிய உணவிற்கு எங்கள் வீட்டில் மட்டன் பிரியாணியும் ஐஸ் கிரீமும் கிடைத்தன.

மழை பெய்யும்போது நான் இறந்தவர்களைப் பற்றி நினைப்பேன்: ஜாவி, சோஃபியா, ஆசிஃப்; மேலும் என்னில் ஒரு பகுதி. மழை இறந்தவர்களின் கண்ணீர் என்று நான் நம்ப விரும்பினேன்.

இப்போது மழை பெய்கிறது, என் ஜன்னலுக்குக் கீழே தோட்டத்தைக்கூட பார்க்க முடியாத அளவு தொடர்ச்சியாக கொட்டிக்கொண்டிருக்கிறது. மழை சத்தத்தைத் தவிர வீடு அமைதியாக இருக்கிறது. இப்போதெல்லாம் பங்களாவில் நிறைய பேர் இல்லை. நானும் அம்மாவும் மட்டும்தான்; என் அறைக்கு வெளியே அமர்ந்து இந்த வார்த்தைகளை நோட்டுப்புத்தகத்தில் நான் எழுதுவதைப் பார்த்துக்கொண்டிருக்கிறார். நோட்டுப் புத்தகத்தின் பக்கத்தை நான் திருப்பியபோது, நீல வரிகளில் மெழுகு வெளிச்சம் சோகமான மங்கிய ஒளியைத் தந்தது. கனமழை கொட்டிக் கொண்டிருப்பதால் மின் தடை ஏற்பட்டு தெரு விளக்குகள் எரியவில்லை. மின்சாரம் வந்தாலும்கூட நான் மெழுகுவர்த்தியை அணைக்க முடியாது. மின்சார வாரியத்துக்கு கட்டண பாக்கி இருப்பதால் பங்களாவில் ஒரு வாரத்திற்கு முன்பே மின்சாரம் துண்டிக்கப்பட்டுவிட்டது. ஒருசில நாட்களில் விளக்கு மீண்டும் எரியத் தொடங்கும்; அம்மா ஏற்கெனவே மஹோகனி மரத்தைக் காட்டி மர வியாபாரியிடம் பேசிவிட்டார். அது பெரிய மரம் என்பதால், எங்களுக்கு மூன்று மாதங்களுக்கு செலவுக்குக் கவலை இல்லை.

வேறு எதையும்விட தொலைக்காட்சி ஓடவில்லை என்பதில்தான் அம்மா அதிகம் கவலையோடு இருந்தாள்; ஆனால் மஹோகனி வெட்டப்பட்ட பிறகு நிலுவைத் தொகையைச் செலுத்தினால் அவர் மீண்டும் டி.வி. பார்க்கலாம். இது என்னமோ எங்கள் வாழ்க்கையில் பெரிதாக ஒன்றுமே நடக்காதது போலவும், தொலைக்காட்சியில் வருபவர்கள் எங்கள் சொந்த பந்தங்கள் போலவும், மிக்கியும் மின்னியும் கடைசியில் ஐசிரா பெற்ற இரட்டைக் குழந்தைகள் போலவும் எனக்குத் தோன்றியது.

மழை விடுவதற்கான அறிகுறியே தெரியவில்லை. இறந்தவர்களின் கண்ணீராக மழைத்துளிகளை நினைக்கும்போது புரிந்துகொள்ள முடியாத சோகம் என்னைக் கவ்வும். பிசின் தாவரங்களின் மெல்லிய வேர்களைப் போல இருண்ட வானத்தில் மெல்லிய மின்னல் தோன்றுகிறது, ஆனால் இன்னமும் இடி இடிக்கவில்லை.

வராந்தாவிலிருந்து அம்மா, 'நீ என்ன எழுதிட்டு இருக்கே, அமர்? கதையா?' என்று கேட்டார்.

அவர் அமர்ந்திருந்த இடத்திற்குப் பக்கத்தில் உள்ள ஜன்னல் திட்டில் மெல்லிய மெழுகுவர்த்தி எரிந்ததால் அது தந்த நிழல் அவரது அருகில் அமர்ந்து என்னை கவனித்துக்கொண்டிருந்தது.

சில நேரங்களில் எனக்கு அவரைப் பார்த்தால் பாவமாக இருக்கும், காரணம் நான் எழுதுவதன் அர்த்தம் அவருக்குப் புரியாது. பேராசிரியருக்குப் புரியும், ஜசிரா ஒருவேளை புரிந்துகொள்ளலாம். ஆனால் அம்மாவுக்குப் புரியாது.

'ஆமாம், இது ஒரு வகையான கதைதான்,' பக்கத்தைத் திருப்பியபடியே நான் சொன்னேன்.

'எழுது, எழுது,' என்று காற்றில் சைகை செய்தபடி என்னை உற்சாகப்படுத்தினார். கடந்து செல்லும் நீண்ட ரயிலின் மஞ்சள் வெளிச்சம் ஜன்னல்கள் வழியாக வெளியே பாய்ந்து, ரயிலுடன் ஓடி அடுத்த ரயில்பாதைவரை ஓடியது. வாசற்கதவு திறக்கும் சத்தம் கேட்டது; அம்மாவிற்கும் அது கேட்டிரா விட்டால் அதை நான் என் கற்பனை என்று நினைத்துக் கொண்டிருப்பேன். அம்மா அறைக்குள் வந்து ஜன்னல் அருகில் நின்று வெளியே மழையை ஊடுருவிப் பார்த்தார். வீட்டு நடைபாதையை மின்னல் ஒளியூட்டியது, ஆனால் வாசற் கதவில் யாருமே இல்லை, ஒரு தெரு நாய் கூட அருகில் இல்லை. ஆனால் நாங்கள் ஜன்னல் அருகிலேயே நின்றோம், அடுத்து தெரியும் வெளிச்சத்தில் அக்மல் வருவதை எதிர்பார்த்து எங்கள் கண்களால் இருட்டையும் மழையையும் துளையிட முயற்சி செய்தோம். ஒருசில நிமிடங்களுக்குப் பிறகு அம்மா வராந்தாவிற்குத் திரும்பியபடி மீண்டும் அமர்ந்துகொண்டு தன் தாபீசின் மணிகளை உருட்டத் தொடங்கினார், நான் எழுதுவதற்குத் திரும்பினேன்.

வெள்ளிக்கிழமை அவர்கள் மஹோகனியை வெட்டினால், சனிக்கிழமை சிறிய ரயில் பயணத்தை மேற்கொள்வோம். டாக்டர் ரோஸைப் போய்ப் பார்க்க வேண்டும். உங்களுக்கு டாக்டர் ரோஸை நினைவிருக்கிறதா? டாக்டர் ரோஸ் ரோஜா நிற சுவர்கள் கொண்ட, ரோஜாக்கள் பூக்கும் வீட்டில் வசிப்பவர். ஆனால் சனிக்கிழமைக்கு இன்னும் நான்கு நாட்கள் உள்ளன; சனிக்கிழமைக்குள் எழுத வேண்டியது எனக்கு நிறைய இருக்கிறது.

அது கோடை இறுதி நாட்களின் பிற்பகல் வேளை - கடும் சூரிய வெப்பத்தால் கடற்கரை மின்னியது எனக்குத் தெளிவாக நினைவிருக்கிறது. அப்போது பார்பரா சிகப்புக் குன்றின் விளிம்பில் நடந்து வந்தாள். தன் விரல்களில் முதுகில் தொங்கிய பையின் பட்டைகளைச் சுற்றி இருந்தாள், நடையில் துள்ளல் தெரிந்தது.

அவள் முழங்கைகள் மடிக்கப்பட்ட இரண்டு இறகுகள் போல நீட்டிக்கொண்டிருந்தன.

நான் வெகு நாட்களுக்கு முன்பே சுற்றுலாப் பயணிகள் குடிசைகளைக் கடக்கும்போது 'தங்குமிடம், குடில்கள், ஸீ வ்யு' என்று கூவுவதை நிறுத்திக் கொண்டேன். இந்த வெள்ளைக்காரர்களை கவர எவ்வளவு அதிகம் முயற்சி செய்கிறோமோ அந்தளவு அவர்கள் நம்மைக் கண்டுகொள்வதில்லை.

'பார்த்து நடங்க மேடம், நீங்க முனைக்கு ரொம்ப நெருக்கமா நடக்கறீங்க,' என்று உரத்த குரலில் கத்தினேன்.

'ஓ, நன்றி,' என்று கூறியபடியே குன்றின் முனையையும் பின்னர் மரத்தில் தொங்கிய மங்கிய மெர்மெய்ட் பலகையையும் பார்த்தாள். குன்றின் பாதையைக் கடந்து குடிசைகளுக்கு முன்பு நின்றாள். பழசாகி விட்ட அதன் மேற்கூரைகளையும் வெற்று வராந்தாக்களையும் ஆராய்ந்தாள். இரண்டு தென்னை மரங்களுக்கு இடையே கட்டப்பட்ட ஊஞ்சலில் சந்தீப் படுத்திருந்தான்; ஒரு வைக்கோல் தொப்பி அவன் கண்களை சூரிய வெப்பத்திடமிருந்து மறைத்தது. தொலைவிலிருந்து அவனைப் பார்த்தால் எலும்பும் தோலுமாக தவறான தொப்பியை அணிந்து தவறான இடத்தில் இருக்கும் ஒரு கவ்பாய் என்றே நினைத்துக் கொள்வீர்கள்.

'இந்த இடத்தை யார் நடத்தறாங்க?' ஒருசில நிமிடங்கள் மெர்மெய்ட் விடுதியைப் பார்த்த பிறகு அந்தப் பெண் கேட்டாள். நான் புற்களின் மேலிருந்து குதித்து எழுந்து அரைப் பாய்ச்சலில் தேய்ந்துபோன பாதையைக் கடந்தேன். மெர்மெய்ட் விடுதியில் ஒற்றைப் பெண்மணி தங்கப் போவது என்பது வாடகைக்கும் மேல் சேவைகளுக்கான பணம், இறுதியாக வரும் டிப்ஸ் என்று இருக்கும். ஆனால் நான் வாயைத் திறப்பதற்கு முன் சந்தீப் ஊஞ்சலிலிருந்து குதித்து கையில் தொப்பியை வைத்து அவளை குனிந்து வணங்கத் தயாராக இருப்பவன்போல காணப்பட்டான். 'உங்களுக்கு நான் ஏதாவது உதவி செய்யணுமா?'

'நிச்சயமா,' என்று கூறிய அவள் அவனை நோக்கி நடந்தாள்.

பார்பரா உயரமான பெண். மெல்லிய மூக்கும், அன்பொழுகும் பழுப்புக் கண்களும் கொண்டவள். அழகும் இல்லை, வெகு சாதாரணம் என்பது போலவும் இல்லாமல் சோகமாகத் தெரிந்தாலும் ஈர்ப்புடன் இருந்தாள். என் கண்களில் அவள் தன் கருப்பு-வெள்ளை

உடையிலிருந்தும், கராறான மதர் சுப்பீரியரிடமிருந்தும், ஓர் இருண்ட கான்வெண்டிலிருந்தும் விடுபட்டு சற்றே ஓய்வெடுக்க வந்திருக்கும் ஒரு கன்னியாஸ்திரியாகத் தெரிந்தாள். எலும்பாக இருந்த அவள் மணிக்கட்டிலிருந்து ஒரு கருப்பு நூல் தொங்கியது, சந்தீப்பிடம் ஏறக்குறைய கிசுகிசுப்பான குரலில் பேசிக்கொண்டே அதை அவள் பதற்றத்துடன் சுழற்றிக்கொண்டிருந்தாள். பல விமான ஸ்டிக்கர்களின் துண்டுகளால் அழுக்கடைந்து இருந்த அவள் பையின் மடிப்பு அவள் பல மணி நேரம் மேகங்களினூடே பயணம் மேற்கொண்டு பல நாட்டு எல்லைகளைக் கடந்து வந்திருக்கிறாள் என்று கூறியது. அந்த நேரத்தில் இந்தளவு தகவல்களைதான் என்னால் திரட்ட முடிந்தது. கோடை முடிவடையும் தறுவாயில், அவள் எப்போதுமே கன்னியாஸ்திரியாக இருந்ததில்லை என்பதை அறிந்தேன். மேலும் நான் அவளை முதன் முதலில் குன்றின் விளிம்பில் நடந்து வந்துபோது கற்பனை செய்து பார்த்ததைப் போலல்லாமல் அவள் வாழ்க்கை விளக்க முடியாததாக இருந்துள்ளது. அறைக்குள் இருந்தபோது இருளின் மேல் அவளுக்கு இருந்த பெரும் விருப்பம் அறிந்து எனக்கு ஏமாற்றமாக இருந்தது. குடிசைச் சுவர் ஓட்டையில் கண்களைப் பதித்தபடி பல இரவுகளை நான் வீணடித்தேன். குடிசைக்குள் காரிருளில் அவள் நேரம் செலவிட்டாள், மேலிருந்து தொங்கும் லாந்தரை ஏற்ற முயற்சி செய்யவே இல்லை. பல சுற்றுலா பயணிகளைப் போல அவள் கஞ்சா புகைக்கவில்லை; அதற்கு பதில் வராந்தாவில் தன் ஒல்லிக் கால்களை பிரம்புத் தூணில் வைத்தவாறு மணிக்கட்டில் கருப்புக் கயிறுக்கு சற்று கீழே ஊசி குத்திக்கொண்டாள். ‘உனக்கு ஒரு ஷாட் வேணுமா?’ என்று ஒருமுறை என்னிடம் கேட்டாள், நான் ஊசிக்குத்துக்கு பயந்தே வேண்டாம் என்று கூறிவிட்டேன்.

ஆனால் பார்பராவைக் குறித்து மிகவும் புதிராக இருந்த ஒரு விஷயம் அவள் தண்ணீரைக் கண்டு பயப்படுவதுதான். அவளால் கல் படிகளில் இறங்கி கடற்கரைக்குச் செல்ல முடியாதபோது எதற்காக கண்டங்களைக் கடந்து கடற்கரைக்கு வரவேண்டும்? வராந்தாவில் கால் மேல் கால் போட்டு அமர்ந்து, அக்மல் அக்குவேறு ஆணி வேறாகப் பிரித்து அந்த கரகரப்பு சத்தத்தைப் போக்க விரும்புவது போன்ற ஒரு சிறு டிரான்சிஸ்டரைக் கேட்பதற்கா?

அவள் என்னிடம் அரிதாகவே பேசினாள். வராந்தாவில் அமர்ந்து, சாம்பல் பனியைப் போல இருந்த குன்றின் விளிம்புக்கு மேல் உள்ள அடிவானத்தை வெறித்துப் பார்ப்பதைத் தவிர வேறு எதையுமே அரிதாகவே செய்தாள். சில நேரங்களில் அவள் சந்தீப்பின் குடிசைக்குச் சென்றாள், இருவரும் பல மணி

நேரம் அறைக்குள் இருந்தனர். அங்கேயே சுற்றி வட்டமிட்டுக் கொண்டிருந்த நான் டிரான்ஸ்சிஸ்டர் சத்தத்தை கேட்டேன். பிறகு ஒரு மதிய வேளையில், அவள் குடிசைக்குள் போகும்போது இருந்த உடையில் இல்லாமல் வெளியே வரும்பொழுது வேறு ஆடைகளை அணிந்திருந்தாள். அவை சந்தீப்பின் ஆடைகள்; பச்சைக் களிம்பு நிறத்தில் குர்த்தாவும், மங்கிய நீல ஜீன்சும்.

இதுவே ஒரு திரைப்படத்தில் நடந்தால் - நன்றாக உடை அணிந்த இருவர் ஓர் அறைக்குள் நுழைந்து ஒருவர் மற்றவரின் ஆடைகள் அணிந்தவாறு வெளியே வந்தால் - நீங்களும் நானும் சிரிப்போம். எனக்கு சிரிப்பை அடக்க முடியாத பிரச்சினை இருப்பதால் நான் உங்களைவிட அதிகம் சிரிக்கலாம். ஆனால் நிஜ வாழ்க்கையில், சுட்டெரிக்கும் வெய்யிலில் நான் பொறாமையில் தகித்தேன். நான் பார்பராவைக் காதலிக்க முயற்சி செய்யவில்லை, அவளை அடையும் முயற்சிகளையும் செய்யவில்லை. ஆனாலும் ஆழமாகப் புண்பட்டேன்.

நான் நடக்க ஆரம்பித்தேன், முதலில் குன்று பாதையில், பிறகு தோப்புகளில். கடல் சத்தம் மிக பலகீனமான ஒரு முணுமுணுப்புப் போன்று மாறும் வரை நடந்தேன். எங்கும் நிற்கும் மனோநிலையில் இல்லாமல், தொடர்ந்து டாக்சி நிற்குமிடத்தைக் கடந்து, அரிய பொருள்களை விற்பனை செய்யும் கடைகளைக் கடந்து, எங்கள் பள்ளியை சுற்றியுள்ள சாலையில் நடந்தேன். எங்கள் நகரின் வழியாக ரயில்கள் கடந்துபோவதும் பக்தர்களை மாலை பிரார்த்தனைக்கு அழைக்கும் முவாஜ்ஜினின் அழைப்பும் எனக்குக் கேட்டது; தெரு விளக்குகள் எரியும் நகர சதுக்கம் வரை நடந்தேன்.

அடுத்த நாள் காலை, மீண்டும் கடற்கரைக்குச் சென்று பார்பரா சந்தீப்புடன் படுப்பதைப் பற்றி எனக்குக் கொஞ்சமும் கவலையில்லை என்று நடிக்கத் தயாராக இருந்தபோது எங்கள் வீட்டுக் கதவின் அழைப்பு மணியை துரதிர்ஷ்டம் வந்து அடித்தது. உடனடியாக அது துரதிர்ஷ்டம் என்று எனக்குத் தெரியவில்லை, கதவைத் திறந்த ஜசிராவுக்கும் தெரியவில்லை. அங்கு ஒரு நடுத்தர வயது மனிதர் பைத்தியக்காரப் புன்னகையுடன் போர்ட்டிகோ படிகளில் நின்றிருந்தார்.

‘மகளே, உன் அப்பா வீட்டுல இருக்காரா?’ என்று கேட்டார்.

அவளும் புன்னகையுடன், ‘இருக்காரு, நீங்க யாரு வந்திருக்கீங்கன்னு சொல்றது?’ என்று கேட்டாள்.

‘அவருகிட்ட முகம்மது வந்திருக்கேன்னு சொல்லும்மா,’ என்றவர் அதோடு நிறுத்தியிருக்கலாம்.

ஆனால், எத்தனை அழகாக இருக்கிறாளோ அவ்வளவு பேராசைப் பிடித்தவளுடன் தான் பேசிக்கொண்டிருப்பது அவருக்கு எப்படித் தெரியும்? ‘நாங்க இன்னிக்கு அந்த மரத்தை வெட்டப் போறோம்,’ என்றார்.

முகம்மது சுட்டிக்காட்டிய ரோஸ்வுட் மரத்தைப் பார்த்தாள் ஜசிரா. முன்பு நாற்பது அடியில் இருந்த தேக்கு மரத்துக்குப் பக்கத்தில் இருந்தது அது.

‘அந்த மரத்தை நீங்க ஏன் வெட்டணும்? அது ஒன்னும் உங்க மின்சார லைனுக்கு குறுக்குல வரலையே. சரி, உங்க வாரியத்தில கொடுத்த நோட்டீச என்கிட்ட காட்டுங்க பாக்கலாம்,’ என்றாள் ஜசிரா.

‘நோட்டீசா?’ என்று உண்மையான ஆச்சரியத்துடன் அவர் கேட்டார். ‘காட்றதுக்கு என்கிட்ட எதுவும் இல்லை, மகளே,’ என்றார்.

‘எதுவுமே இல்லையா? முறையா நோட்டீஸ் இல்லாம நீங்க அந்த மரத்தைத் தொடக்கூடாது. எங்களுக்கும் ரூல்ஸ் நல்லா தெரியும். இது ப்ரொஃபசர் நஸீரோட மாமனார் வீடு.’

‘யாரு இந்த ப்ரொஃபசர் நஸீர், எனக்கு எந்த ப்ரொஃபசரையும் தெரியாது,’ என்றார்.

‘உங்களுக்குத் தெரியாதா?’ என்று ஆழமாகக் காயம்பட்ட குரலில் கேட்டாள். ‘சரி, விடுங்க, உங்களை பார்த்தாலே வாழ்க்கையில ஒரு ப்ரொஃபசர பார்த்தவர் மாதிரி தெரியலதான். எங்க கிட்ட இந்த மரத்தைப் பத்தி பேசணும்னா, உங்க மேலதிகாரியோட முறையான நோட்டீசோட திரும்பி வாங்க,’ என்றாள்.

கதவை அவர் முகத்தில் அறைந்தாற்போல அவள் மூட வந்தபோது, முகம்மது தன் மீது திடீரென்று பொழிந்த ஆவேசத்திலிருந்து மீண்டு வந்தாராக தன் கைகளைத் தேய்த்துக்கொண்டு ஏறக்குறைய காதில் அவ்வளவாக விழாத குரலில், ‘அப்டீன்னா, உங்க அப்பாகிட்ட பணத்தைத் திருப்பிக் கொடுக்க சொல்லுங்க,’ என்றார்.

‘பணமா?’ என்றபடி ஒரு படிக்கட்டு கீழே இறங்கினாள். ‘என்ன பணம்?’

‘இங்க நான் ஒன்னும் என் அம்மாவோட வரதட்சணைப் பணத்தை திருப்பிக் கேக்க வரல,’ தன் வாய் ஓரங்களை நாக்கால் நக்கியபடி, ‘அந்த மரத்துக்காக உங்க அப்பா என்கிட்ட வாங்கின பணம் எனக்கு வேணும்,’ என்றார்.

‘அப்ப நீங்க போர்டுலேருந்து வரலையா?’

தான் யாரென்று தெளிவாகக் கூறுவதற்கு பதில், முகம்மது தன் பழுப்பேறிய விரலால் அழைப்பு மணியை நீண்ட நேரம் அழுத்தினார், அது அந்தப் பாதை முழுவதும் நீண்ட டிங்-டாங் ஓசையை எதிரொலித்தது.

அம்மா உடனடியாக வெளியே போர்ட்டிகோவுக்கு வந்து, மேகங்கள் இல்லாத வானுக்குக் கீழே இருந்த ரோஸ்வுட் மரத்தை குற்றம்சாட்டும் வகையில் பார்த்தார்.

‘இது இன்னமும் ஹம்சா சகோதரர் வீடுதானே?’ என்று வந்தவர் வேடிக்கையாகக் கேட்டார்.

‘ஆமாம்,’ ஒருவேளை முகம்மது உள்ளே வர நினைத்தால் தடுக்கும் விதமாக கதவை மறைத்துக்கொண்டு நின்றவாறு சாதாரணமாகக் கூறினார் அம்மா.

‘நான் யாரோ பேராசியர் குடி வந்துட்டாரோன்னு நினைச்சேன்,’ என்று ஐசிராவைப் பார்த்தபடி சீற்றத்துடன் கூறினார். ‘ஹம்சா சகோதரரை நான் பாக்கணும். எனக்கு என் பணம் திரும்ப வேணும்,’ என்றார்.

‘அவரு வீட்டுல இல்லை,’ என்று பலகீனமாகக் கூறினார் அம்மா. ‘அவரு வந்து…’ ஒரு நொடி தயங்கிய அம்மா பதற்றத்துடன் ஐசிராவைப் பார்த்துவிட்டு, ‘மலபார் போயிருக்காரு,’ என்றார்.

முகம்மது தன் ரோமம் நிறைந்த கைகளைப் பார்த்துக்கொண்டார், விரல்களை பிணைத்தவாறு கீழே வைத்திருந்தார். பிறகு ரோஸ்வுட் மரத்தை அம்மா போர்ட்டிகோவுக்கு வரும்போது பார்த்தது போலவே குற்றம் சாட்டும் விதமாகப் பார்த்தார்.

‘அங்கிள்,’ என்று ஐசிரா முகம்மதுவை மிகவும் மரியாதையுடன் அழைத்த குரலைக் கேட்டு குழப்பம் ஏற்பட்டு தன் நுனி நாக்கை கருத்த உதடுகளிடையே நீட்டினார். ‘அங்கிள், அந்த தேக்கு மரத்துக்கு நீங்க எவ்வளவு பணம் கொடுத்தீங்க? அந்த மெழுகு நாவல் மரத்துலேருந்து, இந்தச் சுவர் வரையில என் சொத்து. அவங்க

விக்கறதுக்கு முன்னாடி என்கிட்ட அனுமதி வாங்கல. நீங்க அதுக்கு எவ்வளவு கொடுத்தீங்க?' என்று கேட்டாள்.

முகம்மது விரல்களை விடுவித்து அவற்றில் தடிமனான விரலை அம்மாவை நோக்கிக் காட்டியவாறு, 'உங்க கணவர் இல்லைன்னா நீங்க பணம் கொடுங்க,' என்றார்.

அம்மா தன் உள்ளங்கைகளை அவரை நோக்கித் திருப்பி, தன்னிடம் எதுவும் இல்லை என்று கூறினார். 'அவரு வந்த பிறகு உங்களை வந்து பார்ப்பாரு, அண்ணா,' என்றார்.

'பணத்தோட வரச்சொல்லுங்க,' என்று அழுத்தமாகக் கூறினார், முகம்மது.

'ஆமாம், பணத்தோடதான்,' என்று அம்மா தடுமாற்றமான குரலில் அவருக்கு வாக்களித்தார்.

முகம்மது மண்பாதையில் சென்று மறைந்த உடனே அப்பா வீட்டுக்கு உள்ளேயிருந்து வெளியே வந்தார். போர்ட்டிகோவின் படியில் சட்டை இல்லாமல் நின்றார்; அவர் மார்பில் இருந்த முடிகள் சாம்பல் நிறத்தில் சுருள் சுருளாக இருந்தன. தேக்கு மரத்தை விற்ற பணத்தில் வாங்கிவந்த பிரில்கிரீமின் கடைசித் துளி அவர் உச்சந்தலையில் பளபளத்தது. 'அக்மல், என் சட்டைய எடுத்துட்டு வாப்பா. அந்த பன்றி மகனுக்குப் பாடம் கத்துக் கொடுக்கணும்,' என்று அச்சுறுத்தும்படி அமைதியான குரலில் கூறினார்.

'அதுக்கு முன்னாடி, நீங்ககூட ஒரு பாடம் கத்துக்கணும்,' என்ற ஜசிரா, 'உரிமையாளரோட அனுமதி இல்லாம எடுக்கப்படற எதுவுமே அப்பட்டமான திருட்டுதான்,' என்றாள்.

அப்பா ஜசிரா இருப்பதாகவே காட்டிக்கொள்ளாமல் காலர் நைந்து வெள்ளையாகி இருந்த தன் சாம்பல் நிற சட்டையை அணிந்துகொண்டார். அம்மாதான் ஜசிராவின் ஆவேச குற்றச்சாட்டுகளுக்கு ஏறக்குறைய ஆண்மகனைப் போன்ற கோபத்துடன் முஷ்டியை மடக்கி கண்கள் வெளியே விழுந்து விடுமோ எனும் அளவுக்கு உருட்டியவாறே பதிலடி கொடுத்தார். 'நாங்க உன்கிட்டருந்து எதைத் திருடினோம்? எனக்கு இப்ப சொல்லு, உன்கிட்டருந்து நாங்க என்னத்தை திருடினோம்?' என்று கேட்டார்.

'தேக்கு மரம், அது நீங்க மின்சார லைன்களுக்கு குறுக்க வர்றதால வெட்டினதா பொய் சொன்னீங்க,' என்றாள்.

'எங்க கிட்டேயிருந்து நல்ல வாழ்க்கைய திருடினது நீதான். என்னை என் தம்பிகிட்ட பிச்ச கேக்க வெச்சதும் நீதான். உன் கல்யாணத்தாலதான் நாங்க கஷ்டப்பட்டுகிட்டும் பட்டினி கிடந்துட்டும் இருக்கோம். இந்தக் குடும்பத்தில திருடன்னு யாராவது இருந்தா அது நீதான்,' என்று தன் நடுங்கும் விரலை ஐசிராவின் பாதாம் வடிவ கண்களை சுட்டிக்காட்டியபடி பேசினார். அது ஒரு நிமிடத்திற்கும் மேல் ஆடியபடி இருக்க, சண்டை உடனடியாக நிற்காவிடில் இது தொடரும் என்பதுபோல அவர் குரல் திடீரென்று வினோதமாக இருந்தது.

அப்பா, சட்டைக் கைகளை முழங்கைகள் வரை கவனமாக மடித்து ஏற்றிவிட்டுக்கொண்டார். கால் விரல்களிலும் குதிகாலிலும் நைந்துபோன ரப்பர் செருப்பை மாட்டிக் கொண்டார். கீழே இறங்கி கைகளை ஆட்டியவாறு நம்பிக்கையுடன் ஏதோ வேலைக்கு தாமதமாகிவிட்டதைப் போல் நடந்தார்.

'வீட்டுல இருக்கற ஆம்பிளைங்க வேலை பாக்கலேன்னா, நீங்க பட்டினி கிடந்து கஷ்டந்தான் படணும். அது என் தப்பு இல்லையே,' என்று அவர் போவதைப் பார்த்தவாறே ஐசிரா கூறினாள்.

'போதும்,' என்று அம்மா அலறினாள். 'போதும், வீட்டு ஆம்பிளைங்களை பத்தி இன்னும் ஒரு வார்த்தை பேசினா, உன்னை அறைஞ்சிருவேன்,' என்றார்.

'நான் ஒன்னும் பேசிட்டே இருக்கப்போறதில்லை. நான் கிளம்பறேன். அக்கு, போன் பூத்துக்கு போய் ப்ரொஃபசரை கூப்பிடு. உடனே இங்க வரச்சொல்லு,' என்றாள்.

'போடீ கேடுகெட்டவளே, நான் ஒன்னும் உன் வேலைக்காரன் இல்லை. உனக்கு வேணும்னா போயி நீயே உன் ப்ரொஃபசரை கூப்பிட்டுக்கோ,' என்றான் அக்மல்.

'ஹா, ஹா, ஹா. அருமை, அக்மல் ரொம்ப பிரமாதம்,' என்றபடி பாட்டி வந்தார். முன் அறை வழியாக தடவித் தடவி போர்ட்டிகோ படிகளின் மேலே சத்தமிட்டவாறே நின்றார்.

'அம்மா,' என்று கவலையுடன் அழைத்த அம்மா. 'நீ எதுக்கும்மா இங்க வந்தே?' என்றார்.

'எனக்கு காசிம் குரல் கேட்டா மாதிரி இருந்துச்சு,' என்றார்.

'காசிம் வரல,' என்று கடுப்புடன் அம்மா கூறினாள். ஆனால், என்றாவது ஒருநாள் காசிம் சொல்லாமல் கொள்ளாமல் வாசலில் வந்து நிற்கலாம் என்ற எண்ணம் அவரை உள்ளிருந்து நடுங்கச் செய்தது.

❧

பார்பரா காலடி ஓசையே இல்லாமல் குடிசைக்குள் வந்தாள். அவள் ஹஷ் பப்பீஸ் அணிந்திருந்தாள்.

அறையின் மத்தியில் ஒரு நாற்காலியை இழுத்துப்போட்டுக்கொண்டு அதில் அமர்ந்தாள். 'நீ எங்க போயிட்டே? நேத்து சாயந்திரம் ஒரு வார்த்தைகூட சொல்லாம போயிட்டே. நாங்க உன்னை எல்லா எடத்திலயும் தேடினோம்,' என்றாள்.

என் இதயம் இன்னமும் கொதித்துக்கொண்டுதான் இருந்தது. என் ஒரே ஒரு நண்பனை அவள் பறித்துக்கொண்டு போகிறாள். அல்லது சந்தீப்புக்கு முன்னால் நான் அவளுடன் படுக்க விரும்பினேனா? பெரும்பாலான சுற்றுலா வழிகாட்டிகள் தங்கள் வாடிக்கையாளர்களுடன் படுத்ததாக சொல்லித் திரிவார்கள். என் சாகசங்கள் வெறும் கற்பனையோடு நின்றுவிட்டன.

சந்தீப்பின் குடிசை பூட்டுபோடப்பட்டிருந்தது. அவன் ஸ்போர்ட்ஸ் பைக்கும் வழக்கமாக நிற்கும் மெர்மெய்டுக்கு அடியில் காணவில்லை.

'சந்தீப் எங்கே?' என்று கேட்டேன். அவளது மணிக்கட்டின் கருப்பு வளையத்திற்கு அடியில் இருந்த ஊசிக்குத்திய துளைகள் நேற்று இரவு கொசுக் கடியால் வந்தவைபோன்று சிவப்பாகப் புதிதாகத் தெரிந்தன.

'அவன் அம்மா, அப்பாவப் பாக்க போயிருக்கான்,' என்றவாறு நாற்காலி முனைக்கு சரிந்தாள், கடைசியில் எங்கள் இருவரின் முழங்கால்களும் தொட்டுக்கொண்டன. 'நேத்து ராத்திரி நீ வெளிய போயிருந்தப்போ நாங்க ஒரு முடிவு எடுத்தோம். அதைப் பத்தி உன்கிட்ட நான் சொல்லணும்னு சந்தீப் விரும்பினான். உண்மையில நான் நேத்து ராத்திரியே உன்கிட்ட சொல்ல விரும்பினேன், ஆனா உன்னை ஆளையே காணோம்,' என்றாள்.

'முடிவா?'

'ஆமாம், மிகப் பெரிய முடிவு. நாங்க ரெண்டு பேரும் கல்யாணம் செய்துக்கப்போறோம்.'

அந்த செய்தி ஏன் எனக்குள் கத்தி இறங்கியது போல வேதனையாக இருந்தது என்று என்னால் இப்போதும்கூட விளக்க முடியவில்லை. இதற்கு பதிலாக சந்தீப் இறந்த செய்தியைகூட கேட்டிருக்க முடியும் என்று தோன்றியது. 'உனக்கு என்னாச்சு? நீ வெளிறிப் போயிட்டியே,' என்றபடி முன்னால் குனிந்து என் முழங்கால்களை தன் இரு கைகளாலும் தட்டினாள்.

'ஒண்ணுமில்லை, எனக்கு ஒன்னும் ஆகல,' என்று மென்று விழுங்கியபடி கூறினேன்.

'ஆனா, நீ சந்தோஷமா இல்லையே. உன் நண்பன் என்னைக் கல்யாணம் பண்ணிக்கறதுல உனக்கு இஷ்டம் இல்லையா? உன் முகத்திலயே அது எனக்குத் தெரியுது, அமர்,' என்றாள்.

'அப்படில்லாம் இல்லை,' என்று சமாளித்தாலும், அவளை சமாதானப்படுத்த முடியவில்லை. அதிர்ஷ்டவசமாக, நாங்கள் குடிசையில் அமர்ந்து பேசிக் கொண்டிருந்தபோது கோடை பருவமழையாக மாறத் தொடங்கியிருந்தது, பல நீண்ட மழைகளுக்கு முதலாவதாக பெய்த மழை மேற்கூரையில் சடசடவென்று ஓசை எழுப்பியது. கூரையில் பொழியும் மழை வளைந்த ஊசிகளாக புல்லில் விழுவதைப் பார்க்க அவள் அங்கிருந்து வராந்தாவுக்கு ஓடினாள்.

நண்பகல் முழுவதும் மழை பெய்துகொண்டிருந்தது. சூரியன் மறைந்து நீண்ட நேரத்துக்குப் பிறகும்கூட பெய்தது. நாங்கள் இருவரும் தென்னை மரங்களின் இருண்ட வடிவங்களை அமர்ந்தபடி பார்த்தவாறு சந்தீப் அவன் பெற்றோர் வீட்டிலிருந்து திரும்பி வருவதற்காகக் காத்திருந்தோம். பல மணி நேரம் கடந்தன, மழை நின்று மீண்டும் புதிய ஆவேசத்தோடுத் தொடங்கியது. மணற் காகிதம் போன்ற நிறத்தோடும் சருமத்தோடும் கடற்கரையில் கடைசியாக சுற்றித் திரிந்த நபர்கூட, படிகளில் ஏறி மெர்மெய்ட் விடுதியைக் கடந்து தென்னந்தோப்புக்குள்ளிருந்து லேசான வெளிச்சத்துடன் தெரிந்த அங்கிருந்த விடுதிகளில் ஒன்றிற்குச் சென்றுவிட்டார். அவள் தன் குட்டி டிரான்சிஸ்டரை மடியில் வைத்து அதைத் திருகியபடி பல கடல்கள் கடந்து தவழ்ந்து வந்த கொரகொரப்பான சத்தத்தினூடாக நான் இதற்கு முன் கேள்விபட்டிராத நகரில் உள்ள தன்னுடைய பெரிய செங்கல் வீடு பற்றி கூறினாள். நான் பாடப் புத்தகங்களில் படித்து அறிந்திருந்த

போரில் தன் உடலுறுப்பை இழந்த அப்பா குறித்து; பருமனாகவும், வேடிக்கையாகவும் இருப்பார் என்று நான் கற்பனை செய்த ஞாபக மறதி கொண்ட தாயைக் குறித்து; இந்தக் குன்றின் விளிம்பில் நாங்கள் பருவ மழையை பார்த்துக்கொண்டிருக்கும் அதே அடிவானத்தைக் கடந்து செல்வது போல நான் கற்பனை செய்த தன்னுடைய மாலுமி சகோதரனைக் குறித்துக் கூறினாள்.

சந்தீப்பின் உலகம் வேகமாக பெரிதாகி வரும் அதேசமயம் என் உலகம் கப்பல் உடைந்து ஒரு தீவில் மாட்டிக்கொண்டவனைப்போல எப்படி சுருங்கிவிட்டது! மெதுவாக, சில நேரங்களில் பிராசையுடன் அவள் தன்னைப் பற்றி விவரித்துக் கொண்டிருந்தபோது, ஒரே ஒரு தடவைதான் உள்ளே போனாள். திரும்பி வந்தபோது ஓர் ஊசியை மணிக்கட்டில் வைத்து நரம்பில் அந்த நிறமற்ற திரவத்தைச் செலுத்திக்கொண்டாள். அவள் தன் செங்கல்வீடு, அதில் உள்ளவர்களைப் பற்றி பேசியபோது என்னால் என் வீடு அதன் மக்களைப் பற்றி மட்டுமே சிந்திக்க முடிந்தது. பங்களாவைச் சுற்றியுள்ள பாசி படிந்த சுவற்றுக்கு மேல் என்னால் எதையும் கற்பனை செய்து பார்க்க முடியவில்லை என்பது விசித்திரமாக இருந்தது. பார்பராவின் வீட்டைக் கற்பனை செய்து பார்க்க முடியவில்லை என்பது என்னை ஆச்சரியப்பட வைத்தது. காரணம், நடுத்தரவயதில் பொன்னிற முடி கொண்ட ஒருத்தியை ஆபாசப் பத்திரிகையில் பார்த்து அவள் வாழ்க்கையையே என்னால் கற்பனை செய்ய முடிந்திருக்கிறது.

‘அவனோட பேரண்ட்ஸ் வீடு எங்கன்னு உனக்குத் தெரியுமா?’ காற்றின் வேகம் அதிகரித்துத் தென்னை மரங்களில் கிளைகள் சரசரக்கும்போது அவள் கேட்டாள்.

‘தெரியும்,’ அடுத்து அவள் என்ன சொல்லப்போகிறாள் என்று எனக்குத் தெரிந்தது.

‘சரி, எழுந்திரு, வா போகலாம்.’ அவள் என் காலரைப் பிடித்து இழுத்து, என்னமோ தன் இரண்டு வெளிறிய விரல்களைக் கொண்டு தான் போகும் இடங்களுக்கு எல்லாம் கூட்டிக்கொண்டுபோகும் ஒரு பூனைக்குட்டியைப் போல என்னை அழைத்தாள். மறுத்துப் பேசிப் பயனில்லை, எனவே லேசான தூறலில் ஈரமான இருளில் நடந்தோம். ஒரு தோட்டத்தின் ஊடே போகும் பாதையில் பாதி கடந்து சென்றபோது, மங்கலான வெளிச்சம் ஒன்று தாழ்வான மண் சுவற்றில் தெரிந்தது. அதன் வெளிச்சம் அதிகரித்தவாறு இருளில்

தவழ்ந்து எங்களை நோக்கி வர, அது சந்தீப்பின் ஸ்போர்ட்ஸ் பைக்கின் முகப்பு விளக்குகள் என்று தெரிந்தது

‘ரெண்டு பேரும் எங்க போறீங்க?’ என்று தன் முகப்பு விளக்கு வெளிச்சத்தில் நாங்கள் யார் என அடையாளம் தெரிந்து கொண்ட அவன் கேட்டான்.

‘நாங்க உன் வீட்டுக்குத்தான் வந்துட்டு இருந்தோம்,’ அவள் குரலில் மகிழ்ச்சியும் ஆசுவாசமும் தெரிந்தது. ‘ஏன் இவ்ளோ லேட்டாச்சு?’

‘வாங்க திரும்பிப் போகலாம்,’ என்ற சந்தீப், அவளிடம், ‘வண்டில ஏறு,’ என்றான்.

அவள் பின்சீட்டில் ஏறி தன் ஷூக்களைத் தரையில் பதித்தவாறு வந்தாள். சந்தீப் மெதுவாகப் பெடல் செய்தான்; சைக்கிளுடன் சேர்ந்து நான் நடந்தேன். சந்தீப்பும் அவன் குடிசைகளும் இல்லாத வாழ்க்கையைப் பற்றி கவலையுடன் நினைத்துக்கொண்டேன். அமைதியாக, நகைச்சுவை ஒன்றை சொல்வது போல எங்களிடம் வீட்டைவிட்டுத் தன்னை துரத்தி விட்டார்கள் என்று கூறினான், குடிசைகளுக்கு அருகில் போய் அதன் வெளிச்சம் புற்களின் மீது பட்டபோதுதான் நாங்கள் அவன் கீழுதடு வெட்டுப்பட்டு இருந்ததை கவனித்தோம்.

‘உன் உதட்டுல என்னாச்சு?’ என்று அவள் கேட்டாள்.

‘அங்கதான் அப்பா என்னை அடிச்சாரு,’ என்றான்.

‘ஓ, ஹனி,’ என்றவாறு அவள் தன் கைகளை அவன் தலைக்குப் பின் கோர்த்து அடிபட்ட இடத்தில் முத்தமிட்டாள்.

அதற்கடுத்த வாரம் அவர்கள் திருமணம் செய்துகொண்டனர். நான்தான் இருவருக்கும் தோழன்; என்ன ஒரு முரண், என் வாழ்வில் நான் இந்தளவு மோசமாக உணர்ந்ததேயில்லை. அன்றுதான் முதலும் கடைசியுமாக நான் டையும் பிளேசரும் அணிந்தேன்; எனக்காக பார்பரா வாங்கி வந்த அரக்கு நிற டை, கருப்பு நிற பிளேசர். நாங்கள் தேவாலயத்திற்குப் புறப்பட்ட சமயத்தில் அவள் என் மார்பில் அல்லிப்பூ வடிவ அணிகலன் ஒன்றைக் குத்தினாள். என் அலமாரியில் இன்னமும் நான் அந்த டை, பிளேசர் மற்றும் அந்த அணிகலனை வைத்திருக்கிறேன். ஒவ்வொரு தடவை நான் அவற்றைப் பார்க்கும் போதெல்லாம் அவர்களின் திருமண நாளன்று, வெள்ளை நிற தூசு போல மரங்களுக்கு இடையே விழுந்த மழை நினைவுக்கு வருகிறது.

அது வெகு சிறிய விழா - எங்கள் மூவரைத் தவிர ஒரு பாதிரியார் மற்றும் ஒரு புகைப்படக்காரர் மட்டுமே இருந்தனர். இது, அவள் நாட்டில் என்னால் கற்பனை செய்ய முடியாத அவளது செங்கல் வீட்டு புல்வெளியில் அல்லது ஒரு கத்தோலிக தேவாலயத்தில் நடக்கப்போகும் ஒரு பெரிய கண்கவர் விழாவிற்கான வெறும் ஆடை ஒத்திகை போலத் தோன்றியது. ரயில் நிலைய குடியிருப்புகளுக்குப் பின்னால் இருக்கும் ஒரு சிறிய கத்தோலிக தேவாலயம் அது - பார்பரா ஒரு பிராட்டஸ்டன்டாக இருந்தாலும். அதில் அடர் பழுப்பில் நீண்ட மேடைகளும் தொலைபேசி பூத் அளவில் பலிபீடமும் இருந்தன. புறாக்கள் தூண்களில் அமர்ந்தவாறு கீழே பார்த்தன. நடுத்தர வயதில் இருந்த பாதிரியார் அடிக்கடி தன் மேல் உதட்டில் கைகுட்டையை வைத்து ரத்தம் வருகிறதா என்று பார்ப்பது போல அதைப் பார்த்துக்கொண்டார். விழா நடைபெற்ற நேரம் முழுவதும் தோள்களை அவ்வப்போது பார்த்தார், தன் மேலங்கியில் எச்சமிடாமல் விட்டதற்கு புறாக்களுக்கு நன்றி கூறுவது போல மேலே கூரையைப் பார்த்து அரைப் புன்னகைப் பூத்தார்.

பார்பரா அணிந்திருந்த ஊதா நிற பட்டுப்புடவை அவளுக்குப் பொருந்தவே இல்லை, மிகவும் குறைவாக இருந்த அவள் தலைமுடி பின்னலிடப்பட்டு முழுமையடையாத ஏதோ ஒன்றைப்போல அவள் தோள்களில் தொங்கியது. பாதிரியார் அவர்கள் திருமணத்தை நிறைவேற்றி வைத்தார் (புறாக்கள் மேல் எச்சரிக்கையுடன் ஒரு கண் வைத்துக்கொண்டே), ஃபிளாஷ் விளக்கு திரும்பத் திரும்ப அணைந்தணைந்து எரிந்தது. பல ஆண்டுகள் கழித்து பார்பராவும் சந்தீப்பும் இந்தத் தருணத்தை நினைத்துப் பார்ப்பதாக நான் கற்பனை செய்ய முயற்சி செய்தேன். அவர்கள் எதை நினைவில் வைத்திருப்பார்கள்? கேமராவின் ஃபிளாஷ்களையா? பாதிரியாரின் வேடிக்கையான நடத்தைகளையா? என்னையும் புகைப்படக்காரரையும் தவிர வேறு யாருமே இல்லாத அந்தச் சிறிய தேவாலயத்தையா? அல்லது குளிர்ச்சியான மழை, நடுங்கும் ஈரப்பச்சை இலைகளைவிட செம்பருத்திப் பூவை கனமாகவும் பிரதானமாகவும் மாற்றியதையா?

'என் கல்யாணம் இப்படி இருக்கும்னு நான் கற்பனை செய்ததைவிட ரொம்ப அமைதியா நடந்திருக்கு,' என சந்தீப் பாதிரியாரிடம் பேசிக்கொண்டிருந்த சமயத்தில் பார்பரா என்னிடம் கூறினாள். 'இதையே என் ஊர்ல பிரம்மாண்டமா செய்துடலாம். அமர், உன் பாஸ்போர்ட்டை தயாரா வெச்சிக்க. மறுபடியும் ஒரு தடவை எங்களுக்கு பெஸ்ட்மேனா நீ இருக்க வேண்டி இருக்கும்,' என்றாள்.

ஒரு குடையை முதலில் பார்பராவுக்கும் பின்னர் சந்தீப்புக்கும் பிடித்துக்கொண்டு டாக்சி வரை அவர்களை இட்டுச்சென்றேன். பிறகு நாங்கள் மழையினூடே, நகர சதுக்கத்தைக் கடந்து, எங்கள் பள்ளியைக் கடந்து, குறுகலாக கோணல் மாணலாக இருந்த பாதையில் பயணம் செய்து குன்றை அடைந்தோம். தோப்புகளுக்கு இடையே இருந்த இடைவெளிகளில் நாங்கள் நீல நிற சுடர் போல இருந்த கடலைப் பார்த்தோம், இந்த அரிய நிறம்தான் எங்கள் ஊருக்கு சுற்றுலாப் பயணிகளைக் கொண்டு வருகிறது, அதுதான் குன்றின் விளிம்புக்கு பார்பராவை அழைத்து வந்து, சந்தீப்பின் வாழ்க்கையை மாற்றியது. அவள் ஜன்னலைக் கீழே இறக்கி வெளியே பார்த்தாள், அவள் புடவையின் அடிப்பாகம் காற்றில் டாக்சிக்கு வெளியே நீண்ட ஊதாநிறக் கொடிபோல பறந்தது.

திருமணம் முடிந்த மறுநாள் இரவு, பார்பரா தோளில் டிரான்சிஸ்டரை வைத்துக்கொண்டு குன்றின் பாதையில் சுற்றித் திரிந்தாள். அதன் ஏரியல் வெகு தூரம் நீண்டிருந்தது, நான் சாய்ந்துகொண்டிருந்த மரத்தடிக்கு அவள் வந்தபோது அந்த ஏரியல் தென்னை மரக்கிளை முனையைத் தொட்டது. சந்தீப், தன் ஸ்போர்ட்ஸ் பைக்கில் ஏறி டவனுக்குள் தனக்கு பாஸ்போர்ட் தயார் செய்ய ஒரு பயண முகவரை சந்திக்கச் சென்றிருந்தான், அப்பொழுதுதான் பார்பரா தன் நாட்டுக்கு இன்னும் ஒரு வாரத்தில் கிளம்பும்போது தேவையான ஆவணங்களை அவளால் எடுத்துச்செல்ல முடியும்.

காலையிலிருந்து மழை பெய்யாவிட்டாலும்கூட அன்று வானம் சாம்பல் நிற மழை மேகங்களுடன் இருந்தது. குறிப்பாக இரவு மிகவும் இருட்டாக இருந்தது; அலைகளின் ஆரவாரச் சீற்றம் இல்லாவிட்டால் எங்களுக்கு அடியில் கடல் இருப்பதையே யாராலும் நம்ப முடியாது. தோப்புகள் வழியாகக் குளிர்ந்த காற்று வீசி கூரையின் மேலிருந்து காய்ந்த இலைகளைத் தள்ளி விட்டது. பார்பராவின் தோளில் டிரான்சிஸ்டர் கரகரவென்று கிறீச் ஒலியுடன் கேட்டது. திடீரென்று குளிர்ந்த காற்றுப்போலவே அவள் குரல் முணுமுணுத்தது. ‘உங்க காந்தி இறந்துட்டாரு.’

முதலில் நான், அவள் சமீபத்தில் எடுத்துக்கொண்ட போதை காரணமாக உளறுகிறாள் என்று நினைத்தேன், பிறகு அவள் என்னைச் சுற்றிவளைத்து அவளுடன் படுக்க அழைக்கிறாள் என்று நினைத்தேன், காந்தி என்ற வார்த்தையை அவள் உலகத்தில் அல்லது அவள் நாட்டில், குறைந்தபட்சம் அவள் வாழும் ஊரிலாவது

உறுப்பு என்பதற்கு பயன்படுத்துவார்களோ என்று அர்த்தம் செய்துகொண்டேன்.

‘இல்லை,’ என்று பாதி சுன்னத் செய்யப்பட்ட என் உறுப்பை நினைத்துக்கொண்டே பலகீனமாக மறுத்தேன். ‘என் காந்தி நல்லாத்தான் இருக்காரு,’ என்றேன்.

‘நான் வருந்தறேன், ஆனா உங்க காந்தி இறந்துட்டாரு,’ என்றாள் அவள்.

‘என் காந்தி நல்லா, வலுவா இருக்காரு,’ என்றவாறு அன்று தேவாலயத்தில் திருமணத்திற்குப் பிறகு அவள் என் கன்னத்தில் ஈர முத்தமிட்டதை நினைத்துக்கொண்டேன். ‘என்னால அதை நிரூபிக்க முடியும்,’ என்றபடி என் கண் பிரச்சினை தொடங்கியதிலிருந்து முதல் முறையாக கண்களை வேண்டுமென்று சிமிட்டினேன்.

அவள் தன் கையைத் தூக்கியவாறு என்னை அமைதியாக இருக்கும்படி சைகை செய்து டிரான்சிஸ்டரை காதருகில் அழுத்தி வைத்தாள்.

‘ஆமாம், அவரு இறந்துட்டாரு,’ எனக்கூறி கையை இறக்கி டிரான்சிஸ்டரை விட்டு காதை விலக்கினாள். பிறகு மெதுவாக, கஷ்டப்பட்டு, ‘ராஜீவ் காந்தி’ என்ற அந்தப் பெயரை உச்சரித்தாள். ‘பிபிசி செய்திகளின்படி, அவரு கொஞ்சம் நேரத்துக்கு முன்னாடி கொலை செய்யப்பட்டாரு,’ என்றாள்.

நகர சதுக்கத்தின் வழியாக ஏராளமானோர் ஒழுங்கற்ற முறையில் அணிவகுத்துச் சென்றனர், சிலர் கைகளில் ராஜீவ் காந்தி வானத்தில் புறாக்களைப் பறக்கவிடும் படங்களை ஏந்தியிருந்தனர், மற்றவர்கள் வெறுங்கைகளுடன், ஆனால் தோற்றவர்களின் பதக்கம் போல மார்பில் சிறிய கருப்புக் கொடிகளைக் குத்தியிருந்தனர்.

பங்களா, குறிப்பாகத் தொலைக்காட்சி அறை ஆழ்ந்த துக்கத்தில் இருந்தது. பாட்டி மெத்தைக்கடியில் விரல்களை மடக்கியவாறு அமர்ந்திருந்தார். மெதுவாக சென்றுகொண்டிருந்த இறுதி ஊர்வல வர்ணனைபோலவே கண் தெரியாத அவர் கண்களிலிருந்து கண்ணீர் வழிந்தது. வர்ணனையாளர், அங்கிருந்த லட்சக்கணக்கான மக்கள் கூட்டம் ஊர்ந்து சென்று கொண்டிருக்கும் உடல் மீது வீசப்படும்

ஏராளமான மலர்களைப் பற்றி சொல்லிக்கொண்டிருந்தார். என் பெற்றோர் இருவரும் ஒரே அறையில் இருந்த அரிதான ஒரு சந்தர்ப்பம் அது, ஒரே நேரத்தில் ஒரே விஷயத்துக்காக இருவருமே துயரத்தோடு இருப்பதும் அதைவிட அரிய சந்தர்ப்பம்; ஆனால் ஒருகாலத்தில் அம்மாவுக்கு மிகவும் பிடித்த இந்திரா காந்தியை அப்பா அவ்வளவுக்கும் வெறுத்தது போலவே அம்மாவிற்குப் பிடித்த ராஜீவ் காந்தியையும் வெறுத்தார் என்றுதான் நான் அதுவரை நினைத்திருந்தேன்.

சாலையில் எண்ணற்ற மோட்டார் வாகனங்கள் ஊர்ந்து செல்லும் காட்சிகளுக்கு இடையே ராஜீவ் காந்தியின் பிரபல உரைகளில் ஒன்றை அவ்வப்போது காட்டினர், அதைக் கேட்டு பாட்டியின் குரல் குழப்பத்துடன் உற்சாகமாக ஒலித்தது, 'ராஜீவ் காந்தி பேசறாரு.' அப்பா பொறுமையாக பாட்டியிடம் நீண்ட காலத்துக்கு முன் அவர் பேசிய உரையின் பதிவை மீண்டும் அவருக்கு அஞ்சலி செலுத்தும் விதமாகக் காட்டுகிறார்கள் என்று விளக்கிக் கூறினார். தொலைக்காட்சி ஓடும்போது ஒருபோதும் அந்த அறையில் நுழையாத அக்மல்கூட கதவருகில் நின்றவாறு சிதையிலிருந்து புகை எழும்புவதைப் பார்த்தான்.

நான் மீண்டும் குன்றிற்கு சென்றபோது, பார்பரா மூட்டை கட்டுவதில் மும்முரமாக இருந்தாள். அடுத்த நாள் காலை, சந்தீப் அவளை விமான நிலையத்திற்கு அழைத்துச் செல்வான். மூன்று நாட்களில், பல இணைப்பு விமானங்கள் மற்றும் ஒரு சிறிய வாகன சவாரிக்குப் பிறகு அவள் தன் செங்கல் வீட்டை அடைவாள், அங்கு முடமான அப்பாவுக்கும், ஞாபகமறதி கொண்ட அம்மாவுக்கும் ஏராளமான புகைப்படங்களைக் காட்டியவாறு மலைமீது நடந்த தன் திருமணம் பற்றித் தெரிவிப்பாள்.

ஒரு மாதத்திற்குள் திரும்பி வந்து சந்தீப்பை அழைத்துச் செல்வதாக, விமான ஸ்டிக்கர்களால் கீறல் விழுந்து, அழுக்கடைந்த பையில் ஊதா பட்டுப் புடவையை எடுத்து வைத்துக்கொண்டே கூறினாள். தன்னையும் சந்தீப்பையும் உதாரணமாக எடுத்துக்கொண்டு கடற்கரையில் ஒரு துணையை தேடிக்கொண்டு அவள் திரும்பி வரும்போது உலகின் வேறு ஒரு மூலைக்குச் சென்றுவிட வேண்டும் என்று என்னிடம் பூடகமாகக் கூறினாள். 'காதல்ல விழ அவ்வளோ நேரம் தேவைப்படாது. எங்களுக்கு ஒரு வாரம்கூட ஆகல, அப்டிதானே சந்தீப்?' என்றாள்.

நாங்கள் இருவரும் ஓர் அரை நாள் முழுவதும் அவளை கடலுக்குப் போகும்படி வற்புறுத்தினோம். கடைசியாக மாலையில் எப்படியோ ஒப்புக்கொண்டு கழுத்தைச் சுற்றி மாட்டிய கேமராவுடன் குன்றின் பக்கவாட்டில் உள்ள செங்குத்தான படிகளில் எங்களுடன் சேர்ந்து அலைதாங்கியைச்சுற்றி நடந்தாள். ஆனால் ஒரு அலை பாய்ந்து வந்தபோது, எங்கள் தோள்களைச் சுற்றி கைகளை கட்டிக்கொண்டு தன் கால்களை மணலுக்கு மேலே உயர்த்தி தன்னுடைய சிறிய பின்பக்கத்தில் மடக்கி வைத்துக்கொண்டாள். மாலைக் காற்றில் உச்சஸ்தாயியில் அவள் அலறிய அலறலால் அனைவரும் அப்படியே நின்று அவளை யாரோ பலவந்தப்படுத்துகிறார்களோ என்று பார்த்தனர். அன்று மாலை சூரியன் மெதுவாக மறைந்தது, வானிலிருந்து வெளிச்சம் அவசரமே இல்லாமல் விலகியது, அடிவானத்தில் சூரியனின் ஒரு சிறிய பகுதி ஆரஞ்சு நிறத்தில் வழக்கத்துக்கு மாறாக வெகு நேரம் வரையில் இருந்தது. மெதுவாக மறைந்து வரும் வெளிச்சத்தைப் பயன்படுத்தி, பார்பரா புகைப்படங்களை எடுத்தாள்; கடலுக்கு முதுகைக் காட்டியவாறு நின்ற சந்தீப்பையும், மேடும் பள்ளமுமாக பெரியதொரு கடல் விலங்கின் புதைப்படிமம்போல் இருந்த வெள்ளைப் பாறைகளுக்கு நடுவில் அமர்ந்திருந்த என்னையும். பின்னர் நான் வ்யூஃபைண்டர் வழியாக, சந்தீப் மற்றும் பார்பரா குன்றின் அடிவாரத்தில் ஒருவர்மீது ஒருவர் தலையை சாய்த்தபடி நின்றுகொண்டிருந்தபோது படம் பிடித்தேன். அவர்கள் மிகவும் மகிழ்ச்சியோடு இருக்கிறார்கள் என்று நான் நினைத்த நொடி கிளிக் செய்தேன்.

நாங்கள் இருட்டில் தட்டுத்தடுமாறி படிகளில் ஏறினோம், நடைமுறைகள் எவ்வளவு சீக்கிரம் அவளை அனுமதிக்குமோ அவ்வளவு சீக்கிரம் திரும்பி வந்துவிடுவதாக மீண்டும் அவள் வாக்களித்தாள், ஆனால் அவள் தன் வார்த்தையைக் காப்பாற்றப்போவதில்லை என்று ஏனோ நான் சந்தேகித்தேன். படிகளின் மேலே சற்று நின்று கடலைப் பார்த்தாள், குளிர் காற்றால் வெளுத்துப் போன அவள் உதடுகளில் ஆறுதல் புன்னகை படர்ந்தது, ரகசியமாக கடற்கரைக்கு இறுதிவிடை கூறுவதுபோல இருந்தது அது.

வேயப்பட்ட கூரையின் குறுகிய விரிசல்கள் வழியாக தரையில் விழுந்த மெல்லிய தண்டுகள் போன்ற சூரிய வெளிச்சத்தைப் பார்க்க, பார்பரா தன் நாட்டில் ஏராளமாக இருப்பதாக எண்ணி விட்டுவிட்டுப்போன நாணயங்கள் போல இருந்தன. நான் வெளியே வந்து காலியாக இருந்த மெர்மெய்ட் விடுதியைப் பார்த்தேன். இன்னமும் இருள் விலகாத அந்த நேரத்தில் அவர்கள்

விமான நிலையத்திற்குக் கிளம்பும் சத்தம் எனக்குக் கேட்டதாக நினைத்தேன், ஆனால் உறுதியாகக் கூற முடியவில்லை. காலடிச் சத்தங்கள் தெளிவற்ற எனது கனவிலிருந்து வந்ததாக இருக்கலாம். முந்தைய இரவு வெகு நேரம் எதிர்காலத்தைப் பற்றி நாங்கள் அமர்ந்து விவாதித்த வராந்தாவின் மூலையில் சுருண்டிருந்த நீல நிற விமான அட்டை ஒன்று, சந்தீப்பின் வாழ்க்கையின் மையத்திலும் என் வாழ்வின் ஒரு மூலையிலும் பார்பராவின் இருப்பை எடுத்துக் கூறும் சான்றாக இருந்தது.

புத்தகம் 4
காதல் தோல்விகள்

பாழடைந்த மாட்டுக்கொட்டகைக்குப் பின்னால் எனக்கு நினைவு தெரிந்த நாள் முதலே நின்றிருந்த மஹோகனி மரத்தை ஒரு புதிய மர வியாபாரி வெட்டினார். வழக்கமாக வரும் முகம்மது அல்ல இவர். சில ஆண்டுகளுக்கு முன் முகம்மது, ஜசிராவுடன் கடும் வாக்குவாதத்தில் ஈடுபட, அப்பா அவரைத் தேடி மண்பாதையில் நடந்து சென்று சட்டைப்பை கிழிந்து பட்டன்கள் அறுந்த சட்டையுடன் திரும்பி வந்தார். சில நாட்கள் தங்கியிருந்து உடல் நலனைத் தேற்றிக்கொள்ள வந்த ஜசிரா ஏனோ விரைவில் கிளம்ப முடிவு செய்தாள். நஸீர் அன்று பிற்பகல் வந்து அவளை அழைத்துச் சென்றார். போவதற்கு முன் தன் பங்கு நிலத்தில் விற்பனை செய்யும் அளவு பெரிதாக இருந்த அத்தனை மரங்களையும் எண்ணினாள். பிறகு போர்ட்டிகோ படிகளிலிருந்து மீண்டும் திரும்பி இங்கே வரப்போவதில்லை என்று அறிவித்தாள். அவள் சென்ற பிறகு, அம்மா கைகளை முகத்தில் பதித்தவாறு போர்ட்டிகோ படிகளில் அமர்ந்து சோஃபியா எவ்வளவு நல்ல பெண்ணாக இருந்தாள் என்று அவளைப் பற்றி நினைவுகூர்ந்தார்.

ரயில் நிலைய கட்டிடத்தை மறைத்தவாறு மனையின் ஒரு மூலையில் இன்னமும் நின்றுகொண்டிருந்தது ரோஸ்வுட் மரம்; வெட்டப்படுவது மஹோகனிதான். அந்தப் பெரிய, பழுப்பு மரத்தைப் பற்றிய மங்கலான இனிமையான நினைவுகள் எனக்கு உண்டு. ஒருசில மாதங்களுக்கு முன்பு வரை அதன் தடிமனான தண்டில் மிளகுக் கொடிகள் சுற்றியிருந்தன. அம்மா மதிய வேளைகளில் அதில் ஏணியைச் சாய்த்து ஏறி, மசாலா பொருட்கள் வேட்டைக்காக அப்பா மலபாருக்குச் சென்று அங்கிருந்து கொண்டு வருவதைவிட அதிகமாகவே முதிர்ந்த மிளகுகளைப் பறிப்பதுண்டு. அதன் ஒரு கிளையில் இருந்த மிளகுக் கொடிகளின் முகட்டில் அம்மா ஒரு பெரிய தேன் கூட்டைக் கண்டார். அப்பா கையில் கொள்ளிக்கட்டையுடன் தன் முகத்தை ஒரு டவலால் மூடிக்கொண்டு ஏணியில் ஏறினார், ஆனால் காரியத்தில் சொதப்பிவிட, அன்று நாள் முழுவதும் எங்கள் புழக்கடையில் தேனீக்கள் ரீங்காரமிட்டபடி இருந்தன.

எங்களுக்கு சுன்னத் நடந்த பிறகு வந்த கோடை விடுமுறையில், நாங்கள் அதன் கிளையில் ஒரு பழைய டயரைத் தொங்கவிட்டு கயிறு எவ்வளவு தொலைவு போகுமோ அவ்வளவு தூரம் ஊஞ்சலாடுவோம். அதன் கிளைகளில் ஒன்றில் ஒரு பெரிய எறும்புக் கூடு இருந்தது, ஒவ்வொரு தடவை நாங்கள் மஹோகனிக்கு கீழே ஆடும்போதெல்லாம், எறும்புகள் வந்து எங்கள் ஆடைகளில் புதிய வடிவமைப்புப் போல ஒட்டிக்கொள்ளும். வசந்தகாலத்தில், புளியமரத்தின் பூக்களாலும் சிறிய இலைகளாலும் கார்பெட் விரித்ததுபோல தரை காணப்படும். மஹோகனி வெட்டப்பட்ட பிறகு, மாட்டுக்கொட்டகைக்கும் புளியமரத்திற்குமிடையே இருக்கும் பெரிய இடைவெளியில் சூரிய வெளிச்சம் விழும். மஹோகனியால் கிடைத்த பணம் தீர்ந்த பிறகு புளியமரம் காணாமல் போகும், சூரிய ஒளி மேலும் அதிகமாகும். எங்கள் வாழ்க்கையில் இருள் சூழும்போது, எங்கள் வளாகத்தில் வெளிச்சம் தடையில்லாமல் வருகிறது. என்ன முரண்!

மஹோகனி மரத்தின் மரணம் எங்கள் பங்களாவிற்கு மின்சாரத்தைக் கொண்டு வந்தது. பல்புகள் எரிகின்றன, மின்விசிறிகள் சுற்றுகின்றன, அம்மா பழைய ஜூஸரை சோதிப்பதற்காக அதன் பட்டனைத் திருகியபோது அது நன்றாக வேலை செய்தது. மெழுகு நிற வெளிச்சம் தொலைக்காட்சித் திரை மத்தியில் தோன்றி மறைந்து, பாபர் மசூதி குறித்து நடக்கும் விவாதத்தைக் காட்டியது. அம்மா அதை அணைத்துவிட்டுச் சென்றார். நான் மீண்டும் என் மேஜைக்கு வந்து எழுத ஆரம்பித்தேன், குன்றில் உள்ள குடிசைகளில் பார்பரா சென்ற பிறகு ஊர்ந்து சென்ற மாதங்களை நினைவுகூர்கிறேன்.

மூன்றே நாட்களில் தான் வீடு போய்ச் சேர்ந்துவிடுவதாகவும் சென்றடைந்த உடனே, அவனைத் தொடர்பு கொள்வதாகவும் பார்பரா மெர்மெய்ட் விடுதியில் தன் கடைசி இரவில் சந்தீப்பிடம் கூறியிருந்தாள். மூன்று மாதங்கள் ஆகியும் அவள் தொடர்புகொள்ளவே இல்லை, இதே அமைதியோடு மாதங்கள் கடந்து செல்லச் செல்ல சந்தீப் விரக்தியின் ஆழத்திற்குச் சென்றான். ஒவ்வொரு தடவை குடிசையில் தொலைபேசி மணி அடிக்கும்போதெல்லாம், அவன் பாய்ந்து வருவான், உள்ளே சென்று பலமணி நேரமானாலும் வெளியே வராமல் இருந்தால், அத்தனை முக்கியத்துவம் இல்லாத அழைப்பு என்பது தெரியும். பார்பரா

சென்று சுமார் ஐந்து மாதங்களுக்குப் பிறகு, அவள் நாட்டிலிருந்து ஒரு சுற்றுலாப் பயணி இங்கே ஓர் இரவு தங்குவதற்காக வந்தார்; அந்த இளைஞனின் தலைமுடி காதுகளுக்குக் கீழே வளர்ந்திருந்ததைப் பார்த்து எனக்கு அணில்கள் நினைவிற்கு வந்தன. அன்று மாலை கடற்கரையிலிருந்து வந்தவரிடம் பாதிரியார் நடுவில் இருக்க பார்பராவும் தானும் அவருக்குப் பக்கத்தில் இருக்கும் புகைப்படங்களில் ஒன்றை வெளியே எடுத்து வந்து காட்டிய சந்தீப், 'இந்தப் பெண்மணிய உங்களுக்குத் தெரிஞ்சிருக்கணும். இவங்க உங்க நாட்டைச் சேர்ந்தவங்க,' என்றான்.

அந்தப் படத்தைப் பார்த்துவிட்டு, 'நண்பா, கனடா ஒன்னும் கிராமம் இல்லை. கனடாவில் உள்ள அனைவரையும் எனக்குத் தெரியும் என்று எதிர்பார்க்காதீங்க, எனக்கு நிச்சயமா இவங்களைத் தெரியாது,' என்றார்.

'இவள் என் மனைவி,' சந்தீப் ஒரே சமயத்தில் வலியும் பெருமையும் நிறைந்த குரலில் கூறினான்.

'அதை சிரிச்சுகிட்டேதான் சொல்லுங்களேன்,' என்றார் அந்த சுற்றுலாப் பயணி, அவர் சந்தீப்பை உற்சாகப்படுத்துகிறாரா அல்லது கேலி செய்கிறாரா என்று கூற முடியவில்லை. ஆனால், அவள் பெயரையும், எந்த ஊரிலிருந்து தான் வருவதாக அவள் கூறினாளோ அதன் பெயரையும் பின்பக்கம் எழுதி சந்தீப் தந்த அந்தப் படத்தை அவர் வாங்கிக்கொண்டதோடு, தொலைபேசிப் பட்டியலில் அவளது பெயரைத் தேடுவதாகவும் கூறினார்.

அந்த கனடா நபர் கடிதம் எழுதவேயில்லை. போன் குடிசையில் அடித்த போதெல்லாம், சந்தீப் எதிர்முனையில் பேசுவது பார்பரா அல்லது அந்த வெளிநாட்டுகாரராக இருக்கலாம் என்று எதிர்பார்த்தான். சில நேரங்களில் அவன் குறுகலான மெத்தையில் குப்புறப் படுத்திருக்க தலையணையில் திருமணப் புகைப்படங்கள் நேர்த்தியான வரிசையில் அடுக்கி வைக்கப்பட்டிருக்கும்.

ஒருநாள் மாலை குன்றிற்கு வெளியே மேல் பாகம் இல்லாமல் சாய்ந்திருந்த ஒரு தென்னைமரத்தின் கீழே அமர்ந்துகொண்டிருந்தோம். அப்போது ஒரு ஜெட் விமானம் நீல வானில் தயிர் போன்ற இரண்டு கோடுகளை விட்டவாறு எங்களைக் கடந்து நடை வேகத்தில் போனது. பால் போன்ற அதன் தடங்கள் எங்கேயோ பச்சைப் பசும் பின்னணிகளில் தொடங்கி விரிந்த அடிவானத்தின் பாதையில் பயணித்தது. அவனுக்குள் அந்த ஜெட் என்ன நினைவுகளைத் தூண்டியது என்று எனக்குத் தெரியவில்லை.

ஆனால் நான், குன்றின் முனையிலிருந்து மெதுவாகப் பறக்கும் விமானத்தை நாங்கள் பார்த்துக் கொண்டிருக்கிறோம் என்பது தெரியாமல் பார்பரா அதில் அமர்ந்து, மேகங்களின் அணிவகுப்பைப் பார்த்துக்கொண்டு இருப்பதாகக் கற்பனை செய்துகொண்டேன்.

‘பிளேனை பார்க்கறப்போ எல்லாம் நான் அவள நினைச்சுப் பாக்கறேன்,’ என்று எனக்குள் ஓடும் சிந்தனைகளைப் படித்தாற்போல சந்தீப் கூறினான். ‘நான் பார்க்கும் எல்லா விமானத்திலும் அவ இருக்கிறானு நான் நினைக்கிறேன்.’ ஏழு மாதங்களுக்கு முன் அவள் சென்றதிலிருந்து அவளைப் பற்றி அவன் பேசுவது இதுதான் முதல் தடவை. இதுவரை அவளுடைய துரோகத்தைத் தனிமையில் சகித்துக்கொண்டிருந்தான்.

இந்த சமயத்தில்தான் ஜாவி குறித்த என் ஆர்வம் மீண்டும் புத்துயிர் பெற்றது. அவர் தேதியுடன் கையொப்பமிட்ட புத்தகங்களைப் பார்க்கத் தொடங்கினேன்; நான் *ஜாவியின் டைரி* யைத் திறந்தேன் - இந்தத் தலைப்பை எழுதிய என் கையெழுத்தும்தான் எவ்வளவு குழந்தைத்தனமாக இருக்கிறது! அவர் அம்மாவுக்கு எழுதிய தற்கொலைக் குறிப்பைப் படித்தேன், அதில் அவர் எனக்கு ஒரு பெயரை அலட்சியமாகத் தேர்ந்தெடுத்திருக்கிறார், மேலும் சுஹாதா அத்தைக்கு எழுதிய கடிதத்தில் தன் சகோதரனின் துரோகத்தைப் பற்றி அவருக்குத் தெரிவித்துள்ளார்.

பார்பரா மறைந்துபோனதை ஒட்டி, ஜாவியை சுரங்கத்திற்குக் கொண்டு சென்றது காதலா அல்லது பரம்பரை சொத்தாகப் பெற்ற பைத்தியக்காரத்தனமா என்று நான் வியக்கத் தொடங்கினேன். நிறையக் கேள்விகள், பதில்கள் இல்லை. என் ஆழ்ந்த சிந்தனைகள் எப்போதுமே சுஹாதா அத்தையின் நிர்வாணத்தில் கொண்டுவிடுகிறது. அவரை நான் எனக்குக் கீழே அல்லது மேலே பார்க்கிறேன், எங்கள் ஆடைகள் மெத்தைக்கு அடியில் தெளிவான நிறங்களில் சிறிய மலைபோல குவிகின்றன.

என் அத்தையுடன் விடியற்காலையில் கொண்ட தீவிரமான உடலுறவுக்குப் பின் - அவர் என்னிடம் பற்களால் அவ்வளவு மிருகத்தனமாக அதுவும் அவரது மார்பகத்தில் கடிக்க வேண்டாம் என கேட்டுக்கொள்ள அதை நான் கேட்காமல் மறுக்கவும் நிஜ வாழ்வில் வளர்க்கவோ அல்லது நகப்பூச்சு போட்டுக்கொள்ளவோ ஒருபோதும் நினைக்காத தன் நீண்ட நகங்களால் என் புஜங்களைக் கீறினார் - நான் கீழே வந்தபோது சுஹாதா அத்தை சாப்பாட்டு மேஜையில் நெற்றியை அழுத்தியவாறு அமர்ந்திருப்பதைப்

பார்த்தேன். அம்மா அவருக்குப் பின்னால் நின்றவாறு முதுகைத் தடவிக்கொண்டிருந்தார்.

'என்ன?' என்று அம்மாவை என் கண்களால் கேட்டேன்.

'போயிரு,' என்று வேகமாக தலையை ஆட்டிக் கூறினார் அம்மா.

ரஸியா ஓடிப்போய்விட்டாள், அவள் அம்மாவுக்கும் மாற்றாந் தந்தைக்கும் விரிவாக விளக்கி எழுதிய குறிப்பு ஒன்றை விட்டுப் போயிருப்பதை விரைவில் கண்டறிந்தேன். இப்போது அப்பாவின் மடியில் இருந்த அந்தக் குறிப்பு பங்களாவில் உள்ளவர்களிடம் விரைவில் மாறி மாறி வந்தது, அக்மலிடம் சென்ற பிறகு அம்மாவிடம், பிறகு ரஸியாவின் விளக்கத்தில் புதிதாக ஏதாவது அர்த்தம் கண்டுபிடிக்க முடிகிறதா எனப் பார்க்க சுஹ்தா அத்தை மறுபடியும் படிக்க, கடைசியாக அது என்னிடம் வந்தது.

அம்மா, அப்பா,

என்னை ராய்ஸ் சாரிடமிருந்து பிரிக்க நீங்கள் இதுவரை செய்த அனைத்தும் வீண்தான். இன்று நாங்கள் ஒரு பதிவாளர் அலுவலகத்தில் திருமணம் செய்துகொள்ளப் போகிறோம். எனக்கு ஆங்கிலம் கற்றுக்கொடுக்க முதன் முதலாக நம் வீட்டுக்கு ராய்ஸ் சார் வந்த அன்றே அவரை நான் திருமணம் செய்துகொள்ள விரும்பினேன். அவருக்கு நீங்கள் முதல் மாத சம்பளம் கொடுப்பதற்கு முன்பே அவரைத் திருமணம் செய்துகொண்டிருப்பேன், ஆனால் அவர் எனக்கு அப்போது பதினெட்டு வயது ஆகவில்லை என்பதால் காத்திருக்கச் சொன்னார். பதினெட்டு வயது ஆவதற்கு முன் என்னை அவர் திருமணம் செய்துகொண்டிருந்தால், கடத்தல், பலாத்காரம் மற்றும் ஆள்கடத்தல் போன்றவற்றிற்காக உங்களால் குற்றம்சாட்டப்பட்டு இருப்பார், நீங்கள் ஆள் கொணர்வு மனு அல்லது அது போன்ற ஏதாவது ஒன்றை சட்டத்தின்படி போட்டு என்னை வீட்டிற்கு அழைத்துச்சென்றிருப்பீர்கள், ஒருவேளை அது என்ன என்று உங்களுக்குத் தெரியவில்லை என்றால் சொல்கிறேன், இது உரிமை கோரும் வழக்கு, ராய்ஸ் சார் கூற்றுப்படி இது காதலர்களைப் பிரிப்பதற்காகவே எழுதப்பட்டது. இப்போது எனக்கு இருபதரை வயது ஆகிவிட்டது, எனவே ஆள் கொணர்வு மனு என்னை ஒன்றும் செய்ய முடியாது.

அது சரி, ராய்ஸ் சாரை உங்களுக்கு ஏன் பிடிக்கவில்லை? அவர் கிறிஸ்தவர்தான். ஆனால் நான் கூறுவதை நம்புங்கள், கிறிஸ்தவமும் இஸ்லாமும் வேறு வேறு பெயர்களில் உள்ள ஒரே நம்பிக்கைதான். நமது இறைத்தூதர் ஈஸாவே அவர்கள் இறைத்தூதர் ஜீஸஸ். நம் நபி மூஸா

அவர்களுடைய மோசஸ். நம் நபி இப்ராஹிம், அவர்களுடைய ஆபிரகாம். நம் கிப்ரீல்தான் அவர்கள் கேப்ரியல்.

ஆமாம், ராய்ஸ் சாருக்கு முப்பத்தி நான்கு வயது ஆகிவிட்டதுதான். ஆனால் முகம்மது அலி ஜின்னா அவரைவிட மிகவும் சிறிய வயது பெண்ணைத்தான் திருமணம் செய்துகொண்டார், அதுவும் அவள் ஒரு முஸ்லீம் பெண்மணிகூட இல்லை, ஆனால் இருவரும் எவ்வளவு மகிழ்ச்சியாக வாழ்ந்தனர்.

ஆமாம், உங்கள் கண்களுக்கு ராய்ஸ் சார் வேலையில்லாதவர்தான். ஆனால் தனிப்பட்ட ட்யூஷன்கள் எடுப்பதன் மூலம் நிறைய பணம் சம்பாதிக்கிறார், அடுத்த மாசம் ஒரு ஸ்கூட்டர் வாங்கத் திட்டமிட்டிருக்கிறார். பேராசிரியர் நஸீர் சகோதரரைவிட இவர் அதிகமாக சம்பாதிக்கலாம். ஐசி அவளுடைய பொருளாதார பேராசிரியரை காதலித்தது சரியென்றால், நானும் என் ஆங்கில ஆசிரியரைக் காதலிப்பது சரிதான். பேராசிரியர் நஸீர் எம்.ஏ. பொருளாதாரம் படித்தவர், ராய்ஸ் சார் எம்.ஏ. ஆங்கிலம் படித்தவர். அதைத் தவிர இவர்கள் இரண்டு பேரும் சமம்தான்.

அம்மா, நீங்கள் ஒரு தடவை ராய்ஸ் சாரை டோரிக் கண் என்று சொன்னதை அறிந்து அவர் மிகவும் புண்பட்டார். நீங்கள் அறிந்துகொள்வதற்காக ஒரு தகவல் கூறுகிறேன். இப்போதெல்லாம் ஒரு சாதாரன அறுவை சிகிச்சை மூலமே மாறுகண்ணை சரிசெய்துவிடலாம். ஸ்கூட்டர் வாங்கிய பிறகு எங்கள் முன்னுரிமைகள் பட்டியலில் அதுதான் உள்ளது. அறுவை சிகிச்சைக்குப் பிறகும்கூட நீங்கள் அவரை மாறுகண் என்று அழைக்க விரும்பினால் அது உங்கள் பாடு. அமர் சகோதரர் அவர் கண்களை வேடிக்கையாக ஏதோ செய்துகொண்டே இருக்கிறாரே நீங்கள் ஏன் அவரை விங்கி அல்லது ப்ளிங்கி என்று அழைப்பதில்லை? அவர் உங்கள் அண்ணன் மகன் என்பதாலா?

அப்பா, ராய்ஸ் சாரைப் பற்றி நீங்கள் கூறிய தகவல் சரிதான், அவர் மாணவிகளில் ஒருத்தியால் பிரச்சினை வந்தது. ஆனால் அது ஒரு வழி காதல் கதைதான், இவர் தன் நிலைப்பாட்டை தெளிவாக அவளிடம் விளக்கியபோதும் அந்தப் பெண் மோசமான குற்றச்சாட்டுகளைக் கூறி இவர்மேல் தவறாகப் பழிபோட்டாள். நடந்த உண்மை இதுதான்.

எங்கள் இருவரையும் வாழ்த்த விரும்பினால், முழு மனதுடன் வாழ்த்துங்கள். இல்லையென்றால், உங்கள் வாழ்த்துகளை உங்களிடமே வைத்துக் கொள்ளுங்கள்.

ரஸியா ராய்ஸ்

சுஹுதா அத்தை தோட்டத்திற்குப் போய் எங்கள் வீட்டைக் கடந்து போகும் ரயில்களை கவனமற்றுப் பார்த்துக் கொண்டிருந்தபோது அம்மா பாட்டியிடம் வந்து, 'அம்மா, இது எப்படி இருக்குன்னு கேளுங்களேன்,' என்றார். 'இறைத்தூதர் குரான்ல சொல்ல மறந்த விஷயங்களை சுஹுதாவோட பொண்ணு லெட்டர்ல இட்டு நிரப்பிட்டா. ஈஸா, ஜீஸஸ்க்கு சமம். மூஸா மோசஸ்க்கு சமம். ஜோசஃப் கிளேடஸ்க்கு சமம். தக்காளி உருளைக்கிழங்குக்கு சமம்,' என்று கூறினார், இரண்டு பெண்மணிகளும் பள்ளிச் சிறுமிகள் போல சத்தம்போட்டுச் சிரித்தனர்.

'இதுக்கு உன் புருஷன் என்ன சொல்றாரு? அவரு இதை முழுசா ஒப்புக்கிட்டாரா?' என்று அவருடைய குடும்பத்தைக் குத்திக்காட்டும் வாய்ப்பை நழுவ விடாமல் அம்மாவிடம் கேட்டார்.

'அவரோட கருத்துக்கு சுஹுதா என்னிக்கு மதிப்பு கொடுத்திருக்கா? அவ எவ்வளவு திமிர் பிடிச்சவள்னுதான் தெரியுமே. ரொம்ப நாளைக்கு முன்னாடி என் அமரை இந்த ரஸியாவுக்கு அவங்க வளர்ந்த பிறகு கல்யாணம் பண்ணி கொடுக்கணும்னு பேச்சு வந்துது. அப்போ சுஹுதா செவிடு மாதிரி நடந்துகிட்டா, ' என்றார்.

அப்பா, மர வியாபாரி முகம்மதுவை பார்த்துட்டு சட்டை பாக்கெட் கிழிந்து பொத்தான்கள் இல்லாமல் வீட்டுக்கு வந்த நாளிலிருந்து அவரிடம் அம்மாவின் அணுகுமுறையில் ஒரு மென்மை தெரிந்தது. அவரைப் பற்றி தவறாகப் பேசுவதை நிறுத்தினார்; அவர் பேச்சை எடுத்தாலே இப்பொழுது கோபத்தில் புருவம் சுருக்குவதும் இல்லை.

'அந்தப் பொண்ணு ஒரு வயசான, டோரி கண்ணு கிறிஸ்தவனோட ஓடிப் போனதுக்கு அப்புறம் ஏழை அண்ணன்கிட்ட வந்து அழுது புலம்பறா,' என்றாள்.

ரயில்களைப் பார்ப்பது சலித்த பிறகு சுஹுதா அத்தை வீட்டுக்குள் வந்தார். அம்மா பாட்டியின் முழங்கையில் இடித்து அவர் வந்துவிட்டதை சூசகமாகத் தெரிவித்தார்.

பாட்டி, அப்படியும் இப்படியும் பார்த்தவாறு, 'சுஹுதா, வா கண்ணு என் பக்கத்தில வந்து உக்காரு,' என்றார்.

'சரி, அத்தை,' என்றபடி பாட்டியின் பக்கத்தில் அமர்ந்து தொலைக்காட்சியில் ஓடிக்கொண்டிருந்த கார்ட்டூனை சோகத்துடன் பார்த்துப் புன்னகைத்தார்.

‘உன் பொண்ணு அந்த கிறிஸ்தவனோட எப்போ ஓடிப்போனா?’

‘சரியான நேரம் தெரியல அத்தை, நேத்து ராத்திரியா இல்லை இன்னிக்கு விடிகாலையானு தெரியல. நாங்க விழிச்சு பாக்கறப்போ அவ அறைல இந்த லெட்டர் இருந்தது.’

‘போகறபோது அவ ஏதாவது நகை, இல்லாட்டி பணத்தை எடுத்துட்டுப் போயிருக்காளா?’ என்று கேட்டார்.

சுஹாஷ்தா அத்தை சிறிது நேரம் மவுனமாக இருந்தார், பாட்டியின் குட்டையான உருவத்தை லேசான எரிச்சலுடன் பார்த்தார். ‘ஆமாம், வீட்டுல இருந்த அத்தனை நகையையும் ஒரு துண்டு விடாம எடுத்துகிட்டா, கைல கிடைச்ச அத்தனை காசையும் எடுத்துகிட்டா,’ என்றார்.

‘என்ன ஒரு சுயநலம் பிடிச்ச பொண்ணு,’ என்று பாட்டி மிகைப்படுத்தப்பட்ட கோபத்துடன் கூறினார், அப்போது தொலைக்காட்சியிலிருந்து நகைச்சுவையான இசை கேட்டது.

சுஹாஷ்தா அத்தை மீண்டும் அழத் தொடங்கினார், பாட்டி அவர் தொடையில் ஆறுதலாகத் தடவிக்கொடுத்தார்.

‘அவகிட்ட இதுக்கு மேல எதுவும் கேள்விங்க கேக்காதீங்க, பாவம் காலைலேந்து அழுதிட்டே இருக்கா, சும்மா அழ விட்டுட்டு இருக்காதீங்க,’ என்று அம்மா பாட்டியிடம் கூறினார்.

அந்தப் பெண்மணிகளை சங்கடமானதொரு மவுனத்தில் இருக்க விட்டுவிட்டு, நான் பங்களாவுக்கு வெளியே நகர சதுக்கத்தைச் சுற்றி நடந்தேன். நான் வெளியே போயிருந்தபோது அங்கே என்ன நடந்தது என்று தெரியவில்லை; உரையாடல் எப்படி ரஸியாவைவிட்டு விலகி தொடர்பே இல்லாமல் லண்டனுக்குப் போனது என்றே எனக்கு இப்போதும் தெரியவில்லை, நான் திரும்பி வந்தபோது தொலைக்காட்சி அறை புதியதொரு கொந்தளிப்பில் இருந்தது. கதாபாத்திரங்கள் மாறியிருந்தன, இப்போது பாட்டி அழுது கொண்டிருந்தார், சுஹாஷ்தா அத்தை இடத்தில் அம்மா அமர்ந்து பாட்டியின் தோள்களை அணைத்தவாறு இருந்தார். சுஹாஷ்தா அத்தை கதவு மேல் சாய்ந்தவாறு என் காலை நேர கற்பனையைப் பகிர்ந்து கொண்டவர்போல என் வேட்கைகொண்ட உதடுகளிலிருந்து தன் மார்பகங்களைக் காப்பதுபோல் குறுக்கே கைகளைக் கட்டிக் கொண்டு நின்றிருந்தார். தொலைக்காட்சி அணைக்கப் பட்டிருந்தது.

நான் ஹாலில் நுழையும்போது, ‘அமர் வந்துட்டான்,’ என்ற சுஹ்ரா அத்தை, ‘உங்க மகன் கல்யாணத்தைப் பத்தி நான் சொல்றது உண்மையா பொய்யான்னு அமர்கிட்டயே கேட்டு தெரிஞ்சுக்கங்க அத்தை,’ என்றார்.

அம்மா அவசரமாக, ‘அமர்’ என்றார். தான் கேட்கப்போகும் கேள்விக்கு ‘இல்லை’ என்று பதில் கூறுமாறு தன் கண்களால் உணர்த்தினார். ‘சுஹ்ரா உன்கிட்ட காசிம் ஒரு இங்கிலீஷ்காரப் பொண்ணைக் கல்யாணம் செய்துகிட்டதா எழுதியிருந்த லெட்டரை கொடுத்தாங்களா?’ இல்லைன்னு சொல்லு என்று ஏறக்குறைய கண்டுபிடிக்க முடியாத தலையசைப்பால் எனக்கு சைகை காட்டினார், இல்லை என்பதைத் தவிர வேறு எதுவும் சொல்லாதே.

இந்தப் பெண்கள் நம்மை எப்படிப்பட்ட அற்புதமான சங்கடத்தில் மாட்டிவிடுகிறார்கள். சுஹ்ரா அத்தையைக் கைவிட நான் விரும்பவில்லை, அதோடு அம்மாவைத் தலைகுனிய வைக்கவும் விரும்பவில்லை. எதையும் முடிவுசெய்ய முடியாமல் நான் அமைதியாக இருந்தேன்.

‘பாருங்க அவனால அதிர்ச்சியில பேசக்கூட முடியல,’ என்று அம்மா பாட்டியிடம் கூறினார், ஆனால் பாட்டி அதனால் சமாதானமாகவில்லை.

பாட்டி கண்ணீருடன் என்னிடம், ‘அமர், என்கிட்ட உண்மைய சொல்லிரு. உன் மாமா வெள்ளக்கார பொம்பளையவா கல்யாணம் செய்துகிட்டாரு?’ எனக் கேட்டார்.

சுஹ்ரா அத்தை என்னை நம்பிக்கையுடன் பார்த்தார், காலையிலிருந்து அவர் இருந்த சோகத்தின் பிடியிலிருந்து சற்றே வெளியே வந்தது போலக் காணப்பட்டார். காசிம் மாமாவின் திருமண நிலவரத்தைப் பற்றி எனக்குத் தெரிந்த அனைத்தையும் நான் கூறவிருந்த சமயத்தில், எங்கள் மண்பாதையில் ஒரு கார் வந்து நிற்கும் சத்தம் கேட்டது, அதற்கு நீண்ட நேரம் கழித்து வாசற்கதவை திறக்கும் சத்தம் மெதுவாகக் கேட்டது.

சாட்சிக் கூண்டிலிருந்து என்னை வெளியே அனுப்பும் சந்தர்ப்பத்தை நழுவ விடாமல் அம்மா என்னிடம், ‘அமர், போ, போய் வெளிய யார் வந்திருக்காங்கன்னு பாரு,’ என்றார்.

பார்ப்பதற்கு வருத்தத்தில் ஆழ்ந்திருப்பதைப் போல இருந்த ஒரு டாக்சி மரப்படுகைகளின் குவியல் அருகே நிறுத்தப்பட்டிருந்தது.

பருமனான ஒரு நபர் அகன்ற நெற்றியுடன் சுறுசுறுப்பாக நடந்து வந்தவர் என்னை போர்ட்டிகோ படியில் பார்த்த உடனே சடாரென்று காற்றாலை பனை மரத்தடியில் நின்றுவிட்டார்.

பதற்றத்துடன் அவர், 'ஹலோ,' என்று என்னைக் கடந்தவாறு, 'ரஸியாவோட அப்பா இங்க இருக்காரா?' என்று கேட்டார்.

என்னை நோக்கித் தலையை அவர் திருப்பியபோது மிக மோசமான மாறுகண்கள் அவருக்கு இருந்ததைப் பார்த்தேன். அவர்தான் ரஸியாவின் ஆங்கில ஆசிரியர் என்று தன் கைகளை நீட்டி, 'ராய்ஸ்' என்று அவர் அறிமுகப்படுத்திக்கொள்வதற்கு முன்பே எனக்குத் தெரிந்துவிட்டது. அப்போது நான் அவரைப் பார்த்து கண் சிமிட்டியிருக்க வேண்டும், என்னைப் பார்த்து அவர், 'நீங்க அமர்தானே? உங்களை பத்தி அவ நிறைய சொல்லியிருக்கா. நான் உங்க அப்பாகிட்ட அல்லது ரஸியா அப்பாகிட்டயாவது பேச முடியுமா? அவ டாக்சிலதான் இருக்கா,' என்றார்.

ரஸியா திரும்பி வந்த செய்தியால், சுஹ்ரா அத்தை ஒரே நேரத்தில் ஆசுவாசப்பட்டார், கோபப்பட்டார், புண்பட்டார், சந்தோஷப்பட்டார். ஆனால் வெளிய வர மறுத்து பேசவும் மறுத்து அமைதியாகிவிட்டார். பாட்டியின் மெத்தையில் அமர்ந்துகொண்டு எங்கள் புழக்கடை இருட்டை ஊடுருவி வெறித்துப் பார்த்தார், அங்கே தங்கள் சிறிய உடலைத் தவிர வேறெதையும் வெளிச்சமாக்காத மின்மினிப் பூச்சிகள் அவ்வப்போது சப்போட்டா மரத்தைச் சுற்றி வட்டமடித்தன. கடைசியில் அக்மலும் அப்பாவும் ராய்சுடன் பேச வெளியே சென்றனர், நான் டாக்சிக்குப் பக்கத்தில் நின்று, ரஸியா தன் முகத்தைக் கைகளால் மூடிக்கொண்டு அழுவதைப் பார்த்துக்கொண்டிருந்தேன்.

'அந்த ஆளு ஒரு ஏமாத்துக்காரன், அமர் அண்ணா. அவருக்கு ஏற்கெனவே கல்யாணம் ஆகி ஒரு குழந்தைகூட இருக்கு,' என்றாள்.

'ஆனா எனக்கு விவாகரத்து ஆயிருச்சு,' என்று அக்மலிடம் ராய்ஸ் கூறினார். பிற்பாடு அக்மல் ராய்ஸ் கூறியவற்றை ஒரு வார்த்தை விடாமல் அம்மாவிடம் கூறினான்.

'இவன் வெறும் டோரிக்கண் பாஸ்டர்ட்,' என்று சிக்னல் போஸ்டுக்கு அருகே தவளைகளின் சத்தத்தை மீறி அவள் கூறினாள்.

'இவள் என்னை டோரிக்கண் பாஸ்டர்ட்னு சொல்றா, மிஸ்டர். ஹம்சா.'

‘அமர் அண்ணா, என்னை இங்க உடனடியா கூட்டிட்டு வரலேன்னா கார்லேந்து குதிச்சிருவேன்னு நான் அவன மிரட்டினேன்,’ என்றாள். ஒரு சிறிய தோல் பையை அவள் தன் மார்போடு இறுக்க அணைத்துக் கொண்டிருந்த விதத்தைப் பார்த்தால் அதில்தான் சுஹாஷிதா அத்தையின் நகைகளும், ரஸியாவின் மாற்றான் தந்தையின் பணமும் இருக்க வேண்டும் என்று எனக்குத் தெரிந்தது.

‘மிஸ்டர் அக்மல், இன்னமும் ஸ்கூல் படிக்கிற பொண்ணு மாதிரி மூளை இருக்கற ஒருத்தியக் கல்யாணம் பண்ணிக்க ஒப்புகிட்டு என் வாழ்க்கையில மிகப் பெரிய தப்பை செய்துட்டேன்,’ என்றார்.

‘நான் இவர்கிட்ட சையது மாமா நீதிமன்றத்தில ஆள்கொணர்வு மனு போடுவாருன்னும், நான் நீதிபதிகிட்ட இவரு என்னை கடத்திட்டுப் போய் கெடுத்தார்னு சொல்லுவேன்னு சொன்னேன்,’ என்றாள்.

‘திரு. ஹம்சா, உங்களுக்குத் தெரியுமா, இவ என்னை ஆள் கொணர்வு மனு போடுவேன்னுகூட மிரட்டினா,’ என்றார்.

‘அதிர்ஷ்டவசமா, பதிவு அலுவலகத்துக்கு போகறதுக்கு முன்னாடியே எனக்கு இவரோட மனைவி பத்தி தெரிஞ்சிருச்சு, அமர் அண்ணா,’ என்றாள்.

‘நீங்க கேட்டிங்களே அதுக்கு பதிலை சொல்லிடறேன், திரு. ஹம்சா, எங்களுக்குக் கல்யாணம் ஆகல,’ என்றார்.

இப்படியாக இவர்களது காதல் கதை எங்கள் முற்றத்தில் ஒருவரை ஒருவர் வசைபாடி, வாக்குவாதம் செய்தபின் திடீர் முடிவுக்கு வந்தது. ஒருவரை ஒருவர் திரும்பிக்கூடப் பார்த்துக்கொள்ளாமல், ரஸியாவும் ராய்சும் காற்றாலை பனை மரத்தடியில் பிரிந்தனர். டாக்சி ஓசை மெல்ல மங்கியது, மண்பாதையின் வளைவில் அதன் ஹார்ன் சத்தம் ராய்சின் இறுதி குற்றச்சாட்டு போல சோகமாக ஒலித்ததாக எனக்குக் கேட்டது. இரவு வெகு நேரம் கழித்து ரஸியா தன் அம்மாவுடன் என் அறைக்குள் வந்தாள், மற்றவர்கள் கதவில் காதைப் பதித்தவாறு உள்ளே நடைபெற்ற சீறல்கள், அழுகை, குர்ஆன் பெயரில் உறுதி ஏற்புகளைக் கேட்டனர். மூன்று ரயில்கள் பங்களாவைக் கடந்து சென்றன, தொலைக்காட்சியில் கடைசி செய்தி அறிக்கை முடிந்தது, சுஹாஷிதா அத்தை, ரஸியாவிடம் மீதி இருந்த கிறிஸ்தவம் விலகிப்போக செய்யும் முனைப்பில் கலங்கிய கண்களுடனும் சிவந்த மூக்குடனும் வெளியே வந்தார். வெளியே போர்ட்டிகோவுக்குப் போய் கிசுகிசுப்பான குரலில் அப்பாவிடம் எதையோ சம்மதிக்க வைப்பது போல பேசினார்.

'அம்மா, சுஹாசா, ஓடிப்போன தன் பொண்ணை என் மகன்கள்ல ஒருத்தனுக்கு கட்டி வைக்கறதைப் பத்தி பேசிட்டு இருக்கா,' என்று அம்மா பாட்டியிடம் கூறினாள்.

'சம்மதிக்கறதுக்கு முன்னாடி அந்தப் பொண்ணோட ஜட்டிய சோதிச்சுப் பாரு,' ஆலோசனை கூறியவாறு நைந்து போன போர்வையை தாடைவரை இழுத்துக்கொண்டார்.

'அம்மா!' என்று கடுமையான குரலில் கூறினாலும் சிரிப்பைக் கட்டுப்படுத்திக்கொள்ளப் போராடினார். 'பசங்க இங்கதான் இருக்காங்க.'

பார்பராவுடனான சந்தீப்பின் குறுகியகால தொடர்புக்கு அடுத்த கோடையில், மீண்டும் அவன் வீட்டுக்குள் அனுமதிக்கப்பட்டான். ஒருநாள் காலை, அவன் அப்பா, மெர்மெய்ட் விடுதிக்கு சிகப்புக் கோடரி பூவேலை செய்யப்பட்ட கருப்புத் தொப்பியணிந்து வந்தவர், குடிசையை அங்கீகாரமும் வெறுப்பும் கலந்து பார்வையிட்டார். இதுவரை இல்லாத அளவு நீலப்பச்சை நிற பலகைக்கு கடல் நெருக்கமாக இருந்தது, எங்கள் ரயில் நிலையத்தில் வந்து நிற்கும் ஒவ்வொரு ரயிலிலிருந்தும் சுற்றுலாப் பயணிகள் வந்து குவிந்தவண்ணம் இருந்தனர், இவர்கள் காலனி ஆதிக்கம் மீண்டும் வந்துவிட்டது போல நகரம் முழுவதும் சுற்றித் திரிந்தனர். ஏராளமான வெள்ளைக்காரர்கள் கதகதப்பான தங்கநிற கடற்கரையின் வளைவிற்குள் வந்தனர், பின்னர் கடலோரக் காவலர்களின் கண்காணிப்பின் கீழ் நீலக்கல் நிறக் கடலில் நீந்தினர்.

மெர்மெய்ட் விடுதி இதற்கு முன்பு இவ்வளவு உயிர்ப்புடன் இருந்ததில்லை. மூன்று குடில்களிலும் வயதான நார்வே நாட்டு குழு ஒன்று தங்கியிருந்தது, இவர்கள் கடலுக்குப் போவதற்கு முன்பு ஜன்னல் வழியே கையை நீட்டி வெய்யிலின் கடுமையை சோதித்துப் பார்த்தனர். சந்தீப் தன் பகல் வேளைகளை ஊஞ்சலில் கழித்தான், வைக்கோல் தொப்பி அவனது கண்களை மறைத்தது. சுற்றுலாப் பயணிகளுக்கு வழிகாட்டியும், அவர்களுக்கு வேண்டியதை செய்துகொடுத்தும், கொஞ்சம் போதைப் பொருள்களை வாங்கிக்கொடுத்தும் அந்தக் கோடையில்தான் நான் சிறிது பணம் சம்பாதித்து அம்மாவின் புலம்பலை சற்றே நிறுத்தினேன்.

சந்தீப்பின் அப்பா தோப்பு வழியாக நீண்ட தூரம் நடந்துபோய் தன் தென்னை மரங்களைப் பார்வையிட்டார். குடிசைகளுக்கு அவர் திரும்பி வந்தபோது, தொப்பி கண்களை மறைக்க சந்தீப் இன்னமும் ஊஞ்சலில் படுத்திருந்தான். அவர் ஒரு நாற்காலியை இழுத்துப்போட்டுக்கொண்டு சந்தீப் விழித்துக்கொள்வதற்காக காத்திருந்தார்; ஆனால் சந்தீப் தான் உட்கொண்ட கோகெய்னின் மயக்கத்தில் கிறங்கியவாறு நன்றாக விழித்திருந்தான் என்பதை அவர் அறிந்திருக்க மாட்டார்.

'குட் மார்னிங் அப்பா,' என்று நான் சந்தீப்பை எச்சரிப்பதற்காக உரத்த குரலில் கூறினேன்.

அவர் என்னை அடையாளம் காண சிறிது நேரம் ஆகிவிட்டது. 'ஹலோ அமர், நல்லா வளர்ந்துட்டே. உனக்கும் கல்யாணம் ஆயிருச்சா?' பல ஆண்டுகள் கடலில் பயணம் செய்ததில் அவர் முகம் சிவந்து பாதி தலைமுடி கொட்டிவிட்டிருந்தாலும் நையாண்டி குணம் மட்டும் அப்படியே இருந்தது, ஒருவேளை கடல் காற்று அதைக் கூர்படுத்தியிருக்கலாம்.

நான் மீண்டும் உரத்த குரலில், 'எனக்குக் கல்யாணம் ஆகல,' என்றேன். ஆனால் சந்தீப் என் எச்சரிக்கையைக் கேட்டது போலத் தோன்றவில்லை.

'ஏன் பண்ணிக்கல?' என்று புகார் கூறும் குரலில் கேட்டார், 'உனக்கு என்ன வயசு ஆகுது, உன் நண்பனைவிட ரொம்பச் சின்னவனா?'

'எனக்கு இருபத்தி நாலு வயசு ஆகுது.'

'ரொம்ப லேட், அமர்,' அவர் குரலில் தொனித்த தீவிரத்தால் அவர் உண்மையாகத்தான் சொல்கிறார் என்று ஏறக்குறைய நினைக்கத் தொடங்கிவிட்டேன். 'உன் நண்பனை பாத்து கத்துக்கோ. நீயும் கல்யாணம் பண்ணு. அடுத்த லீவுக்கு நான் வரும்போது உன் கைல ஒரு குழந்தை இருக்கணும்,' என்றார்.

ஒரு வயதான நார்வே பெண்மணி பர்கண்டி பிரேசியர் அணிந்து ஒரு வெள்ளை டவலை தன் இடுப்பில் சுற்றியிருந்தாள். அவர் வராந்தாவைக் கடந்து போகையில் அடிவானை தன் கண்களை சுருக்கிக்கொண்டு பார்ப்பதற்கு முன் எங்களைத் திரும்பிப் பார்த்தார்.

தன் தொப்பியைத் திரும்ப மாட்டிக்கொண்டு நாற்காலியில் லேசாக ஆடியவாறு, 'அவதான் என் மருமகளா?' என்று கேட்டார்.

அவள் பார்பராவாக இருந்திருந்தால் எழுந்து குடிசைக்குச் செல்வாரோ என்று தோன்றியது.

'இல்லை, அவ போயிட்டா,' என்று என் குரலை தாழ்த்தினேன்.

சந்தீப்பைப் பார்த்தவாறு 'ஓ, அது சோகம்தான், இந்த துயரம் எப்ப நடந்துது?' என்று கேட்டார்.

'ஒரு வருஷத்துக்கு முன்னாடி,' என்று முணுமுணுத்தேன்.

'குட் மார்னிங் ஹான்ட்சம்' என்று நார்வே நாட்டு பர்கண்டி பிரேசியர் அணிந்த பெண்மணி என்னிடம் கூறிவிட்டு தன் வெளிறிய தோல் கொண்ட கையால் கண்களை மறைத்தபடி எங்களைக் கடந்து குன்றின் பாதைக்குச் சென்றார்.

'குட் மார்னிங், திருமதி பெடர்,' என்று ஏறக்குறைய முணுமுணுத்தேன்.

'மகனே,' என்று என்னை ஏதோ சதிதிட்டம் போடும் தொனியில் அழைத்தார் அவர். 'கொஞ்சம் முயற்சி செய்தியானா அவ திருமதி அமரா மாறிடலாம். அவ உன்னை ஹான்ட்சம்னு சொன்னா,' என்றார் சந்தீப்பின் அப்பா.

திருமதி பெடர் குன்றின் முனைக்குச் செல்வதையும் எச்சரிக்கையுடன் குறுகலான படிக்கட்டுகளின் பக்கங்களை விரல்களால் பிடித்தவாறு கடற்கரையில் இறங்குவதையும் நாங்கள் கவனித்தோம்.

'பொதுவா உன் நண்பன் எப்போ எழுந்துப்பான்?' என்று ஊஞ்சலின் நூலை விரல்களால் இழுத்தபடி கேட்டார். 'நான் கப்பலுக்கு போறதுக்கு முன்னாடி அவன்கிட்ட கொஞ்சம் பேசணும்,' என்றார்.

'நீங்க என்கிட்ட பேசலாம்,' தொப்பியை முகத்திலிருந்து எடுக்காமலேயே பேசினான் சந்தீப். 'நான் கேட்டுட்டுதான் இருக்கேன்.'

சந்தீப்பின் அப்பா என்னை சட்டென்று ஆச்சரியத்துடன் பார்த்தார். பிறகு தன் மகனுடன் கொஞ்சம் தனிமையில் பேச வேண்டும் என்று எனக்கு மறைமுகமாகத் தெரிவிக்கும் விதமாக அவர் என்னைப் பார்த்து புன்னகைத்தார், அவர் புன்னகையில் எனக்கு வேதனையைத் தவிர வேறு தெரியவில்லை என்பதால், நான் ஊஞ்சல் அருகிலேயே நின்றேன்.

‘அமர், நீ உன் திருமதி பெடரை பின்னாடி தொடர்ந்து போகனும்னு நினைக்கறேன். அவ உனக்காக குன்றோட அடியில் காத்துட்டு இருக்கப்போறா,’ என்றார்.

நான் குன்றின் முனைக்குச் சென்று தலையில்லா தென்னை மரத்தடியில் நின்றேன், குடிசைக்குப் பக்கத்தில் நின்றவாறு இருவரும் பேசினர். கீழே மணலில் வற்றிய உடல்கள் வண்ண வண்ண டவல்களில் படுத்திருந்தன, அவர்கள் பின்புறங்கள் கடுமையான ஏப்ரல் வெய்யிலைப் பார்த்தவாறு இருந்தன; இரண்டு போலீஸ்காரர்கள் வெள்ளைப் பாறைகளில் அமர்ந்தவாறு எட்டிப் பார்க்கும் உள்ளூர்காரர்களை விரட்டிக் கொண்டிருந்தனர். எனக்குப் பின்னால் அப்பா, மகன் பேசிக்கொண்டே இருந்தனர், சமாதானமாகி, சண்டையிட்டு, மீண்டும் சமாதானமாகினர். சுமார் அரை மணிநேர அமைதியான வாக்குவாதத்திற்குப் பின் சந்தீப்பின் அப்பா கிளம்பினார். தோப்பு வழியாக நடக்கத் தொடங்கியபோது என்னை நோக்கிக் கையசைத்தார்.

கோடை வெய்யில் அதிகமாகி, கடல் மேலும் வெளிறிய நீலமானது, சந்தீப் ஒருநாள் விட்டு ஒருநாள் தன் ஸ்போர்ட்ஸ் பைக்கில் ஏறி வீட்டுக்குப் போக ஆரம்பித்தான். சில நேரங்களில் குடிசைகளின் பொறுப்பை என்னிடம் தந்துவிட்டு வார இறுதிநாட்களில் வீட்டிலேயே தங்கினான். நான் என் சட்டையின் மூன்று பட்டன்களைக் கழற்றி, கையை என் புஜங்கள் தெரியும் வரை மடக்கியவாறு கடற்கரையில் சுற்றித் திரிந்தேன். ஒரு மதியவேளை, வெள்ளைப் பாறைகளைக் கடந்து சென்றபோது, சூரியக் குளியல் போட்டுக்கொண்டிருந்தவர்களுக்கு வெகு தொலைவில் ஒரு வயதான தம்பதியினர் அமர்ந்திருந்தனர். தொலைவிலிருந்து பார்த்தாலே ஏதோ ஒரு வகையில் அவர்கள் தத்தெடுக்கக்கூடியவர்களாக, வாழ்நாள் முழுவதும் குழந்தை இல்லாமல் வாழ்ந்து வருபவர்களாகத் தோன்றினர். அவர்கள் தங்களால் குழந்தைப் பெற்றுக்கொள்ள முடியாது என்று தெரிய வருவதற்கு முன்பு தங்கள் குழந்தை கட்டுவதாகக் கற்பனை செய்த மணல்கோட்டை ஒன்றைக் கட்டிக்கொண்டிருந்தனர்.

இவர்கள்தான் என் இன்னொரு வாழ்வுக்கு, சூரிய ஒளி விழும் வேறொரு நிலப்பரப்புக்கு, மகிழ்ச்சிக்கான கடவுச்சீட்டு என்று என் உள்ளுணர்வு கூறியது. அப்பாவியாக, அநாதைபோல, என் நிழலுக்குள் சுருங்கியவாறு நான் அவர்களை நோக்கி நடந்தேன், அது என்னைவிட அவர்களுடன் இருக்க ஆவலோடு இருப்பதுபோலத் தோற்றமளித்தது. சூடான மணலில் நடந்துபோய்க்

கொண்டிருக்கும்போது எனக்கு ஓர் எண்ணம் தோன்றியது: அவர்கள் என் மீது பரிதாபம் கொண்டு தத்தெடுக்க முடிவு செய்தால், என் புது வாழ்க்கைக்கு என் நிழலை மட்டுமே கொண்டு போவேன். எனக்கு அறிமுகம் இல்லாத நிலப்பரப்புகளில் அது விழுவதை, என் புதிய சூழலில் என்னைச்சுற்றி வட்டமிடுவதை, நான் போலியாக அம்மாவுக்கு அவர்களை நினைத்து ஏங்குவதாக மகிழ்ச்சியுடன் கடிதம் எழுதும்போது என் அருகில் வருத்தத்துடன் அமர்ந்திருப்பதை இப்போதே பார்க்க முடிந்தது.

பாதி கட்டிய கோட்டையிலிருந்து அந்த நபர் நிமிர்ந்து பார்த்தார், என்னால் என் அதிர்ஷ்டத்தை நம்ப முடியவில்லை.

'நீங்க லண்டனைச் சேர்ந்த பேராசிரியர் டிம்தானே?' என்று நான் அவரைக் கேட்டவாறு உள்ளூர் மரபுப்படி கைகளைக் கூப்பி வணக்கம் தெரிவித்தேன். இதைப் பெரும்பாலான சுற்றுலாப்பயணிகள் மோசமாக, ஏறக்குறைய வேடிக்கையாக நகலெடுப்பார்கள்.

'ஆமாம்,' என்று லேசான ஆச்சரியத்துடன் கூறிய அவரது ஒல்லியான முகத்தில் கேள்விக்குறி தோன்றியது. அந்தப் பெண்மணி தொடர்ந்து கோட்டையைக் கட்டும் வேலையில் ஈடுபட்டார், கூம்புபோன்ற மேற்கூரையில் சிறு குழந்தையின் கவனக்குவிப்புடன் ஈர மணலைத் தட்டினார்.

பல ஆண்டுகளுக்கு முன்பே பண்பாடு, நல்ல நடத்தைகள் குறித்த பத்திகளைக் கொண்ட நைந்துபோன ஒரு புத்தகத்தை நான் இந்த மாதிரியான தருணங்களுக்காகவே விடா முயற்சியுடன் படித்திருந்தேன். 'நான் உங்க பக்கத்தில உக்காரலாமா, பேராசிரியர் டிம்?' என்று கேட்டேன்.

பேராசிரியர் டிம், பரந்து விரிந்த கடற்கரையைப் பார்த்தார், இவ்வளவு பெரிய மணற்பரப்பு இருக்கையில் அவரிடம் ஏன் அனுமதி கேட்க வேண்டும் என்று நினைத்திருப்பார். ஆனாலும் ஏறக்குறைய கண்ணுக்குத் தெரியாத தலையசைப்பின் மூலம் எனக்கு ஒப்புதல் அளித்தார்.

'உங்களுக்கு என்னை ஞாபகம் இருக்க வாய்ப்பே இல்லை,' என்று அவர் மணற்கோட்டையிலிருந்து தலையை நிமிர்த்திய தருணத்திலிருந்து ஒத்திகைப் பார்த்த வார்த்தைகளைக் கூறினேன்.

காலநிலை மாற்றத்தால் கடல் அடைந்திருந்த அதே வண்ணத்தில் அவர் கண்கள் இருந்தன; அவர் என் முகத்தை ஆராயும்போது, அந்தக் கண்களின் ஆழத்தில் நுட்பமான பவளப்பாறையின் வடிவத்தைப் பார்த்தேன். 'நிச்சயமா வாய்ப்பே இல்லை,' என்றவாறு தன் உள்ளங்கைகளில் இருந்த ஈர மணலைத் தட்டியவாறே கூறினார்.

நான் வலுக்கட்டாயமாக மெல்ல சிரித்தேன். 'பதினைந்து வருஷங்களுக்கு முன்னாடி, ஸ்கூலுக்கு போயிட்டு இருந்த சில குழந்தைங்ககிட்ட பேசினீங்க. ஆனா அது உங்களுக்கு ஞாபகம் இருக்கும்னு நான் எதிர்பார்க்கல,' என்றேன்.

'எவ்வளவு நல்ல மனசு உங்களுக்கு,' என்றார் பேராசிரியர் டிம். எங்கள் வீட்டில் உள்ள பேராசிரியரிடமிருந்து மிகவும் மாறுபட்டிருந்தார்; வயதானவராக, முன்கோபத்தை வெளிப்படையாகக் காட்டுபவராக, பரந்த மனப்பான்மை உள்ளவர் போல பாசாங்கு செய்யாதவராக இருந்தார் இவர். எனக்கு உடனே அங்கிருந்து எழுந்து போய்விட வேண்டும் என்றும் அந்தப் பெண்மணி பார்க்காத சமயத்தில் அவருக்கு என் நடுவிரலைக் காட்ட வேண்டும் என்றும் தோன்றியது. ஆனால், மக்கள் வெளிநாட்டு தூதரகங்களுக்கு முன்பு மணிக்கணக்காக சில நேரங்களில் நாள் முழுவதும் வரிசையில் நின்றும்கூட கடைசியில் தங்கள் கனவு தேசத்திற்குப் போக அனுமதி மறுக்கப்படுகிறார்கள் என்று நான் கேள்விப்பட்டிருக்கிறேன். அதை ஒப்பிடும்போது இந்த வயதானவரின் பாராமுகம் ஒன்றுமே இல்லை; இந்தத் தடையை என்னால் சுலபமாகக் கடந்துவிட முடியும் என்று நம்பிக்கை இருந்தது.

'நான் ஏன் அழறேன்னு நீங்க கேட்டீங்க, அப்போ எனக்கு ஏழு வயசுதான்,' என்று சிரித்துக்கொண்டே கூறினேன்.

'சரி, அதுக்கென்ன இப்போ?' என்று அச்சுறுத்தும் வகையில் கேட்டார். என் முகம் வாடிவிட்டது.

'அவன்கிட்ட ஒரு ரூபாய் கொடுத்து விரட்டிவிடுங்க,' என்று மெல்லிய குரலில் அந்தப் பெண்மணி கூறினாள், ஆனால் எனக்கு அது நன்றாகத் தெளிவாகக் கேட்டது, என் காதில் விழுந்தது என்றும் அவருக்குத் தெரிந்தது.

'என் அக்கா பார்க்க சோஃபியா லாரன் போல இருக்கான்னு சொன்னீங்க,' என்றேன்.

அந்தப் பெண்மணி தன் கோட்டையிலிருந்து சடாரென்று நிமிர்ந்து என்னை அல்ல, நான் கூறிய தகவலால் எந்த வகையிலும் பாதிக்காதவர் போலத் தோன்றிய பேராசிரியரைப் பார்த்தார். கண்களில் வியப்புடன் அவர் 'டி' என்றார். 'நீங்க உங்க பயணச்சித்திரத்தில குறிப்பிட்டிருந்த பொண்ணு அவதான். ஒரே குடும்பத்தைச் சேர்ந்த குழந்தைகள் குறுகலான ரோட்டுல ஸ்கூலுக்கு போயிட்டிருந்தாங்க. அதில ஒரு சின்ன பொண்ணு தன்னோட அற்புதமான மத்தியதரைக்கடல் முக அமைப்போடு உங்களை ஆச்சரியப்படுத்தியதா எழுதியிருக்கீங்க.'

தன் மெல்லிய, சாம்பல் நிற மீசையை முறுக்கியவாறே, 'இல்லை, அது டமாஸ்கஸ், சிரியாவுல நடந்துது,' என்றார்.

கோட்டையிலிருந்து தன் கைகளை எடுத்தவாறே, 'இல்லை, டி, அது இந்தியாவுலதான். டமாஸ்கஸ்ல பள்ளிக்கு மட்டம் போட்டுட்டு ஈச்ச மரத்தடியில கோலி விளையாடிட்டு பசங்க இருந்தாங்க. சோஃபியா லாரன் மாதிரி இருந்த பெண் இந்தியாவுலதான்.'

'உண்மையாவா?' என்று அவரைச் சிறிது நேரம் பார்த்தவாறு இருந்தார், பிறகு என்னைப் பார்த்தார், அவர் முகத்தில் சிரிப்பு தோன்றியது. 'இத்தனை வருஷங்கள் கழிச்சு என்னை ஞாபகம் வெச்சுகிட்டதுக்கு நன்றி,' என்றார்.

கடற்கரையின் அந்த மூலையில், ஒரு கட்டுமரம் கடலுக்குள் தள்ளி விடப்பட்டது, அது மிதக்கத் தொடங்கியவுடன் அதில் சிலர் ஏறிக்கொண்டனர். தம்பதியினர் அந்தக் கட்டுமரத்தை அலைகள் அசைத்துக் கொண்டு செல்வதையும் அலை அவர்களுக்கு மேலே வீசும்போது அவர்கள் குனிந்துகொள்வதையும் பார்த்தனர். நாங்கள் அந்தக் கட்டுமரம் புள்ளியாக மறையும்வரை அமர்ந்து பார்த்துக்கொண்டிருந்தோம். அந்தப் பெண்மணி நண்டு ஓட்டின் துண்டுகளை சேகரித்து தன் மணல் கட்டமைப்பின் தாழ்வான இடத்தில் இருந்த கதவுகளில் பொருத்தினார். கட்டுமானம் முடிந்த நிறைவில் கைகளை முட்டுக்கொடுத்தவாறு பின்னுக்கு நகர்ந்து அவர் அமர்ந்த விதம் எனக்கு பார்பராவை நினைவுபடுத்தியது. தங்கள் படைப்பில் மூழ்கிப் போன தம்பதியினர் அமைதியாக அமர்ந்து, ஓர் அலை வந்து அதை அடித்துச்செல்வதற்காகக் காத்திருந்தனர். நான் எழுந்துகொண்டேன், பங்களாவின் குழந்தைகள் அச்சில் எழுதப்பட்டு என்றென்றும் நிலைத்திருப்பார்கள் என்ற தகவலை நினைத்து ஆறுதல் அடைந்தேன்; இவரது பயணச்சித்திரத்தைப் படிக்கும் ஒருவர் எங்கள் நால்வரையும் எவ்வாறு கற்பனை

செய்துகொள்வார் என்று நினைத்துப் பார்த்தேன்; பச்சை, வெள்ளை சீருடையில் மணல் நிற பைகளுடன், கடலின் இரைச்சல் எங்கள் காதுகளை நிரப்பிக்கொண்டிருக்க, பள்ளிக்கு நாங்கள் விரைந்து கொண்டிருப்பது போல இருக்கலாம்; ஒருவேளை அவர்கள் அந்த பத்தியை மேலோட்டமாகப் படித்து, எங்களைக் காட்சிப்படுத்த நினைக்காமல் கடந்துபோயிருக்கலாம்; அல்லது பேராசிரியர் டிம், தென்னை மரங்கள் வரிசையாகக் காணப்பட்ட புழுதிச் சாலை குறித்த தெளிவான விவரிப்புகளில் எங்களைப் புதைத்திருந்தால் அவர்களது கற்பனையில் நாங்கள், ஒரு வாக்கியத்தின் ஆரம்பத்தில் உதித்து, அதன் முடிவில் மறைந்துவிட்ட முகமற்றவர்களாக இருக்கலாம். இரண்டு சின்ன முற்றுப் புள்ளிகளுக்கு இடையில் அடங்கிவிட்ட உயிர்கள். எப்படி இருந்தாலும் நான் மனநிறைவு கொண்டேன், இது ஜாவி என் வாழ்க்கையில் நுழைந்ததைவிடவும் அதிக அர்த்தம் மிகுந்ததாக இருந்தது. பண்பாடு, நாகரிகம் பற்றி நான் வாசித்த புத்தகத்தை மறந்து அவர்களிடம் விடைபெறாமல் அங்கிருந்து விலகி நடந்தேன். அப்போது பேராசிரியர் டிம்மின் குரல் எனக்குப் பின்னால் கேட்டது.

‘நீ அடிக்கடி பீச்சுக்கு வருவியா?’

அப்படியே நின்றேன், எங்கள் உரையாடல் இன்னமும் முடியவில்லை என்று தெரிந்து மகிழ்ச்சியடைந்தேன். ‘ஆமாம், ப்ரொஃபெஸர் டிம். நான் சுற்றுலா வழிகாட்டியா வேலை பாக்கறேன். அதோ அதுதான் என் அலுவலகம்,’ என்றவாறு தலையில்லா தென்ன மரத்தைச் சுட்டிக் காட்டினேன். ‘அதுக்கு மெர்மெய்ட் விடுதின்னு பேரு. என் பேரு அமர்,’ என்றேன்.

‘உங்களை சந்திச்சதுல மகிழ்ச்சி, என்னை ஞாபகம் வெச்சிகிட்டதுக்கு மறுபடியும் நன்றி,’ என்று என்னைப்பார்த்துக் கையசைத்தார் பேராசிரியர்.

அடுத்த நாள் காலை அன்று ஞாயிற்றுக்கிழமை, சந்தீப் அங்கு வரவில்லை, இப்போதெல்லாம் தன் குடும்பத்துடன் மீண்டும் இணைவதில் கவனம் செலுத்துகிறான். குடிசையின் மேற்கூரையில் ஒளிக் கற்றைகள் வந்து விழுவதைப் பார்த்துக்கொண்டிருந்தேன், காலடிச் சத்தங்கள் கேட்டு கதவருகில் வந்தேன். பேராசிரியர் டிம் தோட்டத்தில் நின்றிருந்தார், அந்தப் பெண்மணி அவரிடமிருந்து ஒருசில அடிகள் தள்ளி நின்றிருந்தார், அவர் முதுகெலும்பின் அடிப்பாகத்தில் கைகளைக் குறுக்கே கட்டி இருந்தார். ரத்தச் சிவப்பான செம்பருத்தியை முகர்ந்து பார்க்க குனிய, அதன் நீண்ட

மகரந்த சேகரம் விரிந்து திறந்திருந்த முக்கிற்குள் நுழைவது போல இருந்தது. பேராசிரியர் டிம் கைகளில் சுருட்டிய காகிதத்துடனும் முகத்தில் சுருங்கிய புன்னகையுடனும் இருந்தது.

'நீங்க ஒரு வழிகாட்டிதானே? எங்களுக்கு இந்த இடத்தை சுத்தி காட்றீங்களா?' என்று கேட்டார்.

என் இதயம் சற்றே சுருங்கியது, ஆனால் உடனடியாக சட்டென்று எதற்கும் ஒப்புக்கொள்ளும் ஒரு சுற்றுலா வழிகாட்டியின் புன்னகையை வரவழைத்துக் கொண்டேன். அவர் வராந்தாவின் படிகளில் ஏறி மர மேஜையில் சுருட்டி இருந்த பேப்பரை விரித்தார். அது ஒரு வழக்கமான சுற்றுலாப் பயணிகளுக்கான வரைபடம், அதில் அவரைக் கவர்ந்த இடங்களை சிகப்பு மையால் வட்டமிட்டிருந்தார், வளைந்து நெளிந்த நிலப்பரப்பில் இங்கே ஒரு மலை வாசஸ்தலம், அங்கே ஓர் ஏரி, பல பாழடைந்த கோட்டைகள் என்றிருந்தன. எங்கள் டவுனில் ஒரு பெரிய கேள்விக்குறி போடப்பட்டிருந்தது, சுற்றிலும் தென்னை மரங்கள் வேலிபோல் சூழ்ந்த கடற்கரை தவிர அங்கு ஒன்றுமில்லாததைப் போலத் தோன்றியது.

'நம்ம பயணத்தை டவுனை சுத்தி தொடங்கலாம்,' தன் ஸ்கெட்ச் பேனாவின் முனையால் அந்தக் கேள்விக்குறியைத் தட்டியபடி அவர் கூறினார். 'இங்க என்ன இருக்குன்னு சொல்லுங்க.'

கடற்கரையைத் தவிர எங்கள் நகரில் பார்ப்பதற்கு எதுவுமே இல்லை, அழகான இடிபாடுகள் இல்லை, பூக்கள் நிறைந்த தோட்டங்கள் இல்லை, அல்லிப்பூக்கள் நிறைந்த ஒரு நல்ல குளம்கூட கிடையாது. வரைபடத்தில் இருந்த சிகப்பு நிற கேள்விக்குறி, இங்கே பார்க்க என்ன இருக்கிறது? என்று கேட்ட கேள்விக்கு, முதுமையடைந்து வரும் இந்த இரண்டு பிரிட்டிஷ்காரர்களுக்கு ஒருசில பர்லாங்கு தொலைவு இருட்டு கவரக்கூடும் என்று நாம் நினைத்தாலொழிய உண்மையான பதில் ஒன்றுமில்லை என்பதுதான்.

'ஒரு நூற்றாண்டுக்கு முன்னாடி பிரிட்டிஷ்காரங்க கட்டின சுரங்கம் ஒன்னு இருக்கு. அப்புறம் ஒருசில கோவில்கள். நீங்களும் நானும் வெளிலேந்து அவற்றைப் பார்க்கலாம், ஆனால் உள்ள போக அனுமதியில்லை, அப்புறம் பாறைகளைச் சுற்றி ஒரு மீனவர் கிராமம் இருக்கு,' என்றேன்.

'ஆங்கிலேயே சுரங்கம் பத்தி கேட்க சுவாரஸ்யமா இருக்கு, என் மனைவியின் அப்பா ஒரு எஞ்ஜினியர். அவர் இந்தியாவுல பிரிட்டிஷ் ஆட்சிகாலத்தில பாலங்கள், சுரங்கங்களைக் கட்டியிருக்காரு. நான்சி, நீ என்ன சொல்றே?' என்று கேட்டார். அந்தப் பெண்மணி இப்போது அவருக்குப் பக்கத்தில் இருந்தார், அவரது மூக்கு நுனியில் செம்பருத்திப் பூவின் மஞ்சள் நிற மகரந்தம் ஒட்டிக்கொண்டிருந்தது.

'அங்க போகலாம், டி. ஆனா இந்த சுரங்கத்தில என் அப்பாவோட பேரு இருக்கும்னு எதிர்பார்க்காதீங்க. அவரு தெற்கு பக்கம் போனதேயில்லை,' என்றார்.

'சரி, அப்டீன்னா சுரங்கத்துக்கே போகலாம்,' என்று உறுதிப்படுத்தினார் டிம். 'எங்கருந்து தொடங்கறது?'

'இன்னிக்கு இல்லை, நான் யோகா வகுப்புக்குப் போகணும்,' என்றார் நான்சி.

'சரி, அப்டீன்னா நாளைக்கு,' என்று கூறியவர், வரைபடத்தை சுருட்டி தன் பின்னால் வைத்துப் பிடித்துக்கொண்டார். படிக்கட்டுகளில் இறங்கும் சமயத்தில் அவரை நான் பின்னாலிருந்து அழைத்தாற்போல நின்று என்னைத் திரும்பிப் பார்த்து, 'சோஃபியா லாரன் போல உள்ள உங்க சகோதரி எப்படி இருக்கா?' என்று கேட்டார்.

ஒரு வேதனைப் புன்னகையுடன் நான் அவரிடம், 'அவ ரொம்ப நாளைக்கு முன்னாடியே இறந்துட்டா,' என்று சட்டென்று கூறிவிட்டேன்.

உண்மையான வருத்தத்துடன் நான்சி, 'ஐ ஆம் சாரி,' என்றார்.

'என்னாச்சு?' பேராசிரியர் டிம் குரலில் அதிர்ச்சி தெரிந்தது. அவரது விரல்கள் சுருட்டிய வரைபடத்தின் ஒரு நுனியைப் பற்றின.

'ஏரில மூழ்கி இறந்துட்டா,' என்று மரவியாபாரி எங்கள் வீட்டுக்கு வந்த அன்று ஜசிரா எப்படி புயல்போல பங்களாவிலிருந்து புறப்பட்டுச் சென்றாளென நினைத்துப்பார்த்து, எந்த மனஉளைச்சலும் இல்லாமல் கூறினேன்.

'நாங்க ரெண்டு பேரும் உண்மையில வருத்தப்படறோம்,' என்று நான்சி கூறினார். 'நாளைக்கு என் யோகா வகுப்பு முடிஞ்ச பிறகு கிளம்பலாம். சரியா ஒன்பது மணிக்கு.'

ஆனால், அடுத்த நாள் காலை தென்னந்தோப்பின் முனையில் ஒரு செவ்வகக் கொட்டகையில் இருந்த யோகா மையத்திற்கு வெளியே, இளஞ்சிவப்பு நிற ,கவுன் அணிந்துகொண்டு, அதே நிறத்தில் கைப்பை தோளில் தொங்கியவாறு அவர் வெளியே வர ஏறக்குறைய அரை மணி நேரம் நாங்கள் காத்திருக்க வேண்டியிருந்தது. பேராசிரியர் டிம் தன் கழுத்தில் ஒரு கேமராவைத் தொங்கவிட்டிருந்தார்; நான்சி யோகா வகுப்பு முடித்து வர நாங்கள் காத்திருந்த சமயத்தில் பல்வேறு கோணங்களில் அந்தக் கொட்டகையை படம் எடுத்துத் தள்ளினார்.

நாங்கள் தொலைவில் கடலின் நீல நிறம் பிரகாசிக்க, திருமணத்திற்குப் பின் பார்பரா பயணம் சென்ற அதே செம்மண் சாலையில் வாகனத்தில் சென்றோம். பின் சீட்டில் பல தடவை கேமரா இயங்கும் சத்தம் கேட்டது, அவர் ஜன்னலை பின்னணியாக வைத்து என்னைப் படமெடுக்கிறார் என்று எனக்குத் தெரியும்.

நாங்கள் மசூதியின் பக்கத்திலிருந்து சுரங்கத்திற்குள் நுழைந்து, அதிகரித்து வரும் இருளில் மெல்ல நடந்துசென்றோம். நான் டார்ச் பிடித்தவாறு முன்னால் சென்றேன், பேராசிரியரும் நான்சியும் என் பின்னால் நெருக்கமாக கைகளைப் பிடித்தவாறு, இடைவெளி விட்டு நான் காட்டிய பலகீனமான டார்ச் வெளிச்சத்தைப் பார்த்தவாறு நடந்து வந்தனர். மேலே பார்க்க அவர்கள் நிற்கும் போதெல்லாம் நான் டார்ச் வெளிச்சத்தை மேற்கூரையில் பாய்ச்சினேன்.

'அபாரம்,' என்று என்னமோ மேற்கூரையில் ஓவியங்களைப் பார்த்ததுபோல நான்சி கூறினார். சூரிய ஒளியின் இரண்டு வட்டப் புள்ளிகளிலிருந்து விலகி பாதி தொலைவு நாங்கள் வந்தபோது, கான்கிரீட்டுக்குப் பக்கவாட்டுச் சுவரில் ஒரு நிமிடம் டார்ச்சைப் பாய்ச்சினேன். அவர்கள் கண்களை சுருக்கியவாறு அதிகம் வளராத நெருஞ்சிச் செடிகள் தவிர நான் வேறு எதைக்காட்டுகிறேன் எனப் பார்த்தனர்.

'இங்கதான் பல ஆண்டுகளுக்கு முன்னால என் மாமாவோட உடலைக் கண்டெடுத்தாங்க,' என்று அமைதியாக பலருக்கும் தெரியாத சுற்றுலா முக்கியத்துவம் வாய்ந்த இடத்தை விளக்குவது போலக் கூறினேன்.

இருட்டிலும் அவர்கள் பரஸ்பரம் பார்வையை பரிமாறிக்கொண்டது தெரிந்தது.

'அவரு தற்கொலை பண்ணிகிட்டாரு.'

‘ஓ,’ என்றார் நான்சி.

‘ஏன்?’ என்று பேராசிரியர் டிம் கேட்டார்.

‘எனக்குத் தெரியாது,’ என்று நாடகபாணியில் அலட்டிக்கொள்ளாமல் கூறினேன். ‘அவரு தற்கொலை செய்துகிட்ட அதே இரவுதான் நான் பிறந்தேன்.’

‘இங்கேருந்து வெளியே போகறதுக்கு இருக்கறதுலயே குறுக்கு வழி எது?’ என்று சிறிது நேர மவுனத்திற்கு பின் நான்சி கேட்டார். ‘நான் வெளிய போக விரும்பறேன்,’ என்றார்.

‘ஏன் நான்சி, இங்க சுவாரஸ்யமாத்தானே இருக்கு.’

‘எனக்கு அப்படி இல்லை டி.’ என்ற அவர் தன் கைப்பை ஆடியவாறு ரயில் நிலைய சிக்னலின் சிகப்பு வெளிச்சத்தை நோக்கி தண்டவாளத்தில் ஏற்கெனவே திரும்பி நடக்கத் தொடங்கிவிட்டார்.

ஜசிரா திருமணத்துக்கு சில நாட்களுக்கு முன் கடல்-நீல நிறத்தில் பெயின்ட் செய்யப்பட்ட சுவர்கள் இப்பொழுது இளம் பழுப்பு நிறத்திற்கு மாறிவிட்டன. பல ஆண்டுகளாகப் பெய்த மழை அவற்றில் திட்டு திட்டாக அழுக்கை விட்டுச் சென்றது. வாசற்கதவின் பல கம்பிகள் துருபிடிக்கத் தொடங்கிவிட்டன; நீண்ட மெல்லிய தாவரங்கள் சில முன்பக்கத் தோட்டத்தில் வேர்பிடித்துத் தரையிலுள்ள ஜன்னல்களை மறைத்துவிட்டன. பரிதாபமான நிலையில் இருந்த பங்களா எனக்குள் புதிய சிந்தனையைத் தூண்டியது: குழந்தை இல்லாத இந்த தம்பதியினர் - இவ்வளவு நேரம் பழகிய பிறகு அவர்களுக்குக் குழந்தை இல்லை என உறுதி செய்துவிட்டேன் - என்னைச் சுற்றிலும் உள்ள சிதிலங்களைப் பார்த்து பரிதாபம் கொள்ளலாம்.

சிக்னல் போஸ்டைத் தாண்டி நாங்கள் நடக்கும்போது பங்களாவைச் சுட்டிக்காட்டி, ‘இதுதான் என் வீடு,’ என்றேன்.

‘ரொம்ப நல்லாருக்கு, நல்ல சௌகரியமா கட்டியிருக்காங்க,’ என்றார்.

‘அமர்,’ என்று முதல் தடவையாக என் பெயரைச் சொல்லி பேராசிரியர் டிம் அழைத்தார். ‘அதானே உங்க பேரு? உங்க வீட்டை நாங்க கொஞ்சம் பாக்கலாமா?’ என்று கேட்டார்.

நான் இதை எதிர்பார்க்கவில்லை. ஆனாலும் இதில் எந்தப் பிரச்சினையும் இல்லை. அப்பா சையத் சித்தப்பா வீட்டிற்குச் சென்றுள்ளார், கடைசியாக நடந்த சண்டைக்குப் பிறகு ஜசிரா வீட்டிற்கு வரவில்லை, அக்மல் ரேடியோ மெக்கானிக் கடைக்குச் சென்றிருக்க வேண்டும். சுற்றுலாப் பயணிகளை வீட்டிற்கு அழைத்து வருவது அம்மாவுக்கு நான் வேலை செய்வதற்கான ஆதாரமாக அமையலாம். பங்களாவிற்குள் இருக்கும் விஷயங்களின் நிலைமை எனக்கும் போனசாக அமையலாம்.

'தாராளமா வாங்க, பேராசிரியர் டிம்,' என்றேன்.

கதவைத் திறந்து, போர்ட்டிகோவுக்கு வெளியே வந்த அம்மா மயக்கம் போட்டு விழத் தயாராக இருப்பதுபோலத் தோன்றியது. என்னையும் பிறகு நான்சியையும் மாற்றி மாற்றிப் பார்ப்பதை அவரால் கட்டுப்படுத்த முடியவில்லை. கடற்கரையில் வேலை பார்க்கும் பல இளம் சுற்றுலா வழிகாட்டிகள், தங்கள் வீடுகளுக்கு வெளிநாட்டு மனைவிகளை அழைத்து வந்தனர்.

மேலும் சந்தீப்பின் திருமணம் பற்றிய செய்தி பங்களாவை அடைந்தபோது, அம்மா என்னைத் தன் தலையில் கையை வைத்து, எந்தச் சுற்றுலாப் பயணியையும் தன் மருமகளாக அழைத்து வர மாட்டேன் என சத்தியம் செய்யச் சொன்னார். இப்போது பார்க்கவே தன்னைவிட வயதான தோற்றம் கொண்ட நான்சியைப் பார்த்து, நான் வாக்குத் தவறி நான்சியை பங்களாவிற்குள் அழைத்துவர முயற்சி செய்வதாக நினைத்து என்னை முறைத்தார். கதவுச் சட்டத்தில் தன் கைகளை உறுதியாக வைத்தவாறு வழிமறித்தவர் கண்களில் கண்ணீர் முட்டியது. பிறகுதான் பேராசிரியர் டிம் போர்ட்டிகோ தூணுக்கு அருகில் நின்று கரும்புக் கட்டுகளையும், துணி துவைக்கும் கல்லையும் புகைப்படம் எடுத்துக்கொண்டிருந்ததைப் பார்த்தார்.

'அம்மா இவங்க சுற்றுலாப் பயணிங்க, அவங்களை உள்ள விடுங்க,' என்று நான் முணுமுணுத்தேன்.

அவரது குழப்பமான முகபாவத்தில் ஒரு தயக்கமான புன்னகை கிளம்பியது. கதவிலிருந்து கையை எடுத்து உள்ளே நகர்ந்தார். நான்சி தன் உள்ளங்கைகளை ஒன்றிணைத்து லேசாகக் குனிந்து வணக்கம் தெரிவித்தார். அம்மா உதடுகளில் கையை வைத்தவாறு இளித்தார். இந்த வீட்டின் சோஃபியா லாரன் நீரில் மூழ்கிய விஷயத்தை நினைவில் வைத்தவாறு பேராசிரியர் டிம் தலையைக் குனிந்தார்.

‘எங்கள் ஆழ்ந்த வருத்தங்கள்,’ என்று அம்மாவிடம் அவர் கூற, அம்மா மீண்டும் அடக்க மாட்டாமல் இளிக்க ஆரம்பித்தார்.

‘எங்கள் சிறிய வீட்டிற்கு உங்களை வரவேற்கிறோம், அமெரிக்கர்களே,’ என்றவாறு தனது அறிவில்லாத மண்டையில் அந்த குஃபி தொப்பையை சரிசெய்து கொண்டே அக்மல் முன் அறைக்கு புயல்போல வந்தான். அக்மலின் உச்சரிப்பை சுலபமாகப் புரிந்துகொண்டு பேராசிரியர் டிம் அவனுக்கு பதிலளித்தது வியப்பாக இருந்தது. அவர் வெற்றியைக் குறிக்கும் இரண்டு விரல்களை அக்மலை நோக்கி நீட்டியவாறு, ‘இரண்டு சிறிய தவறுகள். முதலில் இது ஒரு சிறிய வீடு இல்லை. இதை நான் சிறிய மாளிகைனு தான் சொல்வேன்.’ அவர் தன் ஒரு விரலை மடக்கிக்கொண்டார். ‘இரண்டாவது, நாங்கள் அமெரிக்கர்கள் அல்ல. நாங்கள் ஆங்கிலேயர்கள்,’ என்றபடி இரண்டாவது விரலை மடக்கிக்கொண்டார், அது அவர் அக்மலை முட்டியை மடக்கிக்கொண்டு குத்த விரும்புவது போல இருந்தது.

‘எல்லாம் ஒன்னுதான்,’ என்று அக்மல் முணுமுணுத்தான். ‘உங்க பிரட்டுக்கு நீங்க என்ன செய்யறீங்க?’

‘என்ன நான் பிரட்-அ எப்டி சாப்பிடுவேனா? அப்படியேவா அல்லது ரோஸ்ட் பண்ணியான்னு கேக்கறீங்களா?’

‘இல்லை, இல்லை,’ என்று அக்மல் மறுப்பாக கைகளை ஆட்டினான், ‘நீங்க என்ன வேலை பாக்கறீங்கன்னு கேட்டேன்.’

‘சாப்பாட்டுக்கு என்ன செய்யறேன்னு கேக்கறீங்க? நான் ஒரு பேராசிரியர்.’

‘என்ன ஓர் அதிசயம்!’ என்று அக்மல் வியந்தான்.’ ‘என் அக்கா கணவர்கூட பேராசிரியர்தான்.’

‘அப்படியா, அதிசயமான ஒற்றுமைதான்,’ என்றவாறு டிம் தன் கேமராவைத் தடவினார். ‘நீங்க உங்க பிரட்-க்கு என்ன செய்யறீங்க?’ என்று கேட்டார்.

‘நான் ஒரு ரேடியோ மெக்கானிக்,’ என்று அக்மல் பெருமிதமாக அறிவித்தான். ‘என் மெக்கானிக் கடை இன்னிக்கு லீவு,’ அவன் குரலில் புதிதாக ஓர் அமைதி நிலவியது, புன்னகையில் ஓர் ஒழுங்கு தெரிந்தது, பேராசிரியர் டிம்முடன் அவன் பேசிக்கொண்டிருந்தபோது அதை அப்படியே தக்கவைத்திருந்தான். அவர்கள் பங்களாவைவிட்டுக் கிளம்புவதற்கு சற்று முன்பு நாங்கள்

டிம்மின் கேமராவுக்கு முன்பாகப் பாட்டியைச் சுற்றிலும் நான்சியின் யோசனைப்படி நின்றபோது அவன் புன்னகையின் அந்த பிரகாசம் சில வாட்கள் மேலும் அதிகரித்தது. அது நான்சியின் யோசனை.

டிம் எங்களைப் புகைப்படம் எடுக்கத் தொடங்கியபோது, நான்சி அவரிடம், 'டி, இந்தப் புகைப்படத்தை உங்க புத்தகத்தில் போட்டீங்கன்னா எனக்கு ஒரு அருமையான தலைப்பு தோணுது,' என்று கூறுவதைக் கேட்டேன்.

'நான் இன்னமும் அத முடிவு செய்யல,' என்று யோசனையுடன் கூறினார், அவர் விரல் லென்ஸை சுற்றிக்கொண்டிருந்தது.

'என்ன தலைப்புன்னாவது கேக்கறீங்களா?'

'சரி, சொல்லு,' என்று முணுமுணுத்தார், அவர் கண்கள் வ்யூஃபைண்டரில் நிலைத்து நின்றன.

'பார்வையற்றவளின் சந்ததிகள்,' என்று ஒரு சிறிய பிரார்த்தனை போன்று கூறினார், ஃபிளாஷ் வெளிச்சம் ஓசையற்ற இடிபோல எங்கள் மேல் பாய்ந்தது. நாங்கள் கூச்சத்துடன் விலகி, அவர்களுக்கு விடைகொடுக்க வீட்டிற்கு வெளியே வந்தோம்.

கேமரா கிளிக் சத்தம் கேட்கும்போது, ஃபிளாஷ் வெளிச்சம் ஒரு நொடி எங்களைக் குருடாக்கும் சமயத்தில், நான்சி புகைப்படத்திற்கான பெயரை அறிவித்த அந்த நொடிதான் இந்த நினைவுச்சித்திரம் என் மனதில் தோன்றியது. நான் உடனடியாக அதை ஆங்கிலத்தில் எழுதுவது என முடிவு செய்தேன், எனக்கு ஆங்கிலம் நன்றாக வரும் என்பதற்காக அல்ல, பேராசிரியர் டிம் தன் புதிய பயணக்கட்டுரையில் இடம்பெறக்கூடிய இந்தப் புகைப்படத்திற்கு ஓர் இணைப்பாக இருக்கும் என்று நினைத்தேன்.

தலைப்பு தயார், நான்சிக்கு நன்றி. இதைத் தொடர்ந்த நாட்களில், நான் எழுத ஆரம்பிக்க நினைத்தேன், ஆனால் ஒருசில மாதங்களுக்கு முன்புதான் எழுதத் தொடங்குவதற்கு சரியான ஆரம்பம் எனக்குக் கிடைத்தது, இது எங்களது சாதாரண வாழ்க்கையின் ஒரு நேர்முக வர்ணனை. அதில் எழுத வேறு எதுவும் இல்லை என்றால் நான் இறந்தேவிடலாம் என்று நினைத்ததால் புதிதாக ஒரு பக்கம்கூட எழுதாமல் ஒருநாள்கூட கடப்பதில்லை.

தொலைவிலிருந்து பார்ப்பதற்கு ஏரி, அடர்ந்த பச்சைத் திரவம் நிரம்பிய மணற்கடிகாரம் போல இருந்தது. இன்னும் நெருக்கத்தில், பழைய தேக்கு மர வரிசைகளுடனும் சில இடங்களில் சிறிய தேவதாரு மரங்களுடனும் முட்டை வடிவத்தில் காணப்பட்டது.

தொலைவில் தெரிந்த கரையில் தேயிலைத் தொழிற்சாலைகள் இருந்தன; பட்டாணி பச்சை நிற மேற்கூரைகளுடன் சரிவான தேயிலைத் தோட்டங்களின் அருகில் இருந்த மரத்தாலான கட்டிடங்கள். இதமான கடலின் நீல நிறமும் குன்றுகளின் இலைப்பச்சை நிறமும் என் உணர்வுகளைக் குழப்பின; நான் எங்கள் நகரிலிருந்து ஒரு கண்டம் விலகி வந்தது போல உணர்ந்தேன், ஆனால் வடக்கே டாக்சியில் வெறும் சுமார் எண்பது மைல் பயணத்திருப்போம். நாங்கள் பயணம் செய்த டாக்ஸி சரிவுகளில் முனகிக்கொண்டும் முடிவே இல்லாமல் சென்றுகொண்டே இருந்த வளைவுகளில் மூச்சுத்திணறிக்கொண்டும் போய்க்கொண்டிருந்தது.

பேராசிரியர் டிம் ஒரு கருப்பு செவ்வக வடிவ பெட்டியிலிருந்து தன் வாசிப்புக் கண்ணாடியை எடுத்துப் போட்டுக்கொள்ளவும் அவரது எழுபது வயதோடு இன்னும் ஒரு பத்து வயதை சேர்த்துக் கொள்ளலாம் என்பதுபோல தோற்றமளித்தார். ஒரு மரத்தடியில் அமர்ந்து தன் பாக்கெட் டைரியில் எதையோ தீவிரமாக அவர் எழுதிக்கொண்டிருக்க, நான் நான்சியுடன் மரங்களுக்கிடையே நடந்து சென்றேன். அவர் தான் பார்த்த கிட்டத்தட்ட அனைத்தையும் படமெடுத்தார்: ஏரியில் மிதக்கும் இலைகள், மரத்தடியில் இருந்த எறும்புப் புற்று, ஏரிக்குள் துருத்திக்கொண்டிருந்த படகுத்துறையின் தளர்ந்த நடைபாதை, புல்வெளிக் கரையில் நிறுத்தப்பட்டிருந்த படகுகள், மூங்கில் குவியல்கள், கிளையிலிருந்து தொங்கும் டெயிலர் பறவையின் கூடு. ஒருசில நேரங்களில் என்னை நன்றாக சிரித்தவாறு போஸ்கொடுக்கச் சொன்னார். நான் மகிழ்ச்சியாக ஒப்புக்கொண்டேன்; ஆனால் ஒவ்வொரு தடவையும் ஏனோ ஒரு சோகப் புன்னகைதான் வந்தது.

அதைப் பற்றி நினைக்கையில், ஏராளமான சுற்றுலாப் பயணிகள் என்னை நிறையப் புகைப்படங்கள் எடுத்துள்ளனர். பெரும்பாலானவற்றில் நான் ஒரு பொருளாகத்தான் இருந்துள்ளேன், அந்தப் புகைப்படக்காரருக்கு பெயர்கூட தெரியாத யாரோ ஒருவன். பார்பராவின் திருமணப் புகைப்படங்களில்தான் எனக்கு ஒரு பெயர் இருந்தது, பங்களிப்பும் இருந்தது - மணமக்கள் தோழன். இந்த நினைவுச் சித்திரம் அச்சிடப்பட்டு, பிரபலமானால் - அச்சிடப்படும் என்பதில் எனக்கு சிலநேரங்களில் சந்தேகமும் சிலநேரங்களில்

நம்பிக்கையும் இருந்தது - நிறையப் பேர் சடாரென்று கைகளை உயர்த்தியவாறு, எனக்கு இந்த நபரைத் தெரியும், அவர் என் கைட், எனக்காக சேவை செய்தவர், எனக்கு கொகெய்ன் வாங்கித்தந்தவர், என் டேன் லோஷனை திருடியவர், என் பெஸ்ட் மேன் என்றெல்லாம் கூறலாம். ஆனால் யாருமே நான் அரை சுன்னத் செய்யப்பட்டவன் என்று கூறமாட்டார்கள்.

'அமர், உன் தோள்பைய கீழ வெச்சிட்டு கைகளை முன்பக்கமா கட்டிட்டு நில்லு,' என்று நான்சி ஏரியின் விளிம்பிலிருந்து கத்தினார். அங்கே கால் தடுக்கி ஏரியில் விழுந்தால், இந்தச் சிறிய காட்டிற்கு நான்தான் டார்ஜன். இப்படிப்பட்ட விபத்து ஒரு புதிய வாழ்வுக்கான இறுதிக் கதவை எனக்குத் திறக்கும். இப்படி ஒரு விஷயம் கடற்கரையில் ஒரு தடவை நடந்தது. ஓர் இளம் அமெரிக்கப் பெண் ஒரு குரங்கு மூஞ்சி கடலோர வழிகாட்டி ஒருவன் மிக உயர்ந்த அலையின் பிடியிலிருந்து அவளைக் காப்பாற்றிய காரணத்தால் மட்டுமே அவனைத் திருமணம் செய்துகொண்டாள்.

என் தோள்பையையை கீழே வைத்துவிட்டு துருப்பிடித்த ஒரு கம்பத்தில் சாய்ந்து நின்றேன், அதன் மேலே ஒரு சிறிய சதுர வடிவ பலகையில் மூன்று வரிகளில் ஏதோ எழுதப்பட்டிருந்தது, அவர் விரும்பியபடி அது என் கைகளுக்குக் குறுக்காக இருக்கும்படி நின்றேன். புகைப்படம் எடுத்து முடித்து, படம் எடுக்க வேறு இடத்தைத் தேடி அங்கிருந்து நகர்ந்த பின்னர் நான் அந்தப் பலகையைப் பார்த்தேன், அதில் எச்சரிக்கைக் குறிப்புகள் மங்கிப்போய் இருந்தன. அது சுற்றுலாப் பயணிகளை அவர்களாகவே ஏரிக்குள் படகை ஓட்டிக்கொண்டு போக வேண்டாம் என எச்சரித்தது; காட்டு லாட்ஜ் அருகில் உள்ள சுற்றுலா அலுவலகத்தில் அதிகாரபூர்வ படகோட்டிகள் கிடைப்பார்கள் எனக் கூறியது. அந்தப் பலகை நிறுவப்பட்ட தேதியைப் பார்த்தேன்; சோஃபியா மூழ்கி ஒரு மாதம்கூட ஆகவில்லை. பேராசிரியர் டிம்-ன் வரைபடத்தில் வட்டமிடப்பட்ட ஏரியைப் பார்த்த கணமே சோஃபியாவின் கல்விச் சுற்றுலா இந்த திசையில்தான் இருந்திருக்க வேண்டும் என்று எனக்குத் தெரிந்தது. இந்தப் பகுதியில் மூன்று ஏரிகள் உள்ளன, ஆனால் இப்போது அவளை அடித்துக்கொண்டுபோனது இதுதான் என்று எனக்கு உறுதியாகத் தெரிந்தது. அவள் கண்டெடுக்கப்பட்டபோது அவளை அடித்துக்கொண்டுபோன இந்த ஏரி, அவளை உருத்தெரியாமல் ஆக்கி கூழாங்கற்கள் நிறைந்த அடிப்பகுதியில் மரக்கிளைகளாலான விதானங்களுக்குக் கீழ் கொண்டு வந்து போட்டிருந்தது.

அவளைப் பற்றிய என் நினைவுகள் இத்தனை ஆண்டுகளில் மங்கிவிட்டிருந்தன; அவள் உருவத்தை நினைவுக்குக் கொண்டு வருவது கடினமாக இருந்தது. அவளது கூச்சப் புன்னகை, ஒரு மலரைப் பறித்த பிறகு அல்லது பள்ளி செல்லும் வழியில் ஒரு செடியிலிருந்து கிளையை முறித்தபின் அவள் ஓடும் விதம் நினைவுக்கு வந்தது. ஆனால், இப்போது, ஏரியில் சிற்றலைகளை உருவாக்கிய காற்று அனைத்தையும் மாற்றியது. அவள் முகச் சுழிப்பையும், கூழாங்கற்களை வைத்து கல்லாங்காய் விளையாடுவதையும், புளியம்பழம் சாப்பிடும்போது கண்களை இறுக மூடிக்கொள்வதையும் என்னால் பார்க்க முடிந்தது. இலைகளை மரத்திலிருந்து உலுக்கி நான்சியின் சாம்பல் நிறக் கூந்தலைக் கலைத்த காற்றில் சோஃபியாவை என்னால் நுகர முடிந்தது. அவள் ஏரியில் கல்லெறிவதை, பெயரில்லாத இந்த மரங்களின் அடியில் விழும் வெளிச்சத்தில் தனியாக நொண்டி ஆடுவதை, ரோஜா நிற காட்டுப் பூக்களைப் பறித்து தன் காதுகளின் மேலே சொருகிக்கொள்வதை கற்பனை செய்து பார்த்த என் கண்களில் நீர் தளும்பியது. ஒரு நொடி, நான்சி தன் கேமராவுடன் சென்ற திசையிலிருந்து அவள் தோன்றி என்னைத் திரும்பிக்கூடப் பார்க்காமல் நடந்து செல்வாள் என்று நினைத்தேன்.

பேராசிரியர் டிம் தன் குறிப்புகளை எழுதி முடித்து எழுந்து நின்று காற்சட்டைகளில் புழுதியைத் தட்டிக்கொண்டார். நான்சி மூன்று பிலிம் ரோல்களைத் தீர்த்துவிட்டார். லண்டனில் அவற்றை டெவலப் செய்யும்போது அதில் ஒன்றில் ஒரு சிறுபெண் நொண்டி ஆடுவதையும், காட்டுப் பூ அவளது பின்னிய கூந்தலில் தொங்குவதையும் நான் கற்பனை செய்துகொண்டேன்.

நாங்கள் லாட்ஜுக்குத் திரும்பி, எங்கள் அறைகளுக்குச் சென்றோம், அறை ஈர மர வாசனையுடனும் புதிதாகக் குவிக்கப்பட்ட மண் வாசனையுடனும் இருந்தது. திரைச்சீலைகளில் சங்கு வடிவங்கள் இருந்தன; அவற்றைப் பார்த்துக்கொண்டே நான் தூங்கிவிட்டேன். விழித்தபோது, ஏற்கெனவே சூரிய உதயமாகிவிட்டது, நான்சி வரவேற்பு அறையில் படகோட்டியுடன் பிரதானமாக சைகை பாஷையில் பேசிக்கொண்டு இருந்தார்.

'நாம சூரிய அஸ்தமன கப்பல் பயணம் போகலாம்,' என்று அவர் ஹாலிலிருந்து கத்தினார். 'அமர், கொசுவிரட்டி க்ரீமை பூசிக்கோ. இந்தாளு கரப்பான்பூச்சி அளவுக்கு இருக்கும் கொசுக்களைப் பத்தி எச்சரிக்கை செய்யறா மாதிரி இருக்கு,' என்றார்.

அந்த வனாந்திரப்பகுதியில் நான் மீண்டும் சோஃபியா பற்றி நினைத்தேன், ஆரஞ்சு நிறத் திட்டுகளுடன் இருந்த வானத்திற்கு அடியில் பஸ் புறப்பட்ட சமயத்தில் என்னைப் பார்த்து அவள் கையசைத்த விதம் நினைவுக்கு வந்தது. நாங்கள் சென்ற நடைபாதை எங்கள் காலடியில் கிறீச்சிட்டது. ஒவ்வொருவராக படகின் முட்டைவடிவ மேடையில் இறங்கும்போது படகின் பக்கவாட்டில் ஏரியின் நீர் மோதி சத்தமிட்டது. வானம் ஆழ்ந்த சாம்பல் நிறத்திலிருந்து லேசான கருப்பு நிறத்திற்கு மாறியது, படகுக்காரர் நான்சி அமர்ந்திருந்த மரப்பலகையில் லாந்தர் விளக்கை ஏற்றி வைத்தார்.

துடுப்புகளின் ஓசை கிரிக்கெட் பூச்சிகளின் இசையின் கச்சித லயத்தோடு பொருந்தியது. பேராசிரியர் டிம் மற்றும் நான்சி இருவரும் முதுகைக் காட்டியவாறு பலகையில் அமர்ந்திருந்தனர், காலையில் நாங்கள் ஏரி வழியாக நடந்துபோனபோது பார்க்காத ஒரு குறுகலான நீர்வழியின் எதிர்கரையில் நாங்கள் பயணம் செய்தோம். இருளில் தெரிந்த வித விதமான கிளைகளின் வடிவங்கள் மற்றும் ஒருசில ஆலமரங்களில் தொங்கிக்கொண்டிருந்த நீண்ட வேர்களைத் தவிர அங்கே நாங்கள் பார்க்கும்படியான காட்சிகள் எதுவும் பெரிதாக இல்லை. படகு ஒரு பெரிய மரத்தைச் சுற்றி கால்வாய்க்குத் திரும்பியபோது விரும்பத்தகாத எண்ணம் ஒன்று எனக்குத் தோன்றியது. ஏன் விரும்பத்தகாதது என்றால், பங்களாவில் யாருக்குமே ஆவிகள் மீது நம்பிக்கை இல்லை. இன்னும் அதிகமாகவே விரும்பத்தகாதது ஏனென்றால் நான் சோஃபியாவை இதுவரை ஆவியாக நினைத்துப்பாத்ததில்லை. படகோட்டி துடுப்புப்போட நாங்கள் சீராக கீழ்நிலை நீரோட்டத்தில் பயணித்துக்கொண்டிருந்தோம். நான் என் தலையைத் திருப்பி துடுப்புகள் தண்ணீரில் எழுப்பிய கடைசி நீரலையின் வட்டத்தை வெறித்துப்பார்த்தேன். லாந்தர் விளக்கின் மங்கலான ஒளியில் மேற்பரப்பிலிருந்து வட்டங்கள் மறைந்துபோவதை என்னால் பார்க்க முடியவில்லை. ஆனால் நான், முழங்கையிலிருந்து தெரிந்த சோஃபியாவின் கை உதவி கோரி அசைவதைப் பார்த்தேன், அது மெல்ல மூழ்கியது, நிதானமாக என் பார்வையிலிருந்து மறைந்தது. முதலில் மணிக்கட்டு, பிறகு உள்ளங்கை, இறுதியாக அவளது நீண்ட விரல்கள். நான் முன்பக்கமாக குனிந்தேன், அவளுக்கு உதவ என் கையை நீட்டினேன், குளிர்ந்த ஏரியின் நீரை என் கரங்களில் உணர்ந்தேன். என் சட்டையைப் பிடித்து யாரோ வேகமாக இழுக்க, சோஃபியாவின் விரல்களைச் சுற்றி மறைந்துகொண்டே வந்த நீரலைகளுக்கு எதிர் திசையில் நான்

நகர்ந்துகொண்டிருந்தேன். பேராசிரியர் டிம்மின் காலடியில் நான் விழுந்தபோது சோஃபியாவின் தலை படகின் சுக்கானில் மோதி, ஏரியின் குளிர்ந்த அடிப்பகுதியை நோக்கி அவள் வேகமாக மூழ்கிக் கொண்டிருப்பது எனக்குத் தெரிந்தது.

என் கண்களைத் திறந்தபோது, சங்கு வரையப்பட்டிருந்த திரைச் சீலை தெரிந்தது, என் இடது கையில் ஒரு நீண்ட சாவி இருந்தது. ஒரு கைதி போல கட்டம் போட்ட பைஜாமா அணிந்திருந்த என்னை, எனக்குப் பரிச்சயம் இல்லாத ஒருவர் பார்த்துக்கொண்டிருந்தார்; பிறகு அவர் இந்தக் காட்டு விடுதியின் மேலாளர் என்று அடையாளம் கண்டுகொண்டேன், அவர்தான் பேராசிரியர் டிம்முக்கு இரவு படகுசவாரியை பரிந்துரை செய்தவர். படகுக்காரர் கதவுக்கு வெளியே நின்றிருந்தார், லாந்தர் ஒளி அவரது கணுக்கால்களைச் சுற்றிலும் லேசாகப் பட்டுக்கொண்டிருந்தது.

'உனக்குப் படகில் வலிப்பு வந்தது,' பேராசிரியர் டிம்-ன் குரல் அறையின் இருண்ட மூலையிலிருந்து வந்தது. என் கையில் சாவி இருப்பதற்கு அதுதான் காரணம் எனப் புரிந்துகொண்டேன். அவரிடம் சோஃபியா பற்றி, மூழ்கி பத்தாண்டுகள் ஆன பிறகு அவள் கை உதவிக்காக அசைந்தது பற்றி சொல்லத் தோன்றியது. ஆனால், என் விரல்களைச் சாவியைச் சுற்றி இறுகப் பற்றியவாறே, அவர் சொன்னதே சரியாக இருக்கட்டும் என விட்டுவிட்டேன்.

அதன் பிறகு நாங்கள் காட்டு லாட்ஜில் இருந்தவரை அவர்கள் என்னை அங்கேயே விட்டுவிட்டுச் சென்றனர், அடிக்கடி பழுப்பு சேறு படிந்த ஷூக்களுடனும் கொசுக்கடியால் சிவந்த கால்களுடனும் என் அறைக்குள் வந்தனர். நான் உடல் நிலை சரியில்லாதவன் போல நடித்தவாறு அறைக்குள்ளேயே இருந்தேன், அவர்களிடம் மிஸ் லாரன் போன்ற சாயல் இல்லாத சோஃபியா பற்றியும், கதையில் மட்டுமே இறந்த ஐசிரா பற்றியும் சொல்லலாமா என்று யோசித்தேன்.

இரவுகளில், நான் சுஹாுதா அத்தையின் கரங்களைப் பற்றிக்கொள்ள நாங்கள் ஆதாம்-ஏவாள் போல பசுமையான இடங்களில் நிர்வாணமாகச் சுற்றித் திரிந்தோம். நாங்கள் இலைகளாலான மெத்தையில் உறவுகொண்டோம், நட்சத்திரங்களற்ற வானின் கீழே குளிர்ச்சியாக இருந்தால் கொடிகளை மேலே இழுத்துவிட்டுக்கொண்டோம். அவர் என் மேலே இருந்த ஒரு சந்தர்ப்பத்தில், 'தன் கைகளை என் தலையின் இரண்டு பக்கமும் வைத்திருந்தார். ஒரு கொத்து திராட்சைகளைப்போல என் உதடுகளை

உரசியபடி அவர் மார்பகங்கள் தொங்கிக்கொண்டிருந்தன. முதலில் புற்களுக்கு வெளியே தெரிந்த அவரது புட்டங்கள், பின்பு ஆனந்தமாகக் கீழே இறங்கியது. ஒரு மான் நின்றவாறு எங்களை வேடிக்கைப் பார்த்தது. அதைத் துரத்த நான் முயற்சி செய்தேன், ஆனால் ஃப்ளோரசன்ட் ஊதா நிறத்தில் நகங்களிருந்த தன் நீண்ட விரல்களை என் உதட்டின் மீது வைத்து, 'அது பார்த்தா பாக்கட்டும் அப்படிப் பாக்கறது எனக்கு ரொம்ப பிடிக்கும்,' என்று கிசுகிசுத்தார். பிறகு அவர் தன் விரலை என் உதடுகளுக்குள் நுழைத்து என் நாக்கை சுழற்றிக் கொண்டே இருந்தார். நான் அவரது நகத்தை சுவைக்கத் தொடங்க நகப்பூச்சின் விசித்திரமான சுவை என் வாயில் நிரம்பியது.

கடற்கரைக்கு நாங்கள் திரும்புவதற்கு முந்தைய இரவான மூன்றாம் நாள் இரவில் பேராசிரியர் டிம் மற்றும் நான்சி, நான் ஜாவியின் டைரியை வைத்துக்கொண்டு ஏரிக்குப் போகும் திசையை நோக்கியவாறு திறந்திருந்த ஜன்னலருகே அமர்ந்திருப்பதைப் பார்த்தனர். அந்தத் தம்பதியினரின் ஆர்வத்தைத் தூண்டிவிடும் வகையில் அதை நான் சட்டென்று மூடி என் மடியில் வைத்துக்கொண்டேன்.

'டி, அமர் உங்களை மாதிரி இருக்காரு, ஏரியப் பத்தி ஒரு சின்னக் கவிதை எழுதறாரு,' என்று நான்சி கூறினார்.

'ஆனா நான் ஒன்றும் கவிஞன் இல்லை,' என்று பேராசிரியர் மிகவும் அசுவாரஸ்யமாகக் கூறினார். ஜாவியின் டைரியை வைத்து அவர்களுக்கு தூண்டில்போடும் என் முனைப்புகள் பலன் தராதோ என பயந்தேன்.

'நானும் கவிஞன் இல்லை,' என்று பரிதவிப்புடன் கூறினேன். 'நான் ஒரு தற்கொலைக் கடிதத்தை மறுபடியும் படிச்சிட்டு இருந்தேன்.'

அவர்கள் இருவரும் மவுனமாக ஒருவரை ஒருவர் பார்த்துக்கொண்டனர். சிறிது நேரம் கழித்து, கிளம்ப மக்கர் செய்யும் கார்போல திரும்பத்திரும்ப தொண்டையை கனைத்துக்கொண்டு, 'நீ அதை எழுதலேன்னு நம்பறேன்,' என்றார் நான்சி.

'இல்ல,' நான் சிரித்தேன். 'நான் ஏன் எழுதப்போறேன்? இது நான் பிறந்த அன்னிக்கு சுரங்கத்தில இறந்த என் மாமா எழுதினது.'

'ஓ,' என்ற பேராசிரியர் டிம், 'உங்களுக்கு என்ன வயசாகுது?' என கேட்டார்.

'இருபத்தி நாலு தாண்டியாச்சு.'

‘இத்தனை வருஷமா இதை பத்திரமா வெச்சிருக்கீங்களா?’

‘இது என் குடும்பத்தில வழிவழியா வந்தது,’ என்றேன், ஆனால் என் குரலில் இருந்த பெருமிதம் நான் பேசும்போது என்னை அறியாமல் வந்துவிட்டது.

உரையாடலின் போக்கை விரும்பாத நான்சி, திசைதிருப்பும் நோக்கில் வலுக்கட்டாயமாக உற்சாகக் குரலில், ‘அமர், நாங்க படகுலயே டின்னர் சாப்பிட்டோம். சான்ட்விச், வாழைப்பழம் சாப்பிட்டு தண்ணி குடிச்சோம். ஆனா, நாங்க லண்டன்ல சாப்பிடற அற்பமான கேன்டில்லைட் டின்னரைவிட இதுதான் அருமையா இருந்தது. அப்றம் படகோட்டிக்குள்ள ஒரு பெரிய இசைக் கலைஞரைக் கண்டுபிடிச்சோம், ஆனா அவரு பாடினதுல ஒரு வார்த்தைகூட எனக்கு புரியலே. ப்ளா, ப்ளா, ப்ளா, ப்ளா,’ என்று படகோட்டியை நகலெடுத்துப் பாடியவாறு, கற்பனையான தண்ணீரில் கற்பனைத் துடுப்புகளை செலுத்தினார். ‘அதை நீ மிஸ் பண்ணிட்ட தம்பி.’

நான் புத்தகத்தின் முகப்பில் எழுதியிருந்ததைப் பார்த்து, ‘ஜாவியின் டைரி,’ எனறு பேராசிரியர் டிம் படித்தார்.

‘என் மாமாவோட பேரு ஜாவி,’ என்றேன்.

‘நாங்க எங்க பையனை க்ஸேவின்னு கூப்பிடுவோம்,’ என்று சிந்தனையுடன் புன்னகைத்தவாறே பேராசிரியர் டிம் கூறினார்.

திடீரென்று நான் என் நகருக்கும் குன்றுக்கும் கடற்கரைக்கும் திரும்பிப் போக விரும்பினேன், மீண்டும் ஆரம்பத்திலிருந்து தொடங்க வேண்டும், வேறொரு சுற்றுலாப் பயணியை அணுக வேண்டும், சிறந்த வாழ்க்கைக்கு அடிபோட வேண்டும் என்றெல்லாம் நினைத்தேன்.

‘உன் மாமா ஏன் தற்கொலை செய்துகிட்டாரு?’ என்று பேராசிரியர் கேட்ட தொனி, ஜாவி இப்போதுதான் இறந்து அடக்கம் செய்வதற்காக அவர் உடல் காத்திருப்பதுபோல இருந்தது.

‘தற்கொலைக் கடிதத்தில் அதைப் பற்றி எதுவும் குறிப்பிடவில்லை,’ நான் அந்தப் புத்தகத்தை எடுத்து சுஹாதா அத்தைக்கு ஜாவி எழுதியக் கடிதத்தை ஒட்டியிருந்த பக்கத்தைத் திறந்தேன். பேராசிரியர் டிம் அதைப் படிக்கலமா என்று கேட்பார் என நம்பினேன், அப்படி அவர் கேட்காததால் ஏமாற்றமடைந்தேன். அவர்கள் படித்த நாகரிகம் பற்றிய புத்தகத்தில் தற்கொலைக்

கடிதம் மற்றவர்களுடன் பகிர்ந்துகொள்ளக்கூடாத அளவு மிகவும் அந்தரங்கமானது என்று எழுதியிருக்கலாம். 'அவருடைய புகைப்படம் உள்ள ஒரே இடம் இந்தப் புத்தகம்தான்,' என்றேன்.

'அதை நான் பார்க்கலாமா?' என்று பேராசிரியர் டிம் தயக்கத்துடன் கேட்டார், நான் சட்டென்று புத்தகத்தைத் திறந்து அதைக் கொடுத்த வேகத்தைப் பார்த்து அவர் ஆச்சரியப்பட்டதுபோல இருந்தது. அவர் முகத்தில் ஒரு கவலையான தோற்றம் பளிச்சிட்டது, நான்சியும் முன்னால் குனிந்து அவர் தோள்களுக்கு மேல் அதை எட்டிப்பார்த்தார்.

'எப்படி சொல்றதுன்னு தெரியல, இந்த படம் ஏதோ முழுமை அடையாதது மாதிரி தோணுது,' என்றார்.

கிழிந்த, கையொப்பமிடப்பட்ட துண்டுகள் பலவற்றையும் ஒரு சதுரமாக நான் ஒட்டியிருந்த அந்தப் பக்கத்தை அவர்கள் சற்று நேரம் உற்றுப் பார்த்தவாறு இருந்தனர். பிறகு நான்சி எழுந்து எனக்கு குட்நைட் சொன்னார், காலையில் சூரியன் உதிப்பதற்கு முன் கிளம்பி கடற்கரைக்குத் திரும்ப வேண்டும் என்பதால் எல்லோரும் விரைவில் தூங்க வேண்டும் என்றார்.

அடுத்த நாள் காலை, மரங்களுக்கு இடையே ஏரி பிரகாசமாகத் தெரியும் அளவு வெளிச்சம் வருவதற்கு முன் நாங்கள் எங்கள் பயணத்தைத் தொடங்கிவிட்டோம். இரண்டு நாள் கழிந்து அவர்கள் கடற்கரையிலிருந்து கிளம்பினார்கள். பனிபோன்ற வெண்மையான ஓர் உறையை என் உள்ளங்கையில் வைத்து அழுத்தி, பலவாறாக எனக்கு நன்றி கூறினார்கள். நான் பேராசிரியர் டிம்மிடம் அவரது அடுத்த பயணக் கட்டுரை நூலை எனக்கு அனுப்பும்படி கேட்டுக்கொண்டேன், அதில் நிச்சயமாக பார்வையற்றவளின் வாரிசுகளான எங்களைப் பற்றி ஒரு பத்தியாவது இருக்கும் என்று நம்பினேன்.

பல மாதங்களுக்குப் பிறகு, எனக்கு நான்சியிடமிருந்து ஒரு பழுப்புப் பொட்டலம் வந்தது. சந்தீப் ஊஞ்சலிலிருந்து என்னைப் பார்க்க, நான் பார்சலை கிழித்துப் பிரித்தேன். அதில் ஒரு மெல்லிய புத்தகம் இருந்தது. அது ஒரு பயணக்குறிப்போ அல்லது பேராசிரியர் டிம் எழுதிய நூலோ அல்ல. அந்த நூல் *லிவிங் வித் எபிலெப்சி* என்று தலைப்பிடப்பட்டிருந்தது. உள்ளே பேராசிரியர் டிம், நான்சி மற்றும் அவர்கள் மகன் க்ஸேவியின் கையொப்பங்களுடன், வாழ்த்துகளும் இருந்தன.

அது ஒரு பதற்றமான டிசம்பர் மாதம். சொல்லப்போனால், அந்த நவம்பர் மாதமும் பதற்றமாகவே இருந்தது. இந்துத் தீவிரவாதிகள் பாபர் மசூதி நோக்கி இறுதி ஊர்வலத்திற்குத் தயாராகி வரும் தகவல்கள் தொலைக்காட்சி மற்றும் ரேடியோ மூலம் கசியத் தொடங்கியது. அக்மல் வேலை பார்க்கும் இடத்தில் ஒரே சமயத்தில் பல வானொலி நிலைய செய்திகள் வந்தன, நபிகள் நாயகம், வெல் ஆஃப் பதர்-ல் பெகன்களுக்கு எதிராகத் தொடுத்த போரைப் போல பாபர் மசூதியைச் சுற்றி போர் வரப்போகிறது என்று நினைத்தான். ஈட்டிகள், அம்புகளுக்கு பதில், கத்திகளும் குண்டுகளும் பயன்படுத்தப்படும், மேலும் அவனது மத அடிப்படையிலான கற்பனை உலகத்தில், மசூதி என்றென்றும் அப்படியே சிறு கீறல்கூட விழாமல் நிற்கும் என்று வாதிட்டான். அவன் வாதங்களைக் கேட்டு நான் சிரித்தபோது, பற்களைக் கடித்தவாறு கோபமாக அங்கிருந்து சென்றான்.

ஆனால், பங்களாவில் அவன் பேசுவதை அர்ப்பண உணர்வோடு கேட்பதற்கு ஆட்கள் இருந்தனர். அம்மாவும் பாட்டியும் அவன் சொல்வதை கவனமாகக் கேட்டனர். அக்மல் வெள்ளிக்கிழமை பிரார்த்தனைகளுக்குப் பிறகு சாப்பிட வரும்போதெல்லாம், வரைபடத்தை விளக்குவதுபோல, படையெடுப்புகள், அதிகார அபகரிப்புகள், மதமாற்றங்கள், துரோகங்கள், கட்டுக்கதைகள் மற்றும் உண்மைகளை ஒரு தடவை அல்ல ஒரு டஜன் தடவை விளக்கியிருந்தாலும்கூட இந்துக்கள் ஏன் மசூதியை இடிக்க விரும்புகிறார்கள் என்பது அவர்களுக்குப் புரியவேயில்லை. பிறகு அவன் விளக்கம் சொல்வதை நிறுத்திவிட்டான், மசூதி இடிக்கப்படும் சாத்தியம் குறித்து மட்டுமே முழுக் கவனம் செலுத்தினான். ‘மசூதிய இடிக்க கைய தூக்கின நொடியிலயே அவங்கள கொல்லனும்,’ என்று அவன் கூறுவான், உடனடியாக பெண்களும் ஆமாம் என்பது போல தலையை அசைத்து கோபமாக ஒப்புக்கொள்வார்கள்.

டிசம்பர் மாத முதல் வாரத்தில் மசூதி வீழ்ந்தாலும் எங்கள் எதிர்பார்ப்புகளில் மட்டும் அது சேதமடையாமல் அப்படியே சில நாட்கள் நின்றது. செய்தித் தாள்களும், தேசிய தொலைக்காட்சியும் அதன் குவி மாடங்களில் ஏற்பட்ட சிறு சேதங்களை மட்டுமே காட்டின. ஒருநாள் முழுவதும் அக்மல் பிபிசி செய்தியைக் கேட்ட பிறகு அவனுக்கு மசூதி முழுமையாக தரைமட்டமாகி விட்டது புரிந்தது. தொலைக்காட்சி அறைக்கு ஓடி வந்து ஆன் செய்தான், அதில் குவிமாடங்களில் ஏற்பட்ட சிறு பாதிப்புகள் பற்றிக் கூறினார்கள், ஆங்காங்கே செங்கல்கள் உடைந்தது

தவிர வேறொன்றும் இல்லை. ஆசுவாசத்துடன், மீண்டும் பிபிசி செய்தியைக் கேட்டான், அது தன் முந்தைய செய்தியை உறுதிபடுத்தியது; சர்ச்சைக்குரிய மசூதி இடிக்கப்பட்டுவிட்டது.

கடைசியில், தேசிய தொலைக்காட்சி பிபிசி செய்தியை ஒருவழியாக உறுதிபடுத்தியபோது பதர் போர் நம்பிக்கை குறித்து அக்மலை கேலி செய்த, பங்களாவின் நாத்திகனான எனக்குள் கட்டுப்படுத்த முடியாத ஆவேசம் கொந்தளித்தது. செய்தித்தாள்களில் கருப்படைந்த கோபுரங்களில் தொற்றிக்கொண்டு, சிலர் சம்மட்டிகளால் ஆவேசமாக தகர்த்துக் கொண்டிருந்த காட்சிகள் வெளிவந்தன, நாடு முழுவதும் கலவரங்கள் வெடித்துக் கிளம்பலாம் என்றும் செய்திகள் வந்தன. அப்பா இனி எந்த இந்துவுடனும் நில பேரம் வைத்துக்கொள்ளவோ, எந்த இந்துவுக்கும் காரை விற்கவோ உதவப் போவதில்லை என்று சபதமிட்டார். உண்மையில் ஓராண்டுக்கும் மேல் அவர் எந்த நில விற்பனையிலோ அல்லது பழைய கார் விற்பனையிலோ ஈடுபடவே இல்லை. வெகு காலமாகவே அவர் போர்ட்டிகோவில் ஒரு நாற்காலியில் காலைத் தூக்கிப் போட்டுக்கொண்டு ரயில்களைப் பார்த்தவாறு அமர்ந்திருந்தார், எப்போதாவது கரும்புகளுக்குப் பக்கத்தில் இருந்த துணி துவைக்கும் கல்லில் எதையோ நினைத்துக்கொண்டே ஏற்கெனவே பரிதாப நிலையில் இருந்த அழுக்குத் துணிகளை மேலும் தேய்த்துக்கொண்டிருந்தார்.

என் கோபம் ஒரே நாளில் மறைந்துவிட்டது, நகர மசூதியின் தூபிகளைச் சுற்றியுள்ள குறுகலான நடைபாதையில் இருவர் நிற்பதைப் பார்த்தபோது மிகுந்த வேதனை ஏற்பட்டது. ஒருநாள் முற்பகல் நகர சதுக்கம் வழியே நான் நடந்துசென்றபோது, மசூதி கட்டிடத்திற்கு மேலே மக்களின் பார்வை செல்வதைக் கண்டு நானும் அங்கு பார்க்க, அப்போதுதான் அந்த இருவரைக் கவனித்தேன். இடது பக்கம் கருப்புக் கொடியை ஏந்தியிருந்தவனை அக்மல் என்று அடையாளம் காணவே சிறிது நேரம் ஆனது. மற்ற தூபியில் இருந்தவரைப் போலவே பெல் வடிவ ஒலிப்பெருக்கிகள் இருந்த கருவியில் அதைக் கட்டினான்.

கொடி கட்டப்பட்டுவிட்டது. அக்மல், மேலே அரைவட்ட வடிவத்தில் இருந்த குறுகலான கதவு வழியாகச் சென்று மறைந்தான். ஒருசில நிமிடங்களில் இமாம் மைக்கைத் தட்டினார், கொடி அவரது பிரார்த்தனைக்கான அழைப்புடன் சேர்ந்து பறக்கத் தொடங்கியது. அன்று மாலை, அக்மல் அம்மாவை வாசல் பக்கம் இழுத்து வந்து நகரின் மசூதிக்கு மேல் தான் பறக்க விட்ட கொடியைக் காட்டினான்.

‘அது பாகிஸ்தான் கொடி போல பச்சை நிறத்தில் இருக்கனும்,’ என்று அம்மா கூறினார்.

ஒரு வாரம் சென்ற நிலையில் மலபார் கரையோரம் கலவரம் தொடங்கியது. ஆனால் எங்கள் தூங்குமூஞ்சி நகரமோ தொடர்ந்து உறக்கத்தில் இருந்தது, ஒருசில நாட்களுக்கு இரவுநேர ஊரடங்கு உத்தரவு அமுலில் இருந்தபோது மேலும் ஆழ்ந்த உறக்கத்திற்குச் சென்றுவிட்டது. பிறகு, ஒரு ஞாயிற்றுக்கிழமை காலை ஜசிரா வீட்டிற்கு வந்தாள். சுற்றிலும் விளிம்பில் இளஞ்சிவப்பு ஐசிங் போடப்பட்ட கிறிஸ்துமஸ் கேக்கில் வெள்ளை சர்க்கரை ரோஜாக்களுக்கு நடுவில் ஆரிகாமி பேப்பர் பைன் இருந்தது.

‘இப்போ ஜசி ஒரு கேக் எக்ஸ்பெர்ட் ஆகிட்டா,’ பேராசிரியர் நஸீர் அம்மாவிடம் கூறினார், அம்மா வேண்டா வெறுப்பாக அவரைப் பார்த்துப் புன்னகைத்தார். ஜசிராவை ஏறெடுத்தும் பார்க்கவில்லை.

‘இன்னிக்கு நஸீர் ரேடியோவுல பேசறாரு,’ என்று ஜசிரா அப்பாவிடம் கூறினாள், அவர் லேசாகத் தலையசைத்து நஸீரைப் பாராட்டினார். ‘எட்டு பத்துக்கு போடறாங்க, செய்திகள் முடிஞ்ச உடனே. அவங்க போன புதன் கிழமை இவரோட பேச்சை ரெகார்ட் செய்துகிட்டாங்க,’ என்றாள்.

‘நான் பாபர் மசூதி பிரச்சினை பத்தி பேசறேன்,’ என்று நஸீர் கூச்சத்துடன் கூறினார். ‘வெறும் பத்து நிமிஷம்தான்.’

‘ரேடியோவுல பத்து நிமிஷம் பேசறது ஒன்னும் சின்ன விஷயம் இல்லை,’ என்றவாறு ஜசிரா அவர் வயிற்றில் லேசாகக் குத்தினாள். ‘சும்மா யாரோ பேராசிரியரையா அவங்க பேசக்கூப்பிட்டாங்க?’

பேராசிரியர், ‘அம்மா, நீங்க பாக்கவே சோர்வா இருக்கீங்களே, உடம்பு சரியில்லையா, டாக்டர்கிட்ட போகனுமா?’ அம்மா முகத்தை சுளிப்பதைப் பார்த்துக் கேட்டார்.

‘இல்லை, மகனே,’ என்றவாறு புன்னகையை வரவழைத்துக்கொண்டு, ‘வயசாகிட்டு வரதுல்ல, அதான்,’ என்றார்.

பேராசிரியர் நஸீர் உள்ளே சென்ற உடனே அவர் புன்னகை மறைந்தது. ஆனால், நண்பகலுக்குள் உருகத் தொடங்கிவிட்டார், பிற்பகலில் மாட்டுக் கொட்டகையைச் சுற்றித் திரிந்த சில மெலிந்த கோழிகளை விரட்டிப் பிடித்தார். மாலையில் அக்மல், பாட்டியின் அறைக்கு ரேடியோவைக் கொண்டு வந்து, தொலைக்காட்சிக்கு அருகே வைத்தான். பேராசிரியரின் பத்து நிமிடப் பேச்சு முடிய ஒரு

மணி நேரம் ஆகும் என்பது போல ஜசிரா கிறிஸ்துமஸ் கேக்கை பெரிய முக்கோணங்களாக வெட்டி, அவற்றை ஒரு பிளேட்டில் அடுக்கி மேஜையில் வைத்தாள். எட்டு மணி ஆவதற்கு முன்பே பெற்றோரை அவசரப்படுத்த ஆரம்பித்தாள், 'சீக்கிரம், சீக்கிரம், சீக்கிரம் வாங்க, எப்ப வேணா ஆரம்பிச்சிரும்,' என்றாள். அப்பா உள்ளே வந்து தொலைக்காட்சிக்கு அருகில் உள்ள நாற்காலியில் அமர்ந்தார். அம்மா கதவருகில் நின்றுகொண்டார், மீண்டும் அவரது உதடுகளில் சுளிப்பு வந்துவிட்டது.

நான் அந்த அறைக்குள் வந்து பாட்டிக்கு அருகில் அமர்ந்ததைப் பார்த்து ஜசிரா ஆச்சரியப்பட்டாள், என்னைப் பார்த்து ஒரு புன்னகையை வீசினாள். ஒருமுறை நடந்த சண்டைக்குப் பிறகு அம்மா அரை மணி நேரம் இருட்டை வெறித்துப் பார்த்துக்கொண்டிருந்தாள். அதற்குப் பிறகு, நாங்கள் ஒருவரோடு ஒருவர் பேசி இரண்டாண்டுகள் ஆகிவிட்டன. பேராசிரியர் வானொலியில் பேசப் போகிறார் என்று கேட்ட உடனே வீட்டுக்கு வெளியே காத்திருந்து, அவர் பேசத் தொடங்கும்போது மின்சாரத்தைத் துண்டிக்கலாம் என்று நினைத்தேன். ஆனால் பிறகு என் மனதை மாற்றிக்கொண்டேன்; அவமானப்படுத்த வேறு வழிகளும் உள்ளன.

ஜசிரா பதற்றத்துடன் என்னையே பார்த்துக்கொண்டிருந்தாள், என் மனதில் ஓடும் எண்ணங்களைப் படிக்க முயன்றாள், ஆனால் நான் அசையாமல் அமைதியாக அவள் கணவர் பேச்சைக் கேட்க ஆவலோடு இருப்பவன் போல நடித்தேன். அவள் மேஜையிலிருந்து கேக் துண்டுகள் இருந்த பிளேட்டை எடுத்து என்னிடம் நீட்டினாள். நான் வேண்டாம் என்று தலை அசைத்தேன், அந்தப் பிளேட்டின் முனையை என் முகத்துக்கு அருகே கொண்டு வந்தாள். 'ஒண்ணு எடுத்துக்க, அமர். சாப்பிட்டு பாத்து உன்னோட உண்மையான அபிப்பிராயத்தை சொல்லு,' என்றாள்.

மீண்டும் நான் மறுக்கவே, தட்டை நாடகீயமாக பெருமூச்சு விட்டவாறு கீழே வைத்தாள். செய்திகள் முடிந்த உடனே, நஸீர் உள்ளே வந்தார். குளித்து, வாசனை திரவியம் போட்டுக்கொண்டிருந்தார். அவரது நீண்ட தலை முடி நடுவில் வகிடெடுத்து பின்பக்கமாக வாரிவிடப்பட்டிருந்தது. நான் அங்கே இருந்ததைப் பார்த்து ஜசிராவைவிட அதிகமாக ஆச்சரியப்பட்டார். ஆனால் அவசரப் பார்வை ஒன்றை வீசிவிட்டு நான் இருந்த திசையைப் பார்ப்பதைத் தவிர்த்தார். அப்பாவின் பின்தலையில் வழுக்கை விழுந்த இடத்தையே பார்த்தவாறு அமர்ந்தார்.

அனீஸ் சலீம் | 283

இடைவெளிகளில் வரும் இசை வானொலியில் ஒலித்தது, எதிர்ப்பார்ப்பில் ஜசிரா பதற்றமாகக் காணப்பட்டாள்.

'அடுத்து வருவது, பேராசிரியர் முகம்மது நஸீருத்தீனின் உரை,' என்று ஒரு பெண் அறிவிப்பாளர் தெரிவித்தார். 'பாபர் மசூதிக்குப் பின் வாழ்க்கை.'

வானொலி நிலையத்தில் காகிதங்கள் திருப்பப்படும் ஓசை கேட்கும் அளவுக்கு அறையில் மவுனம் நிலவியது. பிறகு, பேராசிரியர் நஸீரின் குரல்.

'இன்று காலை இந்த நிகழ்ச்சிக்காக வானொலி நிலையத்திற்கு நான் கிளம்பும்போது, என் மனைவி ஒரு அழகிய கிறிஸ்துமஸ் கேக் தயாரிப்பில் மும்முரமாக ஈடுபட்டிருந்தார்.'

'இதுதான் அந்த கேக்,' என்று முக்கோண வடிவில் வெட்டப்பட்டு தட்டில் வைக்கப்பட்டிருந்த கேக்கை சுட்டிக்காட்டியபடி ஜசிரா கிசுகிசுத்தாள்.

'நான் அவளிடம் ஒரு பக்தியுள்ள இஸ்லாமியப் பெண்ணாக இருக்கும் அவர் ஏன் இவ்வளவு அழகான கேக் செய்வதில் இவ்வளவு சிரமம் எடுத்துக்கொள்ள வேண்டும் என்று கேட்டேன். இப்போதுள்ளது போன்ற கடினமான நேரங்களில் மதங்களுக்கு இடையேயான கோடு எரிச்சல்படச் செய்யுமளவுக்கு அதிகரிக்கும்போது, அவர் பதில் எனக்கு மிகவும் ஆச்சரியத்தையும், என் கண்களைத் திறப்பது போலவும் இருந்தது. அவர் என்னிடம் மதச் சின்னங்களை வைத்து செயல்படுவதைக் குறித்து எவ்வாறு உணர்கிறார் என்று என்னிடம் கூறினார். அவர் இஸ்லாம் ஒருபோதும் யாரையும் மற்ற மதங்களை மதிப்பதைத் தடுத்ததே இல்லை என்றார். இந்தச் சம்பவம் சிறிய, முக்கியத்துவம் இல்லாத ஒன்றாகத் தோன்றலாம். ஆனால்...'

நான் எழுந்து நின்று சத்தம் போட்டுக் கொட்டாவி விட்டேன், பிறகு பேராசிரியர் நஸீர் திரும்பிப் பார்க்கும்போது, அம்மாவைக் கடந்து வராந்தா வழியாக போர்ட்டிகோவிற்குச் செல்ல அறையிலிருந்து வெளியேறினேன். ஒருசில நிமிடங்களில் அக்மலும் போர்ட்டிகோ வந்துவிட்டான், தனக்குள் எதையோ சொல்லி முணுமுணுத்தான், பேராசிரியர் வானொலியில் கூறியது நிச்சயம் இஸ்லாமுக்கு ஆதரவாக இருந்திருக்காது என்று எனக்குத் தெரியும்.

எங்கே பார்த்தாலும் காகித நட்சத்திரங்கள் தென்பட்டன. சிகப்பு, வெள்ளை, ஊதா, மஞ்சள் என்று தென்னந் தோப்புகளில், ரெசார்ட்டுகளின் கதவுகளுக்கு மேல், சில கஃபேக்களில் வைக்கப்பட்டுள்ள கிறிஸ்துமஸ் மரங்களிலிருந்தும் தொங்கிக்கொண்டிருந்தன. வானில் உண்மையான நட்சத்திரங்கள் கடலுக்கு மேலே ஆங்காங்கே கொத்தாக ஒளியில்லாமல் இருந்தன. விடுதியில் கிறிஸ்துமஸ் அலங்காரங்களோ இசையோ இல்லை: அது மூடுவதற்கான நேரம்.

சந்தீப் தன் குடிசையில் அமர்ந்து பேப்பர்கள், கடிதங்கள், ஃபைல்கள் மற்றும் புகைப்படங்களைக் குவித்து வைத்தான்; பெரிய குவியலை எரிப்பதற்காகவும் சிறியதை மூட்டைக்கட்டி தன்னோடு எடுத்துச் செல்லவும் பிரித்தான். அவனது திருமண புகைப்படங்கள் குடிசைக்குப் பின்னால் திறந்த வெளியில் எரிப்பதற்கான பெரிய குவியலில் இருந்ததைப் பார்த்து ஆச்சரியமும் கொஞ்சம் வேதனையும் அடைந்தேன். பூஞ்சை பிடித்திருந்த ஒரு புகைப்படத்தைக் குவியலிலிருந்து எடுத்துப் பார்த்தேன், பார்பராவை மஞ்சள் நிற மேற்கூரைகொண்ட கருப்பு நிற டாக்சிக்கு அழைத்துச்செல்ல நான் குடை பிடித்த காட்சி அது; குடை மட்டும் இல்லை என்றால் மழை பெய்ததென சொல்லவே முடியாது.

‘உனக்கு வேணும்னா வெச்சுக்க,’ என்றவாறே சந்தீப் மும்முரமாக காகிதங்களைப் பிரித்தான். ‘எல்லாப் படங்களையும் வெச்சுக்க. எனக்கு அதால பிரயோஜனம் இல்லை,’ என்றான்.

‘இது மட்டும் போதும்,’ என்றவாறு படத்தை மடித்து என் பாக்கெட்டில் வைத்துக்கொண்டேன். என்னிடம் ஏற்கெனவே திருமண நாள் அன்று பார்பரா எனக்கு வாங்கித்தந்த பிளேஸர் மற்றும் டை அணிந்து அசவுகரியமாக நின்றுகொண்டிருந்த புகைப்படம் இருந்தது. நாங்கள் மூவரும் கத்தோலிக தேவாலயத்தின் மங்கலான நடையில் நின்று கொண்டிருந்த ஒரு புகைப்படம். அவள் கரங்கள் எங்கள் தோள்களில் அணைத்தவாறு இருக்க நாங்கள் அனைவரும் புன்னகையுடன் இருந்தோம்.

கிறிஸ்துமஸ் தினத்தன்று சந்தீப் ஓர் ஆளை தென்னை மரத்தில் ஏற்றி, மெர்மெய்ட் விடுதி பலகையை இறக்குமாறு கூறினான், இப்போது அது தலைகுப்புற வராந்தாவில் கிடந்தது. அந்த கடல்கன்னியின் முகத்தை கடல் காற்று சாம்பல் நிறமாகவும், அவள் கையில் இருந்த இளநீரை வெளிர் நீலமாகவும், கையில் இருந்த இரட்டை நிற ஸ்ட்ராவை ஒற்றை அடர் பழுப்பு

நிறமாகவும் ஆக்கிவிட்டிருந்தது. அன்று மாலை ஒரு சுற்றுலாப் பயணி உள்ளே வந்து அறையை வாடகைக்குத் தருமாறு கேட்டார். சந்தீப் அவரிடம் கறாராக ‘இல்லை’ என்றும் அரை மனதுடன் மன்னிப்பும் கூறி அனுப்பிவிட்டான். அவன் பழைய பெயின்ட் டப்பாவைத் திறந்து, அதில் பல் துலக்கும் பிரஷ்ஷை தோய்த்து வராந்தா விளக்கு வெளிச்சத்தில் பேப்பரில் ஓர் அறிவிப்பை எழுதி, குன்றின் பாதைக்கு அருகில் உள்ள ஒரு மரத் தண்டில் ஒட்டினான். வேடிக்கையான அறிவிப்பு அது ஏனெனில் முழு அறிவிப்பைப் படிக்க ஒருவர் மரத்தைச் சுற்றி வர வேண்டும்: மெர்மெய்ட் விடுதி இனி இயங்காது.

கஃபேக்களின் வெளியே கிறிஸ்துமஸ் மரங்களைச் சுற்றி நட்சத்திரங்கள் ஒளிவீசத் தொடங்கியபோது, குன்றின் வளைவுப் பாதை பலகீனமான வெளிச்சத்தில், இரவின் இருளில் சிகப்பு முத்துக்கள் கோர்க்கப்பட்ட நெக்லஸ் போன்று தோற்றமளித்தது. மின்னும் கிறிஸ்துமஸ் மரங்களருகில் அமர்ந்திருந்த சுற்றுலாப் பயணிகளின் நிழலுருவங்களின் கையில் ஒயின் பாட்டில்கள் பளபளத்தன. மெர்மெய்ட் விடுதியைச் சுற்றி அமைதியாக இருந்தது. கடைசியாக டிசம்பர் மாத ஆரம்பத்தில் இங்கிருந்து போன ஒரு சுற்றுலாப் பயணி, தான் கடற்கரையில் இருந்தபோது தன் பையை யாரோ திறந்து பார்த்ததாகப் புகார் கூறிவிட்டுச் சென்றிருந்தார்.

கிறிஸ்துமஸ் தினத்திற்கு முந்தைய நாள் தன் குடும்பம் நகரைவிட்டு சென்று விட முடிவு செய்திருப்பதாக சந்தீப் சொன்னான், அவர்களோடு இவனும் போகுமளவு குடும்பத்தோடு பிணைந்திருக்கிறான் என்று என்னால் யோசிக்க முடியவில்லை. நிலத்தில் நடப்பவைகளை கப்பல் மேடையிலிருந்து பல ஆண்டுகளாக கவனித்து வந்த அவனது அப்பா, பாம்பே துறைமுகத்தில் வேலை கிடைத்து அங்கேயே குடியேற முடிவு செய்திருந்தார். நான் அவன் பெற்றோர் மட்டும் பாம்பே செல்கிறார்கள் என்றுதான் நினைத்தேன்.

அவன் ஒரு சிகரெட்டைப் பற்ற வைத்து - சாதாரண சிகரெட்தான், சந்தீப் சிறிது காலமாக கொகைய்ன் பிடிப்பதை நிறுத்திவிட்டான், என்னையும் சுற்றுலாப் பயணிகளுக்கு கொகெய்ன் வாங்கித் தர வேண்டாம் என்று எச்சரித்தான் - இரவுக் காற்றில் புகையை வெளியேற்றினான். பிறகு, கூச்சத்துடனும் தயக்கத்துடனும், நான் அவன் சொல்ல வருவதை எதிர்ப்பேன் என்பது போல, அவன் அப்பா அவனுக்கு கப்பலில் ஏதோ வேலை பார்த்திருப்பதாகக் கூறினான். மெர்மெய்ட் விடுதியும், நட்சத்திர மீன் வடிவில்

இருக்கும் அவனது வீடும் விற்பனை செய்யப்படும் என்றும் கூறினான்.

சந்தீப் தொடர்ந்து இரண்டு குவியல்களிலும் பொருட்களை சேர்க்கத் தொடங்கினான். பெரிதாக இருந்தது அவனது கடந்தகாலக் குவியல்; சிறியது தன்னுடன் அந்த உல்லாசக் கப்பலுக்கு, அவனது எதிர்காலத்துக்கு கொண்டு செல்லக்கூடியது. பெரிய குவியல் மேலும் பெரிதாகிக்கொண்டே போனது; குடிசைகளில் ஒன்றிலிருந்து கடல் தெரியும் புகைப்படம் அச்சடிக்கப்பட்ட துண்டுப் பிரசுரங்கள், ஒரு புகைப்பட சட்டத்திற்குள் இருந்த அந்தத் தலையில்லாத் தென்னை மரம்; சுற்றுலாப் பயணிகளிடம் பல்வேறு மொழிகளில் அவன் எழுதி வாங்கிய அவர்களின் கருத்துகள் நிரம்பிய தடிமனான அட்டையிடப்பட்ட பார்வையாளர்கள் பதிவேடுகள் இரண்டு; மேலும் பல புகைப்படங்கள்: அவன், பார்பரா மற்றும் நான் ஊஞ்சலில் அமர்ந்து இரண்டு ஆஸ்திரேலியக் குழந்தைகளை மடியில் வைத்திருக்கும் புகைப்படம், கரையில் எப்போதோ கைவிடப்பட்ட கட்டுமரத்தில் நிர்வாணமாக இருந்த இரண்டு உள்ளூர் சிறுவர்களின் புகைப்படம்; தென்னந் தோப்பிற்குள் அவன் கட்டுவதாக திட்டமிட்டிருந்த புதிய குடிசை வரிசைகளின் ப்ளூபிரின்ட். புது வருடத்திற்கான நெருப்பாக இருக்கப்போகும் இதிலிருந்து வரும் சாம்பலை கடற்காற்று எடுத்துக்கொண்டு போய் தென்னை மரங்களின் அடியில் தெளிக்கப்போகிறது. இது அவனுடைய கடந்த காலத்தின் சொக்கப்பானை, ஒரு வகையில் என்னுடைய கடந்த காலத்ததும்கூட.

சந்தீப்பும் அவனுடைய குடிசைகளும் போய்விட்டால் நான் எங்கே செல்வேன்? சந்தீப்பின் குடும்பம் குறித்துக் கேள்விபட்டபோது அம்மாவும் என்னிடம் இதையே கேட்டார். நான் அவரிடம் இப்போது எனக்குப் பெரிய திட்டங்கள் இருப்பதாகக் கூறினேன். நான் தொடர்ந்து கடற்கரையிலேயே சுற்றுலா வழிகாட்டியாக இருப்பேன், சுற்றுலாவாசிகள் என் நியாயமான சேவையை மறுத்துவிட்டால், போதைப் பொருள் வாங்கி/விற்க உதவுவேன், இன்னமும் இளம் சுற்றுலாப்பயணி ஒருவர் என் மீது காதல் கொள்ளலாம், அல்லது வயதான வெளிநாட்டு தம்பதிகள் என்னை தத்தெடுக்கலாம் என்ற நம்பிக்கை எனக்கு உள்ளது.

புது வருடம் அன்று, குடிசைகளுக்குப் பின்னால் குவியல் சடசடவென்று எரிய, சூரியன் குன்றின் விளிம்பின் கீழ் மறைந்தது. வானம் எங்கள் கண்ணிலிருந்து சூரியன் மறைந்த வெகு நேரத்திற்குப் பிறகும் சோகமான ஆரஞ்ச் வண்ணத்திலேயே இருந்தது.

பேப்பர்கள் அடக்கத்துடன் நெருப்புக்கு அடியில் சுருண்டன, ஆனால் புகைப்படங்கள் கோபமாக எதிர்ப்பைக் காட்டின, லேசான வெடிப்புடன் நீல நிறத்தில் கோபத்துடன் எரிந்து, கடைசியில் பணிந்தன. பார்பராவின் முகம் தீ ஜ்வாலையில் ஜொலித்தது, அவளது இளஞ்சிவப்பு திருமணச் சேலை மெதுவாகக் கருகியது. பாதி எரிந்த அந்தப் புகைப்படத்தை காற்று, தீயிலிருந்து வெளியே போட்டபோது, சந்தீப் குச்சியால் அதை எடுத்து மீண்டும் நெருப்பில் காட்டினான், குச்சியின் முனை தீப்பற்றும் வரையில் அப்படியே வைத்திருந்தான்.

சாம்பலுக்கும் வானின் நட்சத்திரங்களுக்கும் இடையே தீ கங்குகள் எரிந்தன. தோப்புகளூடே வீசிய குளிர்காற்று தரையில் இருந்த கங்குகளைக் கிளற, அவை ஆரஞ்சு நிற மிட்டாய்களாக மாறின. நாங்கள் குன்றின் முனைக்கு நடந்து சென்று தலையில்லாத தென்னை மரத்தடியில் நின்றவாறு சாம்பல் நிற அலைகள் அலை தாங்கியில் மோதுவதைப் பார்த்தோம். கடற்கரை கூட்டமாக இருந்தது, சுற்றுலாப் பயணிகள் புது வருடத்திற்குத் தயாராகிக்கொண்டிருந்தனர். குன்றின் படிக்கட்டுகளில் இருந்து சிரிப்பொலியும் மகிழ்ச்சிக் கூக்குரல்களும் கடற்கரை வாலிபால் போல அலைதாங்கியில் வந்து மோதியதைக் கேட்டோம்.

அவனது புதிய வேலை பற்றி அவன் சொன்னதிலிருந்து நாங்கள் அதிகமாகப் பேசிக்கொள்ளவில்லை. அவன் எங்கள் பள்ளி நாட்கள் குறித்து, நாங்கள் ஒன்றாக செய்த விஷயங்கள் அல்லது நான் பார்க்க அவன் செய்த விஷயங்கள் குறித்து, குறைந்தபட்சம் பார்பராவைக் குறித்து, நாங்கள் அவளுடன் இருந்த காலம் குறித்து இப்போது என்னிடம் ஏதாவது நினைவுகூர்வான் என்று எதிர்பார்த்தேன். கடற்கரையில் சுற்றுலாப் பயணிகள் அட்டகாசமாக சிரித்தனர்; ஆங்கிலம், பிரெஞ்ச், மற்றும் ஜெர்மன் மொழிகளில் சத்தமிட்டுக்கொண்டிருந்தனர்.

சந்தீப் கைகடிகாரத்தைப் பார்த்தான். அதன் ஃப்ளோரசன்ட் டயல் 1994-ஆம் ஆண்டு வருவதற்கு இன்னும் கால் மணி நேரம் இருப்பதைக் காட்டியது.

'நான் கிளம்பறேன், அமர்,' என்று சர்வசாதாரணமாகக் கூறினான். என்னமோ இரவு கிளம்பிப்போய் அடுத்தநாள் காலை திரும்பி வந்து ஊஞ்சலில் வைக்கோல் தொப்பி கண்களை மறைக்கப் படுத்துக்கொள்ளப்போகிறான் என்பதுபோலச் சொன்னான். அவன் இறுதிவிடை பெறவில்லை என்பது போலவும்,

நாங்கள் எப்போதுமே ஒன்று சேர முடியாத எதிரெதிர் சாலையில் நின்றுகொண்டிருக்கவில்லை என்பது போலவும் அது இருந்தது.

'நாம தொடர்புல இருப்போம்,' என்றவாறு சிகரெட்டை வீசி எறிந்தான். 'நான் உனக்கு லெட்டர் போடறேன்.'

அவன் ஒருநாளும் எழுதப்போவதில்லை என்று எனக்குத் தெரியும். மெர்மெய்ட் விடுதியை, என்னை, பார்பராவைக் குறித்த எண்ணம் தோன்றும் போதெல்லாம் தன் சிந்தனைகளை திசை திருப்பிக்கொள்வான். காரணமே இல்லாத கோபம் எனக்குள் எழுந்து என் தொண்டை அடைத்துக்கொள்வதை என்னால் உணர முடிந்தது. அவன் இவ்வாறு உணர்ச்சியே இல்லாமல் விடைபெறுவது என்னை எந்தளவு புண்படுத்துகிறது என்று சொல்ல விரும்பினேன். ஆனாலும் மவுனமாக குன்றின் பாதையில், புல்வெளியில் அவனது ஸ்போர்ட்ஸ் பைக் இருட்டில் நின்று கொண்டிருந்த இடத்திற்கு அவனைப் பின்தொடர்ந்தேன், அதன் கேரியரில் சணல் கயிறுகளால் கட்டப்பட்டு அட்டைப்பெட்டி ஒன்று இருந்தது.

'காலைல என் அங்கிள் கிட்ட சாவியக் கொடுத்துடு,' என்று வண்டியில் ஏறியவாறே கூறினான். 'அப்றம் என் அறைல ஒரு சின்னப் பெட்டி இருக்கு. அது உனக்கு. நீ தனியா இருக்கறப்போ பிரிச்சுப் பாரு,' என்றபடி பெடல் செய்ய ஆரம்பிக்க, மெல்ல அவன் தோள்கள் ஹான்டில்பாரிலிருந்து எழும்பியது. ஆனால், குன்றுப்பாதையில் அதிக நேரம் இருந்தான்; ரெசார்ட்டுகளுக்கு இடையில் இருந்த இருட்டில் மறைந்து, கதவுகளின் வழியாக வரும் வெளிச்சத்தில் தெரிந்தான், மினுமினுக்கும் கிறிஸ்துமஸ் மரங்களைக் கடந்து, மீண்டும் இருளில் மறைந்தான்.

காற்றின் உதவியால் என் முகத்தில் வழிந்த கண்ணீர் வேகமாகக் காய்ந்தது. ஆனால் குன்றின் அடியிலிருந்து பட்டாசுகள் வெடித்ததில் நடுங்கிப்போனேன். யாரோ ஒருவர் கடற்கரையிலிருந்து உரத்த குரலில், 'ஏய் உலகமே, புத்தாண்டு நல்வாழ்த்துகள்,' என்று கூக்குரலிட்டார். அலைகள் தொடர்ந்து பாறைகளின் ஓரங்களை நனைத்துவிட்டுச் சென்றன.

ஸேன்டி.

நான் அதை ஸேன்டி என்று குறிப்பிட்டேன், 1994 ஆம் வருடத்தின் முதல் காலையில் முதன் முதலில் அதில் நான் கைவைத்தபோது அதன் பின்பக்க தொடைகளில் மணல் ஒட்டிக்கொண்டு இருந்தது.

நான் தனியாக இருக்கும்போது திறக்கச் சொன்ன செவ்வக வடிவ பெட்டியிலிருந்து வெளியே வந்தாள் ஸேன்டி. தட்டையாக, காற்று இல்லாமல், ஒரு பெரிய ஸ்பிரிங் உருண்டை போல சுற்றப்பட்டு இருந்தாள். அதை நான் தரையில் விரித்தேன். சமீபத்தில்தான் காலி செய்யப்பட்ட குடிசையில் அவளது அளவு தொந்தரவு செய்யும் வகையில் பெரிதாக இருந்தது. அவளது முட்டை வடிவ முகம் மூளை பாதிக்கப்பட்ட குழந்தையின் அலட்சியப் புன்னகையை ஏந்தி இருந்தது. அவளது உதடுகள் மெல்லியதாகவும் இல்லாமல் தடிமனாகவும் இல்லாமல், பாதி மலர்ந்த பூவின் இதழ் போல சுருண்டிருந்தது. ஒரு பொம்மையில் நாம் பார்க்கும் அதே சிகப்பு உதடுகள். வேறு என்ன எதிர்பார்க்க முடியும்? ஸேன்டி, அதீதமாக வளர்ந்த, முற்றிலும் நிர்வாணமாக இருந்த, வேலை முடிந்த பிறகு காற்று நீக்கப்பட்டு பெட்டியில் அழுத்தி வைக்கப்படும் ஒரு பொம்மை. கூரை வேய்ந்த ஓலை குடிசையின் ஓட்டைகளின் வழியாக வந்த வெளிச்சத்தில் நான் அதன் அடிவயிற்றின் கீழே பார்த்தேன், உடலின் மற்ற பாகங்களைப் போலவே வெளிர் இளஞ் சிவப்பாக பார்க்க நன்றாக இருந்தது. அதன் தலைமுடி கருப்பாக, தோள்கள் வரை தொங்கிய மெல்லிய நைலான் இழைகளால் செய்யப்பட்டிருந்தது.

சந்தீப்பின் சித்தப்பா சாவி வாங்கக் கதவைத் தட்டியபோது, நான் அதை வேகமாக சுருட்டி பெட்டியில் வைத்தேன். பிறகு அதை என் மாற்றுத் துணிகளுக்குக் கீழே வைத்து அந்தப் பெட்டியின் மேல் என் ஷூக்களை வைத்தேன். பிற்பாடு, அந்தப் பெட்டியுடன் நகர சதுக்கத்தில் நடந்து பங்காளவிற்குள் அதைக் கொண்டு சென்றபோது விசித்திரமாக உணர்ந்தேன்.

அக்மலின் சைக்கிளில் காற்றடிக்கும் பம்ப் ஸேன்டியை ஊதிப் பெரிதாக்கி அதை ஒரு பருமனான குட்டிப் பெண்மணி போலாக்கியது, தண்ணீர் நிரம்பிய பலூன்கள் போல மார்பகங்கள் பெரிதானபோது கொஞ்சம் பயமாக இருந்தது. முதல் தடவையாக சந்தித்த ஒருத்தியை பலவந்தப்படுத்துவது போன்ற உணர்வு எனக்குள் தீவிரமாகியது. ஒவ்வொரு தடவையும் அவளைக் கீழே வைத்து அழுத்தும்போதெல்லாம் அவள் பிளந்த உதடுகளிலிருந்து

விசில் அடிப்பது போன்ற சத்தம் எழும். ஒரு கணம் என்னிடம் ரகசியக் குரலில் தன்னை உருவாக்கியவரின் ஆலோசனையின்படி ஏதோ கூறுவது போல இருக்கும். பயமும், கூச்ச உணர்வும் வேக வேகமாக வேலையை முடிக்க வைத்தன. இது உண்மையில் சுஹூதா அத்தையிடமிருந்து ஒரு மாற்றாக இருந்தது. பரந்த காட்டிலிருந்து நான்கு கால் கட்டில்கள்வரை, நிலவின் மேற்பரப்பிலிருந்து நீர்படுக்கைவரை, பாறைத் தரைகளிலிருந்து அடர் சிகப்பு ரோஜாக்கள் வரையிலான என் ஆசைகளின்படி மாறும் பின்னணிகளிடமிருந்தும் ஒரு மாற்றாக இருந்தது, ஆனால் இது அதில் பாதியளவுகூட நன்றாக இல்லை.

ஒருநாள் இரவு, என் பெற்றோரும் அக்மலும் ஓர் இறுதிச் சடங்கிற்குச் சென்றிருந்தபோது, நான் பாட்டியின் அறையில் படுக்க வேண்டி வந்தது. ஸேன்டியை என் கைகளில் எடுத்துக்கொண்டு சென்றேன், பாட்டிக்குப் பக்கத்தில் அதை மெத்தையில் படுக்க வைத்தேன், அதன் நைலான் கூந்தல் பூக்களில் சட்டமிடப்பட்ட காதல் பறவைகள் எம்ராய்டரி செய்யப்பட்ட தலையணையில் சிதறிக்கிடந்தது. நடு இரவில் சேன்டியின் வாயிலிருந்து வந்த விசில் சத்தத்தைக் கேட்டு பாட்டி அது என்ன சத்தம் என்றார்.

பாட்டியிடம் அது மின்விசிறியிடமிருந்து வரும் சத்தம் என்று கூறினேன், ஆனால் அவர் சமாதானமானது போலத் தெரியவில்லை. நாங்கள் வேலையை முடிக்கும் வரை அதே திசையில் பார்த்துக்கொண்டிருந்தார். ஆனால் அவரது குருட்டுக் கண்கள் பாரத்துக்கொண்டிருந்தது எனக்குக் கொஞ்சம் பிரச்சினையாக இருந்தது. இந்த தந்திரக்காரப் பெண்மணிக்கு உண்மையில் பார்வை இருந்து இத்தனை ஆண்டுகளாக குருடி போல நடித்துக்கொண்டிருந்தால் என்னாவது? அடுத்த நாள் காலை நீண்ட அழைப்பு மணி கேட்டு விழித்த நான், ஸேன்டியின் ஒற்றைக் காலைப் பிடித்திழுத்துக்கொண்டு மாடிக்கு ஓடினேன்.

சந்தீப்பிடம் ஸேன்டி எப்படி வந்தாள் என்று நான் அடிக்கடி யோசிப்பேன். யாரோ ஒரு சுற்றுலா பயணியால் தூக்கி வீசப்பட்டதா? மகிழ்ச்சியளிக்கத் தீவிரம் காட்டிய ஒரு பயண முகவரின் வெகுமதியா? சந்தீப்பின் வாழ்க்கையில் வரும்போது இவள் கன்னியாக இருந்தாளா? எனக்கு அது சந்தேகம்தான். அவளது இடது உள்ளங்காலில் ஒரு சின்ன வட்ட வடிவ ஸ்டிக்கர் இருந்தது. அதில், தரம் சோதிக்கப்பட்டது என்று எழுதப்பட்டிருந்தது. இதிலிருந்து என்ன புரிந்துகொள்வது? தரக் கட்டுப்பாட்டு அலுவலர் இது நல்ல நிலையில் உள்ளதாக சான்றிதழ் அளித்து

அதன் காலில் ஸ்டிக்கர் ஒட்டுவதற்கு முன்பு அந்த பொம்மையோடு படுத்தெழுந்தாரா? அப்படி என்றால், அந்தத் தரக்கட்டுப்பாட்டு அலுவலர் மீது எனக்குப் பொறாமையாக இருந்தது. எந்தளவு பொம்மைகளோட உறவுகொள்கிறாரோ அந்தளவு சம்பாதிக்கலாம். கனவு வேலைதான்.

ஸேன்டி ரப்பரால் தயாரிக்கப்பட்டிருந்தாலும், அவள் பங்களாவுக்கு வந்த பிறகு ஒரு சில மாதங்களாக என்னை ஏமாற்றுகிறாளோ என்று சந்தேகம் கொள்ள ஆரம்பித்தேன். ஒரு ஞாயிற்றுக்கிழமை இரவில் நான் கடற்கரையிலிருந்து வந்து, ஜாவி ஒரு காலத்தில் பழைய கூடையில் அழுக்குத் துணிகளைப் போட்டு தன் தூக்குக் கயிற்றை மறைத்து வைத்திருந்த அதே மறைவிடத்திலிருந்து அவளை வெளியே எடுத்தேன். பெட்டியைத் திறந்தபோது, முரட்டுத்தனமாக, முற்றிலும் வேறு விதமாக சுருட்டி வைக்கப்பட்டிருந்தாள், அவள் தலைமுடி, ஒரு கருப்புப் பூ இளஞ்சிவப்புச் சுருளில் ஒட்டிக்கொண்டு இருப்பது போல இருந்தது. கட்டிலுக்கு அடியில், பழைய மெத்தைக்கு உள்ளே என்று நான் இவளுக்காக புதிய மறைவிடத்தைக் கண்டுபிடித்தேன், அறையைவிட்டு வெளியே போகும் சமயத்தில் பூட்டிக்கொண்டு போனேன். ஆனால் பூட்டுவது பயனற்ற செயல்தான் காரணம் பங்களாவின் அனைத்து கதவுகளுக்கும் ஒரு மாற்று சாவி ஹாலில் உள்ள இரும்பு வளையத்தில் ஆணியில் பெரிய கொத்தாக மாட்டப்பட்டுள்ளது. நான் திரும்பி வந்தபோது மீண்டும் அவள் அதே அலங்கோலமான நிலையில் மோசமாக சுருட்டி வைக்கப்பட்டிருந்தாள். அவள் வெற்று வயிற்றில் கத்தியை சொருகி அங்கிருக்கும் கொஞ்ச நஞ்ச காற்றையும் வெளியேற்ற வேண்டும் போல எனக்கு ஆத்திரம் வந்தது.

அந்த நாட்களில் எனக்குள் எழுந்த முட்டாள்தனமான கோபத்தில், சமயங்களில் இதன் தட்டையான வயிறு உயிர்ப்புடன் வீங்கி உள்ளே கரு உருவாகி உதைப்பதாகவும் குட்டிக்கரணங்கள் அடிப்பதாகவும் கற்பனை செய்துகொள்வேன். வயிறு வீங்கிய நிலையில், இடுப்பில் கைவைத்தவாறு, அவ்வப்போது வரும் வலி அவள் உயிரற்ற கண்களில் பளிச்சிட அவள் பங்களாவைச் சுற்றி நடப்பதாகக் கற்பனை செய்துகொள்வது சுலபமாகவே இருந்தது, வீடு முழுவதும் *இதற்கு யார் அப்பா - அமரா அல்லது அக்மலா? -* என்று விவாதம் நடந்தது.

சில நேரங்களில் நான் அவளைக் கொலைசெய்வது பற்றி தீவிரமாகச் சிந்தித்தேன், அவள் தொண்டையை அறுத்து மாட்டுக்கொட்டகைக்குப் பின்னால் புதைத்துவிட்டு, அதன்

கல்லறையில் ஏறி மிதித்து, நீ என்னை ஏமாற்றிவிட்டாய் செக்ஸ் பொம்மையே என்று கூறுவதாகக் கற்பனை செய்தேன்.

‘டாக்டர் இப்ராகிம் எனக்கு எழுதிக்குடுத்த மருந்துச் சீட்டை நீ பாத்தியா?’

அம்மா வரவேற்பறையின் இருட்டான அந்த மூலையில் உருவமற்றவள் போல நின்றார். ஏப்ரல் மாத மாலை மங்கும் நேரம் அது, கடுமையான கோடை வெய்யிலுக்குப் பிறகு வீடு சற்றே குளிரத்தொடங்கியிருந்தது, மூலைகளில் கொசுக்கள் ரீங்காரமிட்டவண்ணம் இருந்தன. நான் அப்போதுதான் கடற்கரையிலிருந்து வெறும் பாக்கெட்டுடனும், பேன்ட் மடிப்புகளில் மணலுடனும் வந்திருந்தேன்.

‘மருந்துச் சீட்டை நீ பாத்தியா,’ என்று அம்மா மீண்டும் கேட்டார், உடனே எனக்கு காசிம் மாமா லண்டனிலிருந்து கடிதம் எழுதியிருக்கிறார் என்று தெரிந்தது. இத்தனை காலம் அவர் அமைதியாக இருந்ததால் அவர் நன்றாக இருக்கிறாரா, அல்லது உயிரோடுதான் இருக்கிறாரா என்று நினைத்துக்கொண்டிருந்தேன். ஆனால் அவர் எழுதிய கடிதம் மாலையில் வந்தது, அக்மல் அதைப் படித்தான், அதில் அவர் லண்டன் தனக்கு வெறுத்துவிட்டது என்றும் இந்தியா திரும்புவதாகவும் எழுதியிருந்தார். அவர் அம்மாவிடம் பாட்டியின் வீட்டை சீரமைக்கச் சொல்லி குறிப்புகள் அனுப்பி இருந்தார். அந்த வீடு விற்பனை செய்யப்பட்டு, புது உரிமையாளர் அதை இடித்து அந்த இடத்தில் எஃகு, கான்கிரீட், பளபளப்பான டைல்களால் கட்டி, வெஸ்பா ஸ்கூட்டர்கள் விற்பனை செய்யும் மினுமினுக்கும் இடமாக எப்போதோ மாறிவிட்டிருந்தது. இப்போது இல்லவே இல்லாத ஒரு வீட்டை மறுசீரமைப்பு செய்யச் சொல்லி இருக்கிறார் காசிம் மாமா. அவர் வெளிச்சுவர்களுக்கு வெள்ளை பெயின்ட்டும், உள் பக்கம் வெளிர் பச்சை நிறமும், குளியலறைகளுக்கு வெஸ்டர்ன் க்ளோசட்டுகளும் கேட்டிருக்கிறார். அம்மா இரண்டு டஜன் மண் தொட்டிகள் ஏற்பாடு செய்ய வேண்டுமாம், அவற்றை அவர் வராந்தாவில் தொங்கவிட விரும்புகிறார், அவற்றில் வளர்க்க அலங்காரக் கொடிகளை அவர் அங்கிருந்து கொண்டு வருவாராம். ஒரு மாத காலத்திற்குள் சீரமைப்பிற்குத் தேவையான பணத்தை அனுப்புவதாக வாக்களித்துள்ளார்.

‘ஆனா, அவரு வீட்டை விற்க அனுமதி தந்தார்னு நீங்க சொன்னீங்களே,’ என்று கேட்டபடி அம்மாவிடம் கடிதத்தை நீட்டினான் அக்மல்.

‘ஆமாம், அவன் அப்படித்தான் சொன்னான். இந்தப் பொம்பளை பெத் இருக்காளே, அவளுக்குத்தான் வீடு திரும்ப வேணும்,’ என்றார்.

‘நீங்க பாட்டிகிட்ட உள்ள நிலைமைய சொல்லிருங்க, அவங்களை விட்டு காசிம் மாமாகிட்ட பேச வையுங்க,’ என்று பங்களாவில் மேலும் அதிக துயரம் தாக்குவதை விரும்பாமல் கூறினேன்.

‘என்ன சொல்லச் சொல்ற? காசிம் வீட்டைத் திருப்பிக் கேக்கறான்னா? அவங்க உடனடியா பல்டி அடிச்சி, நான்தான் அவங்க வீட்டைக் கொள்ளை அடிச்சிட்டேன்னு சொல்லுவாங்க,’ என்று கூறிய அவர் குரல் கோபத்தால் நடுங்கியது, அன்று ஜசிரா ரோஸ்வுட் மரத்தை வெட்டாமல் தடுத்தபோது அவர் குரலில் எழுந்த அதே ஆவேசம் இன்றும் வந்துபோனதை உணர்ந்தேன்.

‘நாம வேற என்ன செய்யறது?’ என்று அக்மல் கேட்டான்.

‘உன் அப்பாகிட்ட ராணி பெத்துக்கு ஒரு நல்ல பங்களா வாங்கிக் கொடுக்கச் சொல்லு, அவரோட பர்ஸ்ல ஒன்ன திறந்து பணத்தை எடுக்கச் சொல்லு,’ என்று சீறினார்.

அந்தக் கோடையில் அப்பா பங்களாவைச் சுற்றிலும் இருந்த பழ மரங்கள் அனைத்தையும் மொத்த பழ வியாபாரி ஒருவனிடம் லீசுக்கு விட்டார். அவன் ஒவ்வொரு வாரமும் வீட்டைச்சுற்றி உரிமையாளர் தோரணையில் நடந்து செல்வான்; மாங்காய், பலா, சப்போட்டா மற்றும் புளிய மரங்களில் தன் முதலீடு பழுத்து வருவதைக் கண்காணிப்பான். மெழுகு நாவல், சீதாப்பழம், நெல்லிக்காய்கள் மற்றும் பப்பாளிகூட பழுத்து, பறிக்கத் தயாராகியவுடன் அவனுடையதாகிவிடும். அப்பா மரங்களை லீசுக்கு விட்டப் பணத்தை கவனத்துடன் செலவிட்டார்; புகையிலை டின் வாங்கி வந்து தானாகவே சிகரெட் தயாரித்துக்கொண்டார்; தனது பழைய வில்கின்சனுக்கு பதிலாக சவரக்காரர் பயன்படுத்தும் ரேசரை வாங்கிப் பயன்படுத்தினார். எனவே, அவரது பணப்பெட்டி பற்றி அம்மா குறிப்பிட்டது எனக்கு புன்னகையை வரவழைத்தது.

‘சும்மா சிரிச்சிட்டே அப்படியே நின்னுட்டு இருக்காதே,’ என்றவாறு அம்மா என்னை முறைத்துப்பார்த்தார்.

ஒரு நிமிடம் அவர் குரல் கடினமானது, அடுத்த நிமிடம் மென்மையானது, அவரது முகபாவம் மட்டும் எல்லா நேரமும் கடினமாகவே இருந்தது. 'அந்த மருந்துச் சீட்டை தேடு,' என்றார்.

அன்று இரவு, அவர் டாக்டர் இப்ராகிம் தந்த மருந்துச்சீட்டை ஒரு மேஜை டிராயரிலிருந்து தேடி எடுத்துவிட்டார். 'போ, போய் எனக்கு எத்தனை முடியுமோ அத்தனை மாத்திரைகளை வாங்கிட்டு வா, காசிம் ஜூலை மாசம் வந்து என்னக் கொல்ற வரைக்கும் எனக்கு மன அமைதியே இருக்கப்போறதில்லை,' என்றார்.

'அவரு வரும்போது...' என்று கூறிய அக்மல் பேச்சை நிறுத்தினான்.

'அவன் வந்தா என்ன ஆகும்னு எனக்குத் தெரியல,' என்று கோபமான குரலில் கூறினார். 'அமர், போய் மாத்திரைகளை வாங்கிட்டு வா,' என்றார்.

என்னை மாத்திரைகள் வாங்கச் சொல்லி உத்தரவிட்டது அதுதான் கடைசி தடவை. விரைவில் அவரே அந்த வேலையை செய்ய ஆரம்பித்தார். எதையும் கண்டுகொள்ளாத அப்பாவே அவர் தன்னைக் கடந்து மண்பாதைக்குப் போகும்போது சற்றே சிடுசிடுப்புடன் நிமிர்ந்து பார்த்தார்.

மே மாத ஆரம்பத்தில் சீரமைப்பிற்கான காசோலை, மஞ்சள் நிற காகிதத்தில் நேர்த்தியாக டைப் செய்யப்பட்ட மேலும் சில குறிப்புகளுடனும், மறுகட்டமைப்புக்கான யோசனைகளோடும், வாங்க வேண்டிய பொருள்கள் குறித்த ஒரு புதிய பட்டியலோடும் வந்தது. தங்க முலாம் பூசப்பட்ட தாழ்ப்பாளுடன் புது முன்பக்கக் கதவு, அனைத்து அறைகளுக்கும் இதழ்கள் வடிவில் லாம்ப்ஷேட்கள், கிணற்றிலிருந்து தண்ணீர் பம்ப் செய்ய ஓவர்ஹெட் டாங்க், குளியலறையில் பாத்டப், வாஷ்பேசின்களில் ஸ்டீல் குழாய்கள், வரவேற்பறை ஜன்னல்களுக்கு மூங்கில் தட்டியிலான மறைப்புகள். இவற்றைப் படித்து அம்மா விட்ட ஆழ்ந்த பெருமூச்சில் அவர் கையில் இருந்த காசோலை நடுங்கியது. காசிம் மாமா எங்கள் வீட்டு வாசலுக்கு வந்து நின்று தன் கற்பனை வீட்டின் சாவியைக் கேட்கும் சாத்தியத்தை நினைத்து பயத்தால் அவர் நடுங்கினார் .

ஆனால், ஒரு வாரம் கழித்து ஹாலில் இருந்த வெள்ளை குளிர்சாதனப் பெட்டியை நம்ப முடியாத ஆச்சரியத்துடன் பார்த்தேன். அம்மா, காசிம் மாமா வீடு திரும்ப முடிவெடுத்திருப்பதை பொருட்படுத்தாதவர்போல் சிரித்தார்,

'அவன் சும்மா எனக்கு விளையாட்டு காட்டறான், சுஹ்தா உயிரோட இருக்கற வரையில அவன் இங்க வரமாட்டான்,' என்றார். ஆனால் அவர் மயக்கமாகக் காணப்பட்டார், எப்போதும் தூங்கத் தயார் என்பது போல இருந்தார், கெல்வினேட்டருடன் இலவசமாக வந்த ஐஸ்கிரீம் செய்முறைப் புத்தகத்தைப் படித்தபோது அவர் கண்கள் குறுகியும், மங்கலாகவும் இருந்தது. எது எப்படியோ அம்மா பாட்டியிடம் எவர்சில்வர் கிண்ணத்தில் வைத்து ஐஸ்கிரீமை ஊட்டும்போது காசிம் மாமா வரக்கூடும் என்ற தகவலைக் கூறினார். பாட்டி, வாயில் நிரம்பிய ஐஸ்க்ரீம் பற்குழிக்குள் ஏற்படுத்திய வலியினூடே புன்னகைத்தார். 'அவன் வரட்டும், அஸ்மா. அவனுக்கு ஒரு பொண்ணு பாக்க ஆரம்பிச்சிரு. இந்த தடவை அவனுக்குக் கல்யாணம் பண்ணியே ஆகணும்,' என்றார்.

அம்மாவின் ஐஸ்கிரீம் செய்யும் முயற்சி படுதோல்வியில் முடிந்தது, ஒவ்வொரு ஸ்பூனும் தாங்க முடியாத அளவுக்கு கஸ்டர்ட் பொடியுடனும், பழைய உலர்ந்த திராட்சையின் சுவையோடும் இருந்தது. ஆனாலும் பாட்டி இன்னொரு கிண்ணம் வேண்டும் என்று கேட்டார், உடனடியாகக் கிடைத்தது. அதற்குப் பிறகு மூன்றாவது தடவையும் சாப்பிட்டார்.

'அடுத்த வெள்ளிக்கிழம, நான் உங்களுக்கு மேல செர்ரிக்கள், வேஃபர் துண்டுகள், அப்புறம் தேன் சேத்து சாக்லேட் ஐஸ்கிரீம் செய்து தரேம்மா,' என்று அம்மா வாக்களித்தார்.

ஆனால், அடுத்த வெள்ளிக்கிழமை செர்ரிக்கள், வேஃபர் எல்லாம் இல்லை, திகிலும் ஏமாற்றமும்தான் தாராளமாகக் கிடைத்தன. காசிம் மாமா மீண்டும் கடிதம் எழுதியிருந்தார், அதில் தன் இந்திய வருகைத் திட்டத்தை மாற்றி, ஜூலை மாதத்திற்கு பதிலாக ஜூன் மாத ஆரம்பத்திலேயே வர இருப்பதால், சீரமைப்புப் பணிகளை விரைவாக செய்யச் சொல்லியிருந்தார்.

'நாம என்ன செய்யப்போறோம்?' தபால்காரர் வந்தாலே பதற்றமடையத் தொடங்கியிருந்த அக்மல், அம்மாவிடம் கேட்டான். 'நமக்கு இன்னும் ஒரு மாசம்தான் இருக்கு,' என்றான்.

'நாளைக்கு ஏதாவது செய்யலாம்,' என்று அம்மா ஆறுதல் கூறும் குரலில் கூறினார். அது அப்படியே ஜசிரா யாரிடமாவது உதவி எதிர்ப்பார்க்கும்போது பேசும் குரலில் இருந்தது.

'ஆனா என்ன செய்யப்போறோம்?' என்று அக்மல் மீண்டும் வலியுறுத்தினான்.

‘நான் யோசனை பண்ணி சொல்றேன்,’ என்றவாறு ஒரு தூக்க மாத்தரையை வாயில் போட்டு ஏற்கெனவே கொட்டாவி விடத் தொடங்கியபடி பாட்டி அறைக்குச் சென்றுவிட்டார்.

நான் எப்போதுமே ஐசிரா தன் சதித்திட்டத் திறமைகளை அப்பா வீட்டாரிடமிருந்து, குறிப்பாக சுஹ்ரா அத்தை அல்லது எங்கள் சாப்பாட்டு அறை சுவர்களில் நாங்கள் குழந்தைகளாக இருந்தபோது வரிசையாக மாட்டியிருந்த புகைப்படங்களில் இருந்த எங்கள் அத்தைப் பாட்டிகளிடமிருந்து பெற்றிருக்கலாம் என்றுதான் நினைத்திருந்தேன். ஆனால் எத்தனை தவறு! அவள் மிரட்டல், அச்சுறுத்தல் போன்ற விஷயங்களை அம்மாவிடமிருந்துதான் பெற்றிருக்கிறாள்.

அப்பா, மண்பாதையில் உலாத்துவதற்குப் போன பிறகு அம்மா என்னிடம், ‘போ, போய் டி.வி.ய அணை, நான் அந்த அறைக்கு வரும்போது நீ அங்க இரு,’ என்று கூறினார்.

நான் டி.வி. அறையில் அவருக்காகக் காத்திருந்தேன், அவர் வந்து கதவருகில் முழங்கால்களைக் கட்டிக்கொண்டு உட்காரும் வரையில் என்ன திட்டம் வைத்திருக்கிறாரோ என்று யோசித்தேன்.

‘யாரு அழறாங்க?’ என்றவாறு பாட்டி தன் நெற்றியைச் சுருக்கினார்.

‘அம்மாதான் பாட்டி,’ என்று அம்மா கட்டுப்படுத்த முடியாமல் அழுவதைப் பார்த்துக்கொண்டே கூறினேன்.

‘அவ ஏன் அழறா?’ குரலில் பெரிதாகக் கவலை எதுவும் இல்லாமல் பாட்டி கேட்டார்.

அம்மா மனதில் நினைத்திருப்பதோ அல்லது அவரது நாடகத்திற்கான திரைக்கதையோ தெரியாததால் அமைதியாக இருந்தேன்.

‘ஏன் அழறே, அஸ்மா,’ என்று கோபத்துடன் கேட்டார் பாட்டி. ‘ஹம்சா உன்னை அடிச்சாரா?’

‘அவரு வீட்லயே இல்லை,’ என்று மறுப்புடன் கூறினார்.

‘அவரு என்ன மறுபடியும் அவரோட வாசனைப் பொருள்களை தேடி மலபார் போயிட்டாரா?’

‘இல்லை, உள்ளூர்லதான் இருக்காரு, கேட்டதுக்கு ரொம்ப நன்றி.’

'பின்ன எதுக்காக அழுவுறே?' என்று பாட்டி வற்புறுத்திக் கேட்டார், 'அமர், உன் அம்மா ஏன் அழுவுறா? யார் செத்துப் போனாங்க?' என்றார்.

'யாரும் சாகலம்மா, நான் செத்துப்போனா நல்லா இருக்கும்னு சில சமயங்கள்ல நினைக்கறதுண்டு. அவ்ளோ மோசமான செய்திங்க காதுல விழுது,' என்றார்.

இப்போது அவர் திட்டம் என்னவாக இருக்கும் என்று எனக்கு ஓரளவு புரிந்தது, அவரது அறிவு என்னைக் கவர்ந்தது. அக்மல் கதவருகில் வந்து நின்றான், அம்மாவின் கண்ணீர் உண்மையானதுதானா என்பது குறித்து நிச்சயமில்லாமல் பார்த்தான்.

'இன்னிக்கு காலைல அமர் என்கிட்ட காசிம் மாமாக்கு பொண்ணு பாக்க வேணாம்னு சொல்றான். காசிம் மாமாக்கு கல்யாணம் ஆகி குழந்தைங்க இருக்காங்கன்னு சொல்றான்,' முட்டாள் அக்மல், நேரில் தான் பார்க்க முடியாத ஏதோ ஒரு திரைப்பட நட்சத்திரம் அல்லது கிரிக்கெட் வீரரோடு இடித்துக்கொண்டது போலவும் நடப்பது உண்மையா அல்லது கனவா என்று நம்ப முடியாமல் திகைத்து நிற்பவன் போலவும் காணப்பட்டான். பாட்டியின் முகம் எந்த உணர்வும் இன்றி வெறுமையாக, நீண்ட நேரத்திற்கு அவரது மகனின் திருமணம் குறித்த செய்தி அவரை எட்டாமல் வீட்டைவிட்டு வெளியே சென்றதுபோல் இருந்தது.

'அந்த சுஹ்ராவத் தவிர இது நம்ம வேற யாருக்குமே தெரியாது,' என்று அம்மா கோபத்துடன் கூறினார்.

'அப்புறம் அமருக்கு,' என்று முட்டாள்தனமாக அக்மல் கூறினான்.

அக்மலை மவுனமாக இருக்கும்படி சைகை காட்டியவாறு அம்மா, 'சுஹ்ராவுக்கு காசிம் எழுதின கடிதம் அமர் கைல கிடைச்சதாலதான் அவனுக்கு அது தெரியும்,' என்று அவசரமாகக் கூறினார்.

பாட்டியின் குருட்டுக் கண்கள் என் கண்களைச் சந்தித்தன, அவர் வெகு நேரம் அப்படியே முறைத்தவாறு இருந்ததால், எனக்கு உண்மையிலேயே அவர் பார்வை அற்றவர்தானா என்று சந்தேகம் வந்துவிட்டது. 'அந்த லெட்டரை படி, அமர்,' என்று மெதுவாகச் சொல்லி லேசாக அசைந்தார்.

'நான் படிக்கறேன்,' அம்மா கதவருகிலிருந்து சொல்லிக்கொண்டே அவரது நேர்த்தியற்ற கையெழுத்தில் எழுதப்பட்ட ஒரு கசங்கிய

தாளை எடுத்தார். அக்மலின் முகத்தில நம்ப முடியாத பாவம் இன்னும் அதிகரித்தது.

'என் அருமை சுஹாதா,' என்று பல ஆண்டுகள் ஆனதால் அதன் மை மங்கலானது போல கடிதத்தை மெதுவாகப் படிக்கத் தொடங்கினார். 'நான் ஒரு வெள்ளைக்காரியைத் திருமணம் செய்துகொள்ளப் போகிறேன். அவள் பெயர் பெத். அவளுக்குத் திருமணமாகி விவாகரத்தாகிவிட்டது, ஆனால் அவள் ஒரு நல்ல பெண்மணி. அவள் கிறிஸ்தவப் பெண், பன்றி சாப்பிடுபவள், ஆனால் மற்றபடி அவள் மிகவும் நல்ல பெண். இப்போது நானும் பன்றி சாப்பிடுகிறேன், உண்மையில் சுவையாக உள்ளது. நான் எப்போதாவது இந்தியா வந்து திருமணம் செய்துகொள்வதென்றால், நீதான் என் இரண்டாவது மனைவி. அஸ்மாவுக்கோ அல்லது என் அம்மாவுக்கோ என் திருமணம் பற்றித் தெரியவே கூடாது. அவர்கள் என் திருமணத்தையோ அல்லது பன்றி உண்ணும் கிறிஸ்தவப் பெண்ணையோ ஏற்றுக்கொள்ளவே மாட்டார்கள். என் அம்மா அவள் நிலத்தில் எனக்கு ஒரு துண்டு இடம் கூடத் தரமாட்டார். எனவே இதைக் குறைந்தபட்சம் என் அம்மா சாகும் வரையிலாவது ரகசியமாக வைத்துக்கொள்ள வேண்டும்.'

அம்மா கடிதத்தை மடித்து அவள் மடியில் போட்டுவிட்டு, பாட்டி கதறி அழுவாள் என்று எதிர்பார்த்துக் காத்திருந்தார். ஆச்சரியப்படும் வகையில், பாட்டி கடிதத்தை மிக அமைதியுடன் எடுத்து எந்த உணர்வுகளையும் வெளிப்படுத்தாமல் அசையாமல் அமர்ந்திருந்தார்.

'அமர், வெயில் குறைஞ்ச பிறகு ஒரு ரிக்ஷாவ கூட்டிட்டு வா,' என்று என்னிடம் கூறினார். 'அப்புறம் அம்மா, நாம போன் பூத்துக்குப் போய் அவனைக் கூப்பிட்டு பேசலாம். அவன்கிட்ட அவனைப் பத்தியும் அவன் பன்றிகளைப் பத்தியும் எல்லாம் தெரியும்னு சொல்லலாம்,' என்றாள்.

அம்மாவின் திட்டத்தை மெதுவாக ஏற்றுக்கொள்வதுபோல பாட்டி தலையசைத்து, என்னிடம் டி.வி. போடும்படி கூறினார்.

மாலையில் - அப்போது லண்டனில் என்ன நேரம் இருக்கும் என்று கணக்குப்போட முயன்று தோற்றேன் - ரயில் நிலைய கட்டிடத்தில் உள்ள தொலைபேசி பூத்துக்கு நாங்கள் பாட்டியை அழைத்துச் சென்று குறுக்கும் நெடுக்குமாக கருப்பு ஒயர்கள் ஓடிய ஒரு கண்ணாடி சுவற்றைப் பார்த்தபடி நிற்க வைத்தோம். பாட்டி ஒரு பழைய காஷ்மீர் சால்வையைப் போர்த்திக் கொண்டிருந்தார், அதில் அந்துருண்டை வாசனை வந்தது, அம்மா பாட்டி உடலில் அத்தர்

தெளித்து, முகத்தில் டால்கம் பவுடர் பூசிவிட்டிருந்தார், எனவே ரசாயனம், பவுடர், அத்தர் நறுமணம் எல்லாம் சேர்ந்து வீசியது. பல ஆண்டுகளில் இன்றுதான் பாட்டி பங்களாவைவிட்டு முதல் தடவையாக வெளியே வருகிறார். ரயில் நிலைய அறிவிப்புகளைக் கேட்டு குழப்பத்துடன் ஒரு காதை மடித்துக்கொண்டார்.

நான் எதிர்பார்த்ததைவிட விரைவாக நான்காவது மணி ஓசையிலேயே காசிம் மாமா தொலைபேசியை எடுத்து, மிகவும் பணிவுடன் ஹலோ சொன்னபோது, பாட்டி உணர்ச்சிவசப்பட்டு அவரை வசைமாரி பொழியப் போவதை எண்ணி நான் அவருக்காக வருந்தினேன்.

நான் பதற்றத்துடன், 'அமர் பேசறேன்,' என்றேன், திடீரென்று அவருக்கு என் பெயர் நினைவிருக்காதே என்பது நினைவுக்கு வந்தது. ஆனால் அவர் தன் அருகில் படுத்திருக்கும் யாரையோ எழுப்ப வேண்டாம் என்பதுபோல மெதுவான குரலில், 'ஆ, அமர், சொல்லுப்பா,' என்றார்.

'பாட்டி இங்க வந்திருக்காங்க, அவங்களுக்கு உங்களோட ஏதோ பேசணுமாம்' என்றேன். அவர் திகிலடைந்து பைஜாமாவுடன் அறையில் தொலைபேசியின் ஒயரை இழுத்தவாறு சுற்றி வருவதாக கற்பனை செய்துகொண்டேன்.

'சரி, பேசறேன்,' என்றார்.

நான் பாட்டியின் காதுகளில் போனை வைத்துப் பேசும்படி கூறினேன். அம்மா மேலே இருக்கும் எலக்ட்ரானிக் மீட்டரையே பதற்றமாகப் பார்த்தார். பிறகு, பாட்டி பேசத் தொடங்குவார் என்று எதிர்பார்ப்புடன் அவரைப் பார்த்தார். மீட்டரில் உள்ள இலக்கங்கள் வேகமாக ஓடி, லண்டன் லைனில் ஒலித்த மவுனத்துக்காக கட்டணம் ஏறிக்கொண்டே போனது.

'பேசும்மா, அவனை நாம மறுபடியும் பார்க்க விரும்பலேன்னு சொல்லுங்க,' என்று அம்மா முணுமுணுத்தார்.

அம்மாவின் தூண்டுதலால் பாட்டி தன்னைப் பேசுவதற்குத் தயார்படுத்திக்கொண்டார், பேசும் இடத்தை தன் கைகளால் தொட்டு உணர்ந்தார். ஆனால் ஏதோ ஒன்று அவரைத் தடுப்பது போல, இதுவரை அவர் முகத்தில் நான் பார்த்திராத ஒருவகை மென்மையான சோகம் தோன்றியது.

'போனை என்கிட்ட கொடுங்க, நான் பேசறேன்,' என்றவாறு கையை நீட்டினார் அம்மா.

ஆனால், பாட்டி மறுப்பாகக் கையசைத்தார். அவருக்கு வியர்த்தது, மென்று விழுங்கி கடைசியில் பேச ஆரம்பித்தார். 'அஸ்மா உன் கடிதத்தைப் படிச்சுக் காட்டினாள்.'

அம்மா ஒப்புதலாகத் தலையசைத்தார், அவர் கண்கள் மறுபடியும் எலக்ட்ரானிக் மீட்டரிடம் சென்றன.

'எனக்கு இது எல்லாம் தெரியாது. யாருமே என்கிட்ட சொல்லல,' என்று கொஞ்சமும் கோபமோ புகாரோ இன்றிக் கூறினார். பின்னர் அவர் முகத்தில் ஒரு திடீர் நிறைவு தோன்ற ஆரம்பித்ததைப் பார்த்து அவர் மகனிடமிருந்து மன்னிப்பு கேட்கப்பட்டிருக்கும் என்று நான் ஊகித்தேன். பாட்டி தொடர்ந்து கண்ணாடி சுவற்றை நோக்கி முகத்தில் கொஞ்சும் பாவம், தலையசைப்புகள், புன்னகையுமாக கேட்டுக்கொண்டிருந்தார். 'எத்தனை பசங்க, காசிம்? எல்லாமே ஆம்பிளை பிள்ளைகளா?' என்று கேட்டார்.

அழுகையையும், வசைகளையும், உறவு முறிந்துவிட்டது என்ற அறிவிப்புகளையும் எதிர்பார்த்திருந்த அம்மா, தான் பெரும் முயற்சி செய்து தயாரித்த கதையில் புதிய திருப்பம் ஏற்படுவதைக் கண்டு திகைப்படைந்தார். கோபமும் விரக்தியுமாக தன் விரல்களை வலுக்கட்டாயமாக நொட்டை உடையும் சத்தம் கேட்கும்வரை மடக்கினார். பாட்டி உருகிய உருகலால் ஏற்பட்ட பாதிப்பைவிடவும் அந்த எலக்ட்ரானிக் மீட்டர் அவரை இப்போது பாதிக்கவில்லை.

ரயில் ஒன்று நிலையத்தில் வந்து நின்ற சத்தத்தில் எதிர் முனையிலிருந்து வரும் குரலைக் கேட்கும் முயற்சியில் பாட்டி விரலால் ஒரு காதை மூடிக் கொண்டார், முகம் சிரமத்தில் சுருங்கியது. 'நீ வரயா? எப்போ வரே? நீ பேசறது கேக்கல. எப்போ?'

அம்மா தொலைபேசியைத் துண்டித்தபடி, 'லைன் கட்டாயிருச்சு, வாங்க வீட்டுக்குப் போகலாம்,' என்றார்.

'அஸ்மா, அவன் வீட்டுக்கு வரான்,' என்ற பாட்டியின் கண் தெரியாத கண்களிலிருந்து கண்ணீர் வழிந்தது. 'அதைப் பத்தி உனக்கு ஏற்கெனவே கடிதம் எழுதியிருக்கறதா அவன் சொன்னான்.'

‘யாரும் எனக்கு எதுவும் எழுதல, யாருக்கும் என்னைப் பத்தி கவலை இல்லை,’ என்றபடி அம்மா ரிக்‌ஷாவை நோக்கி ஏறக்குறைய ஓடினார்.

யூகலிப்டஸ்களுக்கு அருகில் நடந்தது ஒரு சிறிய விபத்துதான், என்ஜின் மட்டுமே தண்டவாளத்தைவிட்டு நழுவி ஒரு சில மரங்களை வீழ்த்தியிருந்தது, ஆனால் அதுவே எங்கள் தூங்குமூஞ்சி நகருக்கு ஒரு பெரிய காட்சி. தொலைதூரத்தில் இருந்தெல்லாம் மக்கள் கூட்டமாக வந்து, கடைசியில் ஒரு கிரேன் வந்து என்ஜினை மீண்டும் தண்டவாளத்தில் வைக்கும்வரை என்ஜின் விழுந்த இடத்தைச் சுற்றி வந்தனர். கடுமையான வெய்யிலில் ஒருநாள் முழுவதும் அந்த வேலை நடைபெற்றதால் நகரம் முழுவதும் அடுத்தநாள் மதியம் வரை மின்சாரம் துண்டிக்கப்பட்டது. சுரங்கத்திலிருந்த மரங்களின் மேல் என்ஜின் சாய்ந்த இடத்திற்கு நான் விரைந்து வந்தபோது, அதைச் சுற்றிலும் மக்கள் குறைவாகவே காணப்பட்டனர். ரயில் தொடர்ந்து அடிப்பட்ட விலங்கு போல சத்தம் போட்டுக்கொண்டிருந்தது, கண்ணாடி அணிந்த ஒருவர் கேபினுக்குள் லீவரில் கை வைத்து ஒலிக்க விட்டுக்கொண்டிருந்தார்.

இத்தனை ஆண்டுகளாக பங்களாவைக் கடந்து தன் பாதை குறித்து தீர்மானமாகத் தெரிந்து வைத்திருப்பது போல அலட்சியமாகச் சென்று கொண்டிருந்த ரயில், இப்படி தடம் புரண்டு கிடப்பதைக் கண்டு எனக்குள் ஓர் அசாதாரண உற்சாகம் புரண்டது. நான் என்ஜினின் பக்கமாக ஏறி, கேபினுக்குள் தலையை எட்டிப் பார்த்தேன். டிரைவர் உடனடியாக லீவரிலிருந்து கையை எடுத்து பேரொலி எழுப்புவதை நிறுத்தினார். அவர் திகைத்துப் போய் பாதிப்பின் அளவைக் குறித்து நிச்சயமற்றிருந்தார். தன் கைகால்களை அசைத்தால் என்ஜின் கவிழ்ந்துவிடுமோ என்று குழம்பினார். நான் அவருக்காக கையை நீட்டினேன், அவர் அதைப் பற்றிக்கொண்டார்; அவர் கைகள் சில்லிட்டிருந்தன, ஆனால் அவரது கன்னங்களிலிருந்து வியர்வை வழிந்தது. அவருக்கு கேபினிலிருந்து வெளியே வர உதவி, என்ஜினின் பக்கவாட்டிலிருந்து கீழே புல் தரையில் இறங்கிவர வழிகாட்டினேன், அவர் ஒரு மண் சுவற்றின் நிழலின் கீழ் அமர்ந்து சக்கரங்கள் மண்ணில் ஆழமாகப் புதைந்திருப்பதைப் பார்த்தார்.

மக்கள் ரயில் பெட்டிகளிலிருந்து வெளியேறி தேய்ந்துபோன பாதையில் என்ன நடந்திருக்கிறது என்று பார்க்க நடந்து வந்தனர்.

ரயில் தடம்புரண்ட செய்தி யூகலிப்டஸ் மரங்களிலிருந்து நகர சதுக்கத்திற்குப் பரவியபோது, மக்கள் மாற்று போக்குவரத்தைத் தேடிப் போனார்கள். அப்போதுதான் நான் அவளைப் பார்த்தேன்; உயரமாக, பின்பக்க பையுடன், அதற்கு மேல் சுருட்டி வைக்கப்பட்ட படுக்கையின் சுமையால் லேசாக குனிந்தபடி மரங்களைவிட்டு விலகி நடந்தாள். அவளது தலைமுடி ஒட்ட வெட்டப்பட்டிருந்தது; நீண்ட காதணிகளும் ஒருசில கண்ணாடி வளையல்களும் அணிந்திருந்தாள். அவளது திருமணப் புகைப்படத்தின் மூலைகளை நீலநிற ஜுவாலைகள் எரித்து, தொட்டாச்சிணுங்கி இலைபோல சுருளச்செய்து பின்பு கருப்புருண்டையாக்க, சந்தீப் அதன் மத்தியில் ஒரு குச்சியை சொருகி சாம்பலாக்கியது நினைவிற்கு வந்தது.

ரயில் தடம் புரண்டதால்தான் பார்பரா இந்த நகருக்கு மீண்டும் வந்தாளா என்று எனக்கு உறுதியாகத் தெரியவில்லை. அவளை நான் தலையில்லாத தென்னைமரத்தின் அடியில் அடுத்தநாள் மாலையில் பார்க்கும்வரை அவள் கடற்கரைக்குச் சென்றாளா அல்லது அடுத்த நகருக்கு பஸ் பிடித்துப் போய்விட்டாளா என்று எனக்குத் தெரிந்திருக்கவில்லை. சூரியன் மறைந்துவிட, குன்றில் ஏற்கெனவே இருள் பரவத் தொடங்கிவிட்டது. குன்றின் பாதையில் வெறும் ஒரு கருப்பு உருவமாக இருந்த நான், சோதிக்கும் விதமாக மெதுவாக அவளைக் கடந்து சென்றேன். மெர்மெய்ட் விடுதி இருந்த இடத்தில், வெறும் குடிசைகளின் கூடுகள் மட்டுமே இருந்தன. அவள் கடலுக்கு முதுகைக்காட்டியபடி நின்றிருந்தாள், அவள் பாவாடை காற்றில் அசைந்தது; தென்னந்தோப்பிலிருந்து யாரோ வந்து அவளை கடற்கரைக்கு அழைத்துச்செல்வார்கள் என்று எதிர்பார்த்திருப்பது போல நின்றிருந்தாள்.

சந்தீப் ஸேண்டியை என் பொறுப்பில் விட்டுப்போய் கிட்டத்தட்ட இரண்டு ஆண்டுகள் ஆகிவிட்டன, நான் ஊகித்தபடியே அவன் கடிதம் எதுவும் எழுதவில்லை. டவுனைவிட்டுச் செல்லும்வரை ஒவ்வொரு சுற்றுலா பருவத்திலும் இவள் வருவாள் என்று எவ்வளவு பேராவலுடன் காத்திருந்தான். இவள் ஒருபோதும் திரும்பி வரமாட்டாள் என்று நான் எவ்வளவு உறுதியாக நம்பினேன்.

பார்பராவைக் கடந்து ஒரு கணம் அவளைப் பார்த்துவிட்டுச் சென்றேன். அவள் நிமிர்ந்து பார்த்தாள், ஆனால் என்னை அடையாளம் தெரியவில்லை, அவள் பார்வை மீண்டும் இருண்ட தென்னந்தோப்புக்குச் சென்றது. அந்தப் பாதையைக் கடந்து வந்து அவளிடம் சென்று நான் சந்தீப் பற்றி கூறி இருக்கலாம். ஆனால் தொடர்ந்து நடந்தேன், அவளை மீண்டும் இனி சந்திக்கவே

போவதில்லை என்று நினைத்தேன். அடுத்த நாளும், அதற்கு அடுத்த நாளும் பார்பரா குன்றிலோ அல்லது கடற்கரையிலோ இருந்ததற்கான அறிகுறி இல்லை. எனவே அவள் சந்தீப்பைத் தேடுவதை நிறுத்திவிட்டுத் திரும்பிப் போய்விட்டாள் என நினைத்துக்கொண்டேன். அவளிடம் உல்லாசக் கப்பல் பற்றியோ மெர்மெய்ட் விடுதியை மூடியது பற்றியோ விளக்கம் சொல்ல வேண்டிய அவசியம் ஏற்படவில்லை என்று நிம்மதியாக இருந்தது. அந்த வார இறுதியில் ஒருசில நாட்களுக்கு நான் டவுனிலிருந்து வெளியே போயிருந்தேன், ஜப்பான் நாட்டு பெண்களின் ஒரு குழுவை, ஓராண்டுக்கு முன்பு தோண்டி கண்டுபிடிக்கப்பட்ட புத்தமதக் கோவிலின் சிதிலங்களைப் பார்க்க அழைத்துச் சென்றிருந்தேன். அந்தப் பெண்களில் ஒருத்தி - உயரமாக, குழந்தைத்தனமான முகம் கொண்டவள் - சொன்ன ஒரு கதைக்கு அங்கே சிரிப்பு வெடித்தது, அதாவது அவள் என் மீது பித்துப்பிடித்தாற்போல காதலில் இருந்தாளாம். அல்லது அவர்களின் சைகை மொழிகளை வைத்து நான் அவ்வாறு புரிந்துகொண்டேன். அந்த உயரமான பெண்ணின் கோபமான எதிர்வினை, மேலும் நீண்ட நேரம் சிரிப்பைக் கிளப்பிவிட்டது.

நான் சிதிலங்களிலிருந்து திரும்பி வந்து குன்றை நோக்கிச் சென்றேன், பார்பரா தலையில்லா தென்னமரத்தில் ஏதாவது தகவல் எழுதியிருக்கலாம் அல்லது அதன் தண்டில் தான் இங்கே வந்திருந்ததாக தன் முகவரியை ஒரு கத்தியால் மரப்பட்டையில் கீறி எழுதிய குறிப்பை அதில் ஒட்டியிருக்கலாம் என்று கொஞ்சம் எதிர்பார்த்தேன். ஆனால் அங்கு அப்படி எதுவும் இல்லை. கடற்கரையை பார்த்தபடி நின்று இப்போது சந்தீப் எங்கிருப்பான் என்று யோசித்தேன். கடலில் பயணம் செய்து கொண்டிருப்பானா அல்லது கப்பலுக்கு வெளியே இருப்பானா, தூங்கிக்கொண்டிருப்பானா, விழித்திருப்பானா, பார்பராவைப் பற்றி மோசமாக நினைத்துக்கொண்டிருப்பானா அல்லது மாட்டானா, இவ்வாறாக. என் காலடியில் ஏதோ நொறுங்கியது, முட்டிபோட்டு அதை எடுத்துப் பார்த்தேன். நொறுக்கப்பட்ட பெத்தடின் குப்பி. நான் புத்தர் கோவிலுக்குச் சென்றிருந்த சமயத்தில் அவள் இங்கே மீண்டும் வந்திருக்கிறாள். அவள் தன் தேடலை நிறுத்தவில்லை. கடற்கரைக்குச் சென்று சுற்றுலாப் பயணிகளுக்கு பெத்தடின் விற்கும் நபரைப் பார்த்து விசாரித்தேன், ஆனால் அவனுக்கு நான் கூறிய அடையாளங்கள் கொண்ட பெண்ணுக்கு விற்பனை செய்ததாக நினைவில்லை.

அடுத்த நாள், நான் ஜப்பானியப் பெண்களுக்காக யோகா மையத்திற்கு வெளியே காத்திருந்தேன், அப்போது பார்பரா என் தோளைத் தட்டினாள். நான் உடனடியாக அவளை அடையாளம் கண்டுகொள்ளாதவன் போல நடித்தேன், பிறகு ஒரேயடியாக ஆச்சரியமடைந்தவன் போல நடித்தேன், அவளோ அமைதியாக என் முகத்தை ஆராய்ந்தாள். ஒரு சில நொடிகள் கழித்து நாங்கள் அணைத்துக்கொண்டோம்.

'நீ எங்க போயிட்டே?' என்று கேட்டேன்.

'சந்தீப் எங்கே?' என்று கேட்டாள், அவள் கரங்கள் லேசாக என் இடுப்பைத் தொட்டுக்கொண்டிருந்தன. நான் அவளுக்கு பதில் சொல்வதற்கு முன், யோகா மையத்திலிருந்து ஜப்பானியப் பெண்கள் வெளியே வந்து, தங்கள் சிறிய விரல்களால் என்னை அழைத்தனர்.

'நான் உன்னை சாயங்காலம் பாக்கறேன், நீ இருக்கற இடத்துக்கே வரேன். நீ எங்க தங்கியிருக்கே?' என்று கேட்டேன்.

அவள் குன்றைக் காண்பித்து அதன் கடினமான விளிம்பிலிருந்து வெளியே எட்டிப்பார்க்கும் ஒரு மரத்தைச் சுட்டிக்காட்டியபடி, 'நாம அங்க சூரியன் மறையற நேரம் சந்திக்கலாம்,' என்றாள்.

நான் இன்னமும் பார்பராவை குறிப்பிட்ட நேரத்தில் சந்திக்க முடியாமல் என்னை தாமதப்படுத்திய ஜப்பான் பெண்களைத் திட்டிக்கொண்டிருக்கிறேன். கடைசியாக, நான் குன்றைச் சென்றடைந்தபோது சூரியன் மறைந்து வெகுநேரம் ஆகிவிட்டிருந்தது. அவள் தென்னை மரத்தடியிலும் இல்லை, கடற்கரையிலும் இல்லை. அவளைத் தேடி கடற்கரையை ஒட்டி இருந்த குடிசைகளில் பார்க்க, அவற்றிலும் இல்லை. எங்கு தேடியும் அவள் கிடைக்கவில்லை. நான் அவளிடம் சொல்ல விரும்பிய விஷயங்கள் அன்று முழுவதும் என் நெஞ்சை அடைத்தவாறு இருந்தன. மூன்று மோசமான, மிக நீண்ட ஆண்டுகள் அவள் சந்தீப்பிடமிருந்து மவுனமாக விலகி இருந்ததற்காக என்ன காரணத்தை என்னிடம் கூற விரும்பினாள் என யோசித்தேன். சந்தீப்பின் புது வாழ்வைக் குறித்தோ, கடற்கரையில் என்றுமே நிற்காத அவனது உல்லாசக் கப்பல் குறித்தோ கொஞ்சமும் அறியாமல் அவள் படுக்கையில் புரள்வதைக் கற்பனை செய்தேன்.

அவள் உடலை அடுத்த நாள் காலை பாறைகளுக்கு இடையே கண்டெடுத்தனர். அவள் கண்கள் அகலத் திறந்திருந்தன, ஏதோ தீவிர உரையாடலுக்கு இடையே அவள் இறந்தது போல உதடுகள்

சற்றே பிரிந்திருந்தன. பிரேதப் பரிசோதனை அறிக்கை சுற்றுலா அலுவலகத்திற்கு மிகப் பெரிய ஆசுவாசம் தரும் விதமாக இருந்தது: அவள் பாலியல் ரீதியாக பலவந்தப் படுத்தப்படவில்லை; அதிகப்படியான பெத்தடின் செலுத்திக்கொண்டதன் காரணமாக இறந்திருக்கிறாள்.

அவள் உடல் எங்கள் நகரை விட்டுச் செல்ல ஏறக்குறைய ஒருவார காலம் ஆனது. நான் தபால் அலுவலகக் கட்டிடத்தின் முதல் தளத்தில் நின்றவாறு ஜப்பானிய பெண்களுக்கு அஞ்சல் தலை வாங்க உதவினேன். அப்போது ஓர் ஆம்புலன்ஸ் எங்கள் டவுன் சதுக்கத்தின் வழியாகப் போவதைப் பார்த்தேன். ஆம்புலன்ஸுக்குள் சுற்றுலா அலுவலர் இல்லை என்றால், அந்த வண்டி எங்கள் நகரிலிருந்து பார்பராவின் இறுதிப் பயணத்திற்கானது என்று எனக்குத் தெரிந்திருக்காது. இந்தப் பயணம், பல கடல்கள், பல விமானங்களைக் கடந்து கனடாவில் உள்ள அவளது செங்கல் வீட்டில் போய் முடியும். அங்கு வசந்த காலத்தில் இளஞ்சிவப்பு மலர்கள் மரக் கிளைகளை மறைக்குமளவிற்குப் பூக்கும் என்றும் ஒரு காற்று அடித்தால் தெருவில் கம்பளம் விரித்தது போல அவை உதிரும் என்றும் பார்பரா கூறியதை நினைத்துக்கொண்டேன்.

ஜப்பானிய சுற்றுலாப் பயணிகளில் ஒருத்தி நாக்கால் அஞ்சல் தலையை ஈரப்படுத்தி ஒட்டியதை நான் பார்க்கவும், அவள் என்னிடம் என் கண்கள் ஏன் கலங்கியிருக்கின்றன என்று கேட்டாள். சந்தீப் மற்றும் பார்பராவின் கதையைக் கூற சைகை மொழி போதாது என்பதால் புன்னகைத்தேன்.

*

நான் இன்னமும் பார்பராவுக்காக மவுனமாக வேதனைப்பட்டுக் கொண்டுதான் இருக்கிறேன், தலையில்லாத தென்னை மரத்தடியில் அவளைப் பார்த்த அன்றே ஓர் அந்நியன் போல நடித்து அவளைக் கடந்து போகாமல் நின்று பேசியிருந்தால், காத்திருந்து வெறுத்துப் போய் பெத்தடினை அதிகமாகப் போட்டுக்கொண்டு இறந்திருக்க மாட்டாள் என்று நான் என்னை நொந்துகொண்டே இருக்கிறேன். காசிம் மாமாவிடமிருந்து இன்னொரு கடிதம் வந்தது. அம்மா ஒரு நிமிடம் கண்களை மூடிக்கொண்டு இருந்தார், பிறகு தைரியத்தை வரவழைத்துக்கொண்டு சமையலறையில் இருந்த கத்தியால் கடிதத்தைத் திறந்தார். எந்த நல்ல செய்தியும் இல்லை. திட்டமிட்டபடி அவர் வருகிறார், தனியாக;

அவர் குடும்பம் இவர் வீட்டைப் பார்த்து, ஒப்புதல் அளித்த சுமார் ஒரு மாத காலத்திற்குப் பிறகு வந்து இணைவார்கள். பாட்டி இப்போது பெத் குறித்து அறிந்திருந்தாலும் பெரிதாக அலட்டிக்கொள்ளாததால் மாமா ஆசுவாசமடைந்திருந்தார்.

அம்மா, மருந்துச் சீட்டுடன் வெளியே சென்று மாத்திரைகளை வாங்க ஒரு மணி நேரத்திற்கு மேல் செலவிட்டாள். இப்போதெல்லாம் அவர் வினோதமாக இருக்கிறார், ஏதாவது கேட்டால் பதில் சொல்கிறார், கண்களுக்கு அடியில் கருப்புத் திட்டுகள் அதிகரித்திருந்தன. காசிம் மாமாவிடமிருந்து வந்த கடிதம் பற்றி அவர் பாட்டியிடம் கூறவில்லை, என்ன தேதியில் வருகிறார் என்று பாட்டி கேட்டதற்கும் அதில் ஆர்வம் இல்லாதது போல நடந்துகொண்டார்.

'அதிகமா தூக்க மாத்திரைங்க சாப்பிடறது உங்களுக்கு நல்லதில்லை,' ஒரு அட்டையை எடுத்து மாத்திரைகளை கையில் கொட்டிக் கொள்வதைப் பார்த்து ஒருநாள் இரவு நான் அம்மாவிடம் கூறினேன். சமையலறை அலமாரிகளில் ஒன்று திறந்திருந்தது. தன் தைலங்கள், மாத்திரைகளை வைக்கும் மூடியில்லாத சாக்லேட் டின்னில் ஒரு கட்டு வாலியம் மாத்திரை அட்டைகள் இருப்பதைப் பார்த்தேன்.

'இது நான் தூங்கறதுக்கு உதவுது,' என்றபடி அதை வாயில் போட்டு ஒரு மடங்கு தண்ணீருடன் விழுங்கினார்.

'மருந்து சீட்டு இல்லாம ஏன் தூக்க மாத்திரைகளை கொடுக்கறது இல்லை, அதோட ஒரு சமயத்தில ரெண்டே ரெண்டுதான் கொடுக்கறாங்க அது ஏன்னு உங்களுக்குத் தெரியுமா?' என்று கேட்டேன்.

'ஏன்?' என்று கேட்டார், படுத்து குறட்டைவிட்டுத் தூங்க ஆவலோடு இருப்பது தெரிந்தது.

'ஏன்னா மக்கள் அத தற்கொலை செஞ்சுக்க பயன்படுத்துவாங்க,' என்று சாதாரணமாகத்தான் கூறினேன், பின்புதான் நானே அவருக்கு யோசனை அளிப்பது போலத் தோன்றவும் சட்டென்று நிறுத்திவிட்டேன். அமைதியாகத் தன் அறைக்குப் போவதற்கு முன் என்னை அவர் உற்றுப் பார்த்தார்.

அன்று நான் கண்ட கனவு ஊகிக்கக்கூடியதுதான்: அம்மா கை நிறைய மாத்திரைகளை சாப்பிட்டு, படுக்கையில்

பிரார்த்தனை செய்துவிட்டு கண்களை மூடிக்கொண்டார், மீண்டும் எழுந்திருக்கவேயில்லை. ஆனால் காலையில், அம்மா கொஞ்சம் தூக்கக் கலக்கத்துடன் இருந்தாலும் மற்றபடி நன்றாகத்தான் இருந்தார். மாவிலைகளை வைத்துப் பல் துலக்கினார். இப்போதெல்லாம் அவர் என்ன நினைக்கிறார் என்பதைப் புரிந்துகொள்ளவே முடியவில்லை. சில நேரங்களில் எங்கோ தொலைவில் வெறித்துப் பார்த்தவண்ணம் இருந்தார், சில சமயங்களில் உற்சாகமாக டி.வி. பார்த்தார். அக்மல்தான் வெளிப்படையாகப் பதற்றமாகக் காணப்பட்டான், குறைவாக சாப்பிட்டான், கடுமையாகப் பிரார்த்தனை செய்தான், காசிம் மாமாவின் வருகை குறித்து அவ்வப்போது அம்மாவிடம் கேள்வி கேட்டுக் கொண்டிருந்தான். காசிம் மாமாவை அழைத்து அவரிடம் முன்கூட்டியே நடந்ததைக் கூறிவிடலாம் என்று யோசனை கூறினான். அவர் புரிந்துகொண்டு வராமல் இருந்துவிடுவார் என்று வாதிட்டான். ஆனால் அம்மா ஒப்புதலாக தலையசைக்காமல் அங்கிருந்து சென்றுவிட்டார்.

மே மாத இறுதியில் மழை பெய்யத் தொடங்கியது. நீண்டதாக இடைவிடாது பெய்த மழை மண்பாதையை சேற்றுப் பாதையாக மாற்றியது. தண்டவாளத்தில் வந்து, போய்க் கொண்டிருந்த ஈரமான ரயில்களின் ஜன்னல்கள் மழைக்காக மூடப்பட்டிருந்தன. அந்த சீசனில் எங்கள் வீட்டு மரங்களின் பழங்களை குத்தகைக்கு எடுத்திருந்த மொத்த பழ வியாபாரி, மழையால் பழங்கள் கீழே விழுவதற்கு முன் அவற்றைப் பறிக்க வந்திருந்தவர், வேலையாட்கள் பழம் பறிப்பதை குடை பிடித்தபடி மேற்பார்வை பார்த்துக்கொண்டிருந்தார். நான் கடற்கரைக்குச் செல்வதை நிறுத்திவிட்டு வீட்டுக்குள்ளேயே இருந்தேன், ஜாவி படித்து கையொப்பமிட்டிருந்த புத்தகங்களைப் படிக்க முயற்சி செய்தேன். அந்தக் கடினமான நூல்கள் புரிந்துகொள்ள அசாத்தியமான, சலிப்பூட்டும் உலகங்களைச் சித்தரித்தன. அதைவிட சுஹ்றா அத்தையின் ஆடைகளை மனதுக்குள் அவிழ்த்து, வெறிகொண்ட புறா போல அவரைக் கூவவிட்டு, அவரது நிர்வாண உடலில் நூற்றியோரு சவரன் தங்க நகை அணிவிப்பது மிகவும் சுலபமாக இருந்தது.

ஒருநாள் மாலை காற்று வேகமாக அடித்தது, தென்னை மரங்களை நீண்ட கொடிக்கம்பங்கள் போல ஆட வைத்தது, அதன் சீற்றத்தின் உச்சகட்டமாக, ரயில்சாலையை ஒட்டி இருந்த ஆலமரங்களில் ஒன்றை வேரோடு வீழ்த்த மண்பாதையில் அந்த மரம் மோதி விழுந்தது. விழும்போது மின்சாரக் கம்பிகளை அறுத்து எங்கள்

நகரை இருளில் மூழ்கச் செய்ய, தவளைகளின் சத்தம் மட்டுமே அங்கு பிரதானமாகக் கேட்டது.

காற்று வீச்சின் ஏற்ற இறக்கத்தினூடே சிறகுகள் கொண்ட மரண தூதுவனான ரூஹானி பறவையின் சத்தம் எனக்குக் கேட்டது, அது காற்றாலை பனையின் கிளைகளிலிருந்து கத்தியது. மெழுகுவர்த்தி வெளிச்சத்தில் பங்களாவுக்கு வெளியே போர்ட்டிகோவிற்கு வந்தேன். முன் பக்கம் இருட்டாக இருந்தது. மண்பாதையும் அதற்கப்பால் ரயில் தண்டவாளங்களும்கூட. போர்ட்டிகோ படிகளுக்குக் கீழே இருந்த ஓர் ஈரக் கூழாங்கல்லைத் தடவி எடுத்து இருட்டில் சத்தம் வரும் திசைநோக்கி எறிந்தேன். ச்' என்று மென்மையான ஓசையுடன் பனைமர இலையில் கல் மோதியது. பின்னர் சிறகுகளின் சடசடப்பு. அதன் பிறகு கொஞ்சம் அமைதி. அதைத் தொடர்ந்து பசிகொண்ட தவளைகளின் சத்தம் கேட்டது.

அம்மா திடுக்கிட்டுப் போய் பதற்றத்துடன் நிமிர்ந்து பார்த்தார். நான் தொலைக்காட்சி அறைக்குச் சென்றேன்; அம்மா பாட்டிக்கு ஒரு கிண்ணத்திலிருந்து எதையோ ஊட்டிக்கொண்டிருந்தார். அவர்களது நிழல் தொலைக்காட்சிக்கு பின்னால் உள்ள சுவரில் பெரிதாக, உருமாறி இருந்தன.

‘போதும். எனக்குத் தூக்கமா வருது,’ என்று பாட்டி வாயைத் துடைத்தபடி கூறினார்.

‘இன்னும் ரெண்டே ரெண்டு ஸ்பூன்தான், அதுக்கு அப்புறம் நீங்க தூங்கலாம்,’ என்று பலகீனமாக அம்மா கெஞ்சினார்.

‘போதும், எனக்கு ரொம்பத் தூக்கம் வருது, அம்மா.’

‘இந்த மழையாலதான், அம்மா.’ என்றபடி இன்னொரு ஸ்பூன் நிறைய எடுத்து உதடுகள் வழியாக அம்மா திணித்தார். ‘இதுதான் உங்களோட கடைசி ஸ்பூன்,’ என்றார்.

இதுதான் உங்களோட கடைசி ஸ்பூன். அடுத்தநாள் காலை அந்த வார்த்தை ஒரு பயங்கரத் தற்செயலாக அமைந்ததை எண்ணிப்பார்த்தேன். அக்மல் என் அறைக்கு வந்து என்னிடம் பாட்டி தூக்கத்திலேயே இறந்துவிட்டார் என்று முணுமுணுப்பாகச் சொன்னான். எனக்கு ரூஹானி பறவை நினைவிற்கு வந்தது; காற்றாலை பனைமரத்தில் கல் விழுந்தபோது அது தன் சிறகுகளை அடித்துக்கொண்டது எனக்கு நினைவிருக்கிறது. ஆனால், ஏராளமான தூக்க மாத்திரைகளை விழுங்கிய அம்மா உயிரோடு இருப்பதும்

எனக்கு நினைவிற்கு வந்தது. நான் சமையலறைக்குப் போய் பழைய சாக்லேட் டின் வைத்திருந்த அலமாரியைத் திறந்தேன். ஒரு கட்டு வாலியம் மாத்திரைகள் காணாமல் போயிருந்தது. ஊறுகாய் பாட்டில்களுக்கு பின்னால் பார்த்தேன், அங்கே மாத்திரை எடுக்கப்பட்ட மருந்து அட்டைகளின் குவியல் இருந்தது. அவை அம்மாவுக்கு ஒரு மாத காலத்திற்கு ஆழ்ந்த உறக்கம் தரக்கூடியவை.

எனக்குப் புரிந்துவிட்டது. பாட்டி வயதானதால் இறக்கவில்லை; அவருக்குத் தூக்க மாத்திரை கொடுக்கப்பட்டுள்ளது, பிரிக்கப்பட்ட அட்டையைப் பார்த்தபோது குறைந்தபட்சம் முப்பது மாத்திரைகளாவது இருக்கும் என்று தோன்றியது. நடந்த விஷயத்திற்கு என்னிடம் சாட்சி இல்லை, ஆனால் சந்தர்ப்ப சாட்சிகள் உள்ளன: கிண்ணத்திலிருந்து பாட்டிக்குக் கஞ்சி கொடுத்ததை நான் பார்த்தபோது அம்மா திடுக்கிட்டுத் திரும்பிப் பார்த்தாரே, பாட்டி மயக்கம் வருகிறது என்று கூறினாரே. அம்மா ரூஹானி பறவையை ஒரு தீர்மானத்துடன் புறக்கணித்ததை நினைத்துப் பார்த்தேன். அம்மா என்ன செய்தார் என்பது எனக்குத் தெரிந்துவிட்டது, எதற்காக செய்தார் என்பதும் தெரியும். செய்தி அறிந்தவர்கள் பங்களாவிற்கு வந்தவண்ணம் இருந்தனர். அவர்கள் காலணிகளில் சேறு அப்பி இருக்க, குடைகளிலிருந்து தண்ணீர் சொட்டியது. எங்கள் நெருங்கிய சொந்தங்கள் மற்றும் அக்கம்பக்கத்தில் இருப்பவர்களைக் கடந்து காசிம் மாமாவின் தொலைபேசி இயந்திரம்தான் பாட்டியின் மரணம் பற்றி முதலில் அறிந்துகொண்டது. செய்தியைத் தன்னிடம் தரும்படி அது என்னிடம் கூறியது. நானும் அமைதியாக அப்படியே செய்தேன்.

இயந்திரத்திடம் பாட்டி இறந்துவிட்டார் என்று கூறினேன். நான் அத்துடன் நிறுத்தி இருக்கலாம், நிறுத்தி இருக்க வேண்டும் - லைனைத் துண்டித்து பங்களா திரும்பியிருக்க வேண்டும். ஆனால், திடீரென்று தொலைதூர லைன் ஓர் ஆடம்பரம் போன்றும் பதிலளிக்கும் இயந்திரம் அனுதாபத்துடன் கேட்கும் நபர் போலவும் தோன்றியது, என்னால் பேசுவதை நிறுத்த முடியவில்லை. காசிம் மாமா திரும்பி வரத் திட்டமிட்டிருக்கும் அந்த வீட்டுக்கு என்ன ஆயிற்று என்று கூறினேன். பாட்டியின் வீட்டில் வெஸ்பா டீலர்ஷிப் கடை கட்டப்பட்டுள்ளதைக் கூறினேன். அப்போதாவது நான் தொலைபேசியைத் துண்டித்திருக்க வேண்டும். ஆனால் தீர்மானத்துடன் தொடர்ந்தேன்.

பங்களாவில் நாங்கள் அனைவரும் தொடர்ந்து ஒவ்வொரு நாளும் காசிம் மாமா திரும்பி விடுவாரோ என்ற பீதியில்

வாழ்ந்துகொண்டிருந்ததையும் கூறினேன். அப்படியும் அவர் திரும்பி வந்தால், அவருக்கென்று சொந்தமாக ஒன்றும் இருக்காது என்றும் சொன்னேன். அதன் பிறகு இயந்திரத்திற்கு நான் பேசுவதைக் கேட்டதற்காக நன்றி கூறி தொடர்பைத் துண்டித்தேன். என் வாக்குமூலத்திற்கான கட்டணத்தை மீட்டர் பிரின்ட் போடும் சத்தம் பூத்தில் நிரம்பியது.

புத்தகம் 5

தொடக்கம்

ஜாவியின் கல்லறைக்கு அருகே பாட்டியை ஒரு முந்திரி மரத்தடியில் அடக்கம் செய்துவிட்டு லேசான தூறலில் வீடு வந்த பிறகும்கூட மின்சாரம் வந்திருக்கவில்லை. காற்றும் மழையும் சேர்ந்த கொந்தளிப்பான நாளுக்குப் பிறகு, ஒப்பீட்டளவில் அமைதியான ஒரு மாலை. இரண்டு நாள் பெய்த மழையில் தெரு சொத சொதப்பாக மாறிவிட்டிருந்தது. நாங்கள் பங்களா திரும்பிக்கொண்டிருந்த சமயத்தில் ரயில் நிலைய கட்டிடத்துக்குப் பின்னால் ஏற்கெனவே சூரிய வெளிச்சம் வந்து கொண்டிருந்தது.

'உங்க காசிம் மாமா லண்டன்லேந்து வரப்போறதில்லையா?' என்று மெழுகு நாவல் மரத்தின் பக்கத்தில் தனியாக வாடகைக்கு எடுத்த நாற்காலிகளை மடித்து அடுக்கி வைத்துக்கொண்டிருந்த என்னைப் பார்த்தபோது சுஹைதா அத்தை கிசுகிசுப்பாகக் கேட்டார்.

நான் மறுப்பாகத் தலையாட்ட அவர் முகத்தில் ஏமாற்றத்தின் நிழல் வந்துபோனதை நான் கவனித்தேன். காசிம் மாமா அனுப்பிய தந்தி காலையில் வந்தது, அதில் அப்பாவிடம் தனக்காக காத்திருக்க வேண்டாம் என்றும் இறுதிச்சடங்கை அவரே நடத்தி வைக்கலாம் என்றும் குறிப்பிட்டிருந்தார். அதில் அவரிடமிருந்து திருடப்பட்ட வீடு குறித்த காசிம் மாமாவின் கோபத்தையும் அதிர்ச்சியையும், அவர் பாட்டியின் வீட்டை விட முடியாத அவரது தீர்மானத்தைக் கூறிய கடிதங்களை பல தடவை அம்மா படித்த அதே மனநிலையில் பதிலளிக்கும் இயந்திரத்தைத் திரும்பத் திரும்பப் போட்டுக் கேட்டு தன் காதுகளையே நம்ப முடியாமல் என் குரலைக் கேட்பதையும் என்னால் கற்பனை செய்ய முடிந்தது. மெத்தையின் விளிம்பில் தலையில் கை வைத்தவாறு அமர்ந்து கண் தெரியாத தன் அம்மாவுக்காகவும் அதே அளவு பறிபோன தன் வீட்டிற்காகவும் துக்கப்படுவதை என்னால் பார்க்க முடிந்தது.

தந்தியைப் படித்த நான், பதிலளிக்கும் இயந்திரத்தில் என்ன பேசினேன் என்பதை ஒன்றிணைக்க முயற்சித்தேன். நான் என்ன செய்தேன் என்பது எனக்கு உறுதியாகத் தெரியவில்லை. திடீரென்று, விஷயத்தை நான் ஆங்கிலத்தில் கூறியதை நினைத்து வருந்தினேன். ஒருவேளை பதிலளிக்கும் இயந்திரத்தைப் போட்டு பெத் என்

செய்தியைக் கேட்க நேர்ந்தால், தன் கணவரின் குடும்பத்தை வீழச்செய்த நிச்சயமற்ற சூழல்களைப் புரிந்து கொண்டுவிடுவார்.

அன்றைய தினமே அம்மா இரண்டு தடவை மயக்கம் போட்டு விழுந்தார்: பாட்டியை தூக்கிச் செல்ல மசூதியிலிருந்து பிரம்பாலான பெட்டகம் வந்தபோது ஒருமுறையும் நாங்கள் மசூதியிலிருந்து திரும்பி வந்து மயானத்தில் எங்கள் கால்களில் படிந்த செம்மண் சேற்றை கழுவிக் கொண்டிருந்தபோது மறுமுறையும். யாரோ அப்பாவிடம் அவசரமாக, ‘அம்மா மறுபடியும் மயக்கம் போட்டு விழுந்துட்டாங்க,’ என்றார்கள்.

டாக்டர் இப்ராகிம் வேகமாக ஒரு மருந்தை தன் பிசினஸ் அட்டையின் பின்புறம் கிறுக்கிக் கொடுத்துவிட்டு அம்மாவுக்கு அருகில் அமர்ந்து, நகர சதுக்கத்திலிருந்து டிரான்குலைசர்க்களை சஜ்ஜத் வாங்கி வரும்வரை காத்திருந்தார்.

அம்மா இந்தளவு துக்கப்படுவது ஐசிராவுக்குப் புதிராகவும் ஓரளவு எரிச்சலாகவும் இருந்தது, ஆனாலும் அம்மாவின் அருகில் அமர்ந்தவாறு கடமை உணர்வுடன் அவர் கைகளை ஆறுதலாகத் தடவிக்கொண்டு இருந்தாள். அவரது மயக்கம் என் சந்தேகத்தை உறுதி செய்தது. நேற்று இரவு ஏதோ தீர்மானத்துடனும் பிடிவாதத்துடனும் அம்மா பாட்டிக்குக் கஞ்சியை பெரிய ஸ்பூனை வைத்து ஊட்டிக்கொண்டே நீரில் கரைத்த மாத்திரைகளையும் கொடுத்தது நினைவுக்கு வந்தது. இதுதான் உங்களுக்குக் கடைசி ஸ்பூன் என்றும் அவர் கூறினார். ஒருநாள் ஐசிரா அவருக்கு சாதாரணமாகக் கஞ்சியை ஊட்டினால் மரண பயம் இல்லாமல் அம்மாவால் அதை சாப்பிட வாயைத் திறக்க முடியுமா? குளிர்ந்த நீரை முகத்தில் தெளித்த உடன் அம்மா எழுந்து உட்கார்ந்தார். அவர் ஒருநாளும் மனவசிய சிகிச்சைக்கு உட்படவே கூடாது என்று நான் நினைத்துக் கொண்டேன்.

டாக்டர் இப்ராகிம் அம்மாவுக்குக் கொடுத்த டிரான்குலைசர் வெறும் தூக்க மாத்திரையாகத்தான் இருக்க வேண்டும், ஏனெனில் அதில் ஒன்றை விழுங்கிய உடனேயே அம்மா ஆழ்ந்த உறக்கத்தில் விழுந்துவிட்டார். அவர் தூங்கிக்கொண்டிருந்த சமயத்தில் மழை வலுத்து, கூழாங்கற்கள் விழுவது போல கடுமையாக ஜன்னல்களில் தொடர்ந்து விழுந்து மரண வீட்டிற்குள் நுழைய எத்தனிக்கும் ஜின்கள் போல அடித்துக்கொட்டியது. நான் என் மெத்தையில் அமர்ந்து மழையைப் பார்த்துக்கொண்டிருந்தேன். தொடர்ந்து பெய்துகொண்டிருந்த மழை சத்தத்தில் ஐசிரா உள்ளே வந்த சத்தமே

எனக்குக் கேட்கவில்லை. மெத்தையை சுற்றிப்போய் அவசரமாக அலமாரிகளுக்கு அருகில் சென்று கொசுவத்தி சுருளைத் தேடிக் கண்டுபிடித்து எடுத்துக்கொண்டு வந்தது போலவே வேகமாக வெளியேற எத்தனித்தாள். அவளை அழைக்கும்போது என் குரல் மென்மையாகவும் அதே சமயத்தில் உணர்ச்சியற்றும் இருந்தது. மழையின் சத்தம் வேறு என் குரலை மேலும் அடக்க, நான் ஏதாவது சொன்னேனா இல்லையா என்று தெரியாமல் என்னைத் திரும்பிப்பார்த்தாள்.

'நீ ஏதாவது சொன்னியா அமர்?' என்று தயக்கத்துடன் கேட்டாள். எங்களுக்கு இடையே ஒரு லாந்தர் விளக்கு ஒரு ஸ்டூலில் எரிந்து அதன் விளிம்புகளைச் சுற்றி புகை படர்வது அதிகரித்தது.

லாந்தர் விளக்கின் மஞ்சள் நிற ஒளியில் என் கண்கள் நிலைத்தன. அவளிடம் 'ஆமாம்,' என்றேன்.

'என்ன?' அவள் குரல் சிறுமி போன்று மென்மையாக, ஒரு தயக்கப் புன்னகையும் அவள் முகத்தில் தோன்றியது. 'தூக்கம் வரலயா?' என்று கேட்டாள்.

'பாட்டி ஏன் இவ்ளோ சீக்கிரம் செத்தாங்க தெரியுமா?' என் தொண்டை அடைத்திருந்தாலும்கூட மழையின் சத்தத்தை மீறி என் குரல் எழும்பியது.

'சீக்கிரமாவா?' என்று சந்தேகத்துடன் கேட்டாள், குரலில் பதற்றம் அதிகரித்தது. 'அவங்களுக்கு எண்பத்திரெண்டு வயசாச்சு.'

'எண்பத்தி மூணு,' என்று அவள் தவறைத் திருத்தியவாறே, 'அவங்கள கொன்னுட்டாங்க,' என்றேன்.

இதைச் சொல்லும்போது லேசான நடுக்கம் எனக்குள் எழும்பியது. அவள் கண்கள் அகன்று, என்ன என்று கேட்பதுபோல செவிப்பறையைத் தொட அவள் கைகளை எழும்பின. ஆனால் அவளிடமிருந்து எந்த சத்தமும் எழவில்லை. ஒரு கணம் உண்மையாகவே தாக்குண்டவள் போல, ரகசியத்தின் சுமையால் கடுமையாக பாதிக்கப்பட்டவள்போல காணப்பட்டாள்.

'அம்மா பாட்டிக்கு தூக்க மாத்திரைகளை கொடுக்கறத நான் பார்த்தேன்.' காற்று தோட்டத்தின் வழியாக வேகமாக வீச ஜன்னல் கண்ணாடிகள் தளர்வான சட்டங்களில் லேசாக ஆடின.

சிறிது நேரத்திற்கு அவள் அசையவில்லை. பிறகு ஒரு விரலை நெற்றியின் பக்கவாட்டில் வைத்து மெதுவாகச் சுழற்றி, 'உனக்கு மண்டைக்குள்ள ஸ்க்ரூ லூசாகிருச்சு,' என்று வன்மத்துடன் அல்லாமல் பயமும், அனுதாபமும் கலந்த குரலில் கிசுகிசுத்தாள்.

'இதை அவங்க உனக்காகதான் செஞ்சாங்க,' எனக்குள் ஆவேச உணர்ச்சி எழுவதை உணர்ந்தேன், நான் கூறிய ஒவ்வொரு வார்த்தையையும் நானே கேட்பதையும் உணர்ந்தேன். 'அவங்க உன்னாலதான் பாட்டியக் கொன்னாங்க,' என்றேன்.

'அமர்,' அலைபாய்ந்துகொண்டிருந்த மங்கலான வெளிச்சத்தில் அவள், 'அம்மாவ பிரச்சினைல மாட்டிவிடறா மாதிரி எதுவும் சொல்லாத. அமைதியா இரு. நீ இப்போல்லாம் எதுவும் சரியா இல்லை,' என்றாள்.

'நான் சரியா இல்லையா? ஏன்? எனக்கு உண்மை தெரியுங்கறதாலயா?' என்று அவளிடம் கேட்டாலும் என்னிடமும் அதை நான் கேட்டுக்கொண்டேன்.

'பாட்டிக்கு எண்பத்தி மூணு வயசாச்சு, யாரும் எதிர்பாக்கறதைவிட அதிக காலம் வாழ்ந்துட்டாங்க. அவங்க இயற்கையாதான் இறந்தாங்க, அதுதான் உண்மை,' என்றாள்.

நான் மெதுவாக எழுந்தேன்; நடுங்கிப்போன அவளது கைகளிலிருந்து கொசுவத்திச் சுருள் கீழே விழுந்தது. என்னைப் பார்க்காவிட்டால் நான் அவள் மீது பாய்ந்துவிடுவேனோ என்பதுபோல் பயந்துகொண்டே என்னைப் பார்த்தபடியே பின்னோக்கி நடந்தாள்.

அவள் கீழே சென்று மறைந்த உடனே தவறு செய்துவிட்டேனோ என்ற உணர்வு என்னை ஆட்கொண்டது. அவளிடம் நான் சொல்லி இருக்கக்கூடாது. அம்மாவின் இந்தச் சின்ன ரகசியத்தை நான் பாதுகாத்திருக்க வேண்டும். ஆனால், கனவில் நிகழ்வதுபோல் என் மனம் மணலாக என் விரல்கள் வழி சரளமாகக் கொட்ட, அது அவ்வாறு பாய்ந்து வெளியேறாமல் இருக்க என் விரல்களை என்னால் மூடிக்கொள்ள முடியவில்லை. சோகம் தொடர்ந்த அந்த நாட்களில் ஐசிரா என்னை விட்டு விலகியே இருந்தாள், ஆனால் அம்மாவுடன் நான் இருந்த சமயங்களில் அம்மாவைச் சுற்றி வந்தாள். மழை நின்று, மரங்கள் அசையாமல் கோடை வெயிலில் காய்ந்த நாளில் அவள் பங்களாவிலிருந்து கிளம்பிச் சென்றாள். என்னிடம் ஒரு வார்த்தைகூட சொல்லிக் கொள்ளாமல், நான் இருந்த திசையைத் திரும்பிக்கூட பார்க்காமல் அவள் சென்றுவிட்டாள்.

பல மாதங்கள் மவுனமாகக் கடந்தன. பிறகு, இறுதியாக காசிம் மாமா லண்டனிலிருந்து கடிதம் எழுதினார், இந்த முறை அம்மா பேரில் வராமல் அது அப்பா பெயரில் வந்தது. அதில் இந்தியா திரும்புவது குறித்து தன் மனதை மாற்றிக்கொண்டதாக எழுதியிருந்தார். அம்மா இந்தச் செய்தியை தன் குடும்பத்தில் எப்போதுமே பஞ்சமில்லாமல் இருக்கும் பெருந்தன்மையின் செயல்பாடாக எடுத்துக்கொண்டார். நான் மட்டுமே ரகசியங்களின் வலைப்பின்னலில் சிக்கிக் கொண்டுள்ளேன், எனக்கு மட்டுமே பாட்டி அதிக தூக்க மாத்திரைகள் கொடுத்துக் கொல்லப்பட்டார் என்பது தெரியும், எனக்கு மட்டுமே காசிம் மாமா ஏன் தன் இந்தியப் பயணத்தை ரத்து செய்தார் என்பது தெரியும். ரகசியங்களின் சுமையால் நான் வயது முதிர்ந்தவனாக தடுமாற்றத்துடன் இருப்பதாக உணர்ந்தேன். ஒரு புயலுக்குப் பிறகு மின்சாரக் கம்பிகள் குறுக்கும் நெடுக்குமாக ஓடுவதைப் போல என் ரகசியங்களின் கால வரிசையும் நினைவில் குழம்பி நின்றன.

ஒருநாள் நவம்பர் மாத இரவில் பழைய நினைவுகளின் பெட்டகம் எனக்குள் திறந்துகொண்டது. நீண்ட நாட்களுக்கு முன்னால் மறந்துபோன விஷயங்கள் நினைவுக்கு வரத் தொடங்கின. அந்த நினைவுகளில் என் பெற்றோர் ஒருவரோடு ஒருவர் பேசிக்கொண்டனர். ஆனால் அவர்கள் சண்டைபோட்டுக் கொண்டிருந்தனர். கத்தியால், தன் மணிக்கட்டை அறுத்துக்கொள்ளப் போவதாக அம்மா மிரட்ட அப்போது ஐந்து வயதுகூட ஆகியிருக்காத நான் அவரது முழங்கால்களைக் கட்டிக்கொண்டு அழுதேன். அக்மல் பக்கத்து வீட்டு நாயைச் சீண்ட அது கடித்ததால் அவன் தொப்புளைச் சுற்றி ரேபீஸ் தடுப்பு ஊசி போட்டது எனக்கு நினைவுக்கு வந்தது. எங்கள் பசுக்களில் ஒன்று பல வண்ணக் குட்டி ஒன்றை ஈன்றதும், அம்மா அதன் நஞ்சுக்கொடியை பலாமரக் கிளையில் கட்டித் தொங்கவிட்டதும் நினைவுக்கு வந்தன. இனிமையான நினைவுகளும் வந்தன. பங்களாவில் நாங்கள் குழந்தைகளாக இருந்தபோது எங்கள் பெற்றோர் வெளியே சென்றிருக்க, இட்லி சுடும் தட்டுகளைக் கேடயமாகவும் முருங்கைக் காய்களை கத்தியாகவும் பயன்படுத்தி போலி யுத்தம் நடத்தினோம். ஜசிரா என் கண்ணுக்குள் முருங்கைக்காயை குத்திவிட கண் வீங்கிவிட்டது. தன் பாவாடை முனையைப் பந்து போல உருட்டி வாயால் ஊதி சூடு செய்து என் கண்களுக்கு ஒத்தடம் கொடுத்தாள்.

༄

டிசம்பர் நெருங்கிக்கொண்டிருந்தது. ஒரு மோசமான டிசம்பர் மாதம் அது.

மாதங்களை மண்பாதையில் உள்ள மரங்களாக எடுத்துக் கொண்டால், டிசம்பர் மாதம்தான் எங்கள் வீட்டைச் சூழ்ந்துகொண்டு நாங்கள் எதிர்பாராத நேரத்தில் எங்களை மின்னல் வேகத்தில் தன் இருண்ட கிளைகளால் வந்து மோதுவதாக இருக்கும்.

எல்லாமே பாபர் மசூதி தகர்க்கப்பட்டு சரியாக ஓராண்டுக்குப் பிறகு, அதாவது டிசம்பர் மாதம் 6-ஆம் தேதி தொடங்கின. ஆனால் சூரிய ஒளி என் மேல் பட்டு என்னை எழுப்பும்வரை எனக்கு இது குறித்து தெரிந்திருக்கவில்லை. ரயில் நிலைய கட்டிடத்திற்குப் பின்னால் பொருட்கள் வைக்கும் கிடங்குக்கு அருகில் சிமென்ட் பெஞ்சைச் சுற்றி குறிப்பிடத்தக்க அளவு மக்கள் கூட்டம் வட்டமாகக் கூடியது. நான் எம்பி நின்று கூட்டத்திற்குள் எட்டிப் பார்க்க அங்கு பெஞ்சில் ஒரு மங்கிய மஞ்சள் நிறப்பை இரண்டு பாசிபடிந்த செங்கல்களுக்கு நடுவில் வைக்கப்பட்டிருந்தது. பைக்குள்ளே ஒரு வெடிகுண்டு சத்தம் கேட்பதாக யாரோ ரகசியக் குரலில் கூறினார்கள். ஆனால் யாருக்கும் உறுதியாகத் தெரியவில்லை; அனைவரும் நிபுணர்கள் வருகைக்காகக் காத்திருந்தனர்.

ஒருசில நிமிடங்களுக்கு நான் அந்தப் பையை மட்டுமே பார்த்துக் கொண்டிருந்தேன். ஊடுருவும்படியாக இருந்த அதன் ஒரு பக்கத்தில் சூரிய ஒளி பாய்ந்து அதன் உள்ளே இருந்ததை செவ்வக வடிவிலான பொருள் என்று காட்டியது. ஆனால் அந்தப் பையை நான் இதற்கு முன் பார்த்ததில்லை என்று எத்தனை நேரம் நடிக்க முடியும்? அப்பாவும் தொலைவில் பார்வையாளர்களுடன் வந்து சேர்ந்துகொண்டதையும் பீதிக்கான எந்த அறிகுறிகுறியும் இல்லாமல் அந்த மஞ்சள் பையைப் பார்த்ததையும் நான் பார்த்தேன். அவருக்கு ஞாபக சக்தி குறைவுதான்; மேலும் எனக்குத் தெரிந்த அளவு பங்களாவில் உள்ள பைகள் அவருக்குத் தெரியாது. ஆனாலும் அதை அவர் அடையாளம் கண்டு கொண்டிருக்க வேண்டும்; அதன் ஒரு பக்கத்தில் ஸ்டென்சில் செய்யப்பட்டுள்ள 'மார்க்ஸ் & ஸ்பென்சர்' எழுத்துகள்கொண்ட அந்த பையை சோஃபியா பயன்படுத்தி வந்ததை அவர் பார்த்திருக்க வேண்டும்; சில சமயங்களில் அதை அவரேகூட கையில் பிடித்துக்கொண்டு இருந்திருக்கலாம். சோஃபியா சென்ற கல்விச் சுற்றுலாவிலிருந்து குறைந்தபட்சம் அது எவ்வாறு அந்த துக்க தினத்தன்று திருப்பிக் கொண்டு வரப்பட்டது என்பது அழகைச் சித்திரமாக அவர் மனதில் பதிந்திருக்க வேண்டும். ஆனால் அவரைப் பார்த்தால் அதை ஏதோ

ஒரு பை என்று பார்ப்பதாகத்தான் தோன்றியது. பெரும் அலைகளாக சிக்கல்கள் வரப்போவதையும் அது வெள்ளமாகப் பாய்ந்து எங்கள் வாழ்க்கையை மூழ்கடிக்கப் போவதையும் அவர் பார்க்கவில்லை.

அந்த மஞ்சள் பையை பள்ளி அதிகாரிகள் சோஃபியாவை அடக்கம் செய்த இரண்டு நாட்களுக்குப் பிறகு பங்களாவிற்குக் கொண்டுவந்தபொழுது அது இன்னும் ஈரமாகவே இருந்தது. அதன் உள்ளே ஒன்றுமே இல்லை, ஏரியின் நாற்றமும் பையின் கைப்பிடி விளிம்பில் சிக்கிக் கொண்டிருந்த ஒரு சில புற்களும்தான் இருந்தன. அதில் உயிருள்ள சேற்று நண்டுகளின் வாசனை வருவதாக நினைத்தேன். பையின் ஒரு பக்கத்தில் எழுதியிருந்த எழுத்துகள் ஏரி நீரில் அழிந்திருந்தன. இவற்றைத் தவிர அந்தப் பை சோஃபியா தன் பொருள்களை அதில் திணித்துக் கொண்டு பங்களாவிலிருந்து கொண்டு சென்றது போலவே இருந்தது. அப்பா அதைப் பார்க்காமலேயே கையில் வாங்கிக் கொண்டார். அவர் கண்கள் நீளமாக, சந்தன நிறத்தில் இருந்த தன் கால் நகங்களை கவனமின்றி பார்த்துக்கொண்டிருந்தன.

அந்தப் பையைத் திருப்பிக் கொடுத்த செய்கை ஏற்படுத்திய துக்கத்தில் அதைப் பார்த்த உடனே அம்மா துக்கம் தாங்காமல் வெறிபிடித்தவர்போல அழுதார், அதில் தன் முகத்தைப் புதைத்துக்கொண்டு கதறி அழுதார். ஐசிரா, அம்மாவின் தோளில் தலையை சாய்த்துக்கொண்டு அவரது நரைத்து வரும் கூந்தல் நனைய அழுதாள்.

கடைசியில், அக்மல்தான் அம்மாவிடமிருந்து அந்தப் பையை வாங்கிக் கொண்டு போய் தன் அறையில் உள்ள அலமாரியில் வைத்தான், அது அங்கேயே பல ஆண்டுகளாக அனைவராலும் மறக்கப்பட்டுக் கிடந்தது. ஏரியின் வாசம் இன்னமும் அதற்குள் சிறைபட்டிருக்கலாம். சோஃபியாவின் நினைவுகள் போலவே அதன் அடர் மஞ்சள் நிறமும் மெல்ல மங்கிவிட்டது; அன்று காலை டிசம்பர் மாதத்தின் லேசான வெய்யிலில் எனக்கு வியர்க்கத் தொடங்கியபோது ஆல மரங்களிலிருந்து வரும் காற்றின் ஓசை என் காதுகளில் சூறாவளி போல மோதியது. பங்களாவுக்குத் திரும்பிச் சென்று அக்மலைப் பார்த்து எங்கள் வாழ்க்கையில் மிச்சம் மீதி இருக்கும் நிம்மதியை ஏன் அவன் நாசம் செய்கிறான் என்று கத்த வேண்டும் போல இருந்தது. ஆனால் என் கால்கள் பாறை போல கனத்தன, என் கண்களை அந்தப் பையைவிட்டு ஒரு கணம்கூட நகர்த்தவே முடியவில்லை.

தடித்த ஜாக்கெட்டுகளும், பச்சை நிற ஹெல்மெட்டுகளும் அணிந்த அதீத எச்சரிக்கை உணர்வுகொண்ட வெடிகுண்டு நிபுணர்கள் குழு, ஜீப்புகளில் எச்சரிக்கை மணிகள் ஒலித்த வண்ணம் வந்திறங்கி, அந்தப் பையை நீண்ட நேரம் பார்த்துக்கொண்டிருந்தனர். தங்களுக்குள் நீண்ட நேரம் பேசிக்கொண்ட பிறகு அவர்களில் இருவர் தயக்கத்துடன் நீண்ட இரும்பு சாதனத்தைப் பிடித்தவாறு நடைபாதை முனையில் புல் மண்டிக் கிடந்த இடத்தைநோக்கி முன்னேறினர். அவசர ஒலி எழுப்பிக் கொண்டு ஜீப்பில் வந்திருந்தாலும் இவர்கள் அவசரமே இல்லாமல் செயல்பட்டனர். இவர்களைப் பார்த்தால் வெடிகுண்டு வெடிக்கும் அறிகுறி தெரிந்த உடனே குப்புறப்படுத்தவாறு தவழ்ந்து அங்கிருந்து சென்றுவிட ஆவலோடு இருப்பவர்கள் போலத் தோன்றியது. இந்த முகமற்ற மனிதர்களுக்கு அப்பால் நான் அந்தக் கும்பலில் சமையல்காரர் ரஷீதைப் பார்த்தேன், வெடிகுண்டு நிபுணர்கள் பெஞ்சை நோக்கி அங்குலம் அங்குலமாக நகர்வதை ஆர்வத்துடன் பார்த்துக்கொண்டிருந்தார். நீண்ட நேரத்துக்குப் பிறகு அவர்களில் ஒருவர் கையுறை அணிந்திருந்த தன் கையை அந்தப் பைக்குள் விட்டார், அது மெதுவாகத் திரும்ப வந்தபோது அவர் விரல்களில் ஒரு டிரான்சிஸ்டர் தொங்கியது.

'சே, எவ்ளோ டைம் வேஸ்ட்,' எனக்கு முன்னால் நின்றுகொண்டிருந்த ஒருவர் கூறினார். 'யாரோ ஒருத்தர் ரயிலில் கொண்டுபோக மறந்த டிரான்சிஸ்டர்தான் இது.'

'இது ஒரு டிரான்சிஸ்டர் பாம்,' என்று யாரோ கூறினார்கள். 'பாருங்க அவங்க எவ்வளவு கவனமா அதைத் திரும்ப பைக்குள்ள வைக்கறாங்க.'

வேடிக்கை பார்த்துக்கொண்டிருந்தவர்களை விட்டு விலகி நான் வீட்டிற்கு நடந்தேன். அக்மலை எப்படி எதிர்கொள்வது என்று தெரியவில்லை. எனக்கு இப்போது கோபம் மட்டும் இல்லை, இதற்கு முன் அனுபவித்திராத வகையான பதற்றம் என்னைத் தொற்றிக்கொண்டு அம்மாவைக் கட்டிப்பிடித்துக்கொண்டு அழ வேண்டும் போலத் தோன்றியது. அந்தப் பதற்றம் என் தொலைவையும்கூட பெரிதுபடுத்திக்காட்டியது. சிகப்பாக ஒளிர்ந்த ரயில் நிலைய சிக்னல் எங்கேயோ தொலைதூரத்தில் இருந்தாற்போலத் தெரிந்தது. நீராவியால் திரைச்சீலையிடப்பட்டது போன்று தெரிந்த சுரங்கம் மிகவும் வேதனை தருவதாக எங்கோ வெகு தொலைவில் தெரிந்தது.

அக்மல் வேலைக்குச் சென்றுவிட்டிருக்க, அவன் அறைக்குச் சென்று அலமாரிகளை சோதனையிட சவுகரியமாகப் போய்விட்டது. அங்கே நிறைய சர்க்யூட் போர்டுகள், குவியலாக பாட்டரிகள், மற்றும் முடிவில்லாமல் சுருட்டில் வைக்கப்பட்டிருந்த நீண்ட ஒயரும் இருந்தன. ஆனால் மஞ்சள் பையைக் காணவில்லை. இறுதியாக உறுதிசெய்த அந்த நொடி எனக்குள் பல நாட்கள் வேதனையைக் கொடுத்தபடி புகைந்து கொண்டிருந்த எச்சரிக்கை மணி எரியத் தொடங்கியது. அன்றிரவு வீட்டிற்கு உணவு உண்ண வந்த அக்மல் எந்த அசவுகரிய உணர்வும் வெளிப்படையாகத் தெரியாமல் சாப்பிட, அவனை அப்போது எதுவும் கேட்க வேண்டாம் என்று முடிவுசெய்தேன். செய்தித்தாள்களில் வெடிகுண்டு செயலிழக்கம் செய்யப்பட்ட செய்தி வந்திருந்ததை அக்மல் மெதுவாக ஒவ்வொரு வாக்கியத்திலும் விரல்களை வைத்தபடி படித்ததைக் கவனித்தேன்.

எனக்குள் எரிந்துகொண்டிருந்த எச்சரிக்கை மணி முதல் இரண்டு நாட்களுக்கு மெதுவாக எரிந்து, வெடிகுண்டு குறித்து மேலும் வேறு செய்தி எதுவும் வராததால் அணைந்துவிடுவதுபோல் இருந்தது. மூன்றாவது நாள் காலை சமையல்காரர் ரஷீதும் மெக்கானிக் கடையில் அக்மலின் முதலாளியும் கைது செய்யப்பட்ட செய்தி பரவியது. அம்மா காய்கறிகளை நறுக்கி, புளியிலிருந்து கொட்டைகளை எடுத்து, மிக்கி மவுஸ் தப்பித்ததைப் பார்த்து சிரிப்பதைப் பார்த்தவனுக்கு என்னுள் இருந்த ஒயர் சுருள், பெட்ரோல் ஊற்றியதுபோல கொழுந்துவிட்டு எரிந்து ஒரு தீப்பந்தாக வட்டமிட்டது.

சூரியன் மறையும் சமயத்தில் ஜீப் நிறைய போலீஸார், காற்றாலை பனையிலிருந்து விழுந்த ஓலைகளை தங்கள் பூட்ஸ் கால்களால் நொறுக்கியவாறு பங்களாவிற்கு வந்தனர். அப்பா அவர்களிடம் ஏன் வாதிடவில்லை என்பதும், அம்மா எப்படி மயங்கி விழாமல் இருந்தார் என்பதும் எனக்கு இன்னமும் அதிசயமாகத்தான் உள்ளது. ஒரு மாற்றாக, அவர்கள் இருவரும் பங்களாவின் வெவ்வேறு மூலைகளில் அமைதியாக இருப்பது நல்லது என முடிவு செய்து எங்கோ தொலைவில் வெறித்துப்பார்க்க, போலீஸார் வீட்டில் ஒவ்வொரு அறையாக, அலமாரி அலமாரியாக, கட்டில்களுக்கு அடியில், அலமாரிகளுக்குப் பின்னால், மேலே பரண்களில், பழைய, இருண்ட அலமாரிகளில் சோதனை செய்தனர்.

அவர்கள் வந்த உடனே எனக்குள் எரிந்த நெருப்பு அணைந்துவிட்டது. ஆனால் போலீஸ் படிகளில் ஏறி மேலே உள்ள அறைகளை சோதனையிடத் தொடங்கியதும் ஒரு புதுக் கவலை

என்னைப் பிடித்துக்கொண்டது. ஸேன்டி... அதை நான் போலீசிடம் எவ்வாறு விளக்குவேன்? ஒரு காவலாளி அந்த கார்ட்போர்ட் பெட்டியைத் திறந்து மேலோட்டமாக அந்த ரோஜா நிற சுருளைப் பார்த்துவிட்டு அதை மூடி தன் பூட் காலால் கட்டிலுக்கு அடியில் தள்ளினார். அவர் ஸேன்டியை ஒரு பொம்மை அல்லது சுருட்டி வைக்கப்பட்ட பைப் என்று நினைத்திருக்க வேண்டும். அன்று இரவே அதைத் தூக்கி எறிய நான் உறுதி கொண்டிருந்தும் அடுத்த எட்டு மாதங்களுக்கு அதைத் தள்ளிப்போட்டேன். கடைசியில் அதைக் குன்றின் விளிம்பிலிருந்து கீழே எறிந்ததற்குக் காரணமாக பிடிபட்டு விடுவேனோ என்ற பயத்தை விடவும், ஏராளமான காற்று ஊதப்பட்ட ஒரு ரப்பர் பொம்மையுடன் கொள்ளும் உறவு எப்படி இருக்கும் என்று ஊகிக்க முடிகிற இகழ்ச்சிதான் இருந்தது.

இருட்டில் பலர் மறைந்திருந்தனர். சிகரெட் முனைகள் ஒளிர்வதை பார்த்தபடி ரயில்வே சிக்னல் அருகே நின்றவாறு மக்கள் பேசுவதைக் கேட்டேன். ஒரு ரயில் கடந்துபோனபோது, அதன் நகரும் ஜன்னல்களில் இருந்து வரும் வெளிச்சத்தில் ஒரு கும்பலைப் பார்த்தேன். அவர்கள் காவலாளிகள் சென்ற பிறகும்கூட மர அடுக்குகளின் அருகே சுற்றித் திரிந்தனர். மேலும் அதிகமாக எரியும் சிகரெட் முனைகளைப் பார்த்தேன். மேலும் அதிகப் பேச்சுக் குரல்களைக் கேட்டேன்.

காவலாளிகள் எங்கள் வீட்டிற்கு வந்தபோது, அப்பா எப்படி அக்மலை பின் கதவு வழியாக தப்பிக்க வைத்தார் என்றும் அம்மா, காவலாளிகள் தங்கள் தேடுதலை முடித்துவிட்டுப் போகும்வரை அவனை எப்படி சிம்னியில் மறைத்து வைத்திருந்தார் என்றும், நாங்கள் அவனுக்கு பர்தா அணிவித்து நடுநிசிக்குப் பிறகு எங்கள் டவுன் வழியாகப் போகும் ரயிலில் ஏற்றி எப்படித் தப்பிக்க வைத்தோம் என்றும் பல கதைகள் உலா வந்தன. அவனை அங்கே பார்த்தேன், இங்கே பார்த்தேன் என்று பலரும் ஒரே நபர் இத்தனை இடங்களில் இருக்க சாத்தியமா என்னும் அளவிற்கு பங்களாவிற்கு அருகில் இருந்த மசூதி முதல் தொலை தூரத்தில் இருந்த கடற்கரை வரை பல இடங்களைக் குறிப்பிட்டனர்.

எங்கள் பெற்றோரின் சாகச செயல்களின் கதைகள் மற்றும் தினமும் அவனைப் பார்த்ததாக வரும் செய்திகள் மூலம் அக்மல் ஜசிராவின் வீட்டில் இருக்கலாம் என்று நான் கற்பனை செய்ய முயற்சித்தேன்; இல்லை அவள் அவனை உள்ளே அனுமதிக்கக்கூட மாட்டாள். ஒருவேளை அவன் சையது மாமாவின் சிறைக் குடியிருப்பில் இருக்கலாம்;

இல்லை, அக்மல் அப்படி ஓர் ஆபத்தை மேற்கொள்ள மாட்டான். அல்லது சுஹுதா அத்தை வீட்டில் இருக்கலாம்; ஆனால் அவர் கணவர் இறை பயத்தைவிட சட்டம் குறித்து அதிகம் பயப்படும் நபர். என் மனதில் அவன் தற்காலிக அடைக்கலம் தேடி ஒவ்வொரு கதவாகத் தட்டுவதையும் ஒவ்வொரு இடத்திலும் திருப்பி அனுப்பப்படுவதையும் டிரான்சிஸ்டர் வெடிகுண்டி நிபுணர் முகத்தில் கதவுகள் அறைந்து மூடப்படுவதையும் கண்டேன்.

காவலாளிகள் வந்து தேடிவிட்டுப் போன மூன்றாவது நாள் இரவு நான் மெத்தையிலிருந்து அவசரமாக எழுந்து விரைவாக உடையணிந்தேன். உறக்கமும் விழிப்புமாக நான் தவித்தபோது எனக்கும் அக்மலுக்கும் இடையே ஏதோ தொலையுணர்வு தொடர்பு இருந்து அவன் தன் இருப்பிடத்தை என்னிடம் கிசுகிசுப்பான குரலில் கூறுவது போல இருந்தது. அமைதியாகவும் இருண்டும் இருந்த வீட்டிலிருந்து அடிமேல் அடி வைத்து, மூச்சு விடுவதைக்கூட முடிந்தவரை சத்தம் இல்லாமல் விட்டு, எந்த ஓசையும் எழாமல் தாழ்ப்பாள்களைத் திறந்து வெளியேறினேன். நான் மெழுகு நாவல் மரத்தடியில் சுற்றும் முற்றும் எரியும் சிகரெட் முனை தெரிகிறதா, யாராவது இருமுகிறார்களா என்று பார்த்தேன், ஆனால் பங்களா இரவு நேர கண்காணிப்பில் இருப்பதற்கான எந்த அறிகுறியும் தெரியவில்லை. நல்லவேளையாக நல்ல இருட்டுடன் ஆழமில்லாத இரவாக அன்று இருந்தது. இருளில் மரங்கள் பேப்பர் கட் அவுட்கள் போல ரயில்சாலையிலும், வானத்தின் கீழ் கட்டிடங்கள் கார்ட்போர்டுகள் போலவும் தெரிந்தன. நான் ஒரு இலக்குடன் ரயில்சாலையில் நடந்தபடி அவ்வப்போது யாராவது பின்தொடர்கிறார்களா என்று பார்த்துக்கொண்டே என் நடையின் வேகத்தை நிறுத்தாமல் தொடர்ந்தேன். நூற்றாண்டு பழமையான கல்லால் செதுக்கப்பட்ட சுரங்கத்தை மெதுவாக நெருங்க, அது ஆழ்ந்த இருளில் அமிழ்ந்திருந்தது.

சுரங்கத்தில் நுழைந்த உடனே ஜாவியை நினைத்துக்கொண்டேன், எனக்குள் பீதியைக் கிளப்பும் நடுக்கத்தை உண்டாக்குவதற்கு பதில் அவரைப் பற்றிய எண்ணங்கள் சுரங்கத்தின் ஆழ்ந்த இருட்டுக்குள் போகும் தைரியத்தை எனக்குத் தந்தது.

நான் ரயில்சாலைக்கு இணையாக கட்டப்பட்டிருந்த கான்கிரீட் சுவர் இருந்த பகுதியை நோக்கி நடந்தேன்; இங்குதான் பத்தாண்டுகளுக்கு முன்பு டாக்டர் இப்ராகிமும் ஆசிஃபும் தங்கள் தொலைந்துபோன பூனைக்குட்டியைத் தேடிக்கொண்டு வந்தபோது நாங்கள் பூனைபோல கத்தினோம்; இங்குதான் கால் நூற்றாண்டுக்கு

முன்பு ஜாவியின் உயிரற்ற உடல் கண்டுபிடிக்கப்பட்டு பிரேதப் பரிசோதனைக்காகக் காத்திருந்தது.

'அக்மல்,' கான்க்ரீட் சுவற்றின் அந்தப் பகுதியின் ஆரம்பத்திலேயே நின்றுகொண்டு எச்சரிக்கையுடன் அழைத்தேன். ஆறு மாதங்களுக்கு முன்பு அங்கிருந்த மண்பாதையை பஞ்சு போன்ற சேற்றுப் படுக்கையாக மாற்றிய மழையின் வாசமும் சேற்றுக் குட்டைகளின் வாசமும் ஈரப்புல் வாசமும் இன்னமும் சுரங்கத்தில் தங்கியிருந்தது.

நான் மறுபடியும் 'அக்மல்' என்று அழைத்தேன். ஒருவேளை அவன் இங்கு இருந்தபடி என்னைக் கவனித்துக்கொண்டு இருந்தால், என் குனிந்த தோள்களையும் என் தலைவடிவத்தையும் பார்த்து என்னை அடையாளம் கண்டுகொள்வான். என் குரலாலும் என்னை அடையாளம் கண்டுகொள்ள நான் மீண்டும் சத்தம் போட்டு அவனைக் கோபத்துடன் அழைத்தேன். எங்கள் ஒட்டு மொத்த வம்சத்துக்கும், எங்கள் அனைவருக்கும், தனக்கும் அவன் செய்திருக்கும் தவறுக்காக இன்னமும் நான் கோபத்துடன் இருப்பதுபோல அழைத்தேன்.

'அக்மல்.' என் குரல் விசித்திரமாகவும் கரகரப்பாகவும் கனமாக இருந்தது. சுரங்கத்திற்கு அருகில் வசிக்கும் மக்கள் விழித்துக்கொண்டு, படுக்கைகளில் அமர்ந்தவாறு அடுத்த சத்தத்தை எதிர்பார்த்து காதை கூர்மையாக்கிக் கொள்வது போன்ற காட்சியை நான் கற்பனை செய்துகொண்டேன். அவர்கள் மீண்டும் தூக்கத்தில் ஆழ்ந்து கனவில் மூழ்கி ஜன்னல்கள் காற்றில் கிரீச்சிடுவதுபோல் குறட்டைவிடும்வரை அவர்களுக்கு நேரம் வழங்கினேன்.

'அக்மல்,' நான் என் குரலை வெகுவாகத் தாழ்த்தி எந்தவித எதிர்வினையையும் ஏற்படுத்தாமல் ஒரு பலகீனமான வேண்டுகோள் போல அவனை அழைத்தேன். அவன் காணாமல் போய் மூன்று நாட்கள் ஆகிவிட்டன, நடந்து போயிருந்தால்கூட பல நூறு மைல்கள் சென்றிருக்கலாம். ரயிலில் என்றால் நாட்டின் எல்லைக்கே போயிருக்கலாம். போதுமான தூக்க மாத்திரைகளை சாப்பிட்டிருந்தால் சொர்க்க வாசலுக்கு சென்றிருக்கலாம். ஆனாலும், நான் இங்கே சுரங்கத்தில் நின்றுகொண்டு சகோதரர்களை தொலையுணர்வு இணைத்துள்ளது என்ற எண்ணத்தால் தூண்டப்பட்டு இருளிலிருந்து அவன் என் குரலுக்கு பதில் குரல் தருவான் என்ற எதிர்பார்ப்பில் வந்துள்ளேன்.

விரைவில் விடிந்துவிடும். எந்த நிமிடத்திலும் தன் முகப்புவிளக்குகளால் சுரங்கத்தில் ஒளி பாய்ச்சியபடி இந்த லைனில்

ரயில் வரக்கூடும். ரயில் ஏற்கெனவே யூகலிப்டஸ் மரங்கள் உள்ள பகுதிக்கு வந்துவிட்டதா என்று திரும்பிப் பார்த்தவாறு நான் நடக்க ஆரம்பித்தேன். ரயில் தடங்களில் ஒருசில அடிகள் நடக்கவும் அவனது குரல் கேட்டு நடுங்கிப் போனேன்.

'அமர்,' மிகப் பெரிய பெருமூச்சு விட்டது போல அழைத்தான். 'நில்லு, நான் இங்கதான் இருக்கேன்.'

அவன் என் அருகில் வருவதற்கு முன்பே எனக்கு அவன் வாசனை வந்தது. வலுவான வியர்வை நாற்றத்துடன் தினமும் காலையில் அவன் தெளித்துக் கொள்ளும் அத்தர் வாசனையும் சேர்ந்து வந்தது. ஒரு நெருப்புக் குச்சியைப் பற்றவைத்து அது அவன் கரங்களில் எரிந்தபோது நான் அவனைப் பார்த்தேன். மூன்று நாட்களுக்கு முன்பு இருந்த அக்மலின் ஆவிபோல கண்கள் பயத்தில் அகலமாக விரிந்திருக்க பார்ப்பதற்கு தலைமுடி ஒட்டவெட்டப்பட்டிருப்பதுபோல் அவனது குஃபி தொப்பி இன்னமும் அவன் தலையில் இருந்தது. நெருப்புக் குச்சி அணைந்தது.

'நான் இங்க இருக்கேன்னு உனக்கு யார் சொன்னது?' என்று அவன் கேட்டான். அவன் சுவாசம்கூட பயம் மற்றும் பதற்றத்துடன் இருந்தது.

'நானே யூகிச்சேன்,' என்றேன். 'அவங்க உன்னை தேடிட்டு இருக்காங்க.'

'எனக்குத் தெரியும். நான் யூகிச்சேன்.'

'ரஷீதை கைது செஞ்சிட்டாங்க, அதே மாதிரி உங்க மெக்கானிக் கடை முதலாளியையும் கூட.'

அவன் சோகமாக முணுமுணுத்தபடி, தீப்பெட்டியைத் தேடுவதை உணர்ந்தேன்.

நான் கோபமே இல்லாமல், அவனது பதிலைக்கூட எதிர்பார்க்காமல் அவனிடம், 'நீ ஏன் இதைச் செய்தே?' என்று கேட்டேன். 'நீ ஏன் எங்க எல்லாரையும் பிரச்சினையில மாட்டிவிட்டுருக்கே?'

'எனக்குப் பசிக்குது,' கடந்த ஐந்து ஆண்டுகளாக வீட்டில் அனைவருக்கும் உணவளித்து வந்தவன் என்னிடம், 'ஏதாவது கொண்டு வந்திருக்கியா?' என்று கேட்டான்.

அவனுக்கு பதில் கூறுவதற்கு முன்பு உலோகச் சத்தம் ஒன்று நங்கென்று கேட்க, கழண்டிருந்த ஆப்பை அதன் இடத்தில் மீண்டும் பொருத்த சுத்தியலால் அடித்தபடி, யூகலிப்டஸ் மரங்களுக்கு அருகிருந்த வளைவில் குனிந்தவாறு ரயில்வே ஊழியர் ஒருவர் தன் சுத்தியலால் தண்டவாளங்களை இணைத்துக்கொண்டிருந்ததைப் பார்த்தோம்.

'இப்போ நீ போயிரு, ராத்திரி வரும்போது ஏதாவது சாப்பிடக் கொண்டு வா,' என்று அக்மல் கூறினான். 'அப்றம் கொஞ்சம் தீப்பெட்டிகளும் கொண்டுவா.' அவன் கட்டாந்தரையில் இறங்கி சென்றுவிட அவனது வாசனை மறைந்த காலடிகளுடன் மங்கிப்போயின. நான் வீட்டிற்குத் திரும்பி நடந்தபோது தண்டவாளம் ரயில் சத்தத்தால் அதிர்ந்தது.

அடுத்த இரவுக்காக நான் காத்திருக்கும் சமயத்தில், அக்மல் இரவில் உணவுக்கும் தீப்பெட்டிகளுக்கும் காத்திருந்தான். மசூதிக்கு அருகில் கருப்புக் கொடி ஒன்றை ஓராண்டுக்கு முன்பு அவன் கட்டிய தூபிகளில் ஒன்றிலிருந்து அவன் எட்டிப் பார்ப்பதைப் பார்த்ததாகப் பேசிக்கொண்டார்கள். இந்த வதந்தி மிக வலுவாக இருந்ததால் மசூதியின் பிரதான வாயிலுக்கு காவலாளிகள் வந்து அங்கேயே நின்றவாறு மூடப்பட்ட வாயிற்கதவின் கம்பிகளுக்கிடையே உள்ள சட்டகங்கள் வழியாக இமாமிடம் பேசினர். நீண்ட நேரம் நடந்த மத்தியஸ்த்துக்குப் பிறகு - காவலாளிகள் சார்பில் ஒரு சுகாதார ஆய்வாளரும், மசூதி சார்பில் டாக்டர் இப்ராகிமும் பேசினர் - இரண்டு காவலாளிகள் மற்றும் சுகாதார ஆய்வாளர் நுழையும் அளவுக்கு மட்டும் கதவு திறக்கப்பட அவர்கள் உள்ளே மசூதி வளாகத்திற்குள் அரை மணி நேரம் இருந்தனர். தூபிகளைப் பார்த்து, மயானத்தில் சுற்றி, புனிதப்படுத்திக்கொள்ளும் குளத்திற்குப் பின்னால் வரிசையாக இருந்த கழிப்பறைகளில் சோதனையிட்டனர். அவர்கள் போன பிறகு கதவுகள் அகலமாகத் திறக்கப்பட்டு, இமாம் முன் எப்போதையும்விட மிக சத்தமாகவும் தெளிவாகவும் களங்கம் இல்லாத இறைவன் குடிகொண்டிருக்கும் இடத்திற்கு மாலைப் பிரார்த்தனைக்கு வருமாறு பக்தர்களுக்கு அழைப்பு விடுத்தார்.

அக்மலை யாருமே சுரங்கத்தில் பார்த்ததாகக் கூறவில்லை என்பது விசித்திரமாக இருந்தது, யாருமே அதற்குள் பார்க்க மெனக்கெடவும் இல்லை. அன்றைய நாள் முழுவதும் அந்த இருண்ட இடத்தைப் பற்றியே நினைத்துக்கொண்டிருந்தேன். நூறாண்டுகளுக்கு முன்பு இந்த சுரங்கத்தைக் கட்டியவர்கள் அது எங்கள் வாழ்வில் இந்தளவு முக்கிய பங்கு வகிக்கும் என்று கற்பனை செய்துகூட பார்த்திருக்க

அனீஸ் சலீம் | 327

மாட்டார்கள். தற்கொலை செய்துகொண்ட நாளன்று ஜாவி தழுவிய அந்த இருள், காவலர்களிடமிருந்து தப்பிக்க அக்மல் மறைந்துகொண்ட அந்த இருள், பாட்டி தன் வாழ்நாளில் பெரும்பாலான காலம் அரவணைத்துக்கொண்ட இருள்போல இருந்தது.

நள்ளிரவிற்குப் பிறகு, ஒரு முழு பிரட் மற்றும் ஒரு பாட்டில் தண்ணீரை எடுத்துக்கொண்டு, ஒன்றிரண்டு நெருப்புப்பெட்டிகளை பாக்கெட்டில் போட்டுக்கொண்டு ஒரு டார்ச் எடுத்துக்கொண்டு கிளம்பினேன். சுரங்கத்தின் உள்ளே செல்லும்வரை டார்ச் பயன்படுத்தவில்லை. கான்கிரீட் சுவர்கள் தொடங்கும் இடத்தில் நின்று டார்ச் ஒளியை சுரங்கப் பக்கவாட்டுகளிலோ அல்லது ரயில் தடங்களிலோ அடிக்காமல், என் முகத்தில் பாய்ச்சிக்கொண்டு அருகில் யாரும் இல்லை என்று அக்மலுக்கு சமிக்ஞை செய்தேன். எந்தளவு முடியுமோ அந்தளவு அமைதியாக இருக்க விரும்பினேன். அங்கே அந்த ரயில் தொழிலாளி இருந்து அவருக்கு அக்மலை நான் கூப்பிடுவது கேட்கக்கூடும் என்று பயந்தேன்.

என் முகத்தில் டார்ச்சை ஒரு டஜன் தடவை அடித்திருப்பேன், ஆனாலும் அக்மல் எந்த ஒரு எதிர்வினையையும் காட்டவில்லை. ஒருவேளை அவன் தூங்கிக்கொண்டிருந்தால் வார்த்தைகளற்ற சிக்னல் பலன் தராதே என்று எனக்குத் தோன்றியது. எனவே டாக்டர் இப்ராகிம் தன் பூனைக் குட்டியை அழைத்தது போல மெதுவாக, மென்மையாக அவன் பெயரைச் சொல்லி அழைத்தேன். கான்கிரீட்டுக்கு அருகில் அவன் காலடி ஓசையைக் கேட்க, காற்றில் அவன் நாற்றத்தை நுகரக் காத்திருந்தேன். ஆனால் அக்மல் எந்த பதிலும் அளிக்கவில்லை. நான் கான்கிரீட்டின் பாதையில் டார்ச்சைப் பாய்ச்சி, சுரங்கத்தின் சுவர் வரையிலும் நடந்தேன். தண்டவாளத்தைக் கடந்து அந்தப் பக்கம் சென்று அவன் பெயரைச் சொல்லி அழைத்தேன். என் குரல் மேற்கூரையிலும் சுவற்றிலும் பட்டுத் தெறித்து மங்கலான எதிரொலியே பதிலாகக் கிடைத்தது. டார்ச்சின் ஒளி பலகீனமடைந்து சாம்பல் நிற சுவர்களில் சோகமான வட்டங்களை உண்டாக்கியது. அக்மல் போய்விட்டான்.

எங்கே? இன்றுவரை எனக்குத் தெரியவில்லை.

✿

பூவா, தலையா? தலை விழுந்தால் அக்மல் பிடிபட்டுவிடுவான்; பூ விழுந்தால் அவன் தப்பித்துவிடுவான். சுரங்கத்திற்குக்

கடைசியாகச் சென்ற நாளுக்குப் பிறகு பல நாட்கள் இந்த விளையாட்டை விளையாடினேன். பெரும்பாலும் பூவாகவே விழுந்தது. என் சகோதரன் தன்னை வேட்டையாட வருபவர்களிடமிருந்து விலாங்கு மீனைப் போல நழுவிவிட்டான். தலை விழும் சமயங்களில் அவன் விசித்திரமான முறைகளில் சித்திரவதைகள் செய்யப்படுவதாக நினைத்தேன். சங்கிலியிலோ தண்டனைக்கான கட்டைகளிலோ கட்டப்பட்ட ஒரு இஸ்லாமிய ராம்போ போல, ரத்தம் வடித்தும் வலியால் ஓலமிடாமல், சூடான இரும்பினால் முத்திரை குத்தப்பட்டும் எந்த ரகசியத்தையும் வெளியிடாமல் அவன் இருப்பதாக நினைத்தேன். அடுத்த முறை நாணயத்தைச் சுண்டும்போது அவன் சுதந்திரமாக, மாறுவேடத்தில், பங்களாவிலிருந்து வெகு தூரம் வேகமாக விலகிப் போய்க்கொண்டே இருக்கும் ரயிலில் இருக்கலாம்.

பகல் வேளைகளில் அமைதியாக இருந்த வீட்டில் இரவு நேரங்களில் தவளைகள், கிரிகெட் பூச்சிகளின் சத்தம் காலியான அறைகளை விசித்திர இசையால் நிரப்பியது. ஒரு வாரம் வரையில் யாருமே வீட்டிற்கு வரவில்லை. பிறகு ஒருநாள் ஜசிரா வந்து அப்பா முகத்தில் வேகமாக வளர்ந்து வந்த வெள்ளை தாடியைப் பார்த்து தேம்பி அழுதவாறு அங்கிருந்த அமைதியை கண்ணாடியை உடைப்பது போல உடைத்தாள். ப்ரொஃபசர் நஸீர், அப்பாவை ஏதோ அவர் ஒரு விபத்தில் சிக்கி முடமானவர் போல ஆழ்ந்த அனுதாபத்துடன் பார்த்தார். அம்மா அவர்களுக்கு மவுனமாக மதிய உணவு தயாரித்தார், அவர்களும் அதை ஓசையில்லாமல், மெல்லும் சத்தம்கூட அதிகம் எழும்பாமல் உண்டனர். மாலை அவர்கள் கிளம்பிவிட்டனர். பேராசிரியர் தன் முனைவர் பட்டத்திற்காகத் தயார் செய்துகொண்டிருப்பதாகவும் ஆய்வுக்கட்டுரையை அவசரமாக முடிக்க வேண்டும் என்றும் ஜசிரா கூறினாள். மீண்டும் திரும்பிய மவுனம் சூரியன் மறையும் வரை நீடித்தது. பின்னர், இரவு வளர வளர தவளைகளின் சத்தமும், கிரிக்கெட் பூச்சிகளின் சத்தமும் பங்களாவைச் சுற்றிச் சூழ்ந்தன.

ஒரு முறை நான் கடற்கரைக்குச் சென்று குன்றின் பாதையில் திரிந்தேன்; மரங்களில் பேப்பர் நட்சத்திரங்கள் ஒளிர்ந்தன, கிறிஸ்துமஸ் மரங்கள் தூசி தட்டப்பட்டு, ஓய்வு விடுதிகளுக்கு முன் இருந்த சிறிய தோட்டங்களில் வைக்கப்பட்டன. அன்றைய தினம் கடல் ஒரு கவர்ச்சியற்ற வெளிர் நீல நிறத்தில் காட்சியளித்தது, சூரினோ அசாதாரண கருஞ்சிவப்பு நிறத்தில் இருந்தது. வழிகாட்டிகள், கடலோரக் காவலர்கள் மற்றும் ஓய்வு விடுதிகளில்

பணிபுரிபவர்கள் என்னை கேள்விக்குறியோடு பாரத்து, அவர்களை நான் திரும்பிப் பார்த்தபோது தயக்கத்துடன் புன்னகைத்தனர்.

சுஹாஷ்தா அத்தை சில இரவுகளில் மலர்களாலான உள்ளாடைகள் அணிந்தவாறு நடந்தார், அவற்றின் சிவந்த இதழ்கள் மிக லேசாகத் தொட்டாலே விழுந்தன; சில சமயங்களில் அவர் முற்றிலும் நிர்வாணமாக வந்தார், அவரது முலைக்காம்புகள் தக்கை அடைப்பான போல பழுப்பு நிறத்தில் விரைப்பாக இருந்தன. இப்போதெல்லாம் அவரே முன்வந்து வேட்கையுடன் ஆவேசமாக என்னுடன் உறவு கொண்டார். நான் அசையாமல் படுத்தவாறு அவர் உடலை அசைப்பதையும் அவரது மார்பகங்கள் அவரது பெரிய முலைக்காம்புகளைச் சுற்றி அதிர்ந்ததையும் பார்த்தேன்.

1995-ஆம் ஆண்டு பிறந்ததை பட்டாசுகள் அதிரும் சத்தம் கேட்கும்வரை நான் உணரவில்லை. வானத்தில் வெகுதொலைவில் பட்டாசுகள் வெடித்தன. பச்சை, ஊதா மற்றும் வெள்ளை நிறத்தில் வான வேடிக்கைகள் மரங்களின் மேலே விழுந்தன. சிறிது நேரத்தில் அவை மேற்கு வானத்தையே வெளிச்சமாக்க, கடற்கரையில் புத்தாண்டு கொண்டாட்டத்தில் ஈடுபடுபவர்கள்தான் இதை செய்கிறார்கள் என்று நினைத்துக்கொண்டேன். சந்தீப் தன் பைக்கில் என் பார்வையில் தெரிந்தும் மறைந்தும் போன அந்த இரவு நினைவிற்கு வந்தது, அவனை ஒரேயடியாக நான் இழந்துவிடப்போகிறேன் என்பதும் எனக்குத் தெரிந்திருந்தது. லேசாகக் கேட்கும் வான வேடிக்கையை மீறி ஒரு மிருதுவான மணி ஓசை அறையில் கேட்டது. நான் ஜன்னலுக்கு வெளியே பார்த்தேன். முதலில் மரங்களும் இரவில் மங்கலாக அசையாமல் தெரியும் அதன் இலைகளையும் தவிர வேறு ஒன்றுமே இல்லை. பிறகு ஓர் உருவம் வாசற் கதவருகில் தெரிய, தலை குனிந்தவாறு துரு பிடித்த வாசற்கதவின் கம்பிகளில் கைகளை நுழைத்தவாறு கதவைத் திறக்கக் கஷ்டப்பட்டு கொண்டிருந்தது. மாடிப்படிகளை ஒரே பாய்ச்சலாகப் பாய்ந்து கீழே இறங்குவதற்கு முன்பாகவே அப்பா சாப்பாட்டு அறைக்கு வந்திருந்தவர் மேலே படிக்கட்டுகளைப் பார்த்தார். அம்மா தலை கலைந்து கண்களை அகலமாக விரித்தவாறு தன் அறையிலிருந்து வந்தார். 'என்ன?' என்று கேட்டார். ஏறக்குறைய அக்மல் காணாமல் போனதிலிருந்து அவர் பேசி நான் கேட்ட முதல் வார்த்தை அது. 'எங்க போற?'

'வாசல்ல யாரோ நிக்கறதை பார்த்தேன்,' பதற்றமும் உற்சாகமும் ஒரே நேரத்தில் என் குரலில் வெளிப்பட்டது. 'அது அக்மல்னு நினைக்கறேன்,' என்றேன்.

பதினைந்து நாட்களாக என் அண்ணனைப் பார்த்ததாக எந்தப் புதிய வதந்திகளும் வரவில்லை. என் பெற்றோர் அவரவருக்குள் ரகசியமாக அவன் எங்கேயோ தொலைவில் எப்படியோ பாதுகாப்பாக இருக்கிறான் என்று நினைத்தார்கள் என்று நான் எண்ணினேன். என் வார்த்தைகள் அவர்களை நடுங்கவைத்து அவர்களது பயத்தை மீட்டெடுத்ததுபோல் இருந்தது. அவர்கள் என்னை இருளில் பின்தொடர்ந்தனர்; அம்மா காற்றாலை பனை மரம் வரையில் வந்தவர் அதன் தண்டில் கையை வைத்தவாறு நின்றார். அப்பா வாசல்வரை வந்தார்.

'எங்கே? இங்க யாருமே இல்லையே?' என்று கேட்டார்.

உண்மைதான். ஒருவர்கூட இல்லை, ரயில்சாலை முதல் பொருட்கள் வைக்கும் கிடங்கு வரையில் போகும் குறுகிய பாதையில் ஒரு தெரு நாய்கூட இல்லை. நான் மரப் படுகைகளுக்குப் பின்னால் போய்ப் பார்க்க அப்பாவும் பின்தொடர்ந்தார். சுரங்கம்? ஆனால் நான் வீட்டிற்குள்ளிலிருந்து மண்பாதைக்கு வந்த அந்தக் குறுகிய நேரத்திற்குள் ஒரு மான் போல ஓடியிருந்தாலும்கூட அவனால் அங்குப் போய்ச் சேர்ந்திருக்க முடியாது.

'வா, வீட்டுக்குப் போகலாம்,' என்று கூறிய அப்பாவின் குரலில் சாந்தம் இழையோடியது. 'அது உன் கற்பனையாத்தான் இருக்கும்,' என்றார்.

ஆனால் அதை அவர் முழு நம்பிக்கையோடு சொல்லவில்லை என்பது அன்று இரவு கால்களை நீட்டி போர்டிகோ நாற்காலியில் அமர்ந்திருந்தபடி கண்களை கேட்டைவிட்டு நீக்காமல் இருந்ததில் தெரிந்தது. அக்மல் இங்கேதான் எங்கேயோ இருக்கிறான் என்ற சாத்தியம் அவரை ஏதாவது செய்யச் சொல்லித் தூண்டியிருக்கலாம். அவர் பலவற்றையும் யோசித்து இறுதியில் நீதிமன்றத்தை அணுகலாம் என்று முடிவெடுத்தார். ஜசிராவும் பேராசிரியர் நஸீரும் வீட்டுக்கு அழைக்கப்பட அவர்கள் டாக்சியில் வந்திறங்கினர். அப்படியானால் அதிக நேரம் இருக்கும் எண்ணத்தில் வரவில்லை என்று அர்த்தம்.

'நான் அக்மல் விஷயமா ஒரு வக்கீலைப் பாக்கணும்,' என்று ஒரு பால்பாயின்ட் பேனா முனையை வைத்து நகத்திலிருந்த அழுக்கை சுரண்டி எடுத்துக்கொண்டே அப்பா கூறினார்.

‘எனக்குத் தெரிஞ்ச கொஞ்சம் சட்ட அறிவை வெச்சு சொல்றேன், அவரு தலைமறைவா இருக்கற வரை, வக்கீலை பார்க்கறதுல பயனில்லை,’ என்று பேராசிரியர் நஸீர் கூறினார்.

‘நீங்க சொல்றது உண்மையா இருக்கலாம், ஆனா அவன் ஏற்கெனவே போலீஸ் காவல்லதான் இருக்கான்னு எனக்குத் தோணுது,’ என்றார் அப்பா.

ஜசிராவின் புருவங்கள் மேலே உயர்ந்து பின்பு கீழே அவரது விரல்களுக்குத் தாழ்ந்து அவர் மெதுவாக நகங்களை சுத்தம் செய்வதைப் பார்த்தன.

‘நாம என்ன நினைக்கறோங்கறது நீதிமன்றத்தில செல்லுபடியாகாது. உங்களுக்கு உறுதியா தெரிஞ்சாலொழிய, அவர கைது செய்தது பதிவாகி இருந்தாலொழிய, வக்கீலால எதுவும் செய்ய முடியாது,’ என்று கூறிய நஸீரை ஜசிரா பெருமிதத்துடன் பார்த்தாள்.

‘நஸீருக்கு இந்த மாதிரி விஷயங்கள்லாம் தெரியும், அவரோட உறவுக்காரர் ஃபயாஸ் வக்கீல்தான்,’ என்று ஜசிரா கூறினாள்.

அப்பா அவள் கூறியதைப் புறக்கணித்தார். ‘அவன் அங்க இருக்கானா இல்லையான்னு தெரிஞ்சுக்க ஆட்கொணர்வு மனு போடலாம்னு நினைக்கறேன்.’

‘ஆனா, ஃபயாஸ் இந்த மாதிரி வழக்குல ஆர்வம் காட்டுவான்னு எனக்குத் தோணல.’ பேராசிரியர் தன் உறவுக்காரனுக்காக மன்னிப்புக் கேட்க முயற்சிக்கும் தொனியில் கூறினார்.

‘ஆனா இந்தக் வழக்கை உங்க உறவுக்காரர் எடுத்து நடத்தணும்னு நான் சொல்லல,’ என்று கோபமாக கைகளை வீசியபடி சொன்னார் அப்பா. ‘எனக்குக் கொஞ்சம் பணம் வேணும்.’

ஜசிரா பேராசிரியரைப் பார்த்தாள், யாருக்கும் தெரியாமல் அவர் தன் தாடையைத் தூக்கி மவுனமாக அவளது கருத்தை நாடினார். ஜசிரா திருட்டுத்தனமாக தன் விரல்களை மறுப்பாக அசைத்து வாக்கு கொடுக்க வேண்டாம், இந்தச் சூழலை தான் சமாளித்துக் கொள்கிறேன் என்று சமிக்ஞை செய்தபோது அதை நான் பார்த்துவிட்டேன்.

‘எனக்குக் கொஞ்சம் பணம் வேணும்,’ அப்பா மீண்டும் கூறினார். ‘ஆறு மாசத்துல கொஞ்சம் நிலத்தை விக்கப்போறேன், அந்த காசுல அதை நான் திருப்பிக் கொடுத்துருவேன்.’ அவர் பால்பாயின்ட்

பேனாவால் மெழுகு நாவல் மரத்தைச் சுற்றியுள்ள நிலத்தைச் சுட்டிக்காட்டினார்.

பேராசிரியர் நஸீர், சிக்னல் வருகிறதா என்று ஜசிராவின் விரல்களை கவனித்தார். ஆனால் அவள் முஷ்டியை இறுக மூடிக்கொண்டு அடுத்து என்ன செய்வது என்பதைத் தெரிவிக்க மறுத்தாள்.

எச்சரிக்கையான குரலில், 'உங்களுக்கு எவ்வளவு பணம் வேணும்?' என்று ஜசிரா கேட்டாள்.

'25000,' என்று உடனடியாக அப்பா பதில் கூறினார்.

'நஸீர் உங்களுக்கு 40000 தருவாரு,' மோதிரம் போட்ட இரண்டு விரல்களும் மோதிரமில்லாத இரண்டு விரல்களுமாக தன் அழகிய நான்கு விரல்களையும் நீட்டியபடி கூறிய அவள், 'ஆனா அதுக்கு நீங்க அந்த நிலத்தை இவர் பேர்ல எழுதணும்,' என்றாள்.

அப்பா புன்னகைத்தார், அது அவரது அரிய புன்னகைகளில் ஒன்று; அவரது முகத்தில் அமைதியைத் தருமளவிற்கு அது அவ்வளவு இனிமையாக இருந்தது. ஒரு நில பேரம் எங்கள் அனைத்துப் பிரச்சினைகளையும் தீர்த்து விடும் என்பதுபோல, பதிவு அலுவலகத்திற்கு ஒரு தடவை போவது எங்கள் அத்தனை சிக்கல்களையும் அவிழ்த்துவிடும் என்பதுபோல இருந்தது அவரது புன்னகை. இப்போது அவரைப் பற்றி யோசிக்கும்போது, அந்தப் புன்னகை நீண்டநேரத்திற்குப் பிரகாசமாக ஒரு புது வாழ்க்கைக்கான வாக்குறுதியோடு இருந்தது.

புன்னகை அகலாமலேயே, 'நஸீர்,' என்றழைத்தார் அப்பா.

'சொல்லுங்க, அப்பா,' என்று மிகவும் கவனத்துடன் அவர் சொல்வதைக் கேட்பது போலத் தன் இருக்கையிலிருந்து முன்னுக்கு நகர்ந்தார் நஸீர்.

'எனக்கு ஒரு சின்னப் பெண் இருந்தாள், என் நாலு குழந்தைகள்ல அவளத்தான் எனக்கு ரொம்பப் பிடிக்கும்.'

'நான் சோஃபியா பத்தி கேட்டிருக்கேன் அப்பா,' என்று சுருக்கமாகக் கூறினார் பேராசிரியர்.

'ஒருநாள் அவ சுற்றுலா போனா, டவுனுக்கு வெளிய போறது அவளுக்கு அதுதான் முதல் தடவை. அதனால, அந்தச் சுற்றுலா பத்தி ரொம்ப உற்சாகமா இருந்தா. சாயந்திரமே திரும்பி வரப்

போறான்னாலும் வீட்டுல இருந்த அத்தனை பேர்கிட்டயும் சொல்லிட்டுப் போனா. அது அவளுக்கு அவ்வளவு பெரிய விஷயமா இருந்துது... அவளைப் பின்னாடி பிணமாத்தான் கொண்டு வந்தாங்க.'

'எனக்குத் தெரியும்.' பேராசிரியர் நஸீர் மென்றுவிழுங்கினார்.

'என் சின்னப் பெண் போயிட்டு வ்ரேன்னு சொல்ல வந்தப்போ உன் மனைவி என்ன செஞ்சானு தெரியுமா? அவ தன் ரூமுல தாழ்ப்பாள் போட்டுக்கிட்டு ஒரு வார்த்தைகூட அவகிட்ட பேசல. பாவம் சோஃபியா அப்படியும்கூட மூடின கதவப் பாத்தே போயிட்டு வரேன்னு சொல்லிட்டுப் போனா,' என்றார்.

'நஸீர்,' கண்டிப்புடன் ஜசிரா அழைத்தாள். 'வாங்க போகலாம்,' என்றாள்.

'சரி போகலாம்,' பேராசிரியர் நஸீர் டக்கென்று எழுந்துவிட்டார். 'டாக்சி காத்துட்டு இருக்கு,' என்றார்.

'நஸீர்,' அப்பா அமைதியாக, மெல்ல எழுந்தவாறே அழைத்தார். 'இன்னும் ஒரு விஷயம் உங்க கிட்ட சொல்லணும்.'

'என்னப்பா?'

'உங்க மனைவிய என் வீட்டுக்கு இனிமேல் கூட்டிட்டு வராதீங்க. எப்பவுமே கூட்டிட்டு வராதீங்க.'

கதவுகள் சாத்தப்படும் சத்தமும், டாக்சி புறப்பட்ட சத்தமும் எங்களுக்குக் கேட்டது, மண்பாதையில் அதன் என்ஜின் சத்தம் வேகமாக மறைந்தது. அப்பா மெதுவாக அமர்ந்தவாறே பால்பாயின்ட் பேனாவால் சுத்தம் செய்த தன் விரல்களைப் பார்த்துக்கொண்டார். விரல் நுனிகளைப் பார்த்து புன்னகைத்துத் தனக்குள் ஏதோ சொல்லிக்கொண்டார்.

அந்த அமைதியான புன்னகை அடுத்த நாள் நாங்கள் அவரை மஞ்சள் பழங்கள் காய்த்துக் குலுங்கிய முந்திரி மரத்தின் நிழலில் அடக்கம் செய்யும்வரை அப்படியே இருந்தது. நிழல் மர வடிவில் இருக்க, ரம்பம் போன்ற அதன் விளிம்புகள் மறைந்து வரும் சூரிய ஒளியில் தெளிவாகத் தெரிந்தன. நாங்கள் அவரை செம்மண்ணில் புதைக்காமல் ஒரு நிழலின் ஈர இதயத்தில் ஒரு கல்லறையை அமைத்து அடக்கம் செய்வதாக உணர்ந்தேன்.

நான் கூறுவதைக் கேட்டு அவரது மரணம் திடீரென்று நிகழ்ந்ததுபோல் தோன்றலாம், ஆனால், அப்படி நடக்கவில்லை. மாலையில் நெஞ்சில் ஏதோ அசவுகரியமாக உணர்வதாகக் கூறினார். என்னிடம் சோடா தண்ணீர் வேண்டும் என்றார், ஆனால் சோடாவால் பலன் கிடைக்கவில்லை. எலுமிச்சை தேநீர் கேட்டார், அது அவருக்கு ஏப்பத்தைத் தர, ஜெலுசில் மாத்திரைகளை மெல்லத் தொடங்கினார். மேலும் அதிகமாக ஏப்பம்விடத் தொடங்க, ஏப்பத்தினூடே ஒரு முழுப்பக்க பேப்பரும் பேனாவும் வேண்டும் என்று கேட்டார். அவர் என்ன எழுதத் திட்டமிட்டிருந்தார் என்று யோசித்தபடி ஒரு பேப்பரும் எழுதக்கூடிய பேனாவும் எடுத்து வருவதற்குள் அவர் கண்களை மூடிக்கொண்டு அமைதியடைந்தார்.

அவர் உயில் எழுத விரும்பியிருக்கலாம், என்றாவது ஒருநாள் திரும்பி வரலாம் என்ற நம்பிக்கையில் அக்மலுக்கு கடிதம் எழுத விரும்பியிருக்கலாம், ஐசிரா குறித்து தன் கடுமையான உணர்வுகளை வெளிப்படுத்த எண்ணியிருக்கலாம். அவரது இறுதி எண்ணங்களைப் பற்றித் தெரிந்துகொள்ள இப்போது வழியே இல்லை என்பது எனக்கு வேதனை அளிக்கிறது.

'உன் சகோதரனைப் பத்தி ஏதாவது விஷயம் தெரிஞ்சுதா?' என்று நாங்கள் மசூதியைவிட்டு வெளியே வரும்போது என்னைத் தனியே அழைத்து கிசுகிசுப்பான குரலில் டாக்டர் இப்ராகிம் கேட்டார். அடக்கம் செய்தபிறகு, அவர் ஆசிஃப் கல்லறையில் நின்று ஒரு ஃபதிஹா சொன்னார்.

'ஒண்ணும் தெரியல டாக்டர்,' என்றேன்.

'அவன் எப்பவும் திரும்பி வந்து மாட்டிக்கக்கூடாதுன்னு நினைக்கறேன்,' என்றார்.

அன்று இரவு நாணயத்தைச் சுண்ட அது தலையணையில் மோசமான கணிப்புடன் விழுந்தது. தலை. மீண்டும் சுண்டினேன். மீண்டும் தலை. மூன்றாவது முறையும் எனக்கு அதிர்ஷ்டம் இல்லை. அவன் இறந்திருக்க வேண்டும் என்று விரும்பினேன், சூடான இரும்புக்கம்பிகள் பட்டாலும் அவன் தோல் உணர்ச்சியற்று, அவன் மனமும் அப்பாவைப் போல அமைதியில் நிலைத்திருக்கும்.

முதலில் நான் அவளைப் பார்க்கவில்லை. இரண்டு வயதான ஆண்கள் தயக்கத்துடன் நடைபாதையில் வந்ததைத்தான் பார்த்தேன். அப்பா இறந்து நான்கு நாட்கள் ஆகியிருக்க, கடைசியாக துக்கம் விசாரிக்க வந்தவர்கள்கூட கிளம்பிவிட்டிருந்தனர். ஜசிராவும் பேராசிரியரும் மூட்டைக் கட்டிக்கொண்டு புறப்படத் தயாராக இருந்தபோது எதிர்பாராத சிலர் வந்தனர்.

அவர்களில் ஒருவர் நீண்ட தாடி வைத்து வெள்ளைத் தலைப்பாகை அணிந்திருந்தார். அவரது கைகள் ஒல்லியாக கருப்பாக லவங்கப்பட்டை நிறத்தில் இருந்தது. மற்றொருவர் குட்டையும் பருமனுமாக பக் நாய்க்குட்டி போன்ற முகத்துடன், ரயில் நிலையத்திலிருந்து வீடு வந்து சேரும் சிறிய நடைக்கே மூச்சு வாங்கிக் கொண்டிருந்தார். அவருக்குப் பின்னால் நின்றிருந்த அந்தப் பெண் உயரமாக பதற்றத்துடன் காணப்பட்டாள். அவள் அணிந்திருந்த போல்கா புள்ளிகள் கொண்ட முக்காடு வழியாக அவளது இருண்ட முகம் தெரிந்தது. ஏதோ ஒரு வகையில் பரிச்சயமாகத் தோன்றிய அந்த முகவெட்டை முதலில் என்னால் அடையாளம் காண முடியவில்லை. பிறகு என்னைப் பார்த்து அரைப் புன்னகை பூத்தபோது, அவளை எனக்கு வாழ்நாள் முழுவதும் தெரிந்ததுபோல் உணர்ந்தேன். சோஃபியா ஏதாவது தவறு செய்யும்போது சிரிப்பது மாதிரியே இவள் சிரிப்பும் இருந்தது; இவளுக்கும் அவ்வளவு நேராக இல்லாத மூக்கும் இறந்துபோன என் சகோதரியைப் போல தாடைப் பிளவும் இருந்தன. சோஃபியா ஏரியில் மூழ்கியிருக்காவிட்டால் இருபத்தியாறு வயதில் இப்படித்தான் இருந்திருப்பாள் என்பது போல இவள் காணப்பட்டாள்.

‘நாங்க மலபார்லருந்து வந்திருக்கோம்,’ என்று வெள்ளைத் தலைப்பாகை அணிந்த நபர் கூறினார்.

‘நேத்து ராத்திரிதான் அவரப் பத்தி செய்தி தெரிஞ்சுது,’ என்று பக் முகம்கொண்டவர் கூறினார். அவர் அந்தப் பெண்ணை நான் கவனிப்பதைப் பார்த்தார். அவள் தன் மெல்லிய வளையல்களில் ஒன்றோடு விளையாடியவாறு, இடிந்து வரும் மாளிகையை சுற்றும் முற்றும் பார்த்தாள். பக் முகம்கொண்ட நபர் ஒரு மூங்கில் நாற்காலியில், மூச்சிரைத்தவாறு தொப்பென்று அமர்ந்து என்னிடம் தண்ணீர் கொண்டு வரும்படி செய்கை செய்தார்.

நான் தண்ணீருடன் போர்ட்டிகோவுக்கு வந்தபோது அந்தப் பெண் அவருக்கு அருகில் அமர்ந்து தலையைக் கைகளில் புதைத்து

அழுதுகொண்டிருந்தாள். துக்கத்தில் அழும்போது ஜசிராவை நினைவுபடுத்தும் விதமாக, அவளைப்போலவே முகத்தைக் கைகளால் மறைத்தவாறு அழுதாள். ஆனால், தலைப்பாகை அணிந்தவர் அவளை சமீரா என்று மென்மையாக பெயரைச் சொல்லி அழைக்கும்வரை அவள் மாற்றாந்தாய் மகள் என்பது எனக்குத் தெரியவில்லை. ஜாவி என் சகோதரிக்கு வைக்க இரண்டு பெயர்களைக் குறிப்பிட, அப்பா உடனடியாக சோஃபியா என்ற பெயரைத் தேர்ந்தெடுத்தார் என்று அம்மா சொன்னது நினைவுக்கு வந்தது. இரண்டாவது பெயரான சமீராவை தன் மலபார் மகளுக்கு அவர் சூட்டியிருக்கிறார்.

திடீரென்று அப்பா எனக்கு இலக்குடன் வாழ்ந்த மனிதராகத் தோன்றினார். வேறு ஒரு வாழ்க்கை, வேறு பிரியமானவர்கள், பிற சுமைகள், மேலும் மண்பாதைக்கு இட்டுச்செல்லும் இந்த முற்றத்தைத்தவிர இன்னொரு வீட்டின் முன் முற்றமும் அவருக்கு இருந்துள்ளன. ஒவ்வொரு மாதமும் தவறாமல் சென்று வரும் அவரது இன்னொரு வீட்டை என்னால் கற்பனை செய்ய முடியவில்லை. சையது சித்தப்பாவின் சிறைக் குடியிருப்போடு முடிந்தது என்று நினைத்த அவரது மாதப் பயணங்கள் அவரது இரண்டாவது வீட்டில், சமீரா அவள் அப்பாவுக்காக, எங்கள் அப்பாவுக்காக காத்திருந்த வீட்டில் முடிந்திருக்கின்றன. அவளைப் பார்த்து அவர் எப்போதாவது புன்னகைத்திருக்கிறாரா, அந்த வீட்டில் சிரித்திருக்கிறாரா, அவளுக்கு செல்லப் பெயர் உண்டா என்றெல்லாம் யோசித்தேன்.

சாதாரண சந்தர்ப்பமாக இருந்தால் ஜசிரா அவளைப் பார்த்துக் கத்திக் கூச்சல் போட்டு அந்த பங்களாவிற்குள் அவள் வருவதைத் தடுத்திருப்பாள். ஆனால், அந்த இருண்ட நாளில், மழை மேகங்களுடன் சாம்பல் நிறத்தில் இருந்த வானம், தொலைவில் எதிரொலிக்கும் இடியோசை மரங்களின் ஊடாகக் கேட்ட அந்த சமயத்தில் எதுவுமே சாதாரணமாக இல்லை. ஜசிராவின் கன்னங்களில் மெல்ல கண்ணீர் வழிந்துகொண்டிருக்க ஜசிரா கீழ் உதட்டை மடித்தவாறு அழுதபடி வெளியே வந்து சமீராவை வீட்டிற்குள் அழைத்துச் சென்றாள். துயரத்தில் ஒன்று சேர்ந்த சகோதரிகள் நடைபாதையில் நடந்துசெல்வதைப் பார்க்கும்போது வயலில் ஒரு மரக்கன்றை வேரோடு பிடுங்கி அது அவளது கையில் தொங்கிக் கொண்டிருக்க ஓடிவரும் சோஃபியா, திருடிய இடத்திலிருந்து பாதுகாப்பான இடத்திற்கு வந்த பிறகு நாங்கள் வெடித்துச் சிரித்ததை நினைத்துக்கொண்டேன்.

நேரம் சென்றது, இடியோசை அருகில் கேட்க மரங்கள் குளிர்ந்த காற்றை வீசின. வந்திருந்தவர்களுக்கு போர்ட்டிகோவில் சாப்பாடு பரிமாறப்பட்டது, பின்னர் வரவேற்பு அறையில் நமாஸ் செய்ய அவர்களுக்கு பிரார்த்தனை பாய்கள் வழங்கப்பட்டன. ஜசிரா, சமீராவை கீழேயும் மேலேயும் இருக்கும் ஒவ்வொரு அறைக்கும், மல்லிகைக் கொடிகள் பாதி மலர்ந்த மொட்டுகளால் நிறைந்து படர்ந்திருந்த சிம்னி இருக்கும் மொட்டை மாடிக்கும், அங்கிருந்து இன்னும் சில படிக்கட்டுகள் ஏறிச் சென்று பார்த்தால் கிடங்கைச் சுற்றி வளைவாகச் செல்லும் ரயில்பாதை, ஆல மரங்களின் வரிசையைக் கடந்து சென்று மறையும் மொட்டை மாடியின் இரண்டாவது தளத்திற்கும் அழைத்துச் சென்றாள்.

அன்றைய நாள் முழுவதும் சமீரா, பெரிய ஆனால், பாழடைந்திருந்த இந்த பங்களாவைப் பார்த்து வாயடைத்துப் போனதுபோல தெரிந்தாள். நடைபாதையில் அலைந்தவாறு நுணுக்கமாக செதுக்கப்பட்ட சட்டங்களை ஆழ்ந்து பார்த்தாள், முன்பக்கத் தோட்டத்தைப் பார்த்தவாறு இருந்த மிகப் பெரிய பால்கனிகளில் எச்சரிக்கையுடன் நடந்தாள், வீட்டில் இருந்த எண்ணற்ற அலமாரிகளையும் அதன் அகலத்தையும் பார்த்து மவுனமாக வியந்தாள். மழை மேகங்களை ஒப்புதலுடன் அவள் பார்வையிட்டது என்னமோ மலபாரில் அப்படி ஒன்று இல்லவே இல்லை என்பது போல இருந்தது. இப்போது என்னால் அவளது வீட்டின் நிலையை, அந்தச் சிறிய வீட்டின் தன்மையை கற்பனை செய்துபார்க்க முடிந்தது.

தலைப்பாகை கட்டியிருந்த வயதானவரான சமீராவின் தாத்தாவும், பருமனாக இருந்த அவள் மாமாவும் செய்தித்தாள்களைப் படித்தவாறும், பேராசிரியர் போர்ட்டிகோவில் விட்டுச்சென்ற பொருளாதார சீர்திருத்தம் குறித்த பத்திரிகையைப் புரட்டிக்கொண்டும் பொழுதைக் கழித்தனர். பிறகு அவர்கள் மதிய வேளை பிரார்த்தனைக்காக மசூதி சென்றனர், இந்தப் பரிச்சயமில்லாத நகரில் அதன் தூபிகளை வைத்து திசையைக் கணித்தனர். அவர்கள் திரும்பி வந்தபோது மலபார் எக்ஸ்பிரஸைப் பிடிக்க வேண்டிய நேரம் ஆகிவிட்டிருந்தது. எங்கள் டவுனில் சூரியன் ரயில்வே கட்டிடத்தின் மேலே சிகப்பாக மாறத் தொடங்கும்போது வரும் அந்த ரயில் சரியாக ஒரு நிமிடம்தான் நிற்கும். அப்பாவுக்காகவே சேவையைத் தொடங்கி உள்ளனர் என்று அம்மா கோபத்தில் நையாண்டியாகச் சொன்ன அதே மலபார் எக்ஸ்பிரஸ்தான்.

ஜசிரா அவர்களுக்கு மூன்று பொட்டலங்களில் இரவுச்சாப்பாடு கட்டினாள். ரொட்டிகளையும் தொட்டுக்கொள்ள உருளைக் கிழங்கையும் காஸ் அடுப்பில் சூடேற்றி மென்மையாக்கி வாழை இலையில் மடித்து அவை அவிழாமல் இருக்க வாழை நாரைக்கொண்டு பொட்டலத்தைக் கட்டினாள். அம்மா சமையல் அறையிலிருந்து கண்ணாடி டம்ளர் நிறைய மிதமான சூட்டில் பாலை எடுத்து விரைந்து வந்து சமீராவை முழுவதும் குடிக்க வைத்தாள். அதில் தூக்க மாத்திரை கலந்திருக்கிறது என்று சமீராவை எச்சரிக்கை செய்வதற்கு கத்த விரும்பினேன். ஆனால் அவள் கடைசி சொட்டு வரை குடித்துவிட்டு போர்ட்டிகோவிலிருந்து தன்னை அழைத்த தாத்தாவின் குரலுக்கு விரைந்தாள். அம்மா அவள் வாயில் மீசைபோல படிந்த பாலை தனது சால்வையில் துடைத்து முத்தமிட்டு வழி அனுப்பினாள். கணவரை இழந்ததால் நாற்பது நாட்களுக்கு அந்நியர்கள் கண்ணில் படாமல் இருக்க வேண்டும் என்பதால் வாசல்வரை வந்து வழியனுப்ப முடியாததற்கு வருந்துவதாகவும் கூறினார்.

வெளியே பாதி தூரம் நடந்து சென்ற சமீரா, சற்றே நின்று என் கையைப் பிடித்தவாறு என்னிடம் முதல் தடவையாகப் பேசினாள். ‘அமர்,’ என்று அரைச் சிரிப்பு சிரித்தாள், எனக்கு மீண்டும் சோஃபியா ஞாபகம் வந்தது. ‘நீ விரைவில் குணமாக வேண்டும் என்று நான் அல்லாவிடம் பிரார்த்தனை செய்வேன். உனக்காக நான் துவா கோருவேன்,’ என்றாள்.

ஜசிரா சட்டென்று என்னைப் பார்த்து என் முகத்தில் மெல்ல படரும் சந்தேகத்தைப் புரிந்து கொண்டவளாக சமீராவிடம் மலபார் எக்ஸ்பிரஸ் சத்தம் தனக்குத் தொலைவில் கேட்பதாகக் கூறினாள். ‘வேகமா வா சமீரா, சீக்கிரம் வா. இன்னிக்கு ராத்திரி எங்களோட இருக்கத் தயார்னா அங்கயே இரு,’ என்றாள்.

நான் அவர்கள் போவதைப் பார்த்தேன், முதலில் வயதானவர், கடைசியில் சமீரா என்று அவர்கள் வந்த அதே வரிசையில் திரும்பினார்கள். அவள், ஏறக்குறைய ஓடிக்கொண்டிருந்தவர்களோடு இணைய மண்பாதையில் விரைந்தாள். நடைபாதைக்குச் சென்று சேர்வதற்கு முன்பே அவள் தடுக்கி விழுந்து மயங்கிச் சரிவதற்காகக் காத்திருந்தேன். ஆனால் அவள் உறுதியாகச் சென்றாள். ஒருவேளை அந்த மாத்திரைகள் மெல்ல வேலை செய்யும் போல இருக்கிறது. ஆனால், ஜசிரா அவளுக்காகக் கட்டிக்கொடுத்த இரவு உணவை வாழை இலையைத் திறந்து ஒரு வாய் வைப்பதற்கு முன் அது அவளை ஆழ்ந்த தூக்கத்தில் ஆழ்த்தும் அளவிற்கு வேகமானதாக

இருக்கும். நடைபாதையின் முனையிலிருந்து அவள் பங்களாவைத் திரும்பிப் பார்த்தாள். சிறிது நேரத்திற்குப் பிறகு, அப்பாவின் மலபார் கடற்கரை மசாலா வேட்டைப் பயணங்களின் விளைவால் பிறந்த அப்பெண் கும்பலில் கலந்தாள்.

இனி எப்போது வேண்டுமானாலும் நான் இந்தப் புத்தகம் எழுதுவதை நிறுத்திவிட்டு இதை ஜாவியின் புத்தகங்களுடன் வைத்துவிடுவேன். நான் எழுத வேண்டும் என்பதற்காக புதிய நிகழ்ச்சிகள், புதிய சண்டைகள், புதிய சாவுகள் நடக்க வேண்டும் என்று நினைப்பது எனக்குக் கடினமாக இருக்கிறது.

சென்ற வாரம் சமீரா அம்மாவிற்குக் கடிதம் எழுதினாள். இந்த மாத இறுதியில் பருமனாக இருந்த அந்த மாமாவின் மகனைத் திருமணம் செய்துகொள்ளவிருப்பதாகக் கூறியிருந்தாள். நாங்கள் அனைவரும் - ஜசிரா, பேராசிரியர் நஸீர், அம்மா, மற்றும் நான் வரவேண்டும் என்று தான் விரும்புவதாகக் கூறினாள். அக்மல் வரவேண்டும் என்று அவள் குறிப்பிடவில்லை, அவன் திரும்பி வரப்போவதில்லை என்று சந்தேகம் கொண்டிருக்கலாம். அவன் வீட்டை விட்டுப்போய் ஆறு மாதங்கள் ஆகின்றன, ஒவ்வொரு தடவையும் வாயிற்கதவு காற்றில் அசைந்து சத்தம் கேட்கும் போதெல்லாம் நாங்கள் பலகீனமாகும் எதிர்பார்ப்புடன் வெளியே பார்த்தோம். அவன் திரும்பி வருவதை நான் விரும்புகிறேனா இல்லையா என்பதை என்னால் முடிவுசெய்ய முடியவில்லை. நாணயத்தை சுண்டிப்போடுவதைக்கூட நிறுத்திவிட்டேன்.

நாங்கள் சமீராவின் திருமணத்திற்குச் செல்வோமா இல்லையா என்று எனக்குத் தெரியவில்லை, ஆனால் அம்மா, தன் கிளைகளில் ஒன்றை சிம்னிக்குள் நுழைத்துகொண்டு வளர்ந்திருந்த பலா மரத்தை யோசனையுடன் பார்த்துக்கொண்டிருந்தார். இதை விற்றால் நிச்சயம் மலபார் போக டிக்கெட் வாங்கவும் சமீராவிற்கு நல்ல திருமணப் பரிசு வாங்கவும் பணம் கிடைக்கும். ஆனால், அம்மா மலபாருக்குப் பயணம் செய்து அந்த இன்னொரு பெண்மணியை சந்திக்கத் தயாரா என்று எனக்கு சந்தேகமாக இருந்தது.

இந்த நினைவுச்சித்திரம் மெல்ல முடிவுக்கு வரும் நிலையில் எனக்குள் ஒரு வெறுமை பரவுவதை உணர்கிறேன். அன்றொருநாள், ஜசிரா வந்திருந்தாள். நடப்பதை நிறுத்தி நான் எழுதுவதைப்

பார்த்தாள். அவள் கருவுற்று ஐந்தாவது மாதத்தில் இருப்பதால் இப்போதெல்லாம் அவளைப் பார்க்க வெளிறிப்போய் உடல்நிலை சரியில்லாதவள் போல இருக்கிறாள். வழக்கமாக இரண்டாவது மாத நடுவில் அல்லது அதிகபட்சம் மூன்றாவது மாத தொடக்கத்திலேயே கருச்சிதைவு தொடர்ந்து ஏற்பட்டதால், ஐந்தாவது மாதம் என்பது அவளது கர்ப்பகாலத்தில் வரலாற்று சாதனை என்றே சொல்ல வேண்டும். அவள் சில நேரங்களில் பேராசிரியர் நஸீருடன் போர்ட்டிகோ படிகளில் அமர்ந்தவாறு நிறைய மாங்காய் துண்டுகளை வைத்துக்கொண்டு பனி போன்ற வெண்மையான உப்பைத் தொட்டுக் கொண்டு சாப்பிட்ட வண்ணம் இருப்பாள். சில சமயங்களில் நீளமான, முதிராத புளியம்பழத்தை அவள் கடிக்கும்போதெல்லாம், அதன் புளிப்பை எண்ணி பேராசிரியர்தான் முகம் சுளித்து கண்களை சுருக்கிக்கொள்வார்.

அப்பாவின் மரணத்துக்குப் பிறகு அவள் குறிப்பிடத்தக்க அளவு பக்குவம் அடைந்திருக்கிறாள். ஒவ்வொரு தடவை வரும்போதும் மளிகை சாமான்கள் வாங்கி வருகிறாள். ஒருவேளை அவள் மாறாமல் இருந்து கர்ப்ப காலத்தில் ஏற்படும் அதீத சோர்வு இதற்குக் காரணமாக இருக்கலாம். செய்தித்தாள்களில் சரியாகக் கட்டப்படாத பொட்டலங்களாக அவள் கொண்டு வரும் நல்ல பொருட்கள், தன் பங்கில் உள்ள நிலத்தில் மரங்களை வெட்டவிடாமல் அம்மாவை திசைதிருப்பும் சாதனங்களாகவும் இருக்கலாம். ஆனால், எப்போதுமே என் அறை வாசலில் நின்று நான் எழுதுவதை கவனிக்கிறாள். நான் நிமிர்ந்து பார்க்கும்போது சோகமும் பயமும் கலந்த பார்வையுடன் அங்கிருந்து போய்விடுகிறாள்.

சென்ற திங்கட்கிழமை அஞ்சல் அட்டை படம் ஒன்று வந்தது. சதுரமாக, ஒரு வெளிறிய வெள்ளை சிலை கைகளை பக்கவாட்டில் விரித்தவாறு ராணுவப் பயிற்சியில் நிற்பதுபோல் நின்றுகொண்டிருந்தது. மனமுடைந்து துயரத்தில் இருக்கும் இயேசு கிறிஸ்துவின் படம். அவரது அங்கியிலும், தாடியிலும் பறவை எச்சம் போன்ற ஏதோ ஒன்று ஒட்டிக்கொண்டிருந்தாற்போல இருந்தது. அதன் மற்றொரு பக்கத்தில் பெரிதாக ‘ஹலோ’ என்று கருப்பு ஸ்கெட்ச் பேனாவால் கிறுக்கப்பட்டு அதற்கு அடியில் சந்தீப்பின் கையொப்பம் இருந்தது. இத்தனை ஆண்டுகள் மவுனமாக இருந்துவிட்டு, எங்கிருந்தோ - அதன் தபால் முத்திரையைப் பார்த்து ரியோ என்பதை மட்டுமே என்னால் தெரிந்துகொள்ள முடிந்தது - எனக்கு எழுதியிருக்கிறான்.

அவன் என்னை ஏன் திடீரென்று நினைத்துக்கொண்டு ஓர் அஞ்சல் அட்டையை அனுப்ப வேண்டும் என்பது எனக்குப் புதிராக இருந்தது, அதுவும் இவ்வளவு பெரிய 'ஹலோ', சிலந்தி வலைபோன்ற கையொப்பம், இவற்றைத் தவிர வேறு எதுவுமே இல்லை. அவனுக்கு பதில் கடிதம் அனுப்பவும் வழி இல்லாமல் அவனுடைய முகவரிகூட அதில் இல்லை. அவனிடம் சொல்ல வேண்டிய ஏராளமான விஷயங்கள் என்னிடம் இருக்கிறது. எங்கள் இருவருக்கும் பொதுவாகத் தெரிந்த பலருக்கு பல விஷயங்கள் நடந்திருக்கின்றன. நான் தபால் அட்டையைத் திருப்பி மங்கலான நீலத்தில் பனிக்காற்றில் நின்றுகொண்டிருக்கும் இயேசுவின் சிலையைப் பார்த்தேன், தெளிவான மேகம் அவரது தலைக்கு மேல கரையும் ஒளிவட்டத்தைப்போல் போய்க்கொண்டிருந்தது. ஒரு நிமிடம், குன்றின் முனைக்குப் போய் மொட்டைத் தென்னைக்கு கீழ் நின்றுகொண்டு கைகளை விரித்தவாறு வீசும் காற்றிடம் உரத்த குரலில் அனைத்தையும் சொல்லலாம் என்று தோன்றியது.

இந்த நினைவுச் சித்திரத்தை முடித்துக்கொள்வது என்று தீவிரமாக யோசித்து இந்த அத்தியாயத்தை நான் தொடங்கிய சமயத்தில் ஏதோ நிகழ்ந்தது. என் காதுகளில் ஏதோ வினோதமான சத்தம் கேட்டது. ஜசிராவும் பேராசிரியரும் சிறிது நேரத்திலேயே கிளம்பிப் போனார்கள், வீட்டில் என்னையும் அம்மாவையும் தவிர யாருமில்லை, சாலையிலிருந்து வரும் சத்தத்தைத் தவிர வேறு சத்தமின்றி அமைதியாக இருந்தது. மதியமா மாலையாகிவிட்டதா என்று சொல்லமுடியாத நாளின் வேளை அது. பங்களாவின் அந்தப் பக்கம் சூரியன் இறங்கி விட்டதால், படிக்கட்டுகள் மங்கலாகத் தெரிந்தன. வழிப்பாதை இருட்டாக இருந்தது. காற்றில் தனிமையின் வாடை அடித்தது.

நான் டி.வி. அறைக்குச் சென்றேன், அங்கு அம்மா தன் மெத்தையின் முனையில் அமர்ந்தவாறு பாட்டியின் மெத்தையோடு உரையாடிக் கொண்டிருந்தார். அவர் அமர்ந்திருந்த நிலை சரியாக இல்லை; முழங்கால்களை மடித்து அவற்றை கைகளால் வலுவாகப் பற்றிக்கொண்டிருந்த விதம் அவ்வாறு பிடித்துக்கொண்டிராவிட்டால் அவரது மூட்டுகளில் உள்ள எலும்புகள் நொறுங்கி குவியலாக விழுந்துவிடும் என்று பயப்படுவது போல இருந்தது. அவரது குரலில் திகில் கலந்த அவசரம் காணப்பட்டது. பிறகு அவர் பேசுவது எனக்குக் கேட்கவும் நான் பயந்தேன். அவர் தனக்குள் பேசிக் கொண்டிருக்கவில்லை, நீண்ட காலத்துக்கு முன்பே எங்களை விட்டுச் சென்றுவிட்ட ஒருவரிடம் பேசிக்கொண்டிருந்தார்; அவர் சோஃபியாவிடம் பேசிக்கொண்டிருந்தார்.

நான் விளக்கைப் போட்டும் அவர் அசைந்துகொடுக்கவில்லை. நான் அவரைக் கூப்பிட்டேன்; அவர் என்னை மறுதலிப்பாகக்கூடப் பார்க்கவில்லை.

'அம்மா,' என்று தோள்களைப் பிடித்துக் குலுக்கியவாறு மீண்டும் அழைத்தேன். 'அம்மா இப்படி பேசறதை நிறுத்துங்க,' என்றேன். என்னை நிமிர்ந்து பார்த்த அவர் என் கைகளைத் தட்டிவிட்டார். அவர் கண்கள் ஈரமாகவும் ரத்தச் சிவப்பாகவும் இருந்தன. அவரது முக வெளிப்பாடு கடுமையாகவும் இறுக்கமாகவும் இருந்தது.

இரவு, பாட்டியின் பார்வைபோல மிகவும் இருண்டு கனமாகும் வரையில் அவர் மெத்தையோடு பேசிக்கொண்டிருந்தார். அன்று இரவு ஒரு தூக்க மாத்திரை இருந்தால் அதைக் கொடுத்து அம்மாவை நீண்ட நேரம் தூங்க வைக்கலாமே என்று ஆசைப்பட்டேன்.

❧

இதுதான் இறுதி அத்தியாயம். இதை முடித்த பிறகு இந்தப் புத்தகத்தை பூட்டி வைத்துவிடுவேன். இதை எழுதுவதே நரகமாக இருக்க, இதைத் திருத்தி எழுதப்போவதில்லை. மேலும், ஒருவர் தன் வாழ்வைப் பற்றி எழுதும்போதும் அதில் எதிர்கொண்ட சம்பவங்கள் குறித்து எழுதும்போதும் அவற்றில் திருத்தங்களுக்கு இடமேது?

சென்ற முறை நாங்கள் டாக்டர் ரோஸைப் பார்க்கச் சென்றபோது, குறைந்த டிக்கெட்டில் மெதுவாகச் செல்லும் வழக்கமான ரயிலில் செல்லாமல் ஒரு விரைவு ரயிலில் பயணம் செய்தோம். ஜன்னல் இருக்கைகளில் நாங்கள் எதிரும் புதிருமாக அமர்ந்திருந்தோம், கடந்து செல்லும் நீர்நிலைகள், வீடுகள், பசுக்கள், எருமைகள், மெதுவாக அறுவடை செய்யப்படும் வயல்களைப் பார்த்தோம். ஜன்னல்கள் வழியாகத் தெரிந்த மின்சார ஒயர்கள் இசைக்கருவிகளின் கம்பிகள் போல தோற்றமளித்தன, நீண்ட சிம்பொனிக்கான குறிப்புகளைப்போல முறையான இடைவெளி விட்டு சிறு கும்பல்களாக பறவைகள் அவற்றில் அமர்ந்திருந்தன. ஓடிக் கொண்டிருந்த கேபிள்கள் பயணத்தின் முடிவு வரை தொடர்ந்தன, சில நேரங்களில் ஜன்னலுக்கு வெகு அருகில் நான் கையை நீட்டினால் தொட்டுவிடக்கூடிய தொலைவிலும், சில நேரங்களில் வெகு தொலைவில் தண்டவாளத்தின் அருகில் இருந்த வீடுகளின் பின்னால் மறைந்தும், பசுமையான வயல்களின் நடுவில் நின்றுகொண்டிருக்கும் மின்சார கோபுரத்தில் பயணம் செய்து, பிறகு

மீண்டும் எங்கள் பக்கத்துக்கே வந்துவிடும். நாங்கள் பெரும்பாலும் அமைதியாகப் பயணம் செய்தோம்.

பச்சை வயல்கள், மின்னும் நதிகள், தரிசு நிலங்கள், மற்றும் பழுப்பு நிலப்பரப்புகளை பார்த்துக்கொண்டிருந்த எனக்கு முதன் முதலாக நான் மேற்கொண்ட ரயில் பயணம் நினைவிற்கு வந்தது. எனக்கு அப்போது ஆறு வயது இருக்கும் - சிறிய, மந்திரித்த ஆணிகள் எங்கள் முன் கதவில் அடிக்கப்பட்ட ஒருசில மாதங்களுக்குப் பிறகு இருக்க வேண்டும் - நான் அம்மா பக்கத்தில் அமர்ந்திருந்தேன். நாங்கள் ரம்ஜான் திண்பண்ட வகைகளை எடுத்துக்கொண்டு பாட்டி வீட்டிற்குச் சென்று கொண்டிருந்தோம். எங்கள் நிலையத்திலிருந்து ரயில் சரியாகக்கூட புறப்பட்டிருக்கவில்லை, ரயில் கிளம்பும் ஹாரன் ஓசை இன்னமும் காற்றிலிருந்து மறையவில்லை, ஆனால் நாங்கள் ஏற்கெனவே எங்கள் டவுனிலிருந்து பல மைல் தொலைவைக் கடந்து விட்டாற்போல இருந்தது. நான் ஜன்னலுக்கு வெளியே ரயிலுடன் இணைந்து ஓடிய காபி நிறப் பாதையின் ஒரு பக்கத்தில் வரிசையாக இருந்த மரங்களையும் மறுபக்கத்தில் பெரியதும் சிறிதுமான வீடுகளையும் பார்த்தேன். ஒரு ரயில் நிலைய சிக்னல் மெதுவாகக் கடந்து செல்ல அதற்குப் பின்னால் இருந்த சேற்றுப்பாதைக்கு அருகே ஒரு பெரிய பழுதடைந்த வீடு இருந்தது. அதன் சுவர்களில் மண் அப்பிக் கிடந்தது; மரத்தாலான அதன் பழுப்பு நிற ஜன்னல்கள் திறந்திருந்தன. போர்ட்டிகோவில் ஓர் அழகான இளம் பெண் மூங்கில் நாற்காலியில் எதையோ யோசித்தபடி அமர்ந்து தன் நீண்ட கூந்தலை பின்னிக்கொண்டிருந்தாள். நான் உரத்த குரலில் 'ஐசி' என்று கத்தினேன், அவள் அதிர்ச்சியுடன் என்னை பார்ப்பாள் என்று எதிர்பார்த்தேன், ஆனால் அவள் தொடர்ந்து பின்னிக்கொண்டே இருந்தாள். என் கத்தல் அவள் காதுகளில் விழவில்லை, நான் ஜன்னலுக்கு வெளியே கையாட்டியதையும் அவள் பார்க்கவில்லை. திடீரென்று ரயிலில் இருள் பரவியது. சுரங்கத்தின் சுவர்கள் சக்கரங்களின் லயத்தை எதிரொலித்தன.

டாக்டர் ரோஸின் தோட்டம் முழுவதும் பூக்கள் நிறைந்திருந்தன, பெரும்பாலும் வெள்ளை ரோஜாக்கள். வீட்டின் ஒரு மூலையிலிருந்து ஒரு பெண்ணின் கேவல் சத்தமும் ஒரு பெண்மணியின் கோபமான குரலும் கேட்டன.

டாக்டர் ரோஸ் தன் முழங்கைகளை மேஜையின் மேல் மடித்தவாறு வைத்து தன் கன்னங்களில் விரல்களால் தட்டிக்கொண்டிருந்தார், மேற்புறம் கண்ணாடி போட்ட மேஜையில் அவர் முகம் தெளிவாகத்

தெரிந்தது. தலைமுடி நன்றாக கிராப் செய்யப்பட்டிருந்தது. அவரது நரைத்த முடி ஜசிராவின் மஸ்காரா பிரஷ்ஷைப்போல் விரைப்பாக நின்றுகொண்டிருந்தன.

'அமர்,' என்று அழைத்த அவர் குரலில் கேலியான மகிழ்ச்சி நிரம்பியிருந்தது. அவர் தன் உள்ளங்கை மேஜையின் மேல் படுமாறு கைகளை விரித்துக் கவிழ்த்து வைத்தார்.

நான் ரியோவிலிருந்து வந்த தபால் அட்டை பற்றியும் மலபாரிலிருந்து வந்த திருமண அழைப்பிதழ் பற்றியும் கூறினேன். ஜசிராவின் வருகைகள், அவள் பேப்பர் பொட்டலங்களில் கொண்டு வரும் மளிகை சாமான்கள் பற்றி சுருக்கமாகக் கூறினேன். அவர் அசுவாரஸ்யமாக, முகத்தில் சிறு புன்னகைகூட இல்லாமல் கேட்டுக்கொண்டிருந்தார். ஆனால் வாயிற்கதவு காற்றில் அசைந்த சத்தம் கேட்டு நான் அக்மலாக இருக்கலாம் என்ற எதிர்பார்ப்பில் வெளியே பார்த்த விஷயத்தைக் கூறிய உடன் அவர் முகம் பிரகாசமடைந்தது; மேற்கொண்டு பேசுமாறு தலை அசைத்தார்.

'அவரு காணாம போறதுக்கு முன்னாடி நீங்க அவரைப் பாத்தீங்களா?' என்று வெளிப்படையான ஆர்வத்தோடு கேட்ட அவர் மேலும், 'உங்களை பார்த்து கைய அசைச்சாரா அல்லது உங்களை விரலால சைகை காட்டி கூப்பிட்டாரா? என்றும் கேட்டார்.

நான் கூறிய பதில்களை ஒரு குறிப்பேட்டில் அலட்சியமாகக் கிறுக்கினார். அந்தப் பேனாவை அவர் ஒரு தினுசாகப் பிடித்திருந்ததைப் பார்த்தால் அவர் அதில் ஏதேதோ கிறுக்கிக்கொண்டிருக்கலாம், ஒழுங்கற்ற வட்டங்களை அல்லது முடிவிலிகளைப் போல் எதையாவது வரைந்துகொண்டிருக்கலாம். அந்த அறைக்கு நாங்கள் வந்து பல மணி நேரம் ஆகியிருக்க வேண்டும், காரணம் அவர் புது பாணியில் முடியை வெட்டியிருந்தது இப்போது வித்தியாசமாகத் தெரியவில்லை. சிறுமியின் சிரிப்பு சுவர்களின் வழியாக மங்கலாக வந்தது; நாங்கள் உள்ளே வந்தபோது அவள் அழுது கொண்டிருந்தாள், இப்போது மகிழ்ச்சியாக சிரித்துக்கொண்டிருக்கிறாள்.

மெதுவாக, அந்த அறையில் சமையல் வாசனை வரத்தொடங்கிற்று, மசாலாக்கள் மற்றும் இறைச்சியின் கலவையில் அடர்த்தியான வாசனை வந்தது. அந்த அறையில் இப்போது உண்மையில் நான் இருந்ததைவிட அதிக நேரம் இருந்துள்ளேன் என்று உணர்ந்தேன். ஜன்னலுக்கு வெளியே, மேலிருந்து தொங்கிக்கொண்டிருந்த அலங்காரச் செடிகளில் வெளிச்சம் அதிகரித்து வர அம்மா தன்

தோல் பர்சைத் திறந்து டாக்டருக்குக் கொடுக்க வேண்டிய பணத்தை எடுத்தார். அவரும் வழக்கம் போலவே ஜன்னலுக்கு வெளியே பார்த்தார்.

திடீரென்று தோன்றிய ஓர் எண்ணத்தால், ஒரு செய்தித்தாள் துண்டில் மடித்து வைக்கப்பட்ட பணத்தை அம்மா கண்ணாடி மேஜையின் மேற்பரப்பில் வைப்பதைத் தடுத்தேன்.

'உங்க கிட்ட ஒரு விஷயத்தை சொல்ல நான் மறந்துட்டேன்,' என்று துணிச்சலாகக் கூறினேன்.

'சரி?' தன் தலையைத் திருப்பி, நெற்றியை சுருக்கியவாறு, 'என்ன விஷயம்?' என்று கேட்டார்.

'அவங்க என் அக்காகூட பேசிட்டு இருந்தாங்க,' என்றேன்.

அவர் அம்மாவை கேள்விக்குறியுடன் பார்த்துவிட்டு பிறகு என்னைப் பார்த்தார். 'அவங்க உங்களைப் பத்தியா பேசிட்டு இருந்தாங்க?' என்று கேட்டார்.

அம்மா கோபத்துடன் என்னைப் பார்த்தார். நான் இதைச் சொல்வேன் என்று அவர் எதிர்பார்க்கவில்லை; டாக்டர் ரோஸின் நேர்த்தியாக அலங்கரிக்கப்பட்ட அறையில் எங்கள் குடும்ப விஷயங்களை நான் பேசுவதை அவர் விரும்பவில்லை.

மேஜைக் கண்ணாடியை ஒரு விரலால் தட்டி என்னிடம் 'அமர், பெண்களுக்கு பேசறது ரொம்ப பிடிக்கும். அவங்க பாட்டுக்கு பேசட்டும்,' என்றார்.

'அவங்க என் அக்கா சோஃபியாவோட பேசிட்டு இருந்தாங்க, அவங்க செத்து பல வருஷங்கள் ஆச்சு,' என்றேன்.

'நான் ஏன் அவகூட பேசக்கூடாது?' என்று அம்மா என்னிடம் கோபத்துடன் கேட்டார்.

டாக்டர் ரோஸ் எங்களுக்குப் பின்னால் இருந்த சுவற்றை எங்கள் நாற்காலிகளுக்கு இடையே உள்ள இடைவெளி வழியாக வெறித்துப் பார்த்தார். பிறகு அவர் மெல்ல தன் பார்வையைக் கீழிறக்கி, மேஜையின் மீது விழுந்த மின்விசிறியின் பிம்பத்தைப் பார்த்தார். தனக்குள்ளே விவாதம் நடத்திவிட்டு ஏறக்குறைய ஓர் ஐந்து நிமிடங்கள் கழித்து அவர் மீண்டும் பேசியபோது, என்னையோ

அம்மாவையோ பார்க்காமல் எங்கள் இருவருக்கும் இடையில் எந்த இடத்தையோ பார்த்தபடி அவர் பார்வை அலைந்தது.

'வீட்டுல வேற யாராவது இருக்காங்களா? நான் அவங்களோட பேசணும்,' என்றார்.

'இல்லை,' என்று அம்மா பெருமிதத்துடன் கூறினார். 'நாங்க ரெண்டு பேர் மட்டும்தான்.'

அவர் தன் தலையைக் கவலையுடன் அசைத்துக்கொண்டார், தன் விரல்களில் பென்சிலைத் திருப்பினார், 'என்கிட்ட உங்களை அனுப்பி வெச்சது யாரு? அந்த டாக்டரோட பேரு உங்களுக்கு ஞாபகம் இருக்கா?' என்று கேட்டார்.

'அவரு பேரு இப்ராகிம், அவர் எனக்கு தம்பி போல' என்று அம்மா கூறினார்.

'பாலிகிளினிக் நடத்தற டாக்டர் முகம்மது இப்ராகிமா?'

அம்மா தலையாட்டினார். டாக்டர் ரோஸ் தொலைபேசி அட்டவணை ஒன்றை எடுத்து அதன் பக்கங்களை மெதுவாகப் புரட்டினார். ஒரு பக்கத்தை எடுத்து ஓர் எண்ணிற்கு அழைத்தார். டாக்டர் இப்ராகிமிடம் ஏதோ முக்கியமான விஷயத்தைக் கூற அவர் உதடுகள் தயாராக இருந்தன.

அவருக்குப் பின்னாலிருந்த கடிகாரத்தில் 12:45 என்று காட்டியது. டாக்டர் இப்ராகிம் மசூதியில் முழந்தாளிட்டு பிரார்த்தனை செய்துகொண்டிருக்கும் காட்சியை நான் கற்பனை செய்துகொண்டேன். டாக்டர் ரோஸ் தொலைபேசியை வைத்துவிட்டு சுவற்றில் உள்ள கறையை ஆராயும் வேலையை மீண்டும் தொடங்கினார்.

'உங்களால அடுத்த வாரம் வர முடியுமா?' என்று கேட்ட அவர், 'முடிஞ்சா கூடவே ஒரு உறவுக்காரரையும் கூட்டிட்டு வாங்க,' என்றார்.

அம்மா சட்டென்று எழுந்து பேப்பர்வெயிட்டுக்கு அடியில் பணத்தை வைத்தார். 'வேணாம், இந்த தடவை பணம் கொடுக்க வேணாம். அடுத்த வாரம் கட்டாயமா வந்திருங்க, அது போதும்,' என்றார் டாக்டர் ரோஸ்.

பச்சையும் மஞ்சளுமாக இன்னொரு விரைவு ரயில் எங்களை பங்களாவுக்கும் இந்த புத்தகத்திற்கும் அழைத்துச் சென்றது. சில இடங்களில் காகங்களும் குருவிகளும் அமர்ந்திருந்த மின்சார கம்பிகள் டி-வடிவ தூண்களில் தளர்வாகத் தொங்கிக்கொண்டு, பார்வையில் பட்டும் மறைந்தும் வந்தன. சூரியன் மரங்களின் மேலே மங்கலான உலோக நிறத்திற்கு மாறி இருக்க இந்த நிலப்பரப்பு அதன் கவர்ச்சியை இழந்துவிட்டது. வெகு தூரத்தில் ஒரு வயலில் குழந்தைகள் பழுப்பு நிறப் பந்தொன்றைத் துரத்திக்கொண்டிருந்தனர்.

திறந்தவெளியில் பல மணி நேரம் இருந்ததால் பங்களா அவலட்சணமாக, பொலிவிழந்து, பூஞ்சையும் தூசியுமாகத் தெரிந்தது. அன்றைய தினத்தில் நடந்தவற்றை வரிசைப்படுத்தத் தயாராக நான் மேஜையில் அமர, அச்சமயம் வாசற்கதவு திறக்கும் லேசான சத்தம் கேட்டதாக நினைத்தேன். யாரும் இருக்க மாட்டார்கள் என்று நினைத்து வெளியே பார்த்தேன். மங்கலான வெளிச்சத்தில் ஒரு குஃபி தொப்பியும், அதன் விளிம்பில் டாக்டர் இப்ராகிமின் கவலை தோய்ந்த முகபாவமும் தெரிந்தன. அங்கேயே நின்றபடி தன்னால் புரிந்துகொள்ள முடியாத சிக்கலான ஓர் ஓவியத்தைப் பார்ப்பதுபோல அவர் பங்களாவைப் பார்த்தார். மீண்டும் இந்தப்பக்கமே வரக்கூடாது என்று முடிவு செய்து வாசற்கதவை மூடிவிட்டு அப்படியே திரும்பிப் போய் விடுவதுபோல தோன்றி, ஏறக்குறைய தன் பேச்சைத் தானே மீறுபவர் போல வழிப்பாதையில் நடந்து வந்தார். அவர் கண்கள் பங்களாவின் ஒவ்வொரு ஜன்னலாக நோட்டம் விட, போர்ட்டிகோ படிகளில் ஏறினார். சிறிது நேரம் கழித்து அழைப்பு மணி இருண்ட பாதையில் தயக்கமாக ஒலிப்பதைக் கேட்டேன்.

நான் கீழே படிக்கட்டுகளுக்கு இறங்கி வந்தபோது, அவர் சாப்பாட்டு மேஜை அருகே அமர்ந்திருந்தார். அவரது கட்டைவிரல்களை நெற்றிப்பொட்டில் வைத்தபடி அதிகரிக்கும் தலைவலியை சமாளிப்பவர் போல இருந்தார்.

‘என்னை ஞாபகம் இருக்கா?’ அதிகரித்து வரும் தன் தலைவலியுடன் புன்னகைத்தவாறே கேட்டார்.

அவர் சுட்டிக் காட்டிய நாற்காலியில் புன்னகைத்தபடி அமர்ந்தேன்.

‘நான் இந்த வழியா போயிட்டிருந்தேன், அப்டியே உங்க ரெண்டு பேரையும் பார்த்துட்டுப் போகலாம்னு வந்தேன்,’ என்று குறிப்பாக

யாரிடமும் சொல்லாமல் சொன்னார். 'அதுசரி, அடுத்த முறை நீங்க ரெண்டு பேரும் எப்போ டாக்டர் ரோஸை பாக்கப் போறீங்க?' என்று கேட்டார்.

'அடுத்த வாரம்,' என்ற அம்மா, 'இப்ராகிம், இந்த தடவை அவரு பணம் வாங்க மாட்டேன்னு சொல்லிட்டாரு. நான் உங்களை என் தம்பி மாதிரின்னு அவர்கிட்ட சொன்னேன்,' என்றார்.

'அதைப் பத்திக் கவலப்படாதீங்க அக்கா, அடுத்த வாரம் நான் உங்களோட வரேன். நாம எல்லாரும் என் கார்லயே போகலாம். நான் ப்ரொஃபசர் நஸீரை நம்மகூட வரச் சொல்லியிருக்கேன்,' என்றார்.

'நஸீர் எதுக்கு வரணும்?' அம்மாவின் குரல் சற்றே காட்டமானது. 'நாங்க டாக்டர் ரோஸை பார்க்கறோம்னு நீங்க அவர்கிட்ட சொன்னீங்களா?' என்று கேட்டார்.

'இல்ல அக்கா, அது அப்படி இல்லை,' டாக்டர் இப்ராகிம் பலகீனமாகக் கூறினார். 'ப்ரொஃபசர் நஸீரை டாக்டர் ரோஸுக்குத் தெரியும். ரெண்டு பேரும் ஒரே பள்ளில படிச்சவங்க.'

'அப்டீன்னா நீங்க ரெண்டு பேரும் உங்க கார்ல போயிருங்க,' என்று அம்மா இறுக்கமாகக் கூறினார். 'நாங்க ரயில்ல வந்துக்கறோம். அப்புறம் நீங்க போயிட்டு வந்த பிறகு போயிக்கறோம்,' என்றார்.

'வேணாம், வேணாம், நஸீர் வந்துதான் ஆகணும்னு அவசியம் இல்லை.' அவரது தலைவலி இப்போது அதிகமாகி இருக்க வேண்டும்; தன் கண்களை இறுக்கமாக மூடிக்கொண்டு நீண்ட நேரம் அமைதியாக இருந்தார். 'நாம மூணு பேரும் என் கார்ல போயிறலாம். பேராசிரியர் எக்கேடாவது கெட்டுப் போகட்டும்,' என்றார்.

அம்மா நமுட்டுச் சிரிப்பு சிரித்தவாறு அவரிடம் தேநீர் வேண்டுமா என்று கேட்டார். அவர் தலையசைத்து மறுத்தார். ஒரு நாளைக்குக் காலையில் ஒரு தடவை மாலையில் ஒரு தடவை என இரண்டு வேளை மட்டுமே தேநீர் அருந்துவதாக அப்பாவிடம் அவர் சொன்னது எனக்கு நினைவிருக்கிறது.

'நாம அடுத்த வெள்ளிக்கிழமை ஜுமா பிரார்த்தனைக்கு அப்புறம் போகலாமா?' என்று கேட்டார்.

'நிச்சயமா போலாம்,' என்று அம்மா ஒப்புக்கொண்டார். 'நிச்சயமா போகலாம் இப்ராகிம்,' என்றார்.

※

நான் இந்த இடத்தில் நிறுத்துகிறேன். எனக்கு நினைவில் இருக்கும் அனைத்தையும், இந்தப் பக்கங்களில் எழுத வேண்டியவை என்று உணர்ந்த அத்தனையையும் நான் பதிவு செய்துவிட்டேன். கடந்தகாலம் வரிசைப்படுத்தப்பட்டுள்ளது. மீதம் இருப்பது எதிர்காலம், நாளைதான்.

நாளை வெள்ளிக்கிழமை. டாக்டர் இப்ராகிம் மண்பாதையில் தன் கருப்பு ஃபியட் காரில் மதியம் வந்து காற்றாலை பனையின் அடியில் நிறுத்திய பிறகு, என் பெயரை உரக்கச் சொல்லி அழைத்தபடி அவர்கள் தேடுவார்கள். காற்றில் அவர் காரின் கூரையில் பழங்கள் என்றோ, பூக்கள் என்றோ சொல்ல முடியாத பழுத்த பொருட்கள் மரத்திலிருந்து விழும். இன்னொரு சூரிய அஸ்தமனம் ரயில் நிலைய கட்டிடத்தை மூடியிருக்கும் வானத்தை சிவப்பாக்க, கூண்டுகளுக்குத் திரும்பி வரும் பறவைகளால் ஆலமரக் கிளைகள் ஒலியால் நிரம்ப, டாக்டர் இப்ராகிம் தன் வீட்டிற்குத் திரும்பிவிடுவார், அம்மா போர்ட்டிகோ படிகளில் அமர்ந்து தொலைந்த இடத்திலிருந்து நான் திரும்பி வருவதற்காகக் காத்திருப்பார். ஆரம்பத்தில் அம்மா கவலையைவிடவும் கோபமாகத்தான் இருப்பார், ஆனால் இரவு நெருங்க நெருங்க, வீட்டைக் கடந்து அதிக ரயில்கள் சுரங்கத்தின் எல்லையில்லாத இருளுக்குப் போய் மறைய, கோபத்தைவிட கவலைதான் அதிகரிக்கும்.

ஆனால், நான் அவரை என்ன மாதிரியான ஒன்றிலிருந்து காப்பாற்றுகிறேன் என்று புரிந்து, அதற்காக எனக்கு நன்றி சொல்வார் என்பது சந்தேகம்தான். டாக்டர் ரோஸுக்கு அனுமதி கிடைத்து, அம்மாவை அவர் மனோவசியத்திற்கு உட்படுத்தினால் அவர் என்னவெல்லாம் கூறுவார் என்பது அவருக்கே தெரியாது. டாக்டர் ரோஸிடமும், அந்த அமர்வைக் கேட்கும் அனுமதி கிடைத்தால் டாக்டர் இப்ராகிமிடமும் அத்தனை ரகசியங்களையும் போட்டு உடைப்பார். தூக்க மாத்திரையை அரைத்து, கஞ்சியில் கலந்து பாட்டிக்கு ஒவ்வொரு ஸ்பூனாகக் கொடுத்ததை சொல்லிவிடுவார். மறைவிலிருந்தபடி அவரைப் பல விஷயங்களில் இருந்து நான் காப்பாற்றுகிறேன்.

நான் இங்கே நிறுத்திவிடுகிறேன்.

ஒரேயடியாக இந்தப் புத்தகத்தை மூடுகிறேன். என்றாவது ஒருநாள் என் தற்கொலைக் குறிப்பும் இந்த பங்களாவின் குறுகிய வரலாறும் அடங்கிய இந்தப் புத்தகத்தை நீங்கள் பார்க்க நேரிடலாம் என்ற நம்பிக்கையற்ற யூகத்தின் அடிப்படையில் இதை மூடி வைக்கிறேன்.

என் ஒரே கவலை கரையான்களைப் பற்றித்தான்.

❈ ❈ ❈

விலாசினி

சென்னையில் வசித்து வரும் விலாசினி ஒரு சுயாதீனப் பணியாளர். இவர் மொழிபெயர்ப்பில் இரண்டாவது புத்தகம் இது. மொழிபெயர்ப்பு மட்டுமின்றி, பிரக்ஞை என்ற பதிப்பகம் மூலம் பதினைந்து புத்தகங்களைப் பதிப்பித்தவர் என்ற வகையில் அந்த அனுபவம் தன் எழுத்துக்கும் மொழிபெயர்ப்பிற்கும் உதவக்கூடும் என்று நம்புபவர். திரைக்கதை மற்றும் வசனமும் எழுதி வருகிறார்.